பிளேட்டோவின் அரசியல்

தமிழில் **வெ.சாமிநாத சர்மா**

பரிசல்

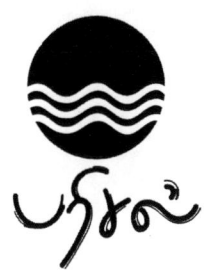

பரிசல்

♦ பிளேட்டோவின் அரசியல் ♦ தமிழ் மொழியாக்கம்: வெ.சாமிநாத சர்மா ♦ பக்கங்கள்: 344 ♦ வெளியீடு: பரிசல் புத்தக நிலையம், எண்.47 B1 பிளாட், முதல் மாடி, தாமோதர் பிளாட் ஐஸ்வர்யா அபார்ட்மென்ட், ஓம் பராசக்தி தெரு, வ.உ.சி.நகர், பம்மல், சென்னை - 600075. ♦ பேச: 9382853646, 8825767500 ♦ மின்னஞ்சல் : parisalbooks2021@gmail.com ♦ புத்தகம் & அட்டை வடிவமைப்பு : யுனிக் மீடியா - 9444888197 ♦ அச்சாக்கம்: தி பிரிண்ட் பார்க், சென்னை - 600117.

♦ Platovin Arasiyal ♦ Tamil Translation: V.Saminatha Sharma ♦ Pages: 344 ♦ Publisher: Parisal Putthaga Nilayam, No.47 B1 Flat, First Floor, Dhamodar Flat Aiswarya Apartment, Om Parasakthi Street, VOC Nagar, Pammal, Chennai - 600075. ♦ Cell No: 9382853646, 8825767500 ♦ E-mail : parisalbooks2021@gmail.com ♦ Book & Cover Design: Unique Media - 9444888197 ♦ Printer: The Print Park, Chennai - 600117.

Price: **Rs.370**

ISBN: 978-81-19919-89-5

பொருளடக்கம்

பிரசுராலயத்தின் வார்த்தை — 005

வாசகர்களுக்கு — 007

பிளேட்டோவும் நானும் — 010

முன்னுரை — 023

முதற் புத்தகம் — 077

எது நீதி? - கலைகளின் நோக்கம் - ஆள்வது ஒரு கலை-அநீதியின் தன்மைகள்.

இரண்டாவது புத்தகம் — 107

உலக விவகாரங்களைப் பொறுத்தமட்டில் ஒரு நீதிமானும் அநீதிவானும் எப்படி நடந்து கொள்கிறார்கள்? - ஒரு நாடு எப்படித் தோன்றுகிறது? இந்த நாட்டில் நீதியின் ஸ்தானம் என்ன? அநீதியின் ஸ்தானம் என்ன? - கல்வி முறை எப்படி இருக்க வேண்டும்?

மூன்றாவது புத்தகம் — 133

இளைஞர்களுக்கு எந்த மாதிரியான கல்வியைப் புகட்ட வேண்டும்? கல்வியின்மையால் உண்டாகிற தீமைகள் - மனிதர்கள் ஏன் சன்மார்க்கத்தில் செல்லமுடிவதில்லை? - நீதிபதிகளும் வைத்தியர்களும் - தேகப் பயிற்சியும் கலைப்பயிற்சியும் இளைஞர்களுக்குத் தேவை– ஒரு ராஜ்யத்தை ஆள்வதற் குரியவர் யார்?- பாதுகாவல் செய்வதற்குரியவர் யார்? - அவர்களுக்கு எந்த மாதிரியான பயிற்சியைக் கொடுக்கவேண்டும்?

நான்காவது புத்தகம் — 160

ஒரு ராஜ்யத்தின் நோக்கம் - அஃது எப்படி இருக்கவேண்டும்? - அதனைப் பாதுகாக்கிறவர்கள் மத்தியில் பொதுவுடைமைத் தத்துவம் –சட்ட நிர்மாணம்– ராஜ்யத்தின் நல்லொழுக்கங்கள் நான்கு–தன்னை ஆண்டுகொள்கிறவன்தான் மற்றவர்களை ஆளமுடியும் - ராஜ்யத்தில் மூன்று பிரிவினரும் தனி மனிதனிடத்தில் மூன்று தத்துவங்களும்

ஐந்தாவது புத்தகம் — 185

ஆண் பெண் கல்விப் பயிற்சி – ராஜ்யத்தைப் பாதுகாவல் செய்கிற பெண்களும் அவர்களுக்குப் பிறக்கிற குழந்தைகளும் பொதுவுடைமைகள் – குழந்தை வளர்ப்பு – விவாகம் – நல்ல முறையில் ஆளப்படுகிற ராஜ்யத்தில் உனது எனது என்ற வேற்றுமை இராது– இளைஞர்களுக்கு யுத்தப் பயிற்சி கொடுக்கவேண்டும் – வீரர்களைப் போற்றவேண்டிய முறை– ஞானி யார்? – எது ஞானம்?

ஆறாவது புத்தகம் — 213

ஞானிகளே ராஜ்யத்தை நிருவாகம் செய்யவேண்டும் – அவர்கள் எப்படிப்பட்டவர்களா யிருப்பார்கள்? போலி ஞானிகளினால் உண்டாகிற தீமைகள் – மெய்ஞ்ஞானிகள் ஒரு சிலரே– அவர்கள் உலகத்தில் எங்ஙனம் கருதப்படுகிறார்கள்? – ஞானிகள் ஒரு ராஜ்யத்தை எப்படி அமைப்பார்கள்?– நன்மையை நாடுவதே ஞானிகளின் நோக்கம்.

ஏழாவது புத்தகம் — 244

ராஜ்யத்தை ஆளவேண்டிய ஞானிகளுக்கு அளிக்க வேண்டிய கல்விப் பயிற்சி– அவர்களை உலக அனுபவம் பெறுமாறு செய்ய வேண்டும் – எந்தெந்த அனுபவப்படிகளை அவர்கள் கடக்க வேண்டும்?

எட்டாவது புத்தகம் — 263

லட்சிய ராஜ்யம் ஒன்று – அதுதான் மேன்மக்களாட்சி – மற்ற ராஜ்யங்கள் நான்கு – டிமார்க்கி ஆட்சிமுறை – அதன் தோற்றம்– அந்த அந்த ஆட்சி முறையை யொத்த மனிதன் – ஒரு சிலர் ஆட்சி முறை– அதனை யொத்த மனிதன் – குடியாட்சி முறை – அதனையொத்த மனிதன் – கொடுங்கோலாட்சி.

ஒன்பதாவது புத்தகம் — 285

கொடுங்கோலாட்சியை யொத்த மனிதன் – சாதாரணமாக மனிதர்களிடத்தில் குடிகொண்டிருக்கிற இச்சைகள் எத்தனை? – அவர்கள் அனுபவிக்கிற இன்பங்கள் எத்தனை? – எது சிறந்த, உண்மையான இன்பம்? – நீதிமானே உண்மையான இன்பத்தை அனுபவிக்கிறான்

பத்தாவது புத்தகம் — 312

லட்சிய ராஜ்யத்தில் போலிக் கவிதைகளுக்கு இடங் கிடையாது – கவிதையின் உண்மையான நோக்கம் – நீதிமான் இம்மையிலும் மறுமையிலும் உண்மையான இன்பத்தை அனுபவிக்கிறவன் – ஆதலின் பிரதியொரு மனிதனும் சன்மார்க்கத்தைக் கடைப்பிடிப்பானாக!

பிளேட்டோவின் நூல்கள் — 339

பிரசுராலயத்தின் வார்த்தை

உலகத்திற்கு ஞானப்பாலைப் புகட்டியது நமது பாரதநாடு. மேலை நாட்டில் நாகரிக விளக்கை ஏற்றி வைத்தது கிரீஸ். சரித்திரப் பிரசித்தி வாய்ந்த இந்த கிரீஸ் தேசத்தில் சுமார் இரண்டாயிரத்து முந்நூறு ஆண்டுகளுக்கு முன்பு, அறிஞர் பலர் தோன்றினர். அவர்கள் இன்று வரை மானிட சமுதாயத்திற்குப் பயனுடையவர்களாயிருந்து வருகிறார்கள். அவர்களில் பிளேட்டோ என்ற பேரறிஞனும் ஒருவன், அவன் – அந்த அரசியல் ஞானி – அந்தக் காலத்திலேயே மேலை நாட்டவர்க்கு அரசியல் சாஸ்திரத்தை வகுத்துக் கொடுத்து விட்டுப் போயிருக்கிறான்.

பிளேட்டோவின் நூல்களில் தலை சிறந்தது "தி ரிபப்ளிக்" (The Republic) என்ற நூலாகும். உலகத்துப் பேரிலக்கியங்களின் வரிசையில் இதனை வைத்துப் பேசுவர் அறிஞர். இந்த அரிய இலக்கியத்தை எங்கள் ஆசிரியர் சர்மாஜி, தமிழாக்கி, அரசியல் என்ற பெயர் கொடுத்து, தமிழன்னையின் திருவடிகளில் சமர்ப்பித்திருக்கிறார்கள். இதனைத் தமிழாக்க அவர்கள் எவ்வளவு உழைப்பை மேற்கொண்டிருக்க வேண்டுமென்பதை, இதனை முற்றும் படித்த பிறகு வாசகர்கள் நன்கு உணர்வார்கள். சுருங்கச் சொன்னால், இதைத் தமிழாக்கி முடிக்கும் வரை அவர்கள் ஒரு பிளேட்டோவாகவே இருந்திருக்க வேண்டுமென்று நினைக்கத் தோன்றுகிறது.

பொதுவாகவே, உலகத்துப் பேரறிஞர்களின் தன்னலம் துறந்த வாழ்க்கையிலும், கருத்துச் செறிந்த இலக்கியப் படைப்புக்களிலும், தம்மை மறந்து ஈடுபாடு கொள்ளும் தன்மையுடைய எங்கள் ஆசிரியர், பிளேட்டோவினிடத்தில் ஈடுபாடு கொண்டது குறித்து நாம் ஆச்சரியப்பட வில்லை. இந்த ஈடுபாடு, தமக்கு எப்படி ஏற்பட்ட தென்பதைப் பற்றி அவர்களே பின்வரும் பிளேட்டோவும் நானும் என்ற கட்டுரையில் சுருக்கமாகத் தெரிவித்திருக்கிறார்கள். இந்தக் கட்டுரையை, அவர்களுடைய சுய சரிதத்தின் ஒரு சிறு பகுதி என்று கூறலாம். தம்முடைய சுய சரிதத்தை எழுதுமாறு அவர்களைப் பல காலும் தூண்டிக் கொண்டிருப்பதில் சலிப்புக்கொள்ளாத நாம் இந்தக் கட்டுரையின் மூலம், அவர்களுடைய சுய சரிதத்தின் ஒரு சிறு பகுதியாவது வெளியாவது குறித்து மகிழ்ச்சியடைகிறோம்.

இந்த நூலின் தமிழாக்கம் பற்றி அன்பர் பலர் எமக்குப் பாராட்டுரை வழங்கியிருக்கிறார்கள். அவர்களனைவருக்கும் ஆசிரியர் சார்பாக நன்றி செலுத்துகிறோம். முந்திய பதிப்புக்களைப் போலவே, இந்த நான்காம் பதிப்பையும் அன்பர்கள் வரவேற்று எமக்கு ஊக்கமும் ஆதரவும் அளிப்பார்களென்று நம்புகிறோம்.

பிரபஞ்சஜோதி பிரசுராலயம், 1945

வாசகர்களுக்கு...

சத்தியக் கோயிலின் தலைவாயிலையடைந்து அங்கே கம்பீரமாக நின்ற கிரேக்க அறிஞர்களுள் ஒருவன் பிளேட்டோ. இவனுடைய இந்த அரசியல், உலகத்தின் மிகச் சிறந்த நூல்களில் ஒன்றெனப் போற்றப்படுகிறது. “ஒவ்வொரு நாட்டிலுமுள்ள இளைஞர்கள், பிற்காலத்தில் ராஜதந்திரிகளாகவும், அரசியல், வாதிகளாகவும், ஆசிரியர்களாகவும், உபதேசகர்களாகவும், வியாபாரிகளாகவும் வருவதற்கு இந்த நூலையே அதிகமாகத் துணைபற்றியிருக்கிறார்கள்.”

பிளேட்டோவைப் பற்றி மேனாட்டு ஆசிரியன் ஒருவர் எழுதியுள்ள விமரிசன நூலொன்றின் முன்னுரையில் கூறுவதன் சாரமென்னவென்றால், பிளேட்டோவின் நூல்கள், தத்துவ சாஸ்திரிகள் கையிலே மட்டுமல்ல, அறிஞர்கள் கையிலே மட்டுமல்ல, எல்லோர்கையிலும் இருக்க வேண்டும்; பிளேட்டோவை அறிவு வளர்ச்சிக்காக மட்டும் படிக்க வேண்டுமென்பதில்லை; அதைப்படித்தால் இன்பகரமாகப் பொழுது போகிறது, சந்தோஷம் உண்டாகிறது என்பதற்காகவாவது படிக்க வேண்டும்; பத்திரிகைகளில் எழுதுகிறவர்களும், மேடைகளில் பேசுகிறவர்களும், பிளேட்டோவைத் தெரிந்துகொண்டு எழுதவும் பேசவும் முற்படுவார்களானால், எவ்வளவோ நன்றாயிருக்கும்: ஜனங்கள் அறிவு விளக்கம் பெறுவார்கள்; அரசாங்கத்தின் வேலை சுலபமாக நடைபெறும்; அரசியல்வாதிகளுட்பட ஜனங்கள் அனைவரும் சந்தோஷமாயிருப்பார்கள். இவை மிகவும் உண்மையான வாசகங்கள்.

இந்த நூலை அறிஞர் பலர், கிரேக்க மூலத்திலிருந்து ஆங்கில பாஷையில் மொழி பெயர்த்திருக்கின்றனர்.

இந்த மொழிபெயர்ப்பாசிரியர்களின் மத்தியில் உன்னத ஸ்தானம் வகிக்கும் பெஞ்சமின் ஜோவெட் என்ற அறிஞன், தனது மொழிபெயர்ப்பு நூலின் முகவுரையில், ஒரு மொழி பெயர்ப்பு என்னென்ன லட்சணங்களோடு கூடியிருக்க வேண்டுமென்பதைப் பற்றி விஸ்தரித்துக் கூறுகிறான்.

1. ஒரு மொழி பெயர்ப்பு, அறிஞர்களுக்கு மட்டுமல்ல, சாதாரண ஜானங்களுக்கும் புரியக்கூடியதாய் இருக்கவேண்டும்.

2. ஒரு பாஷையிலுள்ள வார்த்தையை மற்றொரு பாஷையில் அப்படியே கொண்டுவந்துவிட வேண்டுமென்பதையும், மூல நூலின் அமைப்பு, வரிசைக் கிரமம் முதலியவைகளை அப்படியே பின்பற்ற வேண்டுமென்பதையும் நோக்கமாகக் கொள்ளக் கூடாது.

3. மூல நூலாசிரியன் உபயோகித்திருக்கிற வார்த்தையைக் காட்டிலும், அவன் எந்த பாவத்துடன் அந்த வார்த்தையை உபயோகிக்கிறான் என்பதை முக்கியமாகக் கவனிக்கவேண்டும்.

4. மொழி பெயர்ப்பாசிரியன், மூல நூலாசிரியனுடைய பணியாளனாக அவன் பக்கத்திலேயே இருந்து கொண்டிராமல், அவனுக்குப் பின்னால் ஏறி நின்று பார்க்கவேண்டும்.

5. மொழி பெயர்த்துக்கொண்டு செல்கிறபோது, இதுகாறும் வந்த விஷயங்களென்ன, இனி வரப்போகும் விஷயங்களென்ன என்பதை நன்றாகத் தெரிந்துக்கொண்டிருக்க வேண்டும்.

6. மொழி பெயர்ப்பாசிரியன், மூல நூல் முழுவதையும் மனத்தில் நன்றாக வாங்கிக்கொண்டு மொழி பெயர்க்க வேண்டுமென்பதுதான் முக்கியமே தவிர, மூல நூலாசிரியன் கையாண்டிருக்கிற வார்த்தைக் கிரமம், பதப்பிரயோகம் முதலியவற்றை அப்படியே பின்பற்ற வேண்டுமென்பது அவசியமில்லை.

7. மூல நூலின் ஆற்றொழுக்கான நடை, அந்த நடையிலே உள்ள எளிமை, இனிமை, கம்பீரம், அர்த்த புஷ்டி முதலியன, கூடியமட்டில் மொழி பெயர்ப்பில் இருக்க வேண்டும்.

8. சுருக்கமாக, மொழி பெயர்ப்பு, மூலத்தைப் போல இருக்க வேண்டும்.

இந்த லட்சணங்களைக் கூடியமட்டில் பின்பற்ற முயற்சி செய்திருக்கிறேன் என்று இந்த நூலைப் படிக்கும் அன்பர்கள் அபிப்பிராயப்படுவார்களானால், அதுவே என் முயற்சிக்கு அவர்கள் அளிக்கும் சிறந்த பரிசாகும். நூலின் இடையிடையே பிளேட்டோ, கிரேக்க காவியங்களிலிருந்தும், கிரேக்க சரித்திரத்திலிருந்தும் அநேக மேற்கோள்களையும், அநேக உதாரணங்களையும் எடுத்துக் கையாண்டிருக்கிறான். இவைகளை அப்படியே நான் மொழி பெயர்த்துக் கொடாமல், தேவையானவற்றை மட்டும் சுருக்கிக் கொடுத்திருக்கிறேன். தமிழில் படிக்கிறபோது கூடியவரை தொடர்பு விடாமலும், சுவை குன்றாமலும் இருக்க வேண்டுமென்பதே என் நோக்கம்.

வாசகர்களுக்கு ஒரு வேண்டுகோள். இந்த நூலை, குறைந்தது இரண்டு மூன்று தடவையாவது படிக்க வேண்டும். எத்தனை தடவை படித்தாலும் நல்லதுதான். முதலில் நூலை மட்டும், அதாவது சம்பாஷணை ரூபமாயுள்ள பாகத்தை மட்டும் படித்துவிடவும். பிறகு முன்னுரையைப் படிக்கவும்; படித்து முடித்துவிட்டு மறுபடியும் சம்பாஷணையைப் படிக்கவும். இப்படித் திரும்பத் திரும்பப் படிப்பதில் அநேக அனுகூலங்கள் உண்டு என்பது படித்த பிறகுதான் தெரியும். ஒவ்வொரு தடவை படித்து முடிப்பது, நமது சிந்தனா சக்தியைச் சாணைக்கல்லின் கொடுத்து எடுக்கிற மாதிரி.

இந்த நூலின் முன்னுரைப் பகுதியை விரிவாக எழுதுவதற்கு எனக்குத் தூண்டுகோல் போலிருந்த மைசூர் மகாராஜா கல்லூரியில் ஆங்கிலப் பேராசிரியராயிருந்து தற்போது ஓய்வு பெற்று கல்கத்தாவில் வசித்துக் கொண்டிருக்கும் ஸ்ரீ வ. அ. தியாகராஜன் அவர்கட்கு என் மனமார்ந்த நன்றியைத் தெரிவித்துக் கொள்கிறேன்.

முதல் தடவையாக இந்த நூலைப் படிக்க முற்படும் அன்பர்கள், ஆரம்பத்தில், கிரீஸ் – வாழ்ந்த வரலாறு, ராஜதந்திர யுத்தகளப் பிரசங்கங்கள், சமுதாய சிற்பிகள், பிளேட்டோவின் கடிதங்கள் ஆகிய நான்கு நூல்களையும் படிக்க வேண்டுமென்று கேட்டுக் கொள்கிறேன். அப்பொழுதுதான் இந்த அரசியல் நூல் எந்தச் சூழ்நிலையில் தோன்றியதென்பதும், பிளேட்டோ எத்தகைய பண்பாடுடையவன் என்பதும் ஒருவாறு புலனாகும்.

இந்த நூல் என் உள்ளத்தில் எப்படி உருவாகி வளர்ந்தது என்பதைப் பற்றி, அடுத்தாற் போல் வரும் பிளேட்டோவும் நானும் ஏதும் பிரஸ்தாபிக்கவில்லை. இந்த நான்காம் பதிப்பிலாவது இஃது இடம் பெற வேண்டுமென்று எனக்குச் சொல்லாமற் சொல்லிவந்து, என்னை எழுதச் செய்து, இதில் இடம் பெறவும் செய்துவிட்ட என் நண்பரும், என் எழுத்துப் பணிக்கு எந்த வகையாலும் முட்டு ஏற்படக் கூடாதென்பதில் எப்பொழுதும் கண்ணுங் கருத்துமாயிருப்பவருமான திரு. அரு. சொக்கலிங்கம் அவர்களுக்கு நானும் வாயால் சொல்லாமல் உளத்தால் நன்றி செலுத்துகிறேன்.

பிளேட்டோவும் நானும்

பிளேட்டோவுக்குச் சமமானவனாக என்னைக் கருதிக்கொண்டு இதை எழுதுகிறேன் என்று யாரும் எண்ணவேண்டாம். அவன் எங்கே? நான் எங்கே? அவன் ஓர் அறிவுக்கடல்; நான், அந்தக் கடலினின்று படைபடையாக எழும்பிவரும் பேரலைகள் ஒன்றிலிருந்து தெறித்துவிழும் ஒரு திவலை. அவன் வாழ்க்கை, நன்றாகப் பதியப் பெற்ற ஒரு பேரேடு; என் வாழ்க்கை, கிறுக்கல்கள் பல நிறைந்த ஒரு கைச்சிட்டை. அவன் விண்டு காட்டாத விஷயமே இல்லை; நான் கண்டு சொன்ன விஷயம் ஒன்றுகூட இல்லை. அவன் படைப்புக்களில் ஓரளவு ஈடுபட்டவன் என்ற முறையில்தான் அவன் பெயரோடு என் பெயரை இணைத்துக் கொண்டு பேசுகிறேனே தவிர, வேறொன்றுமில்லை. அவனுடைய படைப்புக்களில் ஈடுபட ஈடுபட, அவற்றின் ஆழத்திற்குப் போகப்போக, என்னையறியாத ஒரு பிரமிப்பு எனக்கு உண்டாகிறது, அவனிடத்தில் ஒரு பக்தியும் ஏற்படுகிறது.

பிளேட்டோவினிடத்தில் நான் எப்படி ஈடுபட்டேன்? அதுதான் இங்கே சொல்ல வந்த விஷயம். 1940- ஆம் வருஷக் கடைசி. இரண்டாவது உலகப்போர் (1939-1945) மும்முரமாக நடைபெற்றுக் கொண்டிருக்கிறது. அப்பொழுது நான் இரங்கூனில் ஜோதி என்ற மாதப்பத்திரிகையின் ஆசிரியனாகப் பணியாற்றி வந்தேன். அந்த யுத்தகாலத்தில்கூட, பிளேட்டோவின் படைப்புக்களைப்பற்றி ஆங்கிலப் பத்திரிகைகளில் அநேக விமரிசனக் கட்டுரைகளும், அவன் படைப்புக்களின் பல்வேறு பதிப்புக்களும் வெளிவந்த வண்ணமிருந்ததைப் பார்த்தும் படித்தும் வந்தேன். "எப்பொழுதோ இரண்டாயிரம் ஆண்டுகளுக்கு முன்பு, ஐரோப்பாவின் தென்கிழக்கு மூலையிலுள்ள ஒரு சிறிய நாட்டில் – கிரீஸில் – வாழ்ந்துக்கொண்டிருந்த ஓர் அறிஞனுடைய படைப்புக்கள், அந்தக் காலத்திற்கு மட்டும், அதாவது பிளேட்டோ வாழ்ந்த கி.மு. நான்காவது நூற்றாண்டுக்கு மட்டும் பொருந்துகின்றனவாக, அந்தக் காலத்திற்கு மட்டுமே பயன் தரக் கூடியனவாக இருந்திருக்குமானால், அவை, இருபதாவது நூற்றாண்டில், அதுவும் யுத்தச் சூழ்நிலையில், அறிஞர்களின் கவனத்தை ஈர்க்கமாட்டாவல்லவா? பலபல ஆராய்ச்சிப் பதிப்புக்களாக வெளிவந்திருக்க மாட்டாவல்லவா? அந்தப் படைப்புக்களில், என்றும் நிலைத்திருக்கக்கூடிய, எக்காலத்தவருக்கும் பயன்தரக்கூடிய பல உண்மைகள் பொதிந்திருக்க வேண்டும்; அதனால்தான் அவை, என்றும் புதுமையாக இருந்து அறிஞர்களின் சிந்தனைக்கு விருந்தளித்துக் கொண்டிருக்கின்றன." இந்த வகையில் என் சிந்தனை ஓடியது.

இரங்கூனிலுள்ள புத்தகக் கடைக்காரர்கள், தங்களுக்கு இன்னின்ன புதிய புத்தகங்கள் வந்திருக்கின்றன என்பதைப்பற்றி வாரந்தோறும் எனக்குத்

தகவல் சொல்லி விடுவார்கள். எனக்கு எந்தெந்தத் துறைபற்றிய நூல்கள் பிடிக்கும் என்பது அவர்களுக்கு ஒருவாறு தெரியும் 1932–ஆம் ஆண்டு ஜூன் மாதம் நான் இரங்கூனுக்குச் சென்றேன். சென்ற இரண்டு ஆண்டுகளுக்குப் பிறகு, அதிலும் 1935–ஆம் ஆண்டுக் கடைசியில் என் நண்பர் திரு.அரு. சொக்கலிங்கம் அவர்கள் பிரசுரகர்த்தராகவும், நான் நூலாசிரியனாகவும் இணைந்துகொண்டதன் விளைவாகப் பிரபஞ்ச ஜோதி பிரசுராலயம் தோன்றிய பிறகு, எனக்குகந்த நூல் எதுவாயிருந்தாலும், எவ்வளவு விலையுடையதாயிருந்தாலும், என் சொந்த கஷ்ட நிஷ்டூரங்களைப் பொருட்படுத்தாமல் வாங்கிவிடுகிறவன் என்பதை அவர்கள் எப்படியோ தெரிந்து கொண்டிருந்தார்கள். புத்தகக் கடைகளுக்கு அடிக்கடி நான் சென்று வந்ததன் விளைவோ என்னவோ இது?

தவிர, இரங்கூனில் பெர்னார்ட் இலவச நூல்நிலையம் (Bernard Free Library) என்ற பெயரால் அரசாங்க நூல் நிலையம் ஒன்று இருந்தது. அங்கு அடிக்கடி சென்று, புத்தக அலமாரிகளைத் துழாவுவதும், வெளிநாடுகளிலிருந்து வந்திருக்கும் புதிய பத்திரிகைகளைப் புரட்டிப் பார்ப்பதும் எனக்கு வழக்கமாயிருந்தது. 1937–ஆம் வருஷம் ஆகஸ்ட் மாதம் ஜோதி பத்திரிகையின் முதல் சுடர் வெளிவந்த பிறகு, இந்த வழக்கம் அதிகமாகிவிட்டது; அதிகரித்துக்கொள்ள வேண்டிய அவசியம் எனக்கு ஏற்பட்டது. பத்திரிகைக்கு விஷயங்கள் சேகரிக்க வேண்டுமல்லவா?

பெர்னார்ட் நூல் நிலையத்தில், பிளேட்டோவின் நூல்கள் சிலவற்றைப் பழைய பதிப்புக்களாகப் பார்த்தேன். ஏற்கனவே நான் 1917–ஆம் வருஷம் டிசம்பர் மாதம் முதல் வாரம் திரு.வி.கலியாணசுந்தர முதலியார் அவர்களை ஆசிரியராகக் கொண்டு வெளிவந்த தேசபக்தன் என்ற தினசரிப் பத்திரிகையில் ஓர் உதவி ஆசிரியனாகப் பணிபுரியத் தொடங்கிய காலத்திலிருந்து, பத்திரிகையின் தேவையை அனுசரித்து, பிளேட்டோவை ஒருவாறு அறிமுகம் செய்து கொண்டுவந்தேன். ஆனால், அப்பொழுது, அதாவது அவனுடைய நூல்களை மேலோட்டமாகப் புரட்டிப் பார்த்துக்கொண்டு வந்த காலத்தில், பட்டவர்த்தனமாகச் சொல்கிறேன், என்னைக் கண்ணைக்கட்டிக் காட்டில் விட்டது போலிருந்தது. இத்தனைக்கும் நான் புரட்டிப் பார்த்ததெல்லாம் அவனுடைய ஓரிரண்டு நூல்களையே.

பெர்னார்ட் நூல் நிலையத்தில் நான் பார்த்த பழைய பதிப்புக்கள், பிளேட்டோவை இன்னும் சிறிது நன்றாக அறிந்துகொள்ள வேண்டுமென்று ஆசையை எனக்கு உண்டு பண்ணின. மேலும் மேலும் படிக்கத் தொடங்கினேன். இப்படிப் படித்துக்கொண்டு வந்த காலத்தில், பிளேட்டோவின் புதிய பதிப்புகள் சில வந்திருப்பதாக ஒரு புத்தகக் கடைக்காரரிடமிருந்து தகவல் வந்தது. சென்று பிளேட்டோவின் சில நூல்களிலிருந்து சில சில

பகுதிகளைத் தொகுத்து வெளியிடப்பட்டிருந்த ஒரு நூலும், ரிபப்ளிக் (Republic) என்ற நூலும் வந்திருப்பதைப் பார்த்து அவற்றை எனக்குச் சொந்தமாக்கிக் கொண்டேன்.

பிளேட்டோவின் நூல்களில் என்னை அதிகமாக வசீகரித்தது ரிபப்ளிக் என்ற நூல்தான். இதன் நேரான தமிழாக்கம் குடியரசு என்பது. இதனை ஆங்கிலத்தில் மொழி பெயர்த்திருக்கிற அறிஞர்கள், ரிபப்ளிக் என்ற தலைப்பையே கொடுத்திருக்கிறார்கள். ஆனால், இந்தப் பெயர், அரசியல் சாஸ்திரத்தில் கூறப்பட்டிருக்கும் பலவித ஆட்சி முறைகளுள், குறிப்பிட்ட ஓர் ஆட்சிமுறையைப் பற்றி மட்டும் சுட்டிக்காட்டுவது போல எனக்குத் தோன்றியது. பிளேட்டோ, இந்த ஓர் ஆட்சி முறையைப் பற்றி மட்டும் இந்த நூலில் கூறவில்லை; பலவித ஆட்சி முறைகளை, கோட்பாடுகளை, வாழ்க்கை நியமங்களை இதில் எடுத்துச் சொல்லி ஆராய்ந்திருக்கிறான். எனவே, இதனைத் தமிழாக்க வேண்டுமென்று நான் எண்ணியபொழுது, இதன் தலைப்பு, ஆங்கிலத்தலைப்பின் நேர்மொழி பெயர்ப்பாக இல்லாமலிருக்க வேண்டுமென்று தீர்மானித்துக் கொண்டேன். ஆனால் இதனைச் செயல்படுத்தக்கூடிய துணிவு எனக்கு முதலில் உண்டாகவில்லை. ஆங்கிலத்தில் மொழி பெயர்த்துள்ள அறிஞர்களின் அடிச்சுவடுகளைப் பின்பற்றிச் சென்றுவிட்டால் எவ்வித வம்பும் இராதென்றே முதலில் நினைக்கத் தோன்றியது.

1939-ஆம் வருஷக் கடைசியில் இரங்கூனில், என் நண்பர்கள் சிலர் சேர்ந்து, புதுமலர்ச்சி நூற்பதிப்புக் கழகம் என்ற பெயரால் ஒரு ஸ்தாபனத்தைத் தோற்றுவித்து, அதன் வாயிலாக நான் எழுதும் நூல்களில் சிலவற்றை வெளியிட்டுவர ஏற்பாடு செய்தார்கள். அதன்படி கழகத்தின் மூன்றாவது வெளியீடாக ரூஸ்ஸோவின் சமுதாய ஒப்பந்தம் என்ற நூல் வெளிவந்தது. அந்த நூலை நான் மொழிபெயர்த்துக் கொண்டு வருகையில் பிளேட்டோவின் குடியரசு என்ற நூலை அடிக்கடி பார்த்து வரவேண்டிய அவசியம் ஏற்பட்டது. ஏனென்றால், ரூஸ்ஸோ, தன்னுடைய நூலில், பிளேட்டோவைப் பற்றி அடிக்கடி பிரஸ்தாபித்துக் கொண்டு போகிறான்.

பிளேட்டோவின் நூலை அடிக்கடி பார்த்து வருகிறபோது, அவனுடைய அறிவின் ஆழம் ஒருவாறு எனக்குப் புலனாயிற்று, சமுதாய ஒப்பந்தத்திற்கு அடுத்தபடி நான்காவது வெளியீடாக, பிளேட்டோவின் இந்த நூலை வெளியிடச் செய்ய வேண்டுமென்று தீர்மானித்தேன். இது பத்து புத்தகங்கள், அதாவது பத்து அத்தியாயங்களுடையது. இதனை, ஐந்து ஐந்து புத்தகங்கள் அல்லது அத்தியாயங்கள் கொண்ட இரண்டு பகுதிகளாக வெளியிடுவதென்று ஏற்பாடு செய்யப்பட்டது. அப்படியே முதற்பகுதி, 1942-ஆம் வருஷம் பிப்ரவரி மாதம் இரண்டாவது வாரக் கடைசியில் வெளியாயிற்று. அதற்குக் குடியரசு அல்லது ஜனஆட்சி என்ற தலைப்புப் பெயரையே கொடுத்தேன். இரண்டாவது

பகுதி வெளிவருவதற்கு முன்பு, ஜப்பானியர் படையெடுப்பின் காரணமாக, இரங்கூனை விட்டு வெளியேற வேண்டிய நிலைமை எனக்கு ஏற்பட்டது. 1942–ஆம் வருஷம் மே மாதம் இந்தியாவுக்கு வந்த சுமார் மூன்று ஆண்டுகளுக்குப் பிறகுதான், இரண்டு பகுதிகளும் சேர்ந்து மொத்தமாக, ஒரே புத்தகமாக, நீண்டதொரு முன்னுரையுடன் வெளிவருவது சாத்தியமாயிற்று.

இந்த முழுப் புத்தகத்திற்குக் குடியரசு என்ற தலைப்பை நீக்கிவிட்டு அரசியல் என்ற பெருந்தலைப்பையும், நீதியைப் பற்றிய ஆராய்ச்சி என்ற துணைத் தலைப்பையும் கொடுத்தேன். குடியரசு என்றை தலைப்பைக் காட்டிலும் அரசியல் என்ற தலைப்பு, பொதுவானதாகவும் பொருத்தமானதாகவும் இருப்பதாக எனக்குத் தோன்றியது தவிர, இந்த நூலில் பிளேட்டோ, நீதியென்பது என்ன, தனிமனிதனுடைய வாழ்க்கையிலாகட்டும், சமுதாய வாழ்க்கையிலாகட்டும், அஃது எந்த ஸ்தானத்தை வகித்து, என்னென்ன விளைவுகளை உண்டு பண்ணுகிறது என்பன போன்ற பல விஷயங்களைப் பற்றி ஆராய்ச்சி செய்கிறான். இதனால், நீதியைப் பற்றிய ஆராய்ச்சி என்ற பொதுவான ஒரு துணைத்தலைப்பையும் இணைத்தேன். நீதி என்பதற்குப் பதில் தர்மம் என்ற சொன்னாலும் பொருத்தமற்றதாயிராது என்பதை இங்குத் தெரிவித்துக் கொள்கிறேன்.

பிளேட்டோவின் இந்த நூலை, 1941–ஆம் வருஷம் அக்டோபர் மாதம் பதினோராந்தேதி மொழி பெயர்க்கத் தொடங்கினேன். அது முதற்கொண்டு 1942–ஆம் வருஷம் பிப்ரவரி மாதம், முதற்பகுதி அச்சாகி வெளிவரும் வரையில், ஏன், முழுப்புத்தகமாக வெளிவருகிற வரையில் கூட, என் முயற்சிக்கு முட்டுக்கட்டை போடும் வகையில் நிகழ்ந்த சம்பவங்கள் எத்தனை! எத்தனை!! ஆனால் இந்தச் சம்பவங்கள், எனக்கு மன உறுதியை அளித்தன; பிளேட்டோவினிடத்தில் அவனுடைய அறிவினிடத்தில் எனக்கிருந்த ஈடுபாட்டை அதிகப்படுத்தின.

1941–ஆம் வருஷம் பிற்பகுதியில் ஜப்பானியர் தென்கிழக்கு ஆசியப் பகுதியில் வெகுவேகமாக முன்னேறி வந்து கொண்டிருந்தனர். இதனால் இரங்கூனில் சலசலப்பு ஏற்பட்டது. இருட்டடிப்புத் திட்டம் (Blackout) அமலுக்குக் கொண்டு வரப்பட்டது. எந்த நிமிஷத்திலும் ஜப்பானிய விமானங்களினால் தாக்குதல் ஏற்படக் கூடுமென்ற அச்சம் மக்களிடையே அதிகரித்து வந்தது. இவற்றுக்கு மத்தியில் ஜோதி பத்திரிகையை நிறுத்தாமல் நடத்துவதென்று நானும் என் நண்பர்களும் முடிவு செய்தோம்; பத்திரிகாலயத்தின் யந்திர சாதனங்களில் ஒரு பகுதியை, இரங்கூன் மத்திய பாகத்திற்குச் சிறிது ஒதுங்கினாற் போலுள்ள காலாபஸ்தி என்ற இடத்திற்கு மாற்றிக்கொண்டோம். பத்திரிகைக்கும், புத்தகத்திற்கும் தேவையான காகிதம் கிடைப்பது கடினமாக இருந்தது. அச்சகத்தின் பொருளாதார நிலைமையோ சோர்வும் சலிப்பும்

தரக்கூடியதாய் இருந்தது. ஓரிருவரைத் தவிர, நண்பர்கள் பலரும், இரங்கூனுக்கு ஏற்படக்கூடிய ஆபத்தை முன்னிட்டு வெளியூர்களுக்குச் சென்றுவிட்டனர். பொதுவாகச் சொல்லப் போனால், பயங்கரமான ஒரு சூழ்நிலை நிலவியிருந்தது.

ஆனால், இந்தச் சூழ்நிலையிலும், மின்னல் போல் வெளிச்சம் தந்து என்னைக் கடமைப் பாதையில் சென்று கொண்டிருக்கும்படி செய்தனர் அச்சகத் தொழிலாளர் சிலர். அவர்கள், தங்களுக்கு நியாயமாகக் கிடைக்க வேண்டிய ஊதியத்தைக் காலா காலத்தில் பெறாத நிலையில் இருந்த போதிலும், என்னிடம் கொண்ட விசுவாசத்தினாலோ, என்னுடைய எழுத்துப் பணி தன்னலங் கருதாத ஓர் ஆக்கப்பணி என்ற உண்மையை நன்றாக உணர்ந்திருந்ததனாலோ, தங்களுடைய சொந்த நலன்களைப் புறக்கணித்து விட்டு எனக்குப் பூரண ஒத்துழைப்பையும் கொடுத்து வந்தனர். அவர்களை நான் என்றும் மறக்கமாட்டேன்.

இத்தகைய சூழ்நிலையில், நான் பத்திரிகைக்குக் கட்டுரைகள் எழுதி வந்ததோடு, பிளேட்டோவின் நூலையும் மொழி பெயர்த்து வந்தேன். மேலெழுந்தவாரியாகப் பார்த்தால், பிளேட்டோவின் உரைநடை மிக எளிதாகவே இருந்தது; எல்லோருக்கும் விளங்கக் கூடிய மாதிரியான சொற்களே அதிகமாகக் கையாளப்பட்டிருந்தன. ஆனால் அந்தச் சொற்களுக்கு அடியில் பொதிந்திருந்த கருத்துக்கள் சிந்தனைக்கு அரிய விருந்தாய் அமைந்திருந்தன. அந்த விருந்தைச் சுவைத்து வந்தபோது, என் சூழ்நிலையை நான் மறந்தே நின்றேன். ஒவ்வொரு கருத்தும், என்னைப் பல அறிவுத்துறைகளுக்கு அழைத்துச் சென்றது. ஒவ்வொரு துறைக்கும் சென்று பார்க்கிறபொழுது, அந்த ஒரு துறையிலேயே ஆயுள் பூராவும் திளைத்துக் கொண்டிருக்க வேண்டுமென்ற எண்ணமே எனக்கு உண்டாயிற்று. அறிவு, எவ்வளவு அகன்ற பரப்புடையது! அதில் எங்கோ ஒரு மூலையை எட்டினாற் போலிருந்து பார்த்துவிட்டு, மனிதன், தனக்கு எல்லாம் தெரிந்துவிட்டதாக நினைக்கிறான்; அகந்தைக்கு இரையாகிறான். மனிதனே, பரந்த ஆகாயத்தைப்பார்; அகன்ற கடலைப்பார்; உயர்ந்த மலையைப்பார்; அறிவிலே, உருவிலே நீ எவ்வளவு சிறியவன் என்பது உனக்குப் புலனாகும்!

1941–ஆம் வருஷம் டிசம்பர் மாதம் இரண்டாவது வாரம் ஒரு நாள் காலை சுமார் பத்தரை மணிக்கு, இரங்கூன் நகருக்கு மேலே, ஜப்பானிய ஆகாய விமானங்கள் வட்டமிட்டுச் சென்றது, ‘இன்னும் பத்துப் பன்னிரண்டு நாட்களுக்குள் நாங்கள் வந்து பலமாகத் தாக்கப் போகிறோம்’ என்று எச்சரிக்கை கொடுத்துவிட்டுப் போவது போல் இருந்தது. ஜனங்களும், தங்களை, முடிந்த மட்டில் பாதுகாத்துக்கொள்ள ஏற்பாடுகள் செய்து கொண்டனர். இரங்கூன் நகர மத்தியில் வசித்துக் கொண்டிருந்த அநேக

இந்தியக் குடும்பங்கள், சுற்றுப் பக்கத்திலுள்ள பகுதிகளுக்குச் சென்று அங்கிருந்த குடும்பங்களோடு ஒண்டிக்கொண்டன. அந்தப் பகுதிகளில் வீடுகளையொட்டிப் பெரும்பாலும் தோட்டங்கள் இருந்தபடியால், ஒவ்வொரு தோட்டப்பகுதியிலும் குறைந்தபட்சம் ஒவ்வோர் ஆள் பதுங்கிக் குழி விகிதம் வெட்டப்பட்டு அதில் விமானத்தாக்குதல் காலத்தில் தங்கியிருப்பதற்கான பந்தோபஸ்து ஏற்பாடுகள் செய்யப்பட்டன.

நானும் என்னைச் சேர்ந்த சிலரும், இரங்கூனுக்கு அருகிலுள்ள பக்டோ என்ற ஒரு கிராமப் பகுதியில் வசித்துக்கொண்டிருந்தோம். எங்கள் தோட்டத்திலும் ஆள் பதுங்கிக் குழி வெட்டப்பட்டு அதில் நான்குபேர் நான்கு நாற்காலிகளில் கூடியவரை வசதியாக உட்காருவதற்கான பந்தோபஸ்து ஏற்பாடு செய்யப்பட்டிருந்தது. இப்படியெல்லாம் பந்தோபஸ்திற்கான ஏற்பாடுகள் செய்யப்பட்டு வந்தாலும், எல்லோர் மனத்திலும் அசாதாரணமான ஒரு திகில் குடிகொண்டிருந்தது. போதாக்குறைக்கு பஸ், டிராம், ரெயில் முதலிய போக்குவரத்து வசதிகள் குறைந்து, அடிக்கடி தடைப்பட்டும் வந்தன. அன்றாட வாழ்க்கை நடத்துவதற்குத் தேவையான சாமான்கள் அகப்படுவது அரிதாகிக் கொண்டு வந்தது. வசதிக்குறைவான குடும்படுத்தினர் பலர், தரைமார்க்கமாகத் தாய்நாட்டுக்கு–இந்தியாவுக்கு திரும்பிச் செல்லத் தொடங்கினர். பாதசாரிகளின் எண்ணிக்கை நாளுக்குநாள் அதிகரித்து வந்தது.

இந்த நிலையில் 1941–ஆம் வருஷம் டிசம்பர் மாதம் 23–ஆம் தேதி காலை சுமார் பத்தரை மணிக்கு, முதல் தடவையாக, இரங்கூன் நகரம், ஜப்பானிய ஆகாய விமானங்களின் பலமான தாக்குதலுக்குட்பட்டது. நூற்றுக்கணக்கில் உயிர்ச்சேதம்; பொருட்சேதத்திற்கும் குறைவில்லை. மீண்டும் 25–ஆம் தேதி ஒரு தாக்குதல் ஏற்பட்டது. அப்பொழுதும் சேதத்திற்கு குறைவில்லை. இதற்குப் பிறகு, மத்தியதர குடும்பத்தினர் பலர், கடல் வழியாகத் தாய்நாட்டுக்கு – இந்தியாவுக்கு – திரும்பிச் செல்லத் தொடங்கினர். டிசம்பர் மாதக் கடைசிக்குள், இந்தியக் குடும்பங்களில் ஏறக்குறைய பாதிக்கு மேல் இரங்கூனை விட்டு வெளியேறிவிட்டன என்று சொல்லலாம். எங்கும் வெறிச்சோடியது. சுருக்கமாக இரங்கூன் நகரம் களையிழந்த முகம் போலாகிவிட்டது போதாக்குறைக்கு தென்கிழக்கு ஆசியப் பகுதியின் போர் முகங்களிலிருந்து வந்துகொண்டிருந்த செய்திகள், நம்பிக்கை கொடுக்கவில்லை. இரங்கூன் நகரத்தைக் காலி செய்யவேண்டிய அவசியம் வெகு தொலைவில் இல்லை என்ற எண்ணம் ஜனங்களிடையே வலுக்க ஆரம்பித்தது. இந்தச் சந்தர்ப்பத்தில்தான் ஜோதி பத்திரிகாலயத்தின் யந்திர சாதனங்களில் ஒரு பகுதி மேலே சொன்னபடி காலாபஸ்தி என்ற இடத்திற்கு மாற்றப்பட்டது.

இந்தச் சூனியச் சூழ்நிலையிலும் பிளேட்டோவினிடம் பறிகொடுத்திருந்த

என் மனத்தை என்னால் திரும்பிப் பெற முடியவில்லை. வீட்டில் பத்திரிகைக்குக் கட்டுரைகள் எழுதுவது, அச்சகத்தில் அச்சக வேலைகளைக் கவனிப்பது ஆகிய இவற்றிற்காகச் செலவழிந்த நேரம் போக மற்ற நேரங்களில், வீட்டிலாகட்டும் அச்சகத்திலாகட்டும் நான் பிளேட்டோவின் படைப்புக்கு ஆட்பட்டவனாகவே இருந்தேன்.

1941-ஆம் வருஷம் டிசம்பர் மாதம் 25-ஆம் தேதிக்குப் பிறகு அநேகமாக ஒவ்வொரு நாளும், இரவு பகல் வேற்றுமை பாராட்டாமல், ஜப்பானிய விமானங்கள் இரங்கூனின் சுற்றுப்பக்கங்களைத் தாக்கிவந்தன. பகல் நேரத் தாக்குதலின் போது பத்திரிகாலயத்தில் இருந்தால் வீட்டுக்கு வரமுடியாது; வீட்டில் இருந்தால் பத்திரிகாலயத்துக்குச் செல்ல முடியாது. ஆனால் நான் எங்கிருந்தாலும், எத்தனை விமானங்கள் வந்து எத்தனை குண்டுகளை எறிந்துகொண்டிருந்தாலும், பிளேட்டோ மட்டும் என் கூடவே இருந்தான்.

வீட்டில் ஆள் பதுங்குக் குழியில் அடைக்கலம் புகவேண்டிய அவசியம் நேரிடுகிற பொழுது, பிளேட்டோவின் அரசியல் என்ற நூலின் ஓரிரண்டு ஆங்கில பதிப்புகள், கத்தை காகிதங்கள், ஊற்றுப் பேனா இவை சகிதம் செல்வேன், ஜப்பானிய விமானங்கள் குண்டுகளைப் பொழிந்த வண்ணம் இருக்கும். குண்டுகள் எட்டு பத்து கிலோமீட்டர் தொலைவில் விழுந்தாலும், வீழ்ச்சியின் அதிர்ச்சியில் அந்தக் குழியின் பக்கவாட்டுகளில் உள்ள மண், சரிந்து விழுந்துகொண்டே இருக்கும். குண்டு விழுகிற ஒவ்வொரு தடவையும் குழியில் இருக்கிறவர்களைத் தூக்கிவாரிப் போடும். ஆனால், அந்த நேரத்தில் – என்னைப் பொறுத்தமட்டில் சொல்லிக்கொள்கிறேன் – உயிரைத் துரும்பாக மதிக்கக்கூடிய மனப்பான்மைதான் எனக்கு ஏற்பட்டது. இப்பவோ பின்னையோ மற்றெந்த நேரத்திலோ என்ற நிலைக்கு என் மனம் தயாராய் இருந்தது. ஆதலால், உயிர் பிரிவதற்கு முன்பு பிளேட்டோவின் அரசியல் நூலைத் தமிழாக்கித் தருகிற ஒரு நல்ல காரியத்தைச் செய்துவிட்டுப் போகவேண்டும் என்ற உறுதி எனக்கு ஏற்பட்டது.

இந்த உறுதி ஏற்பட்டிருந்ததனால், ஆள் பதுங்குக் குழியில் இருந்த நேரங்களிலும், அச்சகத்திலிருந்து கொண்டு வந்திருந்த பிளேட்டோ சம்பந்தமான ப்ரூப்புகளைத் திருத்துவதோ, பிளேட்டோவை, மேற்கொண்டு மொழி பெயர்த்து வருவதோ எனக்குச் சிரமமாகத் தோன்றவில்லை. அபாய அறிவிப்புச் சங்கு ஊதியவுடன் நான் என் எழுத்துப் பணிக்குரிய தளவாட சாமான்களுடன் ஒரு யந்திரம் போல் ஆள் பதுங்குக் குழியில் சென்று அமர்வேன். ஒரு மணி நேரமோ, இரண்டு மணி நேரமோ அங்கேயே இருந்து எழுதிக்கொண்டிருப்பேன். நேரம் போவது தெரியாது. விமானங்களின் இரைச்சலோ, அவற்றைத் தாக்கிய பிரிட்டிஷ் யந்திர பீரங்கிகளின் சப்தமோ

என் செவிகளில் விழமாட்டா. பசி, தாகம் எதும் தெரியாது அச்சம் காரணமாகச் சிலருக்கு மார்பு படபடக்குமே அந்தப் படபடப்பும் எனக்கு ஏற்படவில்லை. உண்மையில் என்னை மறந்த ஒருவனாக, ஆனால் பிளேட்டோவின் வசப்பட்டவனாக என் எழுதுகோலை ஓட்டிக்கொண்டிருந்தேன். எப்படியோ மேலே சொன்ன பிரகாரம் 1942-ஆம் வருஷம் பிப்ரவரி மாதம் இரண்டாவது வார முடிவில் முதல் பகுதி வெளிவந்தது; இரண்டாவது பகுதியை மொழிபெயர்த்துக் கொண்டிருந்தேன்.

இந்த நிலையில், முதல் பகுதி வெளியான அடுத்த வாரத்தில், அதாவது 1942-ஆம் வருஷம் பிப்ரவரி மாதம் மூன்றாவது வாரக் கடைசியில், ஜப்பானியப் படைகள் இரங்கூனை நோக்கி வேகமாக வந்துகொண்டிருந்தன. நகரத்தைக் காலிசெய்ய வேண்டியது கட்டாயமாகிவிட்டது. நானும் என் மனைவியும் வேறு சில நண்பர்களும், எங்கள் வீட்டுத் தட்டுமுட்டுச் சாமான்களையெல்லாம் அப்படி அப்படியே போட்டுவிட்டுப் புறப்பட்டோம். எங்கு? இந்தியாவை நோக்கித்தான்; தரை மார்க்கமாகத்தான். எனக்கு, தட்டுமுட்டுச் சாமான்களை விட்டுவிட்டு வந்தது பெரிதாகத் தெரியவில்லை; வருத்தமாகவும் படவில்லை. ஆனால் நான் அங்குச் சேகரித்து வைத்திருந்த நூல்கள், நான் படித்த நூல்களைப் பற்றி அவ்வப்பொழுது எடுத்து வைத்திருந்த குறிப்புக்கள் கையெழுத்துப் பிரதிகள், அவ்வப்பொழுது நான் செய்துவந்த பிரசங்கங்களின் குறிப்புகள் ஆகியவற்றை விட்டுவிட்டு வரும்படியான துர்ப்பாக்கிய நிலைமை ஏற்பட்டதே அதற்காகவே வருத்தப்படுகிறேன். இந்த வருத்தம் என்னை விட்டு நீங்காது என்றே தோன்றுகிறது.

இப்படிக் கையெழுத்துப் பிரதிகள் முதலியவற்றை விட்டுவிட்டாலும் பிளேட்டோவினுடைய அரசியல் என்ற நூலின் ஆங்கிலப் பதிப்புகளில், எந்தப் பதிப்பு என் மொழிபெயர்ப்புப் பணிக்கு உறுதுணையாயிந்ததோ அந்தப் பதிப்பு, அதுவரையில் மொழி பெயர்த்திருந்த பகுதி, ஒரு நோட்டுப் புத்தகம், ஓர் ஊற்றுப்பேனா ஆகியவற்றை மட்டும் எடுத்துவர நான் மறந்துவிடவில்லை. அப்படி எடுத்துவர மறந்துவிட்டிருந்தால் என்னுடைய நடைபயணம் இன்னும் சோர்வைத் தந்திருக்கும்.

இரங்கூனை விட்ட நான்காவது நாள் மாந்தளை என்ற நகரத்தை அடைந்தோம். அங்குச் சுமார் பத்து நாட்கள் வரை தங்கவேண்டியிருந்தது. அங்கிருந்து எப்பொழுது புறப்படுவது, எப்படிப் புறப்படுவது, அடுத்தாற்போல் எங்குப் போய்ச் சேருவது என்ற விவரம் தெரியாமலேயே அந்தப் பத்து நாட்களையும் கழித்தோம். சுருக்கமாக, ஒரு சத்திரத்தில் தங்கினால் எப்படித் தினசரி வாழ்க்கை நடைபெறுமோ அப்படியே அங்கு நடைபெற்றது. ஆனால், நான் இடையிடையே பிளேட்டோவின் அரசியல் நூலை எடுத்து வைத்துக்கொண்டு மொழி பெயர்த்து வந்தேன். மொழி பெயர்க்கின்ற பொழுது,

வெ.சாமிநாத சர்மா | 17

அவசியம் இருக்கவேண்டிய அகராதியோ வேறு துணை நூல்களோ எதுவும் என்வசம் இல்லை. அவை இல்லாமற் போனதினால் என் மொழிபெயர்ப்பு வேலை தடைப்படவிலை. வினாவிடை ரூபமாய் உள்ள பிளேட்டோவின் ஆழ்ந்த கருத்துகளில் என் சிந்தனையைச் செலுத்திவிட்டு என் எழுதுகோலை ஓட்டிவந்தேன். இப்படித்தான் சொல்லத் தெரிகிறது எனக்கு இப்பொழுது.

மாந்தளையை விட்டு மொனீவா என்ற ஊருக்கு வந்தோம். இங்கு ஒரு வாரத்திற்குமேல் தங்கி இருக்க நேர்ந்தது. ஏறக்குறைய நாடோடி வாழ்க்கைதான் ஆனாலும் ஒரு நாளைக்குச் சுமார் ஒரு மணி நேரமாவது பிளேட்டோவுடன் என் எழுதுகோல் உறவு கொள்ளத் தவறவில்லை.

மொனீவாவிலிருந்து கலேவா என்ற ஊருக்கு ஆற்று மார்க்கமாக வந்து சேர்ந்தோம். இங்கும் ஒரு வாரத்திற்கு அதிகமாகத் தங்கும்படி ஏற்பட்டது. மேற்சொன்ன மாதிரி நாடோடி வாழ்க்கைதான். இங்கு வந்தபிறகு என் உடல்நிலை கவலை தரக்கூடிய மாதிரி ஆகிவிட்டது. தினந்தோறும் ரத்தப்போக்கு இருந்து வந்தது. இரங்கூனை விட்டுப் புறப்பட்டதிலிருந்தே வேளாவேளைக்கு ஆகாரம் கிடையாது; சரியானபடி தூக்கமும் இல்லை; பயணத்தின் அடுத்த கட்டத்தை அடைவதற்கான ஏற்பாடுகளைச் செய்ய அலைச்சல் வேறே மனம் சதா அலைபாய்ந்த வண்ணம் இருந்தது. இந்த நிலையில் என்ன சிந்திக்க முடியும்? என்ன எழுத முடியும்? ஆனால், நான் எழுதாமல் இல்லை; பிளேட்டோ, என்னை எழுதாமல் விடவில்லை. மொனீவாவில் இருந்தது போல் இங்கும் தினம் குறைந்தபட்சம் ஒருமணி நேரமாவது அவனுடைய படைப்பில் என் எழுதுகோல் ஈடுபட்டிருந்தது.

கலேவாவை விட்டுக் கல்கத்தா வழியாகச் சென்னை வந்து சேர்ந்து சிறிது காலம்வரை, என் எழுதுகோலுக்கு நான் ஓய்வு கொடுக்க வேண்டியவனானேன். நெடுந்தூரம் பயணத்தின் விளைவாக, ஒரு பக்கத்துக் காலில் கீல் வாய்வு உபத்திரவம் ஏற்பட்டு நடக்கமுடியாமல் படுத்த படுக்கையிலேயே சிலமாத காலம் இருக்கும்படி நேர்ந்தது. நோயின் கடுமை, உடலையும் உள்ளத்தையும் உலுக்கி உலுக்கி விட்டுகொண்டிருந்தது. இரங்கூனில் எல்லாவற்றையும் விட்டுவிட்டு வந்ததனால் சென்னையில் புதிய வாழ்க்கையைத் தொடங்க, வழி வகைகளைத் தேடவேண்டிய நிர்ப்பந்தமும் சேர்ந்தது. என்ன செய்வதென்று தெரியாத ஒரு திகைப்பு நிலை. இந்தத் திகைப்பு நிலையிலிருந்து தற்காலிகமாகவேனும் மீள எனக்கு ஒரே ஒரு வழிதான் தென்பட்டது. அதுதான் நூல் எழுதுவது. படுக்கையில் ஒருக்களித்துப் படுத்துக் கொண்டே கார்ல் மார்க்ஸ் என்ற நூலை எழுதத் தொடங்கினேன்.

எழுதிக்கொண்டு வருகிறபோது இடையிடையே கை வலிக்கும். வலியிலிருந்து சிறிது நேரம் விடுதலை பெற வேண்டியிருக்கும். அந்த நேரத்தில்,

பிளேட்டோதான் என் துணைவனாய் வந்து நிற்பான். அவனுடைய நூல்களில் சிலவற்றைப் படிப்பேன். படித்தவை தானென்றாலும், ஒவ்வொரு தடவை படிக்கிறபோதும், புதிய புதிய கருத்துக்கள் தோன்றும். சிறப்பாக, ஸாக்ரட்டீஸ் மரண தண்டனை பெறுங்காலத்தில், நிகழ்த்திய சொற்பொழிவுகளை – வாக்குமூலத்தை – பல தடவை படித்திருப்பேன். ஒவ்வொரு சமயம், நீண்ட சிந்தனையில் ஆழ்ந்துவிட்டதுமுண்டு. அப்பொழுது, திலகர் பெருமானும் காந்தியடிகளும், முறையே ஆறு வருஷ சிறைவாசத் தண்டனை பெற்றபோது கொடுத்த வாக்குமூலங்களோடு ஸாக்ரட்டீஸின் வாக்கு மூலத்தை இணைத்துப் பார்ப்பேன். திலகரும் காந்தியும், கீதைக்கு உரை எழுதினார்கள்; கர்மயோகிகளாக வாழ்ந்தார்கள். ஸாக்ரட்டீஸ் கீதையை அறிந்திருப்பானோ என்னவோ தெரியாது; ஆனால் கர்மயோகியாக வாழ்ந்தானென்பது நிச்சயம் தவிர எல்லா நாடுகளிலும் எல்லாக் காலங்களிலும் சான்றோர் எனப்படுவோர் சென்றிருக்கிற அறநெறி ஒன்றாகவே இருந்து வந்திருக்கிறது. இப்படியெல்லாம் என் சிந்தனை ஓடியது. இந்தச் சிந்தனையைத் துணையாகக் கொண்டு, பிளேட்டோவின் அரசியல் நூலுக்கு நீண்ட தொரு முன்னுரை எழுத வேண்டுமென்று தீர்மானித்தேன்.

எப்படியோ கார்ல் மார்க்ஸை எழுதி முடித்தேன். பிறகு, அரசியலை எடுத்துக்கொண்டு, வழியில் மொழிபெயர்த்தது போக எஞ்சியிருந்த பகுதிகளை மொழிபெயர்த்தேன்; நீண்டதொரு முன்னுரையும் எழுதி முடித்தேன். இது முழுப்புத்தகமாக 1945-ஆம் வருஷம் பிப்ரவரி மாதம் 'சக்தி' வெளியீடாக வெளிவந்தது. பிளேட்டோவை மொழி பெயர்த்துக்கொண்டிருந்த நேரங்களில் என் உடல் நோயையும் மன வேதனையையும் மறந்தே இருந்தேன்.

ஆக, பிளேட்டோவை எழுதத் தொடங்கிய காலத்திலிருந்து முடிக்கிறவரை, ஏற்கனவே சொன்னபடி அடிக்கொரு தடைக்கல்லை நான் சந்திக்க வேண்டியிருந்தது. ஆயினும் நான் சளைக்கவில்லை. காரணம் பிளேட்டோவினுடைய படைப்பின் சக்திதான். அவனுடைய அரசியல் என்ற நூல், என்னைப் பொறுத்தமட்டில் துன்பத்திலே இன்பத்தை நுகரச் செய்தது; திகைப்பிலிருந்து விடுவித்துத் தெளிவைக் காட்டியது;

பொதுவாக, நல்ல இலக்கியத்திற்குப் பகைமையை நட்பாக மாற்றும் சக்தி உண்டென்று சொல்வார்கள் உடல் நோயையும் மன வேதனையையும் மறக்கடிக்கும் சக்தியும் அதற்கு உண்டு என்பதை என் அனுபவத்திலிருந்து நான் உறுதியாகக் கூறமுடியும். பிளேட்டோவின் படைப்புக்கள், உலகத்துத் தலைசிறந்த இலக்கியங்களின் வரிசையில் அமர்ந்து என்றும் காட்சி கொடுத்துக் கொண்டிருக்கும் பெருமையுடையனவல்லவா?

– வெ.சாமிநாதன்

ஆசிரியர் மூவர்

ஸாக்ரட்டீஸ், ஆசிரியர்களுக்கு ஆசிரியன்; பேராசிரியன்.

பிளேட்டோ, சிந்திப்பவருக்கு ஆசிரியன்.

அரிஸ்ட்டாட்டல், கற்றவருக்கு ஆசிரியன்.

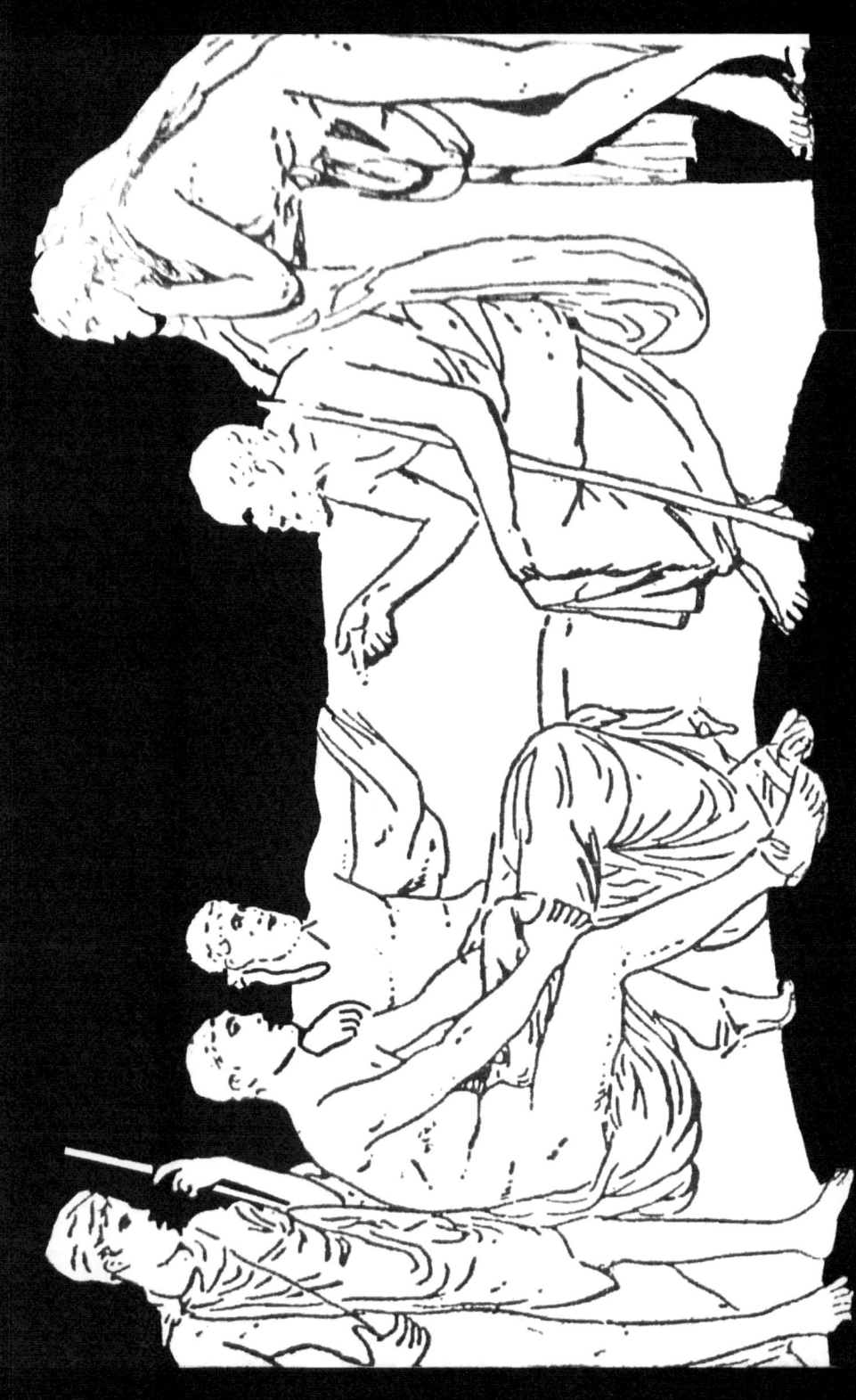

முன்னுரை

1. சான்றோர் இருவர்

உலகத்தில் எத்தனையோ நாகரிகங்கள் அரும்பி, மலர்ந்து, கருகிவிட்டதைப் போல், எத்தனையோ ஏகாதிபத்தியங்கள் பிறந்து, விரிந்து, இறந்து விட்டதைப் போல், கிரேக்க நாகரிகமும், கிரேக்க ஏகாதிபத்தியமும் 'சிறுகக் கட்டிப் பெருக வாழ்ந்து' விரைவாக மறைந்துவிட்டன. அந்த நாகரிகம் செல்வாக்குப் பெற்றதற்கும், அந்த ஏகாதிபத்தியம் செழுமையடைந்ததற்கும் காரணமாயிருந்தவர் பலர் அவரெல்லோரும் இப்பொழுது எங்கே?

'கிரீஸின் கண்' என்று போற்றப்பட்ட ஆத்தென்ஸ் நகரத்தைத் தனது சிற்பத் திறமையினால் கலைக்களஞ்சியமாக்கிய பிடியஸ்[1] என்பவன், உடைந்துபோன சிற்பங்களின் மௌனத்தில் எப்பொழுதோ ஐக்கியமாகி விட்டான். கிரேக்கர்களை நிறைந்த வாழ்க்கையுடையவர்களாகச் செய்து அவர்களை ஆண்டதோடல்லாமல் காப்பாற்றியும் வந்த பெரிக்ளீஸ்[2] என்பவன், சரித்திரத்தின் ஆழத்திலே புதைந்து போய்விட்டான். உலகனைத்தையும் தன் ஒரு குடைக்கீழ் கொண்டுவந்துவிட வேண்டுமென்ற ஆவல் கொண்ட மகா அலெக்ஸாந்தர்,[3] பாரசீகர், இந்தியர் முதலாயினோருடைய துக்கக்

---

1. Phidias கி.மு.490-432. கிரீஸ் தேசத்தின் சிறந்த சிற்பி. கல்விக்கு அதிதேவதையென்று கிரேக்கர்களால் போற்றப்படுகிற அத்தீனே (Athene) என்ற பெண் தெய்வத்திற்கு, ஆத்தென்ஸ் நகரத்தில், பொன்னாலும் தந்தத்தாலும் ஓர் உருவம் சமைத்தவன். ஒலிம்பியா என்ற இடத்தில் ஜூஸ் (Zeus) என்னும் கிரேக்கர்களின் எல்லாம் வல்ல தெய்வத்திற்குப் பெரியதொரு சிலை செய்துவைத்துப் புகழ் பெற்றவன். இவன் வரைந்து கொடுத்த மாதிரியிலும், இவன் மேற்பார்வையிலும், ஆத்தென்ஸ் நகரத்தில் அநேக கோயில்கள், மண்டபங்கள் முதலியன எழும்பின. இவ்வளவு அரிய காரியங்களைச் செய்ததற்குப் பிரதியாக, ஆத்தென்ஸ் வாசிகள், இவன் மீது அநியாயமான பல பழிகள் சுமத்தி இவனை நாடு கடத்தி விட்டார்கள்! பல கஷ்டங்கள் பட்டு இறந்துபோனான்.

2. Pericles கி.மு.495-429. இவன், தன்னுடைய ஆட்சி காலத்தில், ஆத்தென்ஸை பல வழிகளிலும் சிறப்புறச் செய்தான். இவன் காலத்தில் கிரேக்கர்கள், சமய ஆராய்ச்சி, கலை வளர்ச்சி, இலக்கிய விகாசம், தொழில் பெருக்கம் ஆகிய பல துறைகளிலும் மேலோங்கி நின்றார்கள். கிரேக்க சரித்திரத்தில் இவன் ஆண்ட காலத்தைத் 'தங்கமான காலம்' என்று சொல்வதுண்டு. இவன் சிறந்த ராஜதந்திரி; நாவலன்; ஆனால் கடைசியில் மானமிழந்து மனமுடைந்து மடிந்து போனான்.

3. Alexander the Great கி.மு.356-323. மாஸிடோனியாவின் அரசன்; பிலிப்பின் மகன்; பிளேட்டோவின் சிஷ்யனான அரிஸ்ட்டாட்டிலிடம் பயின்றவன்; வீரமும் பேராசையும் நிறைந்தவன்; கி.மு.327-ம் வருஷம் இந்தியாவின்மீது படையெடுத்து, தான் நினைத்தபடி வெற்றிகொள்ள முடியாமல் மனம் நொந்து திரும்பிச் சென்றவன்; தனது முப்பத்திரண்டாவது வயதில் நோயுற்று இறந்து போனான்.

கண்ணீரிலே கிரேக்கர்களின் செந்நீரைக் கலக்கவிட்டு, தன்னை மண்ணுக்கு ஒப்புக்கொடுத்து விட்டான். இப்படி இவர்களெல்லோரும் காலமென்னும் பரந்த வெளியில் தூசுக்களாகிப் பறந்துவிட்டார்கள். ஆனால் ஸாக்ரட்டீஸும்[4] பிளேட்டோவும்[5] மானிட சமூகத்தின் நன்றிக்குரியவர்களாகிச் சிரஞ்சீவிகளாக வாழ்ந்து கொண்டிருக்கிறார்கள். இவ்விருவரும் மேற்படி கிரேக்க ஏகாதிபத்தியத்தின் சாதாரண பிரஜைகள்தான்; போதகாசிரியர்களாக இருந்து காலம் கழித்தவர்கள்தான். ஆனால், உலகத்திலே அறிவுக்கு மதிப்பு இருக்கிற வரையில் இவர்கள் பெயருக்கு மதிப்பு இருக்கும் இதற்குக் காரணம் என்ன?

இவர்கள் – ஸாக்ரட்டீஸும், பிளேட்டோவும் – மானிட ஜாதியின் அறிவுக் களஞ்சியத்திற்குப் பெருநிதியைக் கொண்டு சேர்த்தவர்கள்; அல்லனவற்றைக் கழித்து நல்லனவற்றைச் செய்துகொண்டு போதலைத் தங்கள் கடமையாகக் கொண்டவர்கள்; வாழ்க்கை என்றால் என்ன என்பதை வாழ்ந்து காட்டியவர்கள் சுருக்கமாகச் சொல்லுகிறபோது இருவரும் சான்றோர்; இறந்து வாழ்ந்து கொண்டிருக்கிறார்கள்.

ஸாக்ரட்டீஸை உலகறியச்செய்தவன் பிளேட்டோ, பிளேட்டோவைப் பண்படுத்தியவன் ஸாக்ரட்டீஸ், ஸாக்ரடீஸை ஒரு பைத்தியக்காரனென்று அவனுடைய சம காலத்தவர் கருதினர். அவன் ஒரு மகானென்று பிளேட்டோ பிற்காலத்திற்குப் புலப்படுத்தினான். பிளேட்டோ இல்லாவிட்டால் ஸாக்ரட்டீஸ் இல்லை. ஸாக்ரட்டீஸ் இல்லாவிட்டால், பிளேட்டோவை ஒரு பெரிய மேதாவி என்று இப்பொழுது நாம் கொண்டாடமாட்டோம்.

2. ஸாக்ரட்டீஸ்

ஸாக்ரட்டீஸ், எதைப் பற்றியும் ஒன்றும் எழுதிவைத்துவிட்டுப் போகவில்லை; ஆனால் அவன் ஒரு சிந்தனைப் பட்டடை; அதிலிருந்து மனித வாழ்க்கைக்குத் தேவையான சகல விஷயங்களும் உற்பத்தியாயின. அவன், மேடைப் பிரசங்கியல்ல; ஆனால் அவன் பேச்சைக் கேட்க எப்பொழுதும் ஜனங்கள் கூடுவார்கள். அவன், தனக்கொன்றும் தெரியாதென்று சொல்லிக் கொண்டான்; ஆனால் இரண்டாயிரத்தைந்நூறு வருஷங்களுக்குப் பிறகு, இப்பொழுதுகூட, அவனுடைய ஞானக்குரல் நமக்கு ஸ்பஷ்டமாகக் கேட்கிறது. அவன், அரசியல்வாதியல்ல; ஆனால் பண்பட்டதோர் அரசியல் திட்டத்தை அவன் வகுத்துக் கொடுத்திருக்கிறான். கட்சிகட்டிக்கொண்டு வாதாடுவது

4. Socrates கி.மு.470-399. 5.Plato கி.மு.427-347.

அவன் சுபாவமல்ல; 'அழியாத ஆத்மாக்களையுடைய மனிதர்கள், ஏன் நீதி ஸ்தலங்களில் வழக்காடி வழக்காடி காலத்தை வீணாக்குகிறார்கள்' என்பது அவனுக்குப் புரியாத விஷயமாகவே இருந்தது; ஆனால் அவனுடைய வாழ்க்கையில் பெரும் பகுதி, தர்க்கம் செய்தே உண்மை காணும் முயற்சியில் ஈடுபட்டிருந்தது; அவனே தனது வாழ்நாளின் கடைசி பாகத்தில் நீதி ஸ்தலத்திற்குச் சென்று தன் கட்சியை எடுத்துச் சொல்ல வேண்டியதாயிற்று. அவன், சமாதானப் பிரியன்; ஆனால், தாய்நாட்டின் அழைப்பிற்கிணங்கிப் போர்க்களத்திற்குச் செல்ல அவன் பின்வாங்கியதே கிடையாது. தனது ஆத்தென்ஸ் ராஜ்யம், பெருமையோடு ஷேமமாகவும் இருக்க வேண்டுமென்று அவன் விரும்பினான்; அப்படி விரும்புவது – அதாவது தனது வாழ்க்கை ஒழுங்காக நடைபெறுவதற்கு மூலகாரணமாயிருந்த ராஜ்யத்தின் பெருமைக்கும் ஷேமத்திற்கும் உகந்த காரியத்தை செய்வது – தனது கடமையென்று கருதியே அவன், அழகனல்ல; ஆனால் அழகைப் பரிபூரணமாக அனுபவித்தவன். அப்படி அனுபவித்தது ஐம்புலன்களினாலல்ல; ஆத்மாவினால். மனித வாழ்வு, சீலத்தினாலேயே நிறைவடைகிறதென்று அவன் போதித்து வந்தான்; ஆனால், இளைஞர்களின் சீலத்தைக் கெடுத்து விட்டானென்று அவன் மீது குற்றஞ்சாட்டினார்கள், அப்பொழுது அதிகார பதவியிலே இருந்தவர்கள். அவனை ஒரு பாஷாண்டி என்று எல்லோரும் பரிகசித்தனர்; ஆனால், இளைஞர்களின் சீலத்தைக் கெடுத்து விட்டானென்று அவன் மீது குற்றஞ்சாட்டினார்கள். அப்பொழுது அதிகார பதவியிலே இருந்தவர்கள். அவனை ஒரு பாஷாண்டி என்று எல்லோரும் பரிகசித்தனர்; ஆனால், அவன் தனது மரண தண்டனையைக் கொஞ்சங்கூட மனச்சஞ்சலம் அடையாமல், அலட்சியமாக, புன்சிரிப்போடு ஏற்றுக்கொண்டு அப்படியே இறந்துபோனான். இப்படி இறந்து போகிறானேயென்று அவனுடைய நண்பர்களெல்லோரும் துக்கப்பட்டார்கள். ஆனால் அவன், அந்த எல்லோருக்காகவும் இரங்கினான். அவன் சிறையிலே சாந்தியைக் கண்டான்; மரணத்திலே விடுதலையைக் கண்டான்.

அவன் ஒரு ஞானி; இன்ப துன்பங்களை ஒன்றாகக் கருதியவன்; உலகத்தின் விருப்பு வெறுப்புக்களைச் சிறிதுகூடப் பொருட்படுத்தாமல் காரியங்களைச் செய்துகொண்டு வந்தவன்; அந்தக் காரியங்களின் பலன்களைப் பற்றிக் கவலைப்படாதவன் சுருக்கமாக அவன், ஒரு நிஷ்காம்ய கர்மயோகி;[1] ஸ்தித பிரக்ஞன்.[2]

---

1. "கர்மத்தின் பயனிலே பற்றுதலின்றித் தான் செய்ய வேண்டிய தொழிலை எவன் செய்கிறானோ அவன் துறவி; அவனே யோகி..."

2. "எவன் நல்லதும் கெட்டதும் வருமிடத்தே எதனிலும் பானோ, அவனுடைய அறிவே நிலை கொண்டது."
கீதை - அத்: 2-75

ஸாக்ரட்டீஸின் உபதேசங்களில், நமது உபநிஷதங்கள், கீதை, குறள் முதலியவைகளின் சாயல் படிந்திருப்பதை நாம் ஆச்சரியத்தோடு பார்க்கிறோம். தீமையைச் செய்கிறவர்களுக்கு நன்மையைச் செய்யவேண்டுமென்றும், அவனவனும் அவனவனது கடமையை – அதாவது சுய தருமத்தை – செய்துகொண்டு போகவேண்டுமென்றும், மரணத்திற்கு அஞ்சவேண்டியதில்லையென்றும், ஆத்மா அமரத் தன்மையுடையதென்றும், இன்னோரன்ன கருத்துகளை ஸாக்ரட்டீஸ் தனது விசேஷவாக்கு வன்மையினால் விளக்கிக்கொண்டு போகிறபோது, இவையாவும் நமது பாரத தேசத்தினின்றெழுந்த செவ்விய கருத்துக்களின் எதிரொலியாகவே நமக்குப்படுகின்றன. புராதன காலத்தில் இந்தியாவுக்கும் கிரீஸுக்கும் எத்தகைய தொடர்பு இருந்ததென்பது சரித்திர ஆராய்ச்சிக்குரிய விஷயம். அதைப் பற்றி நாம் இங்கே பிரஸ்தாபிக்க வேண்டியதில்லை. ஆனால் ஸாக்ரட்டீஸின் வாழ்க்கையையும், அவன் வாக்கு மூலமாக வெளியான கருத்துக்களும் நமது பண்டை முனிவர்களின் தூய வாழ்க்கையையும் நல்லுபதேசங்களையுமே நமக்கு நினைவூட்டுகின்றன.

ஸாக்ரட்டீஸை நாம் தெரிந்துகொள்வதற்கு முன்னர் அவனுடைய வாழ்க்கைக்குப் பின்னணியாயிருந்த முக்கியமான சரித்திர சம்பவங்களைச் சுருக்கமாகவேனும் தெரிந்துகொள்வது அவசியமாகும். ஏனென்றால், காலத்தின் தேவையை அனுசரித்துத் தான் மகான்கள் அவதரிக்கிறார்கள். எந்தக் காலத்தில் எது இல்லையோ அதைப் பூர்த்தி செய்து வைப்பது அவர்களுடைய வேலையாக இருக்கிறது. ஆனால் அந்தக் காலம் அவர்களை அலட்சியப்படுத்திவிடுகிறது. அதற்காக அவர்கள் வருத்தப்படுவதுமில்லை; தங்கள் கடமையைச் செய்யாமலும் இருப்பதில்லை.

ஸாக்ரட்டீஸ், கி.மு. ஐந்தாவது நூற்றாண்டில் வாழ்ந்தான். அந்த நூற்றாண்டில் கிரீஸ் தேசம் சிறு சிறு நகரங்களாகப் பிரிந்திருந்தது. ஒவ்வொரு நகரமும் ஒவ்வொரு தனி ராஜ்யம்; சுதந்திர வாழ்க்கையை நடத்தி வந்தது. இப்படிச் சுதந்திரமாக வாழ்ந்து வந்ததோடு, அந்தச் சுதந்திரத்தைக் காப்பாற்றிக்கொள்ளும் விஷயத்தில் எல்லா ராஜ்யங்களும் அதிக அக்கரை செலுத்தி வந்தன. பிரதியொரு ராஜ்யமும், தனக்கென்று தனியான அரசியல் ஸ்தாபனங்கள், சட்டதிட்டங்கள், ராணுவம் முதலியவற்றை ஏற்படுத்திக் கொண்டிருந்தது.

இந்த நகர – ராஜ்யம் ஒவ்வொன்றினுடைய விஸ்தீரணம், ஜனத்தொகை முதலியன எவ்வளவாக இருக்குமென்று நினைக்கிறீர்கள்? எல்லாம் சில சதுர கிலோமீட்டர்கள் தான்; சில ஆயிரம் பேர்தான். நமது நாட்டிலேயுள்ள ஒவ்வொரு தாலுக்காவும், கி.மு. ஐந்தாவது நூற்றாண்டு கிரீஸில் ஒவ்வொரு ராஜ்யமாக – சுய அரசுராஜ்யமாக இருந்ததென்று சொன்னால் அது நமக்குச்

சுலபமாக விளங்கும். இங்ஙனம் பல ராஜ்யங்கள் இருந்தபோதிலும் இவற்றில் பிரத்தி பெற்றவை மூன்று. அவை முறையே ஆத்தென்ஸ், ஸ்ப்பார்ட்டா, கொரிந்த்தியா.[1]

இந்த மூன்றிலே முதன்மையானது என்று சொல்லத் தகுந்த ஆத்தென்ஸ் நகரத்தில், மேனாட்டுச் சிந்தனையாளர்கள் எல்லோருக்கும் முதல்வனான ஸாக்ரட்டீஸ், தனது தூய வாழ்க்கையை நடத்தினான்; பாசிபடிந்த தண்ணீருக்கு மேலே தாமரையெனத் திகழ்ந்தான். ஸாக்ரட்டீஸ் காலத்தில் ஆத்தென்ஸ் ராஜ்யத்தின் விஸ்தீரணம் சுமார் ஆயிரத்து நூற்றிருபது சதுர கிலோ மீட்டர்; ஜனத் தொகை உத்தேசமாக மூன்றரை லட்சம்.

கி.மு. ஐந்தாவது நூற்றாண்டில் ஆத்தென்ஸ் ராஜ்யமானது, மகத்தான வெற்றியடைந்தது; உன்னதமான வாழ்க்கையை நடத்தியது; கேவலமான வீழ்ச்சியையும் கண்டுவிட்டது. ஒரே ராஜ்யத்தில் மூன்று தலைமுறைகளுக்குள் மூன்று விதமான காட்சிகள் நடிக்கப்பட்டு விட்டன. இந்த மூன்று காட்சிகளில் ஒன்றைக் காதால் கேட்டவன், இரண்டைக் கண்ணால் கண்டவன் ஸாக்ரட்டீஸ்.

முதல் காட்சியென்பது, அப்பொழுது – கி.மு. ஐந்தாவது நூற்றாண்டில் – சர்வ வல்லமையுள்ள சாம்ராஜ்யமாக விளங்கிய பாரசீகம், கிரீஸை அடிமைப்படுத்த முயன்றதைக் குறிப்பதாகும் இந்த முயற்சியை எல்லாக் கிரேக்கர்களும் ஒன்று சேர்ந்து எதிர்த்து நின்றார்கள். தரையிலும் கடலிலுமாகப் பல போர்கள் நடைபெற்றன. ஒவ்வொரு போரிலும் கிரேக்கர்களே வெற்றி பெற்றார்கள். பாரசீகர்களின் ஏகாதிபத்திய ஆசை பகற்கனவாகப் போய்விட்டது.

இரண்டாவது காட்சியென்பது, ஆத்தென்ஸ், ஒரு சிறு நகர ராஜ்யத்திலிருந்து பெரிய ஏகாதிபத்தியமாக வளர்ந்து வாழ்ந்த வரலாறு. பாரசீகர்களோடு நடத்திய மேற்படி யுத்தங்களில் ஆத்தீனியர்கள் காட்டிய வீரம் தன்னல மறுப்பு, வருவன அறிந்து செயல்புரியுந் தன்மை முதலியவற்றை இந்த வாழ்வுக்குக் காரணம். மற்ற கிரேக்க நாடுகளுக்கு மத்தியில் ஆத்தென்ஸ், ஓர் உயர்ந்த ஸ்தானத்தை அடைந்தது; சுருக்கமாக 'ஹெல்லாஸின் பயிற்சி சாலை'[2]யாக விளங்கியது. உலகத்தின் பல பாகங்களிலிருந்து அறிஞர்கள் ஆத்தென்ஸுக்கு வருவதும் போவதுமாயிருந்தார்கள். கிரேக்க இதிகாசத்திலேயே மகா உன்னதமான காலம் இது.

ஆத்தென்ஸ் இங்ஙனம் மகத்தான செல்வாக்குடன் விளங்கி வருவதைக் கண்டு, கிரீஸிலுள்ள மற்ற நகர ராஜ்யங்கள் பொறாமை கொண்டன.

1. Athens, Sparta, Corinth.

2. கிரீஸுக்கு ஹெல்லாஸ் (Hellas) என்ற மறு பெயருண்டு.

பாரசீகர்களுக்கு விரோதமாக ஆத்தென்ஸுடன் ஒன்றுபட்டிருந்த ஸ்ப்பார்ட்டா முதலிய ராஜ்யங்கள், இப்பொழுது அதன் மீது போர் தொடுத்தன. இந்தப் போர் இடைவிட்டு இடைவிட்டுச் சுமார் இருபத்தேழு வருஷ காலம் (கி.மு. 431 – 404) நடைபெற்றது. இதற்கு பெலொப்பொனேசிய யுத்தம்[1] என்று பெயர். கிரீஸின் உள்நாட்டுச் சண்டை இது மேலே சொன்ன காட்சிகளுள் மூன்றாவது காட்சி. ஆத்தென்ஸின் அஸ்தமன வாழ்வு இங்கிருந்தே தொடங்குகிறது.

முதலில் வெற்றி, பிறகு வாழ்வு, கடைசியாக வீழ்ச்சி இப்படி ஒன்றன்பின் ஒன்றாகத் தொடர்ந்து ஏற்பட்டதன் விளைவாக, ஆத்தென்ஸ் ராஜ்யத்தின் அரசியல் வாழ்விலும், ஆத்தீனியர்களுடைய எண்ணப் போக்கிலும் அடிக்கடி மாற்றங்கள் நிகழ்ந்து வந்தன. பாரசீகர்களோடு போர் நடைபெற்ற காலத்தில், ஒவ்வோர் ஆத்தீனியனும், தேசபக்தியும் சுதந்திர ஆர்வமும் சேர்ந்து உருவெடுத்தாற் போன்றிருந்தான். மதம், கலை, வாழ்வு எல்லாம் தேசத்தை மையமாகக் கொண்டே இயங்கின. "கி.மு. ஐந்தாவது நூற்றாண்டில் ஆத்தென்ஸில் அனுஷ்டிக்கப்பட்டு வந்த மதம், அந்த நகரத்தினிடம் – அதாவது தேசத்தினிடம் – பக்தி செலுத்துவதுதான்" என்று ஓர் அறிஞன் கூறுகிறான். ஆத்தீனியர்கள் இங்ஙனம் தேசபக்தர்களாகவும், சுதந்திரப் பிரியர்களாகவும் தாங்கள் வாழ்ந்ததோடல்லாமல்; பிறருடைய தேச பக்திக்கும் சுதந்திர ஆவலுக்கும் மதிப்புக் கொடுத்தார்கள். ஆனால், இவர்களே பிற்காலத்தில் – அதாவது இவர்கள் சீரும் சிறப்புமாக வாழ்ந்து கொண்டிருந்தபோது – மற்றவர்களுடைய தேச பக்தியை அலட்சியப்படுத்தினார்கள்; சுதந்திர விருப்பத்தை அடக்கி ஒடுக்கினார்கள். இதுதான் இவர்களுடைய வீழ்ச்சிக்குக் காரணம். பிறருடைய சுதந்திரத்தை அவமதிக்கிறவர்கள் தங்களுடைய சுதந்திரத்தையும் இழந்து விடுகிறார்களல்லவா? சுதந்திரத்துக்கு எந்த இடத்தில் மதிப்பு இல்லையோ அந்த இடத்தில் துரோகம் விளைவது சகஜம். பெலொப்பொனேசிய யுத்தத்தின் போது, ஆத்தென்ஸிலேயே ஆத்தென்ஸுக்கு விரோதிகள் கிளம்பி விட்டார்கள். கேட்பானேன் இறக்குமுக வாழ்வுக்கு?

பாரசீக யுத்தத்திற்குப் பிறகு ஆத்தென்ஸுக்கு நல்வாழ்வு ஏற்பட்ட காலத்தில், பெரிக்ளீஸ் என்பவன் அதிகார பதவியிலே வீற்றிருந்தான், ஆத்தென்ஸின் ஆக்கத்தையும் அழிவையும் கண்டவன் இவன். ஆக்கத்திலிருந்து அழிவுக்குக் கொண்டு வந்தவன்கூட இவன்தான். ஆனால் இவன் ஜனநாயக சக்தியின் பக்தன்; அதனைப் பூசை போட்டு வழுத்தினான். ஐரோப்பாவைப் பொறுத்த மட்டில், ஜனநாயகம் என்பது முதன் முதலாகப் பயிரானது ஆத்தென்ஸில் தான், அஃது இவன் காலத்தில்தான் என்று துணிந்து கூறலாம்.

1. பெலொப்பொனேசிய என்பது கிரீஸுக்குத் தெற்கேயுள்ள ஒரு தீபகற்பம். இதனைக் கொரிந்த்திய பூசந்தி என்பது கிரீஸோடு இணைக்கிறது. இந்தத் தீபகற்பத்தில் நடைபெற்ற யுத்தங்களைத் தொகுப்பாக பெலோப்பொனேசிய யுத்தம் () என்று அழைக்கிறார்கள்.

"நம்முடைய, ஆட்சி முறைக்கு ஜனநாயகம் என்று பெயர் வைத்திருக்கிறோம். ஏனென்றால், அஃது ஒரு சிலர் கையிலில்லை; பலர் கையில் இருக்கிறது. நமது சட்டங்கள், எல்லோருக்கும் ஒரேவிதமான நியாயத்தை வழங்கக்கூடிய மாதிரி அமைக்கப்பட்டிருக்கின்றன. நமது பொதுஜனம், திறமைக்கு மதிப்புக் கொடுக்கிறது; அஃது எந்தத் துறையிலே பிரகாசித்தாலும் சரிதான், அதனை வரவேற்கிறது" என்று ஆத்தென்ஸின் ஜனநாயகத்தைப் புகழ்ந்து பேசுகிறான் இவன்.

ஆனால், பெலொப்பொனேசிய யுத்தத்தின் பிற்பகுதிக் காலத்தில் ஆத்தென்ஸுக்குப் பல தோல்விகள் ஏற்பட்டதன் காரணமாக அதனுடைய அரசியலிலும் அனேக மாற்றங்கள் ஏற்பட்டன. கடைசி சுமார் பத்து வருஷ காலத்திற்குள், ஒரு சிலர் ஆட்சியென்றும், பலர் ஆட்சியென்றும் பலவகையான ஆட்சிகள் அங்கே தோன்றி ஒடுங்கின. எல்லாம் யுத்த நிலைமையைச் சமாளிப்பதற்குத்தான். கடைசியில் கி.மு.404–ஆம் வருஷம் யுத்தம் முடிந்தது. ஸ்ப்பார்ட்டாவுக்குப் பணிந்துவிட்டது ஆத்தென்ஸ். இதன் விளைவு என்ன? ஆத்தென்ஸில் சர்வாதிகார ஆட்சி! இந்த ஆட்சியை நடத்தியவர் முப்பது பேர். இவர்கள், (ஆத்தென்ஸின் மீது ஆதிக்கங்கொண்ட) ஸ்ப்பார்ட்டா ராஜ்யத்தின் ஏவலாட்கள் என்று சொல்லலாம். இவர்களுடைய ஆட்சியை முப்பதின்மருடைய கொடுங்கோலாட்சி' என்று அழைப்பார்கள். இவர்கள் எட்டுமாத காலமே தங்களுடைய திருவிளையாடல்களை நடத்திக் காட்டிவிட்டு மறைந்தார்கள். இந்தக் காலத்தில் நடைபெற்ற கொள்ளைகளும், கொலைகளும் கணக்கில்லை. இதற்குப் பிறகு ஜனநாயக ஆட்சி படிப்படியாக ஸ்தாபிதமாயிற்று. சுமார் எண்பது வருஷகாலம் தொடர்ந்து இந்த ஆட்சியே ஆத்தென்ஸில் நடைபெற்றது. இந்த ஆட்சியின் ஆரம்ப காலத்தில்தான், ஸாக்ரட்டீஸ் மரண தண்டனைக்குட்படுத்தப் பெற்றான்.

இங்ஙனம் அரசியலில் பல மாற்றங்கள் நிகழ்ந்ததோடல்லாமல், ஜனங்களுடைய எண்ணப் போக்கிலும் பல புரட்சிகள் ஏற்பட்டுக்கொண்டு வந்தன. பரம்பரையாக அனுஷ்டிக்கப்பட்டு வந்த மதம், பழக்க வழக்கங்கள் முதலியவைகளைப் பரிசீலனை செய்யத் தொடங்கினார்கள் ஜனங்கள். பழமையிலே இருந்த நம்பிக்கை வரவரக் குறைந்துகொண்டு வந்தது. எதையும் ஆராய்ச்சி செய்து பார்க்க வேண்டுமென்ற எண்ணம் அதிகரித்தது. இந்த எண்ணத்தைப் பரப்பியவர்கள் ஸோபிஸ்ட்டுகள்1 என்று

---

1. Sophists. ஸோபிஸ்ட்டுகள் என்ற இந்த வார்த்தைக்கு, பிளேட்டோ காலத்திலிருந்து சொற்புரட்டர்களென்விட்டது. ஆனால் பிளேட்டோ காலத்திற்கு முன் வரையில், அறிஞர்கள் என்ற பொருளிலேயே இந்த வார்த்தை உபயோகிக்கப்பட்டு வந்தது. அந்தக் காலத்துக் கிரீஸில், ஒழுங்குபட்ட உயர்தரக் கல்வி யென்பது இல்லாமையினால், இந்த ஸோபிஸ்ட்டுகள் ஊர் ஊராகச் சென்று இளைஞர்களுக்குக் கல்வியறிவைப் புகட்டி

அழைக்கப்பட்டார்கள். இவர்கள் ஜனங்களுக்கு அறிவுப் பசியை உண்டு பண்ணினார்களென்பது உண்மை. ஆனால், அதைத் தணிவிக்கும் வழியை இவர்கள் கோலவில்லை. இதன் பயனாகச் சமுதாயத்தின் அறிவுத் துறையிலே ஒருவித கலக்கம் ஏற்பட்டிருந்தது. இந்தக் கலக்கத்திலே தெளிவு காண முயன்றான் ஸாக்ரட்டீஸ்.

இங்ஙனம் தெளிவு காண முயன்ற ஸாக்ரட்டீஸ் கி.மு.470-ஆம் வருஷம் ஆத்தென்ஸிலுள்ள சாதாரண ஒரு மத்திய தர குடும்பத்திலே பிறந்தவன். இவன் தகப்பனார் ஒரு சிற்பி; ஸோப்ரோனிஸ்க்கஸ்[2] என்று பெயர். தாயார் பெயர் பேனரத்தே;[3] மருத்துவத் தொழில் செய்து வந்தாளென்று கூறுவர்.

ஸாக்ரட்டீஸின் இளமைப் பருவத்தைப் பற்றிய விவரங்கள் சரியாகத் தெரியவில்லை. ஆனால் சிறுவயதிலிருந்து இவன் நல்ல தேகக் கட்டுடையவனாகவும், கூர்த்த மதியுடையவனாகவும், மிதமான பழக்க வழக்கங்களுடையவனாகவும் இருந்தான் என்று நாம் ஊகிக்கலாம் தகப்பனாருடைய சிற்பத் தொழிலில் இவனுக்கு நல்ல திறமை இருந்ததாகத் தெரிகிறது. ஆனால் அந்தத் தொழிலை இவன் தொடர்ந்து நடத்தியதாகத் தெரியவில்லை. அதற்குப் பதிலாக ஜனங்களைச் சன்மார்க்கத்திலே திருப்பிவிடுகிற தொழிலை மேற்கொண்டான். தகப்பனாருடைய தொழில் பட்டடையிலிருந்து வேலை செய்வதற்குப் பதிலாக இவனே ஒரு சிந்தனைப் பட்டடையாகி விட்டான். இவன் பிறக்கிறபோது வறுமையிலே பிறக்கவில்லை. பிதிரார்ஜித சொத்தாக ஒரு வீடு, கொஞ்சம் பணம் முதலியன இருந்தன. இவற்றைக் கொண்டு இவன் காலட்சேபம் செய்து வந்தான். ஆனால் பிற்காலத்தில் பெலொப் பொனேசிய யுத்தத்தினால் ஏற்பட்ட குழப்பங்கள் காரணமாக இவனுடைய வாழ்க்கையிலே வறுமை புகுந்து கொண்டுவிட்டது. அதற்காக இவன் வருந்தவில்லை. அந்த வறுமை வாழ்க்கையை இயற்கையோடியைந்த வாழ்க்கையாக மாற்றிக்கொண்டு விட்டான். ஆனால் வெளித்தோற்றத்திற்கு இவன் பலருடைய இரக்கத்திற்கும் பரிகாசத்திற்கும், ஏன்? சிலருடைய வெறுப்புக்குக் கூட பாத்திரமாயிருந்தான். இவன் காலத்திலே வாழ்ந்த ஒரு கவிஞன் இவனைப் பற்றிப் பின்வருமாறு கூறுகிறான்: "நான்

அதற்காக ஒரு தொகையை ஊதியமாகப் பெற்று வந்தார்கள். இதனாலேயே இவர்களுக்கு ஒரு கெட்ட பெயர் ஏற்பட்டது. பிளேட்டோ, இவர்களைப் போலி ஞானிகள் என்று இழித்துக் கூறுகின்றானாயினும், இவர்களிற் பலர் சிறந்த நாவலர்களாகவும், பேரறிஞர்களாகவும் இருந்திருக்கிறார்கள். ஸாக்ரட்டீஸுடன் எதிர்வாதம் செய்கிற திராஸிமாக்கஸ் என்பவன் இப்படிப்பட்ட ஸோபிஸ்ட்டுகளிலே ஒருவன். இந்தியாவிலும் இத்தகைய ஸோபிஸ்ட்டுகள் இருந்ததாகத் தெரிகிறது. இவர்கள் 'வித்தியாவர்த்தகர்கள்' என்று அழைக்கப்பட்டார்கள். மகாபாரதம், சாந்திபர்வம் 142வது அத்தியாயத்தைப் பார்க்க.

2. Sophroniscus. 3.Phaenarate.

ஸாக்ரட்டீஸை வெறுக்கிறேன். அவன் உலகத்திலுள்ள எல்லா விஷயங்களைப் பற்றியும் சிந்தனை செய்து வைத்திருக்கிறான். ஆனால், தன் சாப்பாட்டுக்கு வழி ஏற்படுத்திக்கொள்ள வேண்டுமென்பதை மட்டும் மறந்துவிட்டான்."

ஸாக்ரட்டீஸ், இளமையில், இயற்கை சாஸ்திரம், பௌதிக சாஸ்திரம், வான சாஸ்திரம், பூகோள சாஸ்திரம் முதலிய துறைகளில் பயின்று வந்தானென்று தெரிகிறது. ஆனால், பிற்காலத்தில் இவற்றையெல்லாம் துறந்துவிட்டு மனிதனுடைய நல்வாழ்வுக்கான முறைகளென்ன என்பதைப் பற்றிச் சிந்திக்கத் தொடங்கினான்; இவற்றைப் பற்றி அறிஞர்களோடு சம்பாஷித்தான்; இளைஞர்கள் மத்தியில் பிரசாரஞ்செய்தான். இவனுடைய வாழ்நாளின் பிற்பகுதி இப்படியே கழிந்தது.

இவன், தன்னுடைய சம்பாஷணைக்கும் பிரசாரத்திற்கும், பணக்காரர்களின் மாளிகைகளையோ, பிரசங்க மேடைகளையோ உபயோகிக்கவில்லை; அல்லது ஸ்திரமாக ஓரிடத்தில் பள்ளிக்கூடம் மாதிரி ஒன்றை அமைத்து, அதில் சிலரைக் கூட்டி வைத்துக்கொண்டு அவர்களுக்குப் போதனை செய்யவில்லை. எங்கெல்லாம் நான்கு பேர் கூடுவார்களோ அங்கெல்லாம், அதாவது கடைத்தெரு விளையாட்டு மைதானம் ஆகிய இப்படிப்பட்ட இடங்களில் இவனை எப்பொழுதும் பார்க்கலாம். அங்குள்ள சாதாரண ஜனங்களோடு பழகுவான். சாதாரண விஷயங்களைப் பற்றி அவர்களுடன் பேசுவான். புதிதாகச் சிநேகம் பிடிப்பது எப்படி, குழந்தைகளை எப்படி வளர்க்க வேண்டும், உறவினர்களுக்குக் கஷ்டம் நேரிட்ட காலத்தில் அவர்களை ஆதரிப்பது எப்படி நடத்திச் செல்வது, தேசத்தின் பெருமையை எவ்வாறு நிலைநாட்டுவது, கடவுள் என்று ஒருவர் இருக்கிறாரா, இருந்தால் அதற்கு ஆதாரமென்ன, இப்படிச் சகல விஷயங்களும் இவனுடைய சம்பாஷணையில் வரும். ஒவ்வொரு விஷயத்தைப் பற்றியும் துருவித் துருவி ஆராய்ச்சி செய்வான். பிறரைக் கேள்விகள் கேட்டும், தன்னைப் பிறர் கேள்விகள் கேட்கச் செய்தும், விஷயத்தின் அடிப்படைக்குச் சென்று, உண்மஒ இன்னதென்று நிரூபித்துக் காட்டுவான். "சில சமயங்களில் நீதி அல்லது வீரம் அல்லது தன்னடக்கம் என்ற ஏதோ ஒரு விஷயத்தை எடுத்துக்கொள்வான். அதைப் பற்றி ஜனங்கள் என்ன மாதிரியான கருத்துக் கொண்டிருக்கிறார்கள் என்பதை அறிய, அவர்களை மடக்கி மடக்கிக் கேள்விகள் கேட்பான்; அந்த விஷயத்தைப் பல முகங்களிலிருந்து வாய்மொழி மூலம் ஆராய்ச்சி செய்வான். கடைசியில் அவர்கள் கொண்டுள்ள கருத்துக்கள் சரியாவென்று அவர்களையே கண்டுகொள்ளுமாறு செய்வான். இங்ஙனம் ஜனங்களின் கலக்கிய எண்ணத்தைத் தெளிவுபடுத்துவதிலும், அவர்களுடைய மனமாசுக்களைப் போக்குவதிலும், உண்மையைக் காண்பதிலும் இவன் தன் வாழ் நாளைக் கழித்தான்."

அந்த காலத்து–கி.மு. ஐந்தாவது நூற்றாண்டு–ஆத்தென்ஸில் வசித்துக்கொண்டிருந்த ஒவ்வொருவருக்கும் மற்ற எல்லா ஜனங்களையும் தெரிந்திருந்தது. அனைவரும், ஒருவருக்கொருவர் நேர்முகமான தொடர்பு வைத்துக் கொண்டிருந்தனர். அரசியல், சமுதாயம், இலக்கியம் முதலிய சம்பந்தமான எந்தப் புதிய செய்தியும் நகரத்தாரனைவருக்கும் உடனே எட்டிவிடும். சமுதாய விஷயத்தில் எல்லோருக்கும் ஒருவித சிரத்தை இருந்தது. இந்த நிலையில் ஸாக்ரட்டீஸைப்பற்றி எல்லோருக்கும் தெரிந்திருந்ததென்பதில் என்ன ஆச்சரியம்? இவனுடைய வாழ்க்கையின் முற்பகுதியிலேயே–அதாவது ஏறக்குறைய நாற்பது, நாற்பத்தைந்து வயதிலேயே– இவனுடைய அறிவு, புகழ் வீச ஆரம்பித்துவிட்டது. பெரிக்ளீஸைச் சுற்றியிருந்த அறிஞர் கூட்டம், இவனிடம் பெருமதிப்பு வைக்கத் தொடங்கியது. அறிவைப் பரப்புவதையே தொழிலாகக் கொண்டிருந்த ஸோபிஸ்ட்டுகள் பலர், இவனுடைய நெருங்கிய நண்பர்களானார்கள். கிரீஸின் பல பாகங்களிலுள்ள அறிஞர்கள், இவன் சம்பாஷணைகளைக் கேட்க ஆத்தென்ஸுக்கு வந்தனர். இவனுக்கென்று தனியான ஒரு சிஷ்ய கோஷ்டி ஏற்பட்டுவிட்டது. ஆத்தென்ஸ் ராஜ்யம், ஸ்ப்பார்ட்டாவுக்குத் தலைவணங்கிவிட்ட பிறகு முப்பதின்மருடைய கொடுங்கோலாட்சிக் குட்பட்டபோது, அந்த முப்பதின்மரில் முக்கியஸ்தராயிருந்த கிரிட்டியாஸ்,[1] ஆல்ஸிபியாடீஸ்[2] என்ற இருவரும், இந்த அரசியல் நூலிலேயே முக்கிய பாத்திரங்களாக வரும் அடீமாண்ட்டஸ், கிளாக்கேன்[3] முதலியோரும், ஸாக்ரட்டீஸைப்பற்றி நினைவுக்குறிப்புகள் எழுதிவைத்துப் போன ஜெனோபன்[4] என்ற பிரபல சரித்திராசிரியனும், இவர்களெல்லோருக்கும் மேலாக பிளேட்டோவும் இந்தக் கோஷ்டியில் முக்கியமான சிலர் என்று கூறலாம்.

இங்ஙனம் இவன் புகழ் பரவிவந்த போதிலும், இவனைப் பின்பற்றுகிற இளைஞர் கூட்டம் பெருகிவந்த போதிலும், ஒருபுறத்தில் இவனை வெறுத்துவந்த கூட்டமும் இருந்தது. இங்ஙனம் வெறுத்தவர் யார்? பணத்திலும் பதவியிலும், பழமையிலும் பற்றுக் கொண்டவர்கள்; மாற்றத்தை விரும்பாத முதியோர்கள். புராதன காலந்தொட்டு அனுஷ்டிக்கப்பட்டு வந்த மதம், கோட்பாடுகள் முதலியவற்றை ஸாக்ரட்டீஸ் அலசி ஆராய்ச்சி செய்வதை இவர்கள் விரும்பவில்லை. இவனுடைய பேச்சைக்கேட்டு இளைஞர்கள் கெட்டுப்

---

1. Critias கி.மு.403-ஆம் வருஷத்தில் இறந்தானென்பர்.

2. Alcibiades கி.மு.450-404. பெரிக்ளீஸைச் சூழ்ந்திருந்த அறிஞர் கூட்டத்திலே ஒருவன்; அவனுடைய நெருங்கிய உறவினனுங்கூட. சிறந்த அரசியல்வாதி.

3. Adeimantus, Glaucon - இருவரும் பிளேட்டோவின் மூத்த சகோதரர்கள்.

4. Xenophon கி.மு. 420 - 355

போவதாக இவர்கள் கருதினார்கள். இதனால் இவர்கள் சில கவிஞர்களையும், நாடகாசிரியர்களையும் தூண்டிவிட்டு ஸாக்ரட்டீஸை ஒரு பாஷாண்டி யென்றும் பிழைப்புக்கு வழியில்லாதவ னென்றும், சித்த சுவாதீனமில்லாதவ னென்றும் பலவிதமாகத் திரித்துக்காட்டினான் அரிஸ்ட்டோபனீஸ்[1] என்ற நாடகாசிரியன், தனது 'மேகங்கள்'[2] என்ற கோமாளி நாடகத்தில். இங்ஙனமே வேறு சிலரும் இவன்மீது வசைப்பாட்டிசைத்தனர். ஆனால் ஸாக்ரட்டீஸ் இவைகளுக்காக வருத்தப்படவிலை; தன் கொள்கைகளைப் பிரசாரம் செய்யாமலுமில்லை, தன்னை வசை பாடியவர்களுடன் இவன் நெருங்கிய நட்புடையவனாக இருந்தான். தன்னைப் பரிகசித்துக் காட்டிய மேற்படி 'மேகங்கள்' என்ற நாடகம் நடிக்கப்பட்டபோது, இவனும் மற்றவர்களோடு சேர்ந்து வேடிக்கைப் பார்த்தான் என்று ஒரு வரலாறு கூறுகிறது. இதற்காக இவன் அரிஸ்ட்டோபனீஸிடம் கொஞ்சங்கூட துவேஷம் பாராட்டவில்லை. "அழிவந்த செய்யினும் அன்பு அறார் அன்பின் வழிவந்த கேண்மையவர்!"[3]

இங்ஙனம் இவனுடைய பெயர் பரவி நின்ற காலத்தில்தான் இவனுடைய இல்லறவாழ்க்கை ஆரம்பிக்கிறது. சுமார் நாற்பது வயதுக்கு மேற்பட்டே இவன் விவாகம் செய்து கொண்டான். இவன் மனைவியின் பெயர் ஜாந்திப்பே, உயர்குலத்துதித்தவள். இவளைச் சில சரித்திரக்காரர்கள், அடங்காப்பிடாரி என்றும், எப்பொழுதும் யாரையும் ஏதாவது சொல்லிக்கொண்டிருப்பாளென்றும். கண்டபடி வருணித்துவிட்டுப் போயிருக்கிறார்கள்.[4] இவைகளுக்கெல்லாம் எவ்வித ஆதாரமும் இல்லை. ஸாக்ரட்டீஸ் இவளிடத்தில் அன்பும் ஆதரவும் காட்டி வந்தானென்று தெரிகிறது. இவர்களுக்கு மூன்று ஆண்பிள்ளைகள். ஸாக்ரட்டீஸ் மரண தண்டனை விதிக்கப்பட்டுச் சிறையிலிருந்த காலத்தில் கடைசி மகன் ஒரு கைக்குழந்தை. இந்தக் குழந்தையோடு மற்ற இரு பிள்ளைகளையும்[5] அழைத்துக்கொண்டு ஜாந்திப்பே இவனைச் சிறையிலே வந்து பார்த்து, இவனுடைய குடும்பச்சக்கரம் எவ்வித கரகரப்புமின்றி இனிதாக ஓடிக்கொண்டிருந்ததென்று நன்றாகத் தெரிகிறது.

ஸாக்ரட்டீஸின் இல்வாழ்க்கை எப்பொழுது தொடங்கியதோ ஏறக்குறைய அதே தருணத்தில்தான் பெலொப் பொனேசிய யுத்தமும் தொடங்கியது.

---

1. Aristophanes கி.மு. 448-380 2. The Clouds 3. குறள் அதி: 81-7

4. சாதாரணமாக அகராதிகளில் கூட ஜாந்திப்பே (Xanthippe) என்ற வார்த்தைக்குச் சண்டை போடுகிறவளென்றும், கடுங்கோபக்காரியென்றும் இழிவாக அர்த்தம் சொல்லப்பட்டிருக்கிறது. என்ன துரதிருஷ்டம்!

5. ஸாக்ரட்டீஸினுடைய பிள்ளைகளின் பெயர் 1. லாம்ப்ரோக்ளீஸ் (Lamprocles) 2. ஸோப்ரோனிஸ்க்கஸ் (Sophroniscus) 3. மேனக்ஸேனஸ் (Menexenus). இவர்களில் யாரும் ஸாக்ரட்டீஸின் பெயரைக் கொண்டுவரவில்லை.

இந்த யுத்தத்தின் பல சந்தர்ப்பங்களில் ஸாக்ரட்டீஸ் கலந்து கொண்டான். காலாட்படை வீரனாயிருந்து அரிய சேவை செய்தான். பொட்டிடீயா[1] என்ற இடத்தில் நடைபெற்ற போரில் (கி.மு. 431–30) தனது சிஷ்யர்களில் ஒருவனும், பிரபல படைத்தலைவனுமான ஆல்ஸிபியாடீஸின் உயிரைக் காப்பாற்றினான்; தனக்குக் கிடைக்கவேண்டிய ராணுவ கௌரவத்தை அவன் பெறும்படி செய்தான். டேலியம்[2] என்ற இடத்தில் நடைபெற்ற போரில் (கி.மு.427) ஆத்தீனியப் படைகள் பின்வாங்க நேரிட்டபோதும், ஆம்ப்பி போலிஸ்[3] என்ற இடத்தில் நடைபெற்ற போரிலும் (கி.மு.422) இவன் காட்டிய மனோ உறுதியைக் கண்டு இவனுடைய சகாக்கள் வியப்புற்றனர். இங்ஙனம் தனது தாய்நாட்டுக்கு ஆபத்து ஏற்பட்ட போது அதனைக் காப்பாற்றுகிற முறையில் தன்னாலியன்ற சேவையைச் செய்துவந்தானே தவிர, இவன் அதனுடைய ஆத்தென்ஸ் ராஜ்யத்தினுடைய – அன்றாட அரசியல் விவகாரங்களில் அதிகமாக ஈடுபடவில்லை.

அப்படி ஈடுபட்ட ஓரிரண்டு சமயங்களிலும், எதைச் செய்தால் பொதுஜனங்களுக்குச் சந்தோஷமாயிருக்குமோ அதைச் செய்யாமல், தனது மனச்சாட்சி எது சரியென்று கூறியதோ அதையே செய்தான். உதாரணமாக, பெலொப்போனேசிய யுத்தத்தின்போது ஓரிடத்தில் ஆத்தீனியர்களுக்குப் படுதோல்வி ஏற்பட்டது. (கி.மு.406) இருபத்தைந்து கப்பல்கள் நாசமாயின. நாலாயிரம் பேர் உயிரிழந்தனர். படைத் தலைவர்களிற் சிலர் ஜாக்கிரதையாயிருந்திருந்தால் இவ்வளவு சேதம் ஏற்பட்டிரதென்ற எண்ணம் ஆத்தீனிய வாசிகளிற் சிலருக்கு உண்டாயிற்று. இதனால் இவர்களை – இந்தப் படைத் தலைவர்களில் எட்டுப் பேரை – விசாரணைக்குக் கொண்டு வரத்தீர்மானித்தார்கள். ஆத்தென்ஸின் அப்பொழுதைய வழக்கப்படி ஜன சபையின் முன்னர் விசாரணை நடைபெற்றது. அப்போது எல்லாக் குற்றவாளிகளையும் சேர்ந்தாற்போல் விசாரித்து ஒரே தீர்ப்பாகச் சொல்லவேண்டுமென்று குற்றஞ் சாட்டினவர்கள் கூறினார்கள். இப்படி ஒரே தீர்ப்புச் சொல்வது வழக்கமில்லை. குற்றவாளிகள் தனித்தனியே விசாரிக்கப்பட்டு தண்டனை பெறவேண்டுமென்பதே ஆத்தென்ஸின் நீதி முறை. மேற்படி சபையின் அலுவல்களை ஒழுங்குபடுத்திக் கொடுப்பதற்காக நிருவாக சபை மாதிரி ஒரு சபை உண்டு. இதற்கு பூலி[4] என்று பெயர்; மேல்சபை என்று அர்த்தம். இதில் ஐந்நூறு பேர் அங்கத்தினர். இவர்கள் ஒரு வருஷ காலம் வரை, ஏழு நாட்களுக்குப் பத்து பேர் விகிதம் சேர்ந்து காரியக் கமிட்டி மாதிரி இருந்து வரிசைக் கிரமமாகக் காரிய நிருவாகம் செய்து வந்தனர். இந்தப்பதின்மரே ஜனசபைக் கூட்டங்களில் அந்த ஒரு வாரமளவும் தலைமை வகிப்பார்கள். மேற்படி படைத்தலைவர்கள் விசாரணையின்போது, ஸாக்ரட்டீஸ்

1. Potidaea 2. Delium 3. Amphipolis 4. Boule

இந்தப் பதின்மரிலே ஒருவனாயிருந்தான். இவர்கள் – இந்தப் பதின்மர்கள் – குற்றஞ்சாட்டியவர்கள் விரும்பியபடி, எல்லாக் குற்றவாளிகளுக்கும் சேர்ந்தாற்போல் ஒரே தீர்ப்புச் சொல்ல முடியாதென்று மறுத்தார்கள். ஆனால் குற்றஞ்சாட்டினவர்களின் கை வலுத்திருந்தபடியால், அவர்கள், தாங்கள் சொன்னபடிதான் செய்ய வேண்டுமென்றும், இல்லாவிட்டால் பதின்மரையும் கொலைக் குற்றத்திற்கு உட்படுத்திவிடுவதாகவும் பயமுறுத்தினார்கள். என்ன செய்வது? பதின்மரில் ஒன்பதின்மர் இணங்கிவிட்டனர். ஸாக்ரட்டீஸ் மட்டும் நீதிக்கு விரோதமாக நடக்க முடியாதென்று மறுத்துவிட்டான். இவன் மறுப்பு பயனளிக்கவில்லையாயினும், படைத்தலைவர்கள் மரண தண்டனைக்குட்பட்டார்களாயினும், இவனுடைய அஞ்சாமையும், நீதிக்கு இவன் செலுத்திய பக்தியும் இவனுக்கு அழியாப்புகழைத் தந்தன.

இன்னொரு சமயம்; அதாவது ஆத்தென்ஸ், ஸ்ப்பார்ட்டாவுக்குப் பணிந்துபோன பிறகு சுமார் எட்டுமாத காலம் முப்பதின்மருடைய சர்வாதிகார ஆட்சி ஏற்பட்டுப் பல கொலைகளும், கொள்ளைகளும் நடைபெற்றுக் கொண்டிருந்த சமயம். இந்தக் கொடுங்கோலர்களுடைய நடவடிக்கைகளை ஸாக்ரட்டீஸ் அவ்வப்பொழுது பகிரங்கமாகக் கண்டித்துவந்தான். இதனை அவர்கள் விரும்பவில்லை. இளைஞர்களோடு இனி ஸாக்ரட்டீஸ் சம்பாஷிக்கக் கூடாதென்று தடையுத்தாவு விதித்தார்கள். ஆனால் ஸாக்ரட்டீஸ் கேட்கிறவனாயில்லை. தன் வழக்கப்படி உபதேசங்கள் செய்து வந்தான். அதிகாரிகளுக்கு இது பொறுக்குமா? எப்படியாவது ஸாக்ரட்டீஸைத் தங்கள் உத்தரவுக்குக் கீழ்ப்படியச் செய்யவேண்டுமென்று தீர்மானித்தர்கள். லியோன்[1] என்ற ஒரு பணக்காரப் பிரபு. அவனுடைய சொத்துக்களைப் பறிமுதல் செய்துவிட நிச்சயித்து, அவனைக் கைது செய்து கொண்டுவருமாறு ஸாக்ரட்டீஸுக்கும் இன்னும் நால்வருக்கும் உத்தரவு பிறப்பித்தார்கள் மேற்படி அதிகாரிகள். ஆனால் ஸாக்ரட்டீஸ் இந்த உத்தரவை நிறைவேற்ற மறுத்துவிட்டான். அநியாயமான ஒரு காரியத்தைச் செய்ய இவன் மனம் ஒப்பவில்லை. லியோனைக் கைது செய்து கொண்டுவர மற்ற நால்வருடன் செல்லாமல் நேரே வீடுபோய்ச் சேர்ந்தான். அந்த நால்வர் மட்டும் சென்று லியோனைக் கைது செய்து கொண்டுவந்தார்கள். அவனும் கொலை செய்யப் பட்டுவிட்டான். ஸாக்ரட்டீஸ் இங்ஙனம் அதிகாரிகளின் உத்தரவை நிறைவேற்ற மறுத்ததற்காக இவன் உயிரே போயிருக்கும். ஆனால், அதற்குள் மேற்படி முப்பதின்மருடைய ஆட்சியே முடிந்துவிட்டது.

இந்த முப்பதின்மருடைய ஆட்சி முடிந்ததும் பழையபடி ஜனநாயக ஆட்சி ஏற்பட்டது. இதன் தலைவர்கள், மேற்படி முப்பதின்மருடைய கொடுங்கோலாதிக்கத்தில் யாரார் சம்பந்தப்பட்டிருந்தார்களோ

1. Leon of Salamis.

அவர்களனைவரையும் பழிவாங்கத் தீர்மானித்தார்கள். இந்த முப்பதின்மரில் கிரிட்டியாஸும் ஆல்ஸிபியாடீஸும் சேர்ந்தவரல்லவா? இவ்விருவரும் ஸாக்ரட்டீஸின் சிஷ்யர்கள் என்று ஏற்கனவே சொல்லியிருக்கிறோம். இதனால் இவர்கள் அதிகாரத்திலிருந்தபோது என்னென்ன கொடுமைகளைச் செய்தார்களோ அவற்றுக்கெல்லாம் ஸாக்ரட்டீஸின் தூண்டுதல் அல்லது ஆதரவு இருந்து வந்திருக்கிறதென்று ஜனநாயக ஆட்சித்தலைவர்கள் தவறாகக் கருதிவிட்டார்கள்; ஸாக்ரட்டீஸைத் தண்டிக்கத் தீர்மானித்துவிட்டார்கள். தவிர, ஸாக்ரட்டீஸுக்கு ஏற்கனவே சில விரோதிகள் இருந்தார்களல்லவா? இவர்களும் இப்பொழுது மேற்படி ஜனநாயக ஆட்சித் தலைவர்களுடன் சேர்ந்துகொண்டு ஸாக்ரட்டீஸை அடக்கிவிட முனைந்தார்கள். இங்ஙனம் முனைந்தவர்களில் முக்கியமானவன் அனைட்டஸ்[1] என்பவன். இவன் ஒரு பணக்கார தோல் வியாபாரி. முப்பதின்மருடைய ஆட்சிக் காலத்தில் தனது உடைமைகளை இழந்தவன்; அந்த முப்பதின்மருடைய ஆட்சி முற்றுப் பெறுவதற்கு முக்கிய காரணமாயிருந்தவன். இவன், இளைஞர்களுக்கு ஸாக்ரட்டீஸ் செய்துவரும் உபதேசங்களை அவ்வளவாக விரும்பவில்லை. இந்த உபதேசங்களில் இவனுடைய மகனும் ஈடுபட்டிருந்தான். இதன் விளைவாக அவன் – தன் மகன் – வியாபாரத்தை விடுத்து வேறொரு தொழிலில் பிரவேசித்து விடுவான் போலிருந்தது. இதைக் கண்டு அனைட்டஸ் மனம் வருந்தியது. இந்த வருத்தம் ஸாக்ரட்டீஸ் மீது வெறுப்பாக மாறியது போலும்.

அனைட்டஸ், மெலேட்டஸ்[2] என்பவனையும் லைக்கோன்[3] என்பவனையும் தூண்டிவிட்டு ஸாக்ரட்டீஸ் மீது ஒரு வழக்குத் தொடரச் செய்தான். மெலேட்டஸ் ஒரு கவிஞன். லைக்கோன் ஒரு நாவலன். இருவரும் ஸாக்ரட்டீஸுடன் ஏற்கனவே தர்க்கம் செய்து தோல்வியடைந்தவர்கள். அவனைப் பழிவாங்கச் சந்தர்ப்பத்தை எதிர்பார்த்துக் கொண்டிருந்தார்கள். அனைட்டஸின் தூண்டுதல் நல்ல சந்தர்ப்பமாகவும் நல்ல பக்க பலமாகவும் இவர்களுக்கு ஏற்பட்டது. இவர்களில் மெலேட்டஸே முதல் வாதி. இவன் கொடுத்த பிரியாது வருமாறு:

பித்தஸ்பேட்டையில் வசிக்கும்[4] மெலேட்டஸின் மகனாகிய மெலேட்டஸ் என்பவன் பிரமாணஞ் செய்து, அலோபேக் பேட்டையில் வசிக்கும் ஸோப்ரோனிஸ்க்கஸ் மகன் ஸாக்ரட்டீஸ் மீது பின்வருமாறு குற்றஞ்சாட்டுகிறான்:

---

1. Anytus 2. Meletus 3. Lycon

4. ஆத்தென்ஸ் நகரம் சில பேட்டைகளாகப் பிரிக்கப்பட்டிருந்த தென்பதை இங்கு நினைவில் வைத்துக்கொள்ள வேண்டும்.

1. ராஜாங்கம் எந்தக் கடவுள்ர்களைத் தொழுகிறதோ அந்தக் கடவுளர்களை இவன் – ஸாக்ரட்டீஸ் – தொழுகிறதில்லை. அதற்குப் பதிலாக, புதிய, இதற்கு முன்னில்லாத மதக் கோட்பாடுகளைப் புகுத்துகிறான்.

2. மற்றும் இளைஞர்களுடைய ஒழுக்கத்தைக் கெடுத்து வருகிறான். ஆதலின்வாதி, இவனுக்கு மரண தண்டனை விதிக்க வேண்டுமென்று பிரார்த்திக்கிறான்.

ஆத்தென்ஸ் ராஜ்யத்தின் அப்பொழுதைய வழக்கப்படி ஐந்நூறு பேரடங்கிய நியாய சபையில் (கி.மு. 399–ஆம் வருஷம்) விசாரணை நடைபெற்றது. வாதிகளும் பிரதிவாதியாகிய ஸாக்ரட்டீஸும் முறையை தங்கள் கட்சியை எடுத்துச் சொன்னார்கள். இந்தச் சமயத்தில் ஸாக்ரட்டீஸ், தான் நிரபராதி யென்று ருஜுப்படுத்திச் செய்த பிரசங்கம் உலக இலக்கியங்களிலே ஒன்றாக இன்றளவும் போற்றப்பட்டு வருகிறது. ஸாக்ரட்டீஸ் குற்றவாளி யென்று நியாயசபையின் பெரும்பாலோர் தீர்மானித்தனர்.[1]

பின்னர் குற்றவாளிக்கு என்ன தண்டனை விதிப்பது என்பதைப் பற்றி வாதம் நடைபெற்றது. வாதியாகிய மெலேட்டஸ், மரண தண்டனை விதிக்க வேண்டுமென்று வற்புறுத்தினான். அப்பொழுதைய நீதிமுறைப்படி, குற்றவாளிக்கு, மரண தண்டனைக்குப் பதில் வேறு விதமான தண்டனையைத் தனக்கு விதிக்க வேண்டுமென்று கேட்டுக் கொள்ள உரிமை இருந்தது. ‘என்ன தண்டனை விதித்துக் கொள்கிறாய்’ என்று நியாய சபையினர் ஸாக்ரட்டீஸைப் பார்த்துக் கேட்டனர். ‘என்னைத் தேசப்பிரஷ்டம் செய்து விடுங்கள்’ என்று இவன் சொல்லியிருந்தால், நியாயசபையினர் அப்படியே தீர்ப்பளித்திருக்கக் கூடும். ஆனால், இவன் வேறுவிதமான யோசனையைக் கூறினான். தான். ஆத்தென்ஸ் வாசிகளுக்குத் தன்னுடைய உபதேசங்களின் மூலம் நன்மையையே செய்து வந்திருப்பதாகவும், ஆகையால் ராஜாங்கத்துக்கு நன்மை செய்தவர்களை, ராஜாங்கத்துச் செலவில் போஷித்து வரவேண்டுமென்கிற முறைப்படி தன்னை, தனது ஆயுள் முழுவதும் போஷித்து வரவேண்டுமென்றும் கூறினான். இவனுடைய இந்தத் துணிச்சலான யோசனையைக் கேட்டு நியாய சபையினருக்குக் கோபம் வந்துவிட்டது போலும். மரண தண்டனை விதித்தனர்.[2]

மரண தண்டனை விதித்தால் அதை மறுநாளே நிறைவேற்றிவிடுவது வழக்கம். ஆனால், ஸாக்ரட்டீஸ் விஷயத்தில் அப்படிச் செய்ய முடியவில்லை. ஏனென்றால் அப்பொழுது டெலோஸ்[3] என்ற தீவில் அப்போலோ[4] என்ற

---

1. ஸாக்ரட்டீஸ் குற்றவாளியென்று 260 பேரும், குற்றவாளியல்ல வென்றும் 320 பேரும் ஓட்டுக்கொடுத்தனர். 2. மரண தண்டனைக்குச் சாதகமாக 360 பேரும், விரோதமாக 140 பேரும் ஓட்டுக்கொடுத்தனர். 3. Delos. 4. Apollo

தெய்வத்திற்கு ஒரு திருவிழா நடைபெற்றுக் கொண்டிருந்தது. சுமார் ஒரு மாத காலம் வரை நடைபெறுகிற இந்த விழாவின்போது ஆத்தென்ஸில் எவ்வித மரண தண்டனையும் நிறைவேற்றக் கூடாதென்பது நியதி. எனவே இந்த விழா முடியும்வரை ஸாக்ரட்டீஸ் சிறையிலே கிடந்தான். இந்தக் காலத்தில் இவனுடைய நண்பர்கள் வந்து இவனுடன் சம்பாஷணை செய்துகொண்டிருக்க அனுமதி தரப்பட்டிருந்தார்கள். ஸாக்ரட்டீஸ் இவர்களுடன் சம்பாஷணை செய்து சந்தோஷமாக ஒரு மாத காலம் பொழுதைப் போக்கினான் இந்தச் சம்பாஷணைகள் மூலமாக இவன் வெளியிட்ட கருத்துக்கள், இவனுடைய ஞான பரிபக்குவத்தை நன்கு எடுத்துக் காட்டுகின்றன.

சம்பாஷிக்க வந்த நண்பர்கள் சிலர், ஸாக்ரட்டீஸை, சிறையிலிருந்து தப்பிச் செல்லுமாறும், அதற்கு வேண்டிய ஏற்பாடுகளைச் செய்வதாகவும் கூறினார்கள். ஆனால் ஸாக்ரட்டீஸ் கண்டிப்பாக மறுத்துவிட்டான். கடைசியில் திருவிழா முடிந்து, இவன் இறக்கவேண்டிய நாள் வந்தது. இவனுடன் நெருங்கிப் பழகிய நண்பர்களும், இவனுடைய மனைவி, குழந்தை முதலாயினோரும் வந்து கண்ணீர் சொரிந்து நின்றனர். அவர்கள் அனைவருக்கும் ஆறுதல் கூறினான். அதற்குள் அஸ்தமனப்பொழுது வந்து விட்டது. அனைவர் மனமும் கலங்கியது. சிறைக் காவலன் ஒரு கோப்பையில் விஷத்தைக் கொண்டு வந்து நீட்டினான். ஸாக்ரட்டீஸ் பிரார்த்தனை செய்துகொண்டே கொஞ்சங்கூட முகஞ்சிணுங்காமல் அதனை குடித்துவிட்டான். சிறிது நேரத்திற்கெல்லாம் அமரனானான்.

ஏதோ ஒரு நோக்கத்துடந்தான் கடவுள் தன்னைப் படைத்திருப்பதாகவும், ஜனங்களை நல்வழிப்படுத்துவது தனது கடமையாகுமென்றும், ஸாக்ரட்டீஸ், தனது ஆயுள் முழுவதும் மனப்பூர்வமாக நம்பினான். தன்னிடத்திலே அந்தர்யாமியாயுள்ள கடவுட் சக்தியானது, தன்னை எந்தத் தீய காரியத்திலும் பிரவேசிக்க வொட்டாதபடி சிறு குழந்தைப் பருவ முதல் தடுத்து வந்திருக்கிறதென்று இவன் அடிக்கடி கூறுவான். இதைச் சிலர் நம்பினர்; சிலர் இவனைப் பரிகசித்தனர். மற்றவர்களுடைய பரிகாசத்திற்காக இவன், தனது நம்பிக்கையினின்று சிறிதுகூட மாறவேயில்லை.

கடவுள், தனக்கு இங்ஙனம் அசரீரியாயிருந்து வாழ்க்கையில் வழிகாட்டி வந்ததோடு, அநேக குறிகளாலும், கனவுகள் மூலமாகவும் தான் செய்யவேண்டிய காரியங்களை வகுத்துக் காட்டி வந்ததாக ஸாக்ரட்டீஸ் நம்பினான். இத்தகைய குறிகளுள் முக்கியமானது, டெல்பி[1] என்ற கோயில் சந்நிதியில் வெளியான தேவ வாக்கு. இதை இவனே தனது விசாரணையின்போது நியாய சபையில் எடுத்துக் கூறினான். இவனுடைய நண்பனான கேரோபான்[2] என்பவன்,

1. Delphi 2. Chaerephon

மேற்படி டெல்பியில் சென்று 'ஸாக்ரட்டீஸைக் காட்டிலும் சிறந்த அறிஞன் வேறு யாராவது உண்டா' என்று கேட்டான். 'ஒருவருமில்லை' என்று அந்த தேவ வாக்கு பதில் கூறியது.

இந்தச் செய்தியை கேட்ட ஸாக்ரட்டீஸ், மேற்படி தெய்வ வாக்கைப் பரிசோதித்துப் பார்க்கத் தொடங்கினான். அறிஞர் என்றுதான் யாராரை மதித்து வந்தானோ அவரை ஒருவர் பின் ஒருவராக அணுகி அவரோடு சம்பாஷணை செய்து பார்த்தான் இவன் முதலில் நினைத்தபடி அவர்களில் யாரும் அறிஞராயிருக்கவில்லை: ஆனால் உலகத்தார் அவர்களை அறிஞராக மதித்து வந்தனர். என்ன விபரீதம் இது? கடைசியில் ஸாக்ரட்டீஸ் என்ன முடிவுக்கு வந்தானென்றால், 'மற்றவர்கள் ஒன்றும் தெரியாதவர்களாயிருந்தும், தாங்கள் எல்லாம் தெரிந்தவர்களென்று நினைத்துக் கொண்டிருக்கிறார்கள். நானோ ஒன்றும் தெரியாதவன்; அப்படித் தெரியாதவன் என்று நான் தெரிந்துகொண்டிருக்கிறேன். இதுதான் எனக்கும் மற்றவர்களுக்குமுள்ள வித்தியாசம்.' இதற்குப் பிறகு இவன், ஜனங்களுக்கு அவர்களுடைய அறியாமையை அறியச் செய்வதே தனது கடமையென்றும், அதுவே கடவுள் தனக்கு இட்ட கட்டளை என்றும் கருதி அப்படியே செய்து வந்தான். தங்கள் அறியாமையை அறியாது, அறிந்தோ மென்று அகந்தை கொண்டவர்கள் இவனிடம் பகைமை பாராட்டினர் என்றால் அதில் என்ன ஆச்சரியம்?

ஸாக்ரட்டீஸ் அநேக சந்தர்ப்பங்களில் தன்னை மறந்த நிலையிலிருப்பான். அப்பொழுது சுற்றுமுற்றும் என்ன நடக்கிறதென்பது இவனுக்குத் தெரியாது இவனுடைய நண்பர்களும் இதனையறிந்து இவனைத் தொந்தரவு செய்யதிருப்பார்கள். சில சமயங்களில் மணிக்கணக்காக இப்படி இருப்பான். நிற்கிறபோதும், நடக்கிறபோதும், நண்பர்களோடு பேசிக்கொண்டிருக்கிறபோதும், எந்தச் சந்தர்ப்பத்திலும் திடீரென்று இவனுக்கு இந்த நிலை ஏற்படுவதுண்டு. அப்பொழுது இவன் அசைவில்லாத விளக்கைப் போல் காணப்படுவான். "மனத் தீர்மானத்தினின்று எழுகிற எல்லா ஆசைகளையும் மிச்சமறத் துறந்துவிட்டு எல்லாப் பக்கங்களிலும் மனத்தால் புலன்களின் கூட்டத்தைக் கட்டுப்படுத்தி, துணிந்த பக்தியுடன் மனத்தை ஆத்மாவில் நிறுத்தி, மெல்ல மெல்ல ஆறுதல் பெறுகிற"[1] நிலையென்று இதனைக் கூறலாம்.

பொதுவாகவே ஸாக்ரட்டீஸ் புலனடக்கம் பெற்றவன். அதேமாதிரி உடலுறுதி வாய்ந்தவன். இவனுடைய வாழ்க்கையின் பல சம்பவங்களிலிருந்து இந்த உண்மை வெளியாகிறது. யுத்த களத்தில் இவன் பணியாற்றிக் கொண்டிருந்தபோது ஒருசமயம், திடீரென்று சுமார் இருபத்து நான்கு மணி நேரம் திறந்த வெளியில் ஆழ்ந்த சிந்தனையிலிருந்து விட்டான். அப்பொழுது

---

1. கீதை - அத்: 6-24, 25

நல்ல குளிர். இவன் அதைப் பொருட்படுத்தவேயில்லை. மற்றப் போர் வீரர்கள் குளிர் தாங்கமாட்டாமல் அவரவர் கூடாரங்களில் அடங்கி ஒடுங்கிக் கிடப்பார்கள்; அல்லது வெளியே புறப்படவேண்டிய அவசியம் ஏற்பட்டால் நன்றாகப் போர்த்திக் கொண்டு புறப்படுவார்கள். ஆனால் இவன் மட்டும் தனது சாதாரண உடையுடன், காலில் மிதியடி கூட இல்லாமல் பனிக்கட்டி மீதுகூட வேகமாக நடந்து செல்வான். யுத்தத்தின் நடுவில் சில சந்தர்ப்பங்களில் போர் வீரர்களுக்கு உணவே கிடைக்காமற் போய்விடும். அதற்காக இவன் சிறிது கூடக் கவலைப்பட மாட்டான். இங்ஙனமே இளைஞர்களுடன் சம்பாஷித்துக் கொண்டிருந்தபோதும், நண்பர்களுடைய களியாட்டங்களின் மத்தியில் இருந்தபோதும், உருட்டி மிரட்டியும், பரிகசித்தும், ஆரவாரித்தும் நின்ற நியாய சபையினர் முன்னர் குற்றவாளியாக நின்றபோதும் இவன் ஒரே மாதிரியாகவே இருந்தான்; கொஞ்சங்கூட மன வேறுபாடு அடையவில்லை. இங்ஙனம் இவனது உடல், உள்ளம், அறிவு, ஒழுக்கம் ஆகிய எல்லாம், ஒரே நிலையில் உறுதியுடன் நின்றதைக் கண்டு இவனுடைய சகபாடிகள் பிரமித்துப் போனார்கள்.[1]

இத்தகைய ஸாக்ரட்டீஸ் என்னதான் உபதேசித்தான்? அதை இவன் வாக்காலேயே சுருக்கமாக எடுத்துக் காட்டுவோம்:

“என் வாழ்நாள் முழுவதும் இங்ஙனம் அலைந்து திரிவதிலேயே கழிக்கிறேன். உங்களுடைய ஆத்மாக்களைத் தூய்மைப்படுத்திக் கொள்வதில் உங்களது கவனமனைத்தையும் செலுத்த வேண்டுமென்று உங்களைத் தூண்டிக் கொண்டிருக்கிறேன். அப்படி நீங்கள் செய்யாதவரை உங்களுடைய உடலைப் பற்றியோ, செல்வத்தைப் பற்றியோ நினைத்துக் கொண்டிருப்பதில் பயனில்லை. செல்வத்திலிருந்து சீலம் உண்டாவதில்லை. ஆனால் செல்வமும், மனிதர்கள் அந்தரங்கமாகவோ, பகிரங்கமாகவோ வைத்துக்கொண்டிருக்கும் மற்ற எல்லா நற்பொருள்களும், அந்தச் சீலத்திலிருந்தே உண்டாகின்றன என்று நான் உங்களுக்குச் சொல்லிக் கொண்டிருக்கிறேன்.”

---

1. “பகைவனிடத்தும் நண்பனிடத்தும், மானத்திலும் அவமானத்திலும், குளிரிலும் வெப்பத்திலும், இன்பத்திலும் துன்பத்திலும் சமப்பட்டவன்; பற்று விட்டவன்; புகழையும் இதழையும் நிகராகக் கொண்ட மௌனி; யாதுவரினும் அதில் மகிழ்ச்சி யுறுவான்; குறியற்றான்; ஸ்திர புத்தியுடையான்; இத்தகைய பக்தன் எனக்கினியன்” என்ற கீதையின் வாசகம் இங்கு ஒப்பு நோக்கத்தக்கது. அத்-12, 18, 19.

3. பிளேட்டோ

ஆத்தென்ஸிலுள்ள பரம்பரையான செல்வமும் செல்வாக்கும் நிறைந்த ஒரு குடும்பத்தில் கி.மு. 427–ஆம் வருஷம் பிளேட்டோ[1] பிறந்தான். இவன் தகப்பனார் பெயர் அரிஸ்ட்டோன்;[2] தாயார் பெயர் பெரிக்டியோன்.[3] இவனுடன் பிறந்த சகோதரர் இருவர்; சகோதரி ஒருத்தி. அரசியல் என்ற இந்த நூலில் ஸாக்ரட்டீஸுடன் தர்க்கம் செய்கிற கிளாக்கோனும் அடீமாண்ட்ட ஸுமே மேற்படி சகோதரர்கள். சகோதரியின் பெயர் போட்டோன்[4] இவளுடைய மகன் ஸ்ப்பூஸிப்பஸ்[5] என்பவன், பிளேட்டோ தனது வாழ்நாளின் பிற்பகுதியில் கண்ட கழகத்திற்கு, பிளேட்டோவுக்குப் பிறகு தலைவனாயிருந்தான்.

பிளேட்டோ, இளமையில் கவிபுனைவதிலும் ஓவியம் வரைவதிலும் அதிக ஊக்கங்காட்டி வந்தானென்று தெரிகிறது. இதைத் தவிர, இவனுடைய பாலியத்தைப் பற்றி அதிகமான விவரங்கள் தெரியவில்லை இவன். தனது பதினெட்டாவது வயது முதல் இருபத்து மூன்றாவது வயது வரையில் சுமார் ஐந்து வருஷகாலம், அப்பொழுது நடைபெற்றுக்கொண்டிருந்த பெலெப்பொனேசிய யுத்தத்தில் ஆத்தீனிய குதிரைப்படை வீரனாயிருந்து அரிய சேவை செய்தான். போர்க்களத்தில் தன்னை மறந்து, தனக்கு ஏற்படக்கூடிய ஆபத்துக்களைச் சிறிதுகூடப் பொருட்படுத்தாமல் யுத்தஞ்செய்வது இவன் சுபாவமென்றும், இதற்காக இவன் ஒருமுறை, ராணுவ கௌரவத்தைக் கூடப் பெற்றிருக்கிறானென்றும் ஒரு வரலாறு கூறுகிறது.

ஆத்தென்ஸின் அப்பொழுதைய நிலைமையில், வாழ்க்கையின் சகல வசதிகளையும் பெற்ற இளைஞர்களை அரசியலில் அதிகமாகக் கலந்து கொண்டார்கள். பிளேட்டோவுக்கும் அரசியலில் கலந்துகொள்ள வேண்டுமென்ற எண்ணம் உண்டாயிற்று. ஆனால் சிறிது காலத்திற்குப் பின் இந்த எண்ணம் மாறிப்போய் விட்டது. இதை இவன் வாக்குமூலமாகவே கேட்டோம்:

"எனக்கு நானே எஜமானனாயிருந்து எனது விவகாரங்களை நானே கவனித்துக் கொள்ளக் கூடிய ஒரு நிலைமை ஏற்பட்டதும், மற்றவர்களைப் போல் நானும் பொது விவகாரங்களில் ஈடுபட வேண்டுமென்று எண்ணினேன். அப்படி ஈடுபடுவதற்கு, அப்பொழுதிருந்த அரசியல் நிலைமை எனக்குச்

---

1. இவனுடைய இயற்பெயர் அரிஸ்ட்டோக்ளீஸ் (Aristocles) என்பது; அகன்ற தோள்களை உடையவனாய் இருந்ததால் பிளேட்டோ என்று அழைக்கப்பட்டானென்று கூறுவர். இப்பெயரே பிற்காலத்தில் நிலைபெற்றுவிட்டது.

2. Ariston 3. Perictione 4. Potone 5.Speusippus.

சந்தர்ப்பமளித்தது. எப்படி யென்றால், பெரும்பாலோரான ஜனங்கள், அப்பொழுதைய ஆட்சிமுறையை வெறுத்து வந்தார்கள். இதன் பயனாக ஒரு மாற்றம் ஏற்பட்டது. சர்வாதிகாரங்களோடு கூடிய முப்பதின்மர், அரசாங்க நிர்வாகிகளாக நியமிக்கப்பட்டனர். இவர்களிற் சிலர் எனது நண்பர்களாகவும் உறவினர்களாகவும் இருந்தார்கள். இதனால் தங்களோடு சேர்துழைக்குமாறு என்னை அழைத்தார்கள். நானும், இவர்கள் ராஜ்யத்தைத் தீநெறியிலிருந்து திருப்பி நன்னெறியில் கொண்டு செலுத்தி அங்ஙனமே ஆட்சி புரிவார்களென்று கருதினேன். எனவே, இவர்கள் என்ன செய்யப் போகிறார்களென்பதைப் பற்றி அதிக கவனம் செலுத்தினேன். ஆனால் சொற்காலத்திற்குள் இவர்களுடைய நடவடிக்கை மாறிவிட்டது. இதற்கு முன்னிருந்த நிர்வாகவே தங்கமான நிர்வாகம் என்று சொல்லும்படி அவ்வளவு கேவலமாக இவர்கள் நடந்துகொண்டார்கள். இவர்களுடைய அக்கிரம காரியங்களில் தலை சிறந்தது எதுவென்றால், எனது பெருமதிப்புக்குரியவனும், பழைய நண்பனுமாகிய ஸாக்ரட்டீஸை இவர்கள் நடத்தியதுதான். ஸாக்ரட்டீஸை அவன் காலத்திய சிறந்த நீதிமான் என்று நான் துணிந்து கூறுவேன். (பின்னர் முப்பதின்மர் ஸாக்ரட்டீஸை நடத்திய வரலாற்றைக் குறிப்பிடுகிறான்) இவற்றையும், இவற்றைப் போன்ற கொடுமைகளையும் நான் பார்த்த பிறகு, அப்பொழுதைய கொடுமைகளுடன் நான் சம்பந்தப்படக்கூடாதென்று தீர்மானித்து விலகிக்கொண்டேன்.

சிறிது காலங்கழித்து முப்பதின்மர் வீழ்ந்துபட்டனர்; அவர்களுடைய ஆட்சி மாறிவிட்டது. அரசியலிலும் பொது வாழ்விலும் கலந்துகொள்ள வேண்டுமென்ற ஆசை மறுபடியும் எனக்கு உண்டாயிற்று. ஆனால் முன்னைப்போல் அவ்வளவு தீவிரமாக இல்லை. அந்தக் குழப்பமான காலத்தில், யாரும் கோபப்படக்கூடிய மாதிரியான அனேக கெட்ட காரியங்கள் செய்யப்பட்டனவென்பது உண்மை. சிலர், தங்கள் சத்துருக்களின்மீது கடுமையாகப் பழி தீர்த்துக்கொண்டனர். ஆனால், பொதுவாக அதிகார பதவிக்கு வந்தவர்கள், நியாயமாகவும் நிதானமாகவும் நடந்துகொண்டனர் என்று சொல்ல வேண்டும். ஆனால் துரதிருஷ்டவசமாக இவர்களிற் சிலர், எனது நண்பனும் சக பாடியுமான ஸாக்ரட்டீஸ் மீது குற்றஞ்சாட்டி அவனை விசாரணைக்குக் கொண்டுவந்துவிட்டனர். யாருக்குப் பொருந்துமோ பொருந்தாதோ, ஸாக்ரட்டீஸுக்கு அந்தக் குற்றம் பொருந்தவே பொருந்தாது. அதாவது, தெய்வ நிந்தனை செய்தானென்று குற்றஞ்சாட்டி அவனை மரண தண்டனைக்கு உட்படுத்திவிட்டனர்."

ஸாக்ரட்டீஸ் கொலையுண்டது, பிளேட்டோவின் மனத்தைப் பெரிதும் புண்படுத்தியது. ஜனநயகம் என்ற பெயரால் அப்பொழுது ஆத்தென்ஸில் நடைபெற்ற அக்கிரமங்களைக் கண்டு இவன் திகைத்துப் போனான். தனது ராஜ்யத்தைப் பற்றி இவனுக்கு எப்பொழுதுமே பெருமை உண்டு.

இப்பொழுது அது மாறிவிட்டது. தனக்குப் பரிச்சயமான மற்ற ராஜ்யங்களும் இப்படித்தான் வெளிப்பகட்டும் உள்ளழுக்கும் உடையனவாயிருக்கும் போலும் என்று கருதினான். இதனால் இவன் மனத்திலே ஒரு குழப்பம் ஏற்பட்டது. அரசியலில், தீமையை அகற்றி நன்மையை நாட்டுவதற்கு என்ன வழியென்று சிந்திக்கலானான். ஸாக்ரட்டீஸின் மரணத்திற்குப் பிறகு சுமார் பத்து பன்னிரண்டு வருஷகாலம் இவன் இங்ஙனம் சிந்தனையிலேயே ஆழ்ந்திருந்தானென்று தெரிகிறது. இப்படிச் சிந்தனையிலேயே ஆழ்ந்திருந்தாலும், அப்பொழுதைய அரசியலிலே இவன் நேரடியாகப் பங்கெடுத்துக் கொள்ளாதிருந்தாலும் அதில் சிரத்தைக் காட்டி வந்தான்; தான் செய்யவேண்டிய அரசியல் கடமைகளையும் தவறாது செய்துவந்தான்.

ஸாக்ரட்டீஸின் சம்பாஷணைகளில் மையமாக நிற்பது சீலம். அரசியலையும் அரசியல் வாதிகளையும் மற்றச் சமுதாய ஸ்தாபனங்களையும் இந்தச் சீலமென்னும் உரை கல்லில் வைத்துத் தேய்த்துப் பார்க்க வேண்டுமென்றும், அப்பொழுதே அவற்றின் உண்மையான மதிப்பு புலனாகுமென்றும் ஸாக்ரட்டீஸ் வற்புறுத்தி வந்தான். இந்த ஒரு விஷயமே, பிளேட்டோவை அவனிடம் அதிகமாக ஈடுபடுத்தியது. பின்னர் அவனுடைய தர்க்க ஞானம், விஷயங்களை அலசிப் பார்க்கும் ஆற்றல் முதலியவற்றிலும் பிளேட்டோ ஈடுபட்டான். ஸாக்ரட்டீஸின் கடைசி காலத்தில் அவனுடன் நெருங்கிப் பழகிய, ஏறக்குறைய அவனோடு கூடவே இருந்த நண்பர் குழாத்தில், சிஷ்ய வருக்கத்தில் பிளேட்டோ மிக முக்கியமானவன் என்பதை இங்குக் குறிப்பிட வேண்டும். ஆயினும் இவன், ஸாக்ரட்டீஸை நாயகனாக வைத்து, தான் எழுதிய பல சம்பாஷணை நூல்களில்,[1] தன்னை மூன்று அல்லது நான்கு தடவைகளுக்கு மேல் வெளிப்படுத்திக் கொள்ளவில்லை; அதுவும் மறைமுகமாகத் தான். இதனின்று இவனுடைய தன்னடக்கம் புலனாகிறது.

ஸாக்ரட்டீஸ் மரணத்திற்குப் பிறகு பிளேட்டோவுக்கு ஆத்தென்ஸில் அதிகமாக இருக்கப் பிடிக்கவில்லை. கிரீஸிலுள்ள மற்ற நாடுகள், இத்தாலி, அதற்குத் தெற்கேயுள்ள சிஸிலி தீவு, எகிப்து முதலிய ஆப்ரிக்காவின் வடபாகத்திலுள்ள சில நாடுகள் முதலியவற்றிற்கு யாத்திரையாகச் சென்றான். இவன் சிந்தனையிலே ஆழ்ந்திருந்ததாகச் சொல்லப்படுகிற சுமார் பன்னிரண்டு வருஷகாலமும் இந்த யாத்திரையிலேயே கழிந்தது. இந்த யாத்திரையின் போது இவன் பல அறிஞர்களைச் சந்தித்தான்; அவர்களோடு இருந்து அவர்களுடைய கொள்கைகளைப் பற்றிச் சிந்தித்தான்; அதன் மூலமாக தன் அறிவை விருத்தி செய்துகொண்டான்.

---

[1] பிளேட்டோவின் பெயரால் வெளியாயிருக்கிற நூல்கள் மொத்தம் சுமார் நாற்பது இவற்றில் இரண்டு தவிர மற்றவை யாவும் சம்பாஷணை ரூபமான நூல்கள்.

சிஸிலி தீவுக்குச் சென்றபோது இவனுக்குச் சில அனுபவங்கள் ஏற்பட்டன. இந்தத் தீவின் மேற்குப் பகுதியில் ஸைரக்யூஸ்[1] என்ற ஒரு நகரம் உண்டு. கிரேக்கர்கள் குடியேறி வசித்த இடம் இது. இதனை முதலாவது டையோனிஸியஸ்[2] என்பவன் சர்வாதிகாரியாயிருந்து ஆண்டுவந்தான். இவனுடைய மனைவியின் சகோதரன் டியோன்[3] என்ற ஒருவன். இந்த டியோனுக்கும் பிளேட்டோவுக்கும் முதலில் நட்பு ஏற்பட்டது.

"நானும் வாலிப பருவத்தினனான டியோனும் நிநேகிதர்களானோம். மானிட சமுதாயத்தின் தேவைகளைப் பற்றி நான் கொண்டிருக்கும் கருத்துக்களை அவனுக்கு எடுத்துச் சொன்னேன்; இந்தக் கருத்துக்களின்படி நடக்குமாறு அவனுக்குக் கூறினேன். இங்ஙனம் கூறியதன் மூலமாக அங்கு அப்பொழுது நடைபெற்றுக் கொண்டிருந்த சர்வாதிகார ஆட்சி ஒழிவதற்கு நான் மறைமுகமாகத் துணை செய்கிறேன் என்பது எனக்குத் தெரியாது. டியோன், என்னுடைய கருத்துக்களை அப்படியே ஏற்றுக்கொண்டான்; இனி ஆடம்பர வாழ்க்கையை சுகபோக வாழ்க்கையை விடுத்து, நல்வாழ்க்கையை நடத்துவதென முடிவு செய்துகொண்டான்" என்று பிளேட்டோ கூறுகிறான்.

அப்படியே டியோனின் வாழ்க்கைப் போக்கு அடியோடு மாறிவிட்டது இது டையோனிஸியஸுக்குப் பிடிக்கவில்லை. இருநதாலும் அவனிடம் – டியோனிடம் – கொண்டிருந்த நம்பிக்கை குறையவில்லை. பல பொறுப்பான உத்தியோகங்களுக்கு டியோனை நியமித்துக் கொண்டிருந்தான்.

சிறிது காலங்கழித்து பிளேட்டோவுக்கும் டையோனிஸியஸுக்குமே நேரான தொடர்பு ஏற்பட்டது. இருவரும் நண்பர்களானார்கள். பிளேட்டோ, "நகுதற் பொருட்டன்று நட்டல் மிகுதிக் கண்மேற் சென்றிடித்தற் பொருட்டு"[4] என்னும் நட்பின் இலக்கணத்திற்கிணங்க, சர்வாதிகார ஆட்சியின் தீங்குகளை அடிக்கடி டையோனிஸியஸுக்கு எடுத்துச் சொல்லிக்கொண்டு வந்தான் இதைக் கேட்டுக் கேட்டு அவனுக்கு ஆத்திரம் அதிகரித்து வந்தது. கடைசியில் பிளேட்டோவை, தன்னைவிட்டு ஒழித்துவிடுவதென்று தீர்மானித்தான். அப்பொழுது ஸ்ப்பார்ட்டா தேசத்தின் பிரதிநிதியொருவன் இவனுடைய ஆஸ்தானத்திற்கு வந்திருந்தான். அவனிடம் பிளேட்டோவை ஒப்புவித்து, ஸ்ப்பார்ட்டாவுக்கு அழைத்துக் கொண்டுபோய் அடிமையாக விற்றுவிடும்படி கூறினான். பிளேட்டோ ஆத்தென்ஸ் வாசி; இதனால் ஸ்ப்பார்ட்டாவுக்கு விரோதி. அந்த விரோதி நாட்டின் பிரதிநிதியிடமே ஒப்புவித்துவிட்டான்!

அந்தப் பிரதிநிதி பிளேட்டோவை எஜீனா[5] என்ற ஒரு தீவில் கொண்டுபோய் அடிமையாக விற்றுவிட்டான். ஆனால் தக்க சமயத்தில் வட ஆப்ரிக்காவிலுள்ள

1. Syracuse. 2.Dionysius I கி.மு.430 - 367 3. Dion கி.மு.408-353

4. குறள் - அதி: 79-4 5. Aegina

46 | பிளேட்டோவின் அரசியல்

ஸைரேன்[1] என்ற ஊரிலிருந்து வந்த அன்னிஸேரிஸ்[2] என்ற வியாபாரி, பிளேட்டோவை பணங்கொடுத்து மீட்டு நேரே ஆத்தென்ஸுக்கு அனுப்பினான். ஏறக்குறைய கி.மு. 387–ஆம் வருஷக் கடைசியில் இது நடைபெற்றதென்று கூறலாம். பிளேட்டோவுக்கு அப்பொழுது சுமார் நாற்பது வயது இருக்கும்.

ஆத்தென்ஸுக்குத் திரும்பி வந்ததும், தான் செய்ய வேண்டிய வேலை இன்னதென்பதைத் தெளிவுபடுத்திக் கொண்டான் பிளேட்டோ, அதாவது அமைதியாக ஓரிடத்திலிருந்து கொண்டு தேசத்தின் வருங்கால சந்ததியினரை நல்வாழ்வுக்குத் தயார்ப்படுத்துவதையே தனது நோக்கமாகக் கொண்டான் ஆத்தென்ஸின் மதிற்சுவர்களுக்கு வெளியே ஓரிடத்தை வாங்கினான். அங்கு ஒரு கலைக் கழகத்தை ஸ்தாபித்தான் இதற்கு 'அக்காடெமி'[3] என்று பெயர். ஏறக்குறைய நமது நாட்டுப் பழைய குருகுலங்கள் மாதிரி இது நடைபெற்றுக்கொண்டு வந்ததென்று சுருக்கமாகச் சொல்லலாம். இதற்குப் பிறகு சுமார் நாற்பது வருஷகாலம் வரை, அதாவது தனது ஆயுள் பரியந்தம் ஒரு போதகாசிரியனாகவே இருந்தான் பிளேட்டோ, தனக்குப் பிறகு, தத்துவ ஆராய்ச்சியே இந்தக் கழகத்தில் நடைபெற வேண்டுமென்று ஓர் உயில் எழுதி வைத்துப்போனான். பிளேட்டோவுக்குப் பிறகு இந்தக் கழகத்தின் தலைவனாயமர்ந்தவன், முதலிற் சொன்ன ஸ்ப்பூஸிப்பஸ் என்ற பிளேட்டோவின் சகோதரி மகன். பிளேட்டோ கண்ட இந்தக் கழகந்தான், உலகத்திலே முதன் முதலாகக் காணப்பெற்ற சர்வ கலாசாலையென்று மேலைநாட்டு மேதாவிகள் கூறுகிறார்கள். மேலைநாட்டைப் பொறுத்தவரையில் இஃது உண்மையாகவே இருக்கலாம். ஏறக்குறைய கி.மு.380–ஆம் வருஷம் ஒழுங்கான முறையில் காணப்பட்ட இந்தக் கழகம் கி.பி.529–ஆம் வருஷம் வரை, சுமார் தொள்ளாயிரம் வருஷம் நிலைத்து நின்றது.

பிளேட்டோ, கழகப் பணியில் ஈடுபட்டிருந்த காலத்தில் இடையே இரண்டு முறை ஸைரக்யூக்குப் போய் வரவேண்டியிருந்தது. கி.மு.368–ம் வருஷம், ஏறக் குறைய பிளேட்டோவின் அறுபதாவது வயதில், ஸைரக் யூஸின் சர்வாதிகாரியான முதலாவது டையோனிஸியஸ் இறந்து போனான். அவனுடைய மகனான இரண்டாவது டையோனிஸியஸ்[4] என்பவன் பட்டத்திற்கு வந்தான். இவனை ஒரு கோழை என்று சுருக்கமாகக் கூறலாம். இதனால் இவனை வசப்படுத்திக் கொள்ள வேண்டுமென்ற நோக்கத்துடன், இவனுடைய ஆஸ்தானத்தில் இரண்டு கட்சிகள் தோன்றின. ஒன்றுக்குத் தலைவன், இவன் அம்மான் டியோன்; தன் மருமகனை பிளேட்டோ, தனக்குபதேசித்து விட்டுப் போன நன்னெறியில் ஈடுபடுத்த வேண்டுமென்று விரும்பினான். மற்றொரு கட்சிக்குத் தலைவன் பிலிஸ்ட்டஸ்[5] என்ற ஒரு சரித்திராசிரியன். இவன் சர்வாதிகாரத்தை ஆதரித்தான்.

1. Cyrene 2. Anniceris 3. Academy 4. Dionysius II கி.மு.396-330 5. Philistus

டியோன், தனது உறவு முறையை ஆதாரமாகக் கொண்டு இரண்டாவது டையோனிஸிஸுக்கு, ஒரு ராஜ்யத்தை எப்படி நீதி வழுவாமல் ஆட்சி புரிய வேண்டுமென்பதைப் பற்றிப் பலவிதமாகப் போதனைகள் செய்தான். பயனில்லை. தனக்கே ஆபத்து ஏற்படும்போலிருந்தது. எனவே, தனது குருநாதனாகிய பிளேட்டோவை வரவழைத்துத் தன் மருமகனுக்கு உபதேசிக்கச் செய்தால் அவன் நல்வழிப்படுவான் என்று தீர்மானித்து அப்படியே பிளேட்டோவை வரவழைத்தான்.

பிளேட்டோவும், டியோனுடைய வேண்டுகோளுக்கிணங்க ஸைரக்யூஸுக்கு வந்து, இரண்டாவது டையோனிஸியஸுக்கு அநேக நல்லுபதேசங்களைச் செய்து பார்த்தான். அவன் கேட்கிற பேர்வழியாயில்லை. அதற்குப் பதிலாக டியோனுடைய தூண்டுதலின் பேரில்தான் பிளேட்டோ வந்து தனக்குப் புத்தி சொல்கிறான் என்று ஊகித்தறிந்து கொண்டு, அந்த டியோனைச் சிறை செய்து சிஸிலி தீவைவிட்டே அப்புறப்படுத்தி விட்டான். ஆனால் பிளேட்டோவினிடத்தில் மட்டும் மரியாதையாக நடந்து கொண்டு வந்தான். பிளேட்டோ இதில் திருப்தியடையக் கூடியவனா? தன் நண்பனுக்கு ஏற்பட்ட ஆபத்து, தனக்கும் ஒருநாள் நிச்சயமாக ஏற்படும் என்று தெரிந்துகொண்டு கி.மு.366–ஆம் வருஷம் ஆத்தென்ஸுக்குத் திரும்பிவிட்டான்.

ஆத்தென்ஸுக்கு வந்தபிறகு, தன் கழகக் காரியங்களைக் கவனித்துக் கொண்டிருந்தான் பிளேட்டோ. ஆனால் இரண்டாவது டையோனிஸியஸுடன் நட்பு முறையில் கடிதப் போக்குவரத்து வைத்துக் கொண்டிருந்தான். இப்படிச் சிறிது காலங்கழிந்தது. சிஸிலி தீவினின்று பிரஷ்டம் செய்யப் பெற்ற டியோனும், கழகத்திலே ஓர் அங்கத்தினனாக வந்துச் சேர்ந்து கொண்டான். அங்கே ஸைரக்யூஸில், இரண்டாவது டையோனிஸியஸின் மனம் மெதுமெதுவாக பிளேட்டோவின் நல்லுபதேசங்களைப் பற்றிச் சிந்திக்கத் தொடங்கியது; தத்துவ ஆராய்ச்சியில் ஈடுபட்டது; பிளேட்டோவினிடம் நேர்முகமாகத் தத்துவோபதேசம் பெறத் தீர்மானித்தான். அவனுக்கு அழைப்பு அனுப்பினான். பிளேட்டோவும் கழகத்திலிருந்த டியோனுடைய வற்புறுத்தலுக்கிணங்க, இரண்டாவது முறை கி.மு.362–ஆம் வருஷம், தனது அறுபத்தைந்தாவது வயதில் ஸைரக்யூஸுக்குச் சென்றான்.

சென்ற சில மாதங்களுக்குள், டியோன் விஷயமாக இரண்டாவது டையோனிஸியஸுக்கும் பிளேட்டோவுக்கும் மனஸ்தாபம் ஏற்பட்டது. மெதுமெதுவாக டியோனுடைய சொத்துக்களை, அவன் ஆத்தென்ஸில் பிளேட்டோவின் கழகத்தில் இருந்த காலத்திலேயே பறிமுதல் செய்துகொண்டு வந்தான், இரண்டாவது டையோனிஸியஸ். இதைப் பிளேட்டோ எப்படிப் பொறுத்துக்கொண்டிருப்பான்? தான் ஸைரக்யூஸுக்கு வருமுன்னரே, கடிதப் போக்குவரத்தின் மூலம், டியோனுடைய விஷயத்தைச் சமரஸமாக முடிக்க

வேண்டுமென்று டையோனிஸியஸிடம் வாக்குப் பெற்றுக் கொண்டுதான் புறப்பட்டான். ஆனால் இப்பொழுது டையோனிஸியஸ் அந்த வாக்குக்கு விரோதமாகநடந்துகொண்டு வருவதை இவனால் சகித்துக் கொண்டிருக்க முடியவில்லை. தவிர, இந்தச் சமயத்தில் சிஸிலி தீவிலேயே உள்நாட்டுக் குழப்பம் ஏற்பட்டது. தனக்கும் ஆபத்தேற்படும் போலிருந்தது. இனி இங்கிருத்தல் சரியில்லையென்று தீர்மானித்து சில நண்பர்களுடைய உதவியின் பேரில், கி.மு.360–ஆம் வருஷம் – அறுபத்தேழாவது வயதில் – ஆத்தென்ஸுக்குத் திரும்பி விட்டான். இதற்குப் பிறகு டியோனுக்கும் டையோனிஸியஸுக்கும் அநேக சண்டைகள் நடைபெற்றன. அவைகளில் நாம் பிரவேசிக்க வேண்டியதில்லை. நான்கு வருஷங்களுக்குப் பிறகு டியோன் கொல்லப்பட்டு விட்டான்.இது பிளேட்டோவுக்குப் பெரிய துக்கத்தை உண்டு பண்ணியது என்பதை மட்டும் தெரிந்துகொள்வோம். ஸைரக்யூஸிலிருந்து இரண்டாவது முறையாகத் திரும்பிவந்த பிறகு பிளேட்டோ தன் கடைசி காலம் வரையில் ஆத்தென்ஸை விட்டு வெளியே செல்லவில்லை. தன் கழகத்திலிருந்துகொண்டு அநேக நூல்கல் எழுதினான். கழகத்தை அபிவிருத்தி செய்தான். கடைசியில் கி.மு.347–ஆம் வருஷம் எண்பதாவது வயதில் அமரர் பதம் எய்தினான்.

பிளேட்டோ, தன் கழகத்தில் சேர்ந்து படித்த இளைஞர்களை அன்பாகவும் ஆனால் கண்டிப்பாகவும் நடத்திவந்தான். ஓர் ஆசிரியனுக்கு இருக்கவேண்டிய லட்சணங்கள் யாவும் இவனிடம் இருந்தன. இதனாலேயே இன்றளவும் இவன் உலகத்து அறிஞர்களுக்கு ஒரு வழிகாட்டியா யிருக்கிறான். இவனிடம், இவனுடைய கழகத்தில் பயின்றவன்தான் அரிஸ்ட்டாட்டல்[1] என்னும் மகா மேதாவி; மகா அலேக்ஸாந்தரின் ஆசிரியன்.

1. Aristotle கி.மு. 383 - 322

4. ஸாக்ரட்டீஸ் செய்த சேவை

கி.மு. ஐந்தாவது நூற்றாண்டின் பிற்பகுதிக் காலத்தில் ஆத்தீனிய சமுதாயத்தின் அறிவுத்துறை ஒரே கலக்கமடைந்திருந்ததென்று முன்னே கூறினோமல்லவா? இதற்கு முக்கிய காரணம் என்னவென்றால், அப்பொழுது பழமையான நம்பிக்கைகளுக்கும் புதுமையான எண்ணங்களுக்கும் போராட்டம் நடைபெற்றதுதான். அதாவது, பரம்பரையாக அனுஷ்டானத்தில் இருந்து வந்த மதக் கோட்பாடுகள், அரசியல் முறைகள், தரும நியாயங்கள், வாழ்க்கை நியதிகள் முதலியவற்றின் மீது ஜனங்களுக்கு ஒருவித அவநம்பிக்கை ஏற்பட்டது. எதையும் அறிவைக்கொண்டு ஆராயத் தொடங்கினார்கள் இதன் பயனாக கடவுள் நம்பிக்கை குன்றியது; மனிதனால் எல்லாம் சாதிக்க முடியும் என்ற எண்ணம் பரவிவந்தது. இந்த நிலையில் பெலொப்போனேசிய யுத்தம் ஆரம்பித்தது. இந்த யுத்தம் ஆத்தென்ஸ் வாசிகளுக்கு அதிகபாதகத்தை உண்டுபண்ணிவிட்டது. இதனால் மனத் தடுமாற்றமடைந்து போனார்கள். பழைமையிலே அவநம்பிக்கை கொண்டிருந்த இவர்கள் இப்பொழுது தன்னம்பிக்கையையும் இழந்துவிட்டார்கள்; 'எதைச் செய்தாலென்ன' என்ற மனோநிலைமைக்கு வந்து விட்டார்கள். 'கண்டதே காட்சி, கொண்டதே கோலம்' என்று சொல்லுவார்களே அந்த மனப்பான்மை, பெரும்பாலான ஜனங்களுக்கு ஏற்பட்டு விட்டது. துஸிடிடீஸ்[1] என்ற சரித்திராசிரியன். இந்தக் காலத்தைப் பின்வருமாறு வர்ணிக்கிறான்:

"பணக்காரர்களாயுள்ளவர்கள் ஒரு கணத்தில் இறந்து போவதையும், இதற்கு முன் ஒன்றுமே இல்லாதிருந்தவர்கள் அந்தப் பணக்காரர்களுடைய சொத்துக்களுக்கு உடனே வாரிசுதாரர்களாக வருவதையும் பார்த்த ஜனங்கள், செல்வமும் வாழ்வும் நிலையற்றவை யென்பதை உணர்ந்து, முடிந்தவரை எல்லாவற்றையும் அனுபவித்து விடுவதென்று தீர்மானித்தார்கள். சுகம் அனுபவிப்பதிலேயே இவர்கள் மனம் சென்றது. கண்ணியமாக உயிர்வாழ முடியுமா என்பதே நிச்சயமில்லாதிருக்கிற போது, அந்தக் கண்ணியத்திற்காக யார் தங்கள் உயிரைத் தியாகம் செய்ய விரும்புவர்? எது கண்ணியமான செயல், எதைச் செய்தாலுசிதமாயிருக்கும் என்பவைகளுக்குப் பதிலாக, ஒரு க்ஷணத்தில் சுகத்தை அனுபவிக்க வேண்டும், அதற்காக எந்தக் காரியத்தையும் செய்யலாம் என்ற மனோநிலைமை ஏறபட்டது. குற்றஞ் செய்கிறவன் கடவுளுக்கும் பயப்படவில்லை; மனிதன் இயற்றிய சட்டங்களுக்கும் பயப்படவில்லை. எல்லாரும் ஒரேமாதிரியாகச் செத்துப்

1. Thucydides கி.மு.471-400

போவதைப் பார்த்த ஜனங்கள், கடவுளர்களைக் கும்பிட்டாலும், கும்பிடாமல் அலட்சியம் செய்தாலும் எல்லாம் ஒன்று தான் என்று எண்ணினார்கள். மனித சட்டங்களுக்கு விரோதமாகச் செய்யப்படும் குற்றங்களுக்குத் தண்டனை விதிக்கப்படுமானால் அதற்காக யாரும் பயப்பட வேண்டியதில்லை. ஏனென்றால் அந்தத் தண்டனையை அனுபவிக்கக்கூடிய காலம்வரை உயிரோடிருப்பது என்ன நிச்சயம்!"

இதன் காரணமாக ஜனங்களுடைய அன்றாட விவகாரங்களில் நீதி, ஒழுங்கு, ஒழுக்கம் முதலியவற்றைக் காண்பது அரிதாகிவிட்டது. அழிவு என்பது நிச்சயமாகத் தெரிந்திருக்கிறபோது, ஏன் கிடைத்த மட்டில் சந்தோஷமாய் இருக்கக்கூடாது, சுகத்தை அனுபவிக்கக் கூடாது என்ற நிலைமைக்கு வந்துவிட்டார்கள் ஜனங்கள். சீலமுள்ளவர்கள், செயல் புரிகிறவர்கள் மதிப்பிழந்து நின்றார்கள்; சொல்வன்மையுடையவர்கள் செல்வம் படைத்தவர்கள் செல்வாக்குப் பெற்று வாழ்ந்தார்கள். விஷயம் எப்படியிருந்தாலும் 'நல்லதைக் கெட்டதென்றும், கெட்டதை நல்லதென்றும்' யார் சாதிக்கிறார்களோ அவர்கள் ஞானிகளாகக் கருதப்பட்டார்கள். போலித்தனமும் பகட்டும் அதிகமாயின. சுருக்கமாக, கிரேக்க நாகரிகத்தின் அஸ்திவாரம் நிலைகுலைந்து விடும்போல இருந்தது. இதன் மத்தியில்தான் ஸாக்ரட்டீஸ் வாழ்ந்தான்; பிளேட்டோ பிறந்தான். இருவரும் சிறந்த தேச பக்தர்கல். தங்களை வளர்த்த கிரேக்க நாகரிகத்தை அழிவினின்று காப்பாற்றக் கங்கணம் கட்டிக்கொண்டார்கள்.

எப்படிக் காப்பாற்றுவது? ஒன்று, புதுமையான எண்ணங்களுக்குக் காதுகொடுக்க வேண்டாமென்றும், இதுகாறும் தலைமுறை தலைமுறையாகக் கிரேக்க சமுதாயத்தின் நல்வாழ்வுக்கு அடித்தளம் போன்றிருந்த கொள்கைகளின்மீது உறுதியாக நிற்குமாறும் ஜனங்களுக்கு உபதேசித்திருக்கலாம். ஸாக்ரட்டீஸ், தனது அறிவுத் திறமையைக் கொண்டு இதனைச் சுலபமாகச் செய்திருக்கக்கூடும். அப்படிச் செய்திருந்தால் பழமையிலே ஊறிப்போனவர்களுடைய, பணக்காரர்களுடைய ஆதரவு இவனுக்கு நிறையக் கிடைத்திருக்கும். அப்படிச் செய்யவில்லையே என்றுதான் இவன் மீது வருத்தம் அவர்களுக்கு, இவன்மீது, இவனது அந்திம காலத்தில் அனைட்டஸ் என்ற பணக்காரத் தோல் வியாபாரியைக் கொண்டு வழக்குத் தொடரச் செய்ததற்கு இதுதானே காரணம்?

ஆனால் ஸாக்ரட்டீஸ் இப்படிச் செய்யவில்லை, ஆரவாரத்தோடு கூடிவருகிற அறிவுப் பெருக்கை அணை போட்டுத் தடுக்க முயல்வது ஆபத்து என்பதை இவன் உணர்ந்தான். அதனால் குழப்பங்களும் விபரீ தங்களுமே உண்டாகுமென்பது இவனுக்குத் தெரிந்திருந்தது. எனவே குமுறிக் கொப்பளித்துக் கொண்டிருந்த இந்த அறிவு வெள்ளத்திலே தைரியமாக, நம்பிக்கையோடு இறங்கினான்.

அதன் ஆழத்திலே சென்று உண்மைகாண முயன்றான். பாறாங்கல் மாதிரி உறுதியாக இருக்கும் அந்த உண்மையின் மீது அபிப்பிராயம் என்ற மணல் மூடிக்கொண்டிருக்கிறதல்லவா? அடிக்கடி மேடு பள்ளமிடும் இந்த அபிப்பிராய மணலை, தனது தர்க்கத் திறமையைக் கொண்டு பறித்தெடுத்தான். தவிர, அதே தர்க்கத் திறமையின் மூலம், வெள்ளத்தோடு மேலெழுந்தவாரியாக வரும் அகந்தை, அறியாமை முதலிய அழுக்குப் பொருள்களை அப்புறப்படுத்தினான். கிரேக்க நாகரிகப் பயிர், செழுமையுற்று வளர்ச்சியடைவதற்கேற்ற பாசன நீராக அந்த வெள்ளத்தைத் திருப்பிவிட்டான். இன்றளவும் அந்தப் பயிர் பலன் கொடுத்துக்கொண்டிருக்கிறது.

செப்படி வித்தைக்காரன் மாதிரி இவன் செய்து வந்த இந்த அற்புதமான செயலைக்கண்டு இளைஞர்கள் இவனை வண்டினம்போல் மொய்த்துக் கொண்டார்கள். இவன் அவர்களுக்குச் சமதையாக இருந்து, அவர்கள் கிளத்தும் எந்தப் புதிய கருத்தையும் சுமுகமாக வரவேற்று; அதனைப்பற்றி அவர்களோடு வாதஞ்செய்வான், தர்க்கத்திற்கு ஒவ்வாதது, அறிவுக் கெட்டாதது என்று ஏதோ ஒரு காரணத்தைச் சொல்லி எந்தப் பிரச்சனையையும் இவன் புறக்கணித்து விடவில்லை. ஒவ்வொன்றையும் நேர்மையான முறையில் அலசி ஆராய்ந்து அதன் தன் நிஜஸ்வரூபம் இன்னதென்று தெளிவுபடுத்திக் காட்டினான். இதனால் இளைஞர்கள் மத்தியில் இவனுடைய செல்வாக்கு அதிகரித்திருந்ததென்பதில் என்ன ஆச்சரியம்?

ஸாக்ரட்டீஸின் தர்க்க முறையே விநோதமானது. தனக்கு ஒன்றும் தெரியாது என்கிற மாதிரியாகவே நடந்துகொள்வான். ஆனால் மற்றவர்களைக் கேள்விகள் போட்டே மடக்கிவிடுவான். அவர்கள் பதில் சொல்லத் தெரியாமல் திகைப்பார்கள். திகைப்பதோடல்லாமல், இவன் சொல்வதை எல்லாம் 'ஆமாம்' 'அது வாஸ்தவம்' என்று சொல்லி ஆமோதித்துக்கொண்டு போவார்கள். தாங்களை நிபுணர்களென்று நினைத்துக்கொண்டு இவனிடம் வருகிறவர்கள், தாங்கள் 'கற்றது கைம்மண்ணளவு, கல்லாதது உலகளவு' என்பதை உணர்ந்து, தலைகுனிந்து திரும்புவார்கள். எந்த ஒரு விஷயத்தையும் சர்ச்சைசெய்து பார்க்கவேண்டுமென்ற ஆவலுடன் இளைஞர்கள், மலைபோன்ற சந்தேகங்களை இவன்முன் கொண்டு வருவார்கள். ஆனால் அவற்றை இவன் பஞ்சுபோல் ஊதிவிடுவான். இதனால் இவன்மீது அநேகருக்குக் கோபம் உண்டாகும். அதற்காக இவன் வருத்தப் படமாட்டான்.

இப்படி இவன் 'கேள்வி கேட்பதையும், கேள்விக்குப் பதில் கொன்னால் அதை மறுப்பதையும்' காரணமாகக் காட்டி, கிரேக்கர்களின் சிந்தனை உலகத்தில் அப்பொழுது பசிந்துவந்த மாசுமறுக்களை அப்புறப்படுத்தின ஒரு பெருமையைத்தான் இவனுக்குக் கொடுக்கலாமென்றும். அந்த உலகத்தில், அதாவது சிந்தனை உலகத்தில் உருப்படியாக எதனையும் இவன் சிருஷ்டிக்க

வில்லையென்றும், அந்த வேலையை இவனது சிஷ்யனான பிளேட்டோதான், தனது கழகத்தின் மூலமாகச் செய்தானென்றும் பிற்காலத்தவர் சிலர் கூறத்துணிந்தனர். இந்தக் கூற்றுக்கு ஆதாரமே இல்லை. உண்மையைக் கூறவேண்டுமானால், அதற்குப் பொறுமை வேண்டும்; ஆழ்ந்த ஆராய்ச்சி வேண்டும். இவையொன்றுமே இல்லாமல் மேலெழுந்த வாரியாகச் சில கருத்துக்களை வெளியிட்டு விட்டால் அவைகளே உண்மையாகா. உண்மை வேறு, உண்மையைப் பற்றிய கருத்து வேறு. இந்த அறியாமையை அஸ்திவாரமாகக்கொண்டு மனிதன், அறிவு என்னும் கட்டடத்தைக் கட்ட முயல்கிறான். அந்தக் கட்டடம் நிலைத்து நிற்குமா? அப்படி நிலைத்து நின்றாலும் அஃது அறிவுக் கூட்டமாகுமா? எனவே அறியாமையை முதலில் தகர்த்தெறிய வேண்டும். இந்தத் தகர்த்தெறிகிற வேலையை இவன் திறம்படச் செய்தானென்பதையாவரும் ஒப்புக்கொள்வர். ஆனால் அதனோடு இவன் நிற்கவில்லை. அறிவு நிரம்பிய, உண்மையுள்ள, அழகான ஒரு மனித சமுதாயத்தையே சிருஷ்டித்திருக்கிறான் அரசியல் என்ற இந்த நூலே இதற்கு அத்தாட்சி. இந்த ஒன்றைக் கொண்டே, ஸாக்ரட்டீஸ் ஓர் அனுபவ ஞானி என்பது பெறப்படும். இவன் அறியாமைக்களையைப் பிடுங்கியதோடல்லாமல் அறிவுப் பயிரையும் நட்டான்.

"எது சீலமோ அதுவே அறிவு என்பது ஸாக்ரட்டீஸின் மையமான கோட்பாடு. ஒரு மனிதனுக்கு எது சரியென்று தெரிந்துவிட்டால் அதையே அவன் செய்வான். வாழ்க்கையில் வெற்றி பெறுவதற்கான ரகசியம், இதைத் தெளிவாகத் தெரிந்துகொள்வதில்தான் இருக்கிறது. இதனாலேயே இவன் – ஸாக்ரட்டீஸ் – தனக்கென்று சொந்தமான ஒரு முறையைக் கையாண்டான். அதாவது எந்த ஒரு செயலுக்கும், எந்த ஓர் எண்ணத்திற்கும் அடிப்படையாயுள்ள தத்துவம் என்னவென்பதைத் தேடிச் சென்றான். ஜனங்கள் உபயோகிக்கும் வார்த்தைகளுக்குச் சரியான அர்த்தம் என்னவென்று ஒவ்வொருவரையும் துருவித் துருவிக் கேட்டான். ஸாக்ரட்டீஸ் முன்னிலையில் யாரும் அர்த்தமில்லாத பேச்சைப் பேசமுடியாது. இந்தக் காலத்தில் ஸாக்ரட்டீஸ் உயிரோடிருந்தால், நமது அரசியல்வாதிகள், பத்திரிகாசிரியர்கள் முதலியோர்களைப் பார்த்து 'ஐயா, சுதந்திரமென்றும், ஜனநாயகமென்றும், வர்க்கப் பிரிவினைகளற்ற சமுதாயமென்றும், இங்ஙனம் காலத்திற்கேற்ற சொற்றொடர்களை அடிக்கடி உபயோகிக்கிறீர்களே, இவற்றின் சரியான அர்த்தமென்ன' வென்று கேட்பான். இவன் இப்பொழுது இல்லாமல் போனது உலகத்தின் துரதிருஷ்டம்!

ஸாக்ரட்டீஸ், மற்றவர்களுடைய குறைகளை மட்டும் ஆராய்ந்து பார்க்கிறவனல்ல. சரமாரியாக இவன் தொடுக்கும் கேள்விகளுக்குப் பின்னால் மூன்று உண்மையான தத்துவங்கள் இருந்தன. முதலாவது,

நீ எதைச் செய்தாலும் அதாவது ஏதோ ஓர் அரசியல் கொள்கையைக் கடைப்பிடிக்கிறாயா, அல்லது ஓர் உத்தியோகத்திலே போய்ச் சேருகிறாயா, எதைச் செய்தாலும் அதைப் பற்றி முதலில் நன்றாக, தீர்க்கமாக, தீவிரமாகச் சிந்தனைசெய்.[1] இரண்டாவது, உண்மையிலேயே, உண்மையைத் தேடுவதிலேயே நம்பிக்கைக்கொள். மனிதர்கள், உண்மையாகவும் தீவிரமாகவும் சிந்தித்துப் பார்ப்பார்களானால், அரசியலைப் பற்றி மட்டுமல்ல, வாழ்க்கையைப் பற்றியே சரியான அபிப்பிராயங் கொள்வர் என்பது நிச்சயம். மூன்றாவது, அறிவைப் பொறுத்தமட்டில் அடக்கமாயிரு;[2] உறுதியான கொள்கையுடையவனாயிரு; ஆனால் அகந்தை கொள்ளாதே. மற்றவர்களுடைய விமரிசனங்களை வரவேற்று, அவற்றிலிருந்து ஏதேனும் கற்றுக்கொள்ளக் கூடியதிருந்தால் அதைக் கற்றுக்கொள். மற்றவர்களுடைய குணதோஷங்களை எடுத்துக்காட்டுவாயானால், உன்னையும் நீ பரிசோதனை செய்துகொள்."

ஸாக்ரட்டீஸைப் பொறுத்தமட்டில் "நல்லது இன்னது என்பதைத் தெரிந்துகொள்வதும், தெரிந்துகொண்ட அந்த நல்லதைச் செய்வதும் ஒன்றே. இந்த அம்சத்தில் இவனுடைய வாழ்க்கையே, இவனுடைய தத்துவத்தை முதன் முதலாகச் சரிபார்ப்பதுபோல் அமைந்திருக்கிறது." "இவனுடைய தத்துவம், வாழ்க்கையை எண்ணங்களிடத்திலும், எண்ணங்களை வாழ்க்கையினிடத்திலும் சதா செலுத்திக்கொண்டிருப்பதாயிருக்கிறது. எண்ணத்தினால் வாழ்க்கை மேல் நிலைக்கு உயர்த்தப்படுகிறது. எண்ணம், வாழ்க்கையோடு தொடர்புப்படுத்தி விடப்படுகிறபோது, அசைந்து கொடுக்கிறது; வளர்ச்சியடைகிறது, மற்றவற்றை ஏற்றுக்கொள்ளும் சக்தி பெறுகிறது; சிருஷ்டிக்கிற சக்தியையும் அடைகிறது."

---

1. "எண்ணித் துணிக கருமம்; துணிந்தபின் எண்ணுவமென்பது இழுக்கு" என்ற குறள் இங்கு ஒப்பு நோக்கத்தக்கது. அதி:40-7

2. "தனது அறிவின் எல்லையை உணர்ந்துகொண்டிருப்பதிலேயே ஒருவனுடைய உண்மையான அறிவு இருக்கிறது" என்பது சீன ஞானியாகிய கன்பூஷியஸின் வாக்கு.

5. பிளேட்டோ செலுத்திய காணிக்கை

இங்ஙனம் உண்மையை ஆராய்ந்தும் ஆராய்ந்ததை அனுபவத்தில் கொண்டுவந்தும் காட்டிய ஸாக்ரட்டீஸை எப்பொழுதும் ஓர் இளைஞர் கூட்டம் சூழ்ந்து கொண்டிருந்தது. இந்த இளைஞர்கள், பழமையை வெறுத்தவர்கள்; புதுமையை வரவேற்றவர்கள்; ஆனால் இரண்டையும் சரியாக அறியாதவர்கள்; அறிந்துகொள்ள வேண்டுமென்ற ஆவல் மட்டும் இவர்களுக்கு நிறைய இருந்தது. இந்த ஆவலை இவர்களுடைய நிலையிலேயே இருந்துகொண்டு பூர்த்தி செய்ய முன் வந்ததனாலேயே ஸாக்ரட்டீஸுக்கு இவர்கள் மத்தியில் அதிக செல்வாக்கு ஏற்பட்டது. இந்த இளைஞர் கூட்டத்திலே முக்கியமானவன் பிளேட்டோ. இவன் ஸாக்ரட்டீஸின் அறிவிலே மட்டும் ஈடுபடவில்லை; அவனுடைய வாழ்க்கையிலும் ஈடுபட்டான். அவனுடைய மரணம் இவனுடைய வாழ்க்கையையே மாற்றிவிட்டது. சிறந்த அரசியல்வாதியாகப் பிரகாசிக்க வேண்டுமென்று ஆவல் கொண்டிருந்த இவன், ஸாக்ரட்டீஸ், அநியாயமாக மரண தண்டனைக்குட்பட்ட பிறகு, மனம்மாறி, தத்துவ விசாரத்திலே இறங்கினான்; ஞான மார்க்கத்திலே ஈடுபட்டான். ஆனால் இந்த ஞான மார்க்கம், உலமார்க்கத்தினின்று வேறுபட்டதல்ல; உலகத்தோடு ஒட்டியது. “தத்துவ ஞானத்தின் மூலமாகவே, ராஜ்யத்திற்கும் தனி மனிதனுக்கும் இயைந்த நீதி எது என்பதைக் கண்டுபிடித்து அனுஷ்டானத்திற்குக் கொண்டுவர முடியும். உண்மையான ஞானிகள் அரசியல் ஆதிக்கத்தை ஏற்றுக்கொள்ளாத வரையில், மானிட சமுதாயம் தீமையினின்று விலகி இராது” என்ற முடிவுக்கு இவன் வந்தான். இந்த முடிவினின்று மலர்ந்த ஞான மலர்களே இவன் பெயரால் வெளியாகியிருக்கும் நூல்கள்.

இந்த நூல்களில் ஓரிரண்டைத் தவிர ஏறக்குறைய எல்லாவற்றிலும் ஸாக்ரட்டீஸே பிரதம புருஷனாக விளங்குகிறான். அவனை மையமாக வைத்துக்கொண்டுதான் மற்றவர்கள் இயங்குகிறார்கள். அவன் வாக்குதான் நமக்கு ஸ்பஷ்டமாகக் கேட்கிறது; மற்றவர்களுடையதெல்லாம் பின்பாட்டு மாதிரியே. இதனால் ஸாக்ரட்டீஸே இந்த நூல்களின் மூலம் நம்மிடம் நேராகப் பேசுகிறானா அல்லது பிளேட்டோ தன் கருத்துக்களை ஸாக்ரட்டீஸின் வாக்குமூலம் வெளியிடுகிறானா என்ற சந்தேகம் உண்டாகிறது. இதைப் பற்றி அறிஞர்களுக்குள் பலவித கருத்து வேற்றுமைகள் இருக்கின்றன. ஸாக்ரட்டீஸ், ஓரிடத்தில் ஆர அமர இருந்து எந்த நூலையும் எழுதவில்லை. இது நிச்சயம். அவன் பேசினான்; பேசிப் பேசியே அவன் பொழுது கழிந்தது. அப்பொழுது, கூட இருந்தவர்களில் முக்கியமானவனான பிளேட்டோ, தன் குருநாதன் அவ்வப்பொழுது வெளியிட்டு வந்த நன்மொழிகளை மனத்தில்

வாங்கிக்கொண்டு, அவற்றை அப்படியே பின்னர் நூல்வடிவாக்கி யிருக்கலாம் என்று சிலர் கூறுகின்றனர். வேறுசிலர், ஸாக்ரட்டீஸின் உபதேசங்களைக் கேட்டுக் கேட்டுப் பக்குவமடைந்த பிளேட்டோ, தன் கருத்துக்களையே நூல்வடிவாக்கி யிருக்கலாம்; இந்த நூல்களில் ஸாக்ரட்டீஸுக்கு ஒரு முக்கிய ஸ்தானம் கொடுத்து, அதன் மூலமாகத் தன் குருநாதனுக்குச் செலுத்த வேண்டிய நன்றியாகிற காணிக்கையைச் செலுத்தியிருக்கலாம் என்று கூறுகின்றனர். மற்றும் சிலர், பிளேட்டோவின் நூல்களில் இடையிடையே ஸாக்ரட்டீஸின் சொந்த வாழ்க்கையைப் பற்றி வருகிற விவரங்கள், அதாவது அவன் யுத்த களங்களில் நடந்து கொண்டது, விசாரணையின்போது பேசியது, சிறைச்சாலையில் நண்பர்களுடன் பொழுது போக்கினது முதலிய விவரங்கள் யாவும் உண்மையாக இருக்கலாமென்றும், அவன் வாய்மொழியாக வெளியிடப்பெறும் தத்துவம், அரசியல், கலை முதலியவற்றைப் பற்றிய பல திறப்பட்ட கருத்துக்களும் பிளேட்டோவின் கருத்துக்களேயென்றும் கூறுகின்றனர். அதாவது நிஜ ஸாக்ரட்டீஸும் கற்பனை ஸாக்ரட்டீஸும் கலந்த ஒரு ஸாக்ரட்டீஸே பிளேட்டோவின் சம்பாஷணைகளில் தோற்ற மளிக்கிறான் என்பதே இவர்கள் கருத்து இந்தக் கருத்தே சரியான தென்று சமீப காலத்திய அறிஞர்கள் முடிவு செய்திருக்கிறார்கள்.

சரி, தனது கருத்துக்களையோ, தனது குருநாதனுடைய கருத்துக்களையோ வெளியிட முன்வந்த பிளேட்டோ, ஏன் சம்பாஷணை முறையைக் கையாண்டான்? ஸாக்ரட்டீஸ் என்றும் சிரஞ்சீவியாக வாழ்ந்து கொண்டிருக்க வேண்டுமென்று பிளேட்டோ விரும்பியிருப்பானாகில் அது நியாயமே. அப்படிச் சிரஞ்சீவியாக வாழவைப்பதற்கு அவனைத் தனது நூல்களில் நேர்முகமாகப் பேச வைக்க வேண்டும். இதற்குச் சம்பாஷணை முறைதானே ஏற்றது? இதனாலேயே இவன், தனது நூல்களைச் சம்பாஷணை வடிவத்தில் அமைத்தான் போலும்!

பிளேட்டோவின் நோக்கம் உண்மையைக் காண வேண்டுமென்பது. அதற்கு முதற்படியாக அதனைத் துருவித் துருவி ஆராயவேண்டும்; அதன் மீது படிந்துள்ள மாசுக்களை அப்புறப்படுத்தவேண்டும். இதற்கு ஏற்ற முறை வினா விடை முறைதான். தன்னைத் தான் அறியவேண்டுமென்று விரும்புகிற எந்த ஒரு மனிதனும், உண்மையாகச் சிந்தனை செய்கிற எந்த ஒரு மனிதனும், தன்னையே தான் கேள்வி கேட்டுக்கொள்கிறான்; தானே அதற்குப் பதிலும் சொல்லிக்கொள்கிறான். அந்தப் பதில் சரியானதுதானா என்று பார்ப்பதற்காக மற்றவர்களையும் கேள்வி கேட்கிறான். அவர்களுடைய பதிலைப்பற்றி மறுபடியும் சிந்திக்கிறான். இப்படி ஒன்றுக்குப் பின்னொன்றாகக் கேள்வி கேட்டும், பதில் சொல்லியும் சிந்தனையைத் தெளிவுபடுத்த வேண்டியிருக்கிறது. சிந்தனை தெளிவடைந்த இடத்திலேதான் உண்மை புலப்படும்.

தவிர பிளேட்டோ, ஸாக்ரட்டீஸை அனுசரித்து, மனிதன் நடத்துகின்ற

வாழ்க்கையைப் பற்றியும், அந்த வாழ்க்கை சம்பந்தமாக அவன் கொண்டுள்ள அபிப்பிராயத்தைப் பற்றியும் பரிசீலனை செய்கிறான். அதற்காக, இவ்விரண்டிலுமுள்ள குற்றங்குறைகளை எடுத்துக் காட்டி, இந்தக் குற்றங் குறைகளையே குண நிறைவுகளாகக் கருதிக் கொண்டிருப்பவர்களைத் திருத்த வேண்டியிருக்கிறது. இதற்காக அவர்கள் எந்தெந்த விஷயத்தைப் பற்றி என்னென்ன அபிப்பிராயங் கொண்டிருக்கிறார் களென்பதை அவர்களைக் கேட்டே தெரிந்துகொள்ள வேண்டியிருக்கிறது. அவர்கள் கொண்டுள்ள அபிப்பிராயம் தவறு என்று அவர்களுக்கு, அவர்கள் மனம் ஒப்புக் கொள்ளும்படி நிரூபிக்க வேண்டியிருக்கிறது. அவர்களைக் கொண்டே இந்தக் காரியத்தைச் செய்யவேண்டுமே தவிர, அவர்களுக்காக வேறு யாரும் செய்ய முடியாது. அதாவது, நமது கருத்தை மட்டும் சொல்லி நின்றுவிட்டால் போதாது; அவர்களை அறியவைப்பதற்கு, அவர்களே பிரயத்தனப்படுமாறு செய்யவேண்டும்; அவர்களைக் கொண்டே அவர்களைத் திருத்த வேண்டுமென்பதுவே இதன் தாத்பரியம். இதற்கு வினாவிடை முறை தானே ஏற்றது?

மற்றும், ஸாக்ரட்டீஸும் பிளேட்டோவும் வாழ்ந்த காலத்தில் தர்க்கத்திற்கு அதிகமான மகத்துவம் இருந்தது; தார்க்கிகர்கள் அறிஞர்களென்று கருதப் பட்டார்கள். இதனால் பிளேட்டோவும், இந்த முறையைக் கையாண்டே, வெறுந் தர்க்கம் செய்யும் சக்தி மட்டும் அறிவாகாது என்று நிரூபித்துக் காட்ட விரும்பினான் போலும்! விஷத்தைப் போக்க, விஷத்தையே மருந்தாகக் கொடுக்கவேண்டி யிருக்கிறதல்லவா?

பிளேட்டோவின் நூல்கள், வறட்டுத் தத்துவங்களை வெளிப்படுத்துகிற, மனிதனுடைய அன்றாட வாழ்க்கைக்குச் சிறிதும் பொருத்தமில்லாத விஷயங்களைக் கொண்ட சாதாரண சம்பாஷணைகள் என்று யாரும் லேசாகக் கருதிவிட முடியாது. இவை சிறந்த நாடகங்கள் இந்த நாடகங்களில் உயிருள்ள பாத்திரங்கள் உலவுகிறார்கள்; நம்மோடு பேசுகிறார்கள்; அவர்களோடு நம்மையும் பேச வைக்கிறார்கள். இவற்றைப் படிக்கிறபோது நம் மனத்திற்குள்ளேயே ஒரு நாடகம் நடைபெறுகிறது; ஒரு மாற்றத்தைக் காண்கிறோம்.

பிளேட்டோவின் சம்பாஷணைகளில் மற்றொரு விசேஷம் என்னவென்றால், அவற்றின் எளிமை. ஸாக்ரட்டீஸ் எப்படி கடைத் தெருக்களிலும், தெருச் சந்திகளிலும் நின்று சாதாரண ஜனங்களுக்குப் புரியும்படியான சாதாரண பாஷையையே கையாள்கிறான்; சாதாரண உபமான உபமேயங்களையே கையாள்கிறான்; அவரவருடைய கிரகிக்கிற சக்திக்கும், ஆத்ம பரிபக்குவத்திற்கும் ஏற்றாற்போல் இந்தச் சம்பாஷணைகள் வளைந்து வளைந்து கொடுக்கின்றன. உண்மை காணவேண்டுமென்ற ஒரே

நோக்கத்துடன் செல்லும் இந்தச் சம்பாஷணைப் பேராற்றில், புராணக் கதைகளென்ன, குடும்ப விவகாரங்களென்ன, அரசியல் தத்துவங்களென்ன, கவிதையின் லட்சணமென்ன, இப்படி நூற்றுக்கணக்கான சிற்றாறுகள் வந்து கலக்கின்றன. இருந்தாலும் இந்தப் பேராற்றின் போக்கு ஒரே படித்தாகச் செல்கிறது; எங்கும் தங்குதடை ஏற்படவில்லை. பொதுவாகப் பார்க்கிறபோது, பிளேட்டோவின் நூல்களில் ஒரு காவியத்தின் லட்சணம், நாடகத்தின் லட்சணம், உரைநடையின் லட்சணம் ஆகிய இந்த மூன்று லட்சணங்களும் அமைந்திருக்கின்றன என்று சொல்லலாம். ஒரு சிறந்த ஓவியன் எழுதிய உருவத்தின் கண்கள், நாம் எந்தப் பக்கத்திலிருந்து பார்த்தாலும் நம்மையே பார்ப்பது போலிருக்கும். அதைப் போலவே பிளேட்டோவின் நூல்கள், யார் படித்தாலும் எந்நிலையிலிருந்து படித்தாலும் அவரவருக்கு ஏற்றது போலவே அமைந்திருக்கின்றன. இதுதான் பிளேட்டோவின் மகத்துவம்.

'பிளேட்டோ, தனது நூல்களில் என்ன கூறுகிறான்? அவற்றின் சாரமென்ன? சுருக்கமாகச் சொல்லுங்கள்' என்று யாராவது நம்மைப் பார்த்துக் கேட்டால் நாம் என்ன பதில் சொல்வது? 'பிளேட்டோ, தனது நூல்களில் என்ன கூறவில்லை? அவற்றில் சாரமில்லாதது எது? அவன் சுருக்கமாகச் சொல்லாமல் விரிவாகச் சொன்னது எதைப்பற்றி?' என்றுதான் திருப்பிக் கேட்க வேண்டியிருக்கிறது. பிளேட்டோவின் நூல்கள், பல உலகங்கள் சேர்ந்த ஒரு பேருலகம்; பல ஆறுகள் போய்க் கூடுகின்ற ஒரு சமுத்திரம் பிளேட்டோ, ஸாக்ரட்டீஸைப் போல் ஓர் அனுபவ ஞானி. இவன் லட்சியக் கனவு மட்டும் கண்டுவிட்டு மறைந்துவிடவில்லை; வாழ்க்கை மனவையும் கண்டான்; பிறருக்கும் காட்டினான். இவன், சிந்தனைச் சிகரத்தில் மட்டும் ஏறி நிற்கவில்லை; செயல் ஆழத்திலும் இறங்கினான். உலகத்தினின்று ஒதுங்கி நின்றான்; ஆனால் அதனோடு ஒட்ட ஒழுகினான். தன்னைச் சுற்றியிருந்த நிகழ்காலத்தைக் கண்டு அதிருப்தியடைந்தான்; வருங்காலத்தில் நம்பிக்கை வைத்தான். "இவனுடைய தத்துவ விசாரணையில், கனவு காணாத விஷயம் (அதாவது அடங்காத விஷயம்) வானுலகத்திலோ, இந்தப் பூவுலகத்திலோ ஒன்றும் கிடையாது. இவனது கனதுகளில் சில, ஏற்கனவே நிறைவேறியிருக்கின்றன; மற்றவை, நிறைவேற்றத்திற்குக் காத்துக் கொண்டிருக்கின்றன" என்கிறான் ஓர் அறிஞன். இவனுடைய நூல்கள், ஏற்கனவே கூறியுள்ளபடி 'ஒரு குழந்தையும் புரிந்துகொள்ளக் கூடிய' அவ்வளவு எளிமையுடையனவா யிருந்தபோதிலும் ஞானிகளின் சிந்தனைக்கு விருந்தளிப்பவை.

6. இந்த நூல் என்ன கூறுகிறது?

பிளேட்டோவின் நூல்களில் தலையாயது இந்த அரசியல். இவனுடைய நூல் மாலையின் மையத்திலே ஒளிரும் வைரம் இது. இதற்கு இரண்டு பட்டைகள் உண்டு. ஒன்று தனி மனிதனுடைய அற வாழ்க்கை; மற்றொன்று சமுதாயத்தின் அரசியல் வாழ்க்கை. இரண்டையும் இயைபுபடுத்திக் காட்டுகிறான் பிளேட்டோ இந்த நூலில். இவனுடைய கழகம் ஆரம்பிக்கப்பட்ட காலத்தில், அதாவது ஏறக்குறைய இவனது நாற்பதாவது வயதில் – கி.மு. 386–ஆம் வருஷம் இஃது எழுதப்பட்டது.

கழகம் தொடங்குவதற்கு முன்னர் இவன் வெளிநாட்டு யாத்திரை செய்தானல்லவா? அப்பொழுது, சிறப்பாக சிஸிலி தீவில் முதலாவது டையோனிஸியஸ் மூலமாக ஏற்பட்ட அனுபவங்களே, இந்த நூலை எழுதுமாறு இவனைத் தூண்டினவென்பர். ஆள்வோரோ, ஆளப்படுவோரோ, அரசியலின் உண்மையான தத்துவம் இன்னதென்பதை அறியாமலே, முறையே ஆண்டும் ஆட்பட்டும் வருகின்றனர். ரஜதந்திரிகள், பரம்பரை, பழக்க வழக்கம் முதலியனவற்றை அனுசரித்துச் சில சட்டங்களை அனுஷ்டானத்திற்குக் கொண்டு வருகிறார்கள்; இவை நல்லது செய்யும் என்று நம்புகிறார்கள். இவர்கள் இப்படி நம்பிச் செய்கிறார்களே தவிர, இவற்றின் உண்மையை உணர்ந்து செய்யவில்லை. அதாவது நல்லதென்று ஆராய்ந்தறிந்து இவர்கள் எந்தச் சட்டத்தையும் நடைமுறைக்குக் கொண்டுவரவில்லை; நல்லது என்று கருதியே கொண்டு வருகிறார்கள். இவர்களுடைய கருத்துக்கும் உண்மைக்கும் முரண்பாடு ஏற்படுகிறது. இதனால் ராஜ்யத்தில் பல தீமைகள் விளைகின்றன. எனவே ஆள்வோருக்கும் ஆளப்படுவோருக்கும் முக்கியமாகத் தெரிய வேண்டியது சரியான அரசியல் அறிவு. இதனைப் புகட்டுவது தனது கடமையென்று தீர்மானித்தான் பிளேட்டோ. அதன் விளைவுதான் இந்த அரசியல் நூல்.

"(பிளேட்டோவின்) கழகம் ஓர் அறிவிப்பட்டடை, அதில் மற்றவைகளோடு, அப்பொழுதைய கிரேக்க உலகத்தைச் சீர்திருத்துவதற்கு அவசியம் தேவையாயிருந்த அரசியல் சாஸ்திரமும் தயாரிக்கப்பட்டது" என்கிறான் ஓர் அறிஞன். இந்த அரசியல் என்ற நூலில் கூறப்பட்டுள்ள கல்விமுறையே பிளேட்டோவின் கழகத்தில் பாடதிட்டமாக அமைக்கப்பட்டிருந்ததென்று சொன்னால் அதில் ஆச்சரியப்படுவதற்கொன்றுமில்லை. ஏனென்றால் முன்னமேயே கூறியுள்ளபடி பிளேட்டோ சிந்தனையாளன் மட்டுமல்ல; செயலாளன். இவன் எதனையும் அனுஷ்டானத்தில் தவறுகள் ஏற்பட்டிருக்கலாம். அது வேறு சங்கதி. உதாரணமாக, கழகம் கண்ட சில ஆண்டுகளுக்குப்

பிறகு, பிளேட்டோ, இரண்டாவது டையோனிஸியல் அழைப்புக்கிணங்கி ஸைரக்யூஸ் சென்றிருந்தபோது, அவனைக் கருவியாக வைத்துக்கொண்டு, தான் வகுத்த அரசியலை அனுஷ்டானத்திற்குக் கொண்டுவர முயன்றான்; தோல்விதான் கிடைத்தது. ஆனால் அதற்காக இவன் மனமொடிந்து போகவில்லை; தன் கழகத்தின் பாட திட்டங்களை மாற்றியமைக்கவுமில்லை. வருங்காலத்திலே நம்பிக்கை கொண்டுள்ள மகா புருஷர்களெல்லோரும் சர்வானுகூலவாதிகளல்லவோ? இவர்கள், தோல்விகளையெல்லாம் வெற்றிக்கு அழைத்துச் செல்லும் படிகளாகவே கொள்கிறார்கள்.

பிளேட்டோ, இந்த அரசியல் என்ற நூலில் ஒரு கற்பனை ராஜ்யத்தையே சிருஷ்டித்திருக்கிறானென்றும், இதனை அப்படியே நடைமுறையில் கொண்டுவர முடியாதென்றும் சிலர் கூறுகின்றனர். இஃது ஓரளவுக்கு உண்மையே. ஆனால் இதில் தவறு ஒன்றுமில்லை. அரசியல் சாஸ்திரத்தைப் பற்றி உலகத்துப் பல அறிஞர்கள் எழுதிவைத்துப் போயிருக்கிறார்கள். இவர்களில் இந்திய நாட்டைப் பொறுத்தமட்டில் பீஷ்மனையும்[1] சாணக்கியனையும்,[2] ஐரோப்பிய நாட்டைப் பொறுத்தமட்டில் பிளேட்டோவையும் மாக்கியவெல்லியையும்[3] உதாரணமாக எடுத்துக் கொள்வோம். இவர்களில் சாணக்கியனும் மாக்கியவெல்லியும், அரசநீதி இப்பொழுது (அதாவது அவர்கள் காலத்தில்) எப்படி இருக்கிறதோ அதை அப்படியே எடுத்துக்கொண்டு, அதன் தத்துவத்தை ஆராய்கிறார்கள். மகாபாரதத்தில் சாந்தி பர்வத்தின் மூலமாக பீஷ்மனும், அரசியல் என்ற நூலின் மூலமாக பிளேட்டோவும், அரசநீதியாக இப்பொழுது இருப்பது, எப்படி இருக்கவேண்டுமென்பதை எடுத்துக் காட்டுகிறார்கள். இதுதான் வித்தியாசம். எப்படி இருக்கவேண்டுமென்பது, நாம் எட்டிப் பிடிக்க வேணிட்ய முனை. எப்படி இருக்கிறது என்பது நாம் புறப்படும் இடம். நாம் எட்டிப் பிடிக்க வேண்டிய முனை ஆகாயம் பூமியைத் தொடும் இடத்தைப் போலிருக்கலாம். அங்கே நாம் போனால், அந்தத் தொடும் இடம் இன்னும் அப்புறமாகத் தோன்றும். அதுபோலவே நாம் தேடுவது நமக்கு முன்னே

---

1. மகாபாரதத்தில் தர்மவீரனாகத் தோற்றமளிக்கும் இந்த மகாபுருஷனுடைய வாழ்க்கையும் உபதேசங்களும் இந்திய கலாசாரத்தின் உயர்வை எடுத்துக் காட்டுவனவாயிருக்கின்றன. இவற்றை அறிந்துகொள்வது ஒவ்வோர் இந்தியனுடைய கடமையுமாகும் என்பதை நாம் சொல்லவேண்டியதில்லை.

2. கௌடில்யன் என்றும் விஷ்ணுகுப்தன் என்றும் இவனுக்குப் பெயர்கள் உண்டு. இவன் சந்திரகுப்த மௌரியனுக்கு (கி.மு.321-300) ஆசானாகவும் அமைச்சனாகவும் இருந்தவன். இந்தக் காலத்திலேயே 'அர்த்த சாஸ்திரம்' என்னும் நூலை எழுதியிருக்கக் கூடுமென்று அறிஞர்கள் கருதுகின்றனர்.

3. Machiavelli 1469-1527. இத்தாலிய ராஜதந்திரி. இவன் எழுதிய 'இளவரசன்' என்ற அரசியல் நூல், சர்வாதிகாரத்தை ஆதரிக்கிற தோரணையில் அமைந்திருக்கிறது.

விஸ்தரித்துக்கொண்டு போகலாம். ஆனால், அதைத் தேடுவதனாலேயே நாம் முன்னுக்குப் போகிறோமல்லவா? தேடுவது என்பது நமது வாழ்க்கையிலே இல்லாவிட்டால், அதாவது லட்சியம் என்பது இல்லாவிட்டால், அந்த வாழ்க்கையில் ஒழுங்கு இராது; அறிவு மழுங்கிப் போகும், ஆத்மா சுருங்கிப்போகும். எனவே நமக்குப் பிளேட்டோவின் அரசியலும் வேண்டும்; சாணக்கியனுடைய அர்த்தசாஸ்திரமும் வேண்டும்.

தவிர, ஒரு ராஜ்யம் இன்னபடிதான் இருக்கவேண்டுமென்று வகுத்துக் காட்டிவிட்டால், அஃது எட்டாத ஆகாயத்தில் காட்சியளித்த போதிலும், அதை பார்த்துக் கொண்டாவது ஜனங்கள், பூலோகத்தில் தங்களுடைய அரசியலை ஒழுங்கு படுத்திக்கொள்ள மாட்டார்களா வென்று பிளேட்டோவுக்குத் தோன்றியிருக்கலாம். உலகத்தின் நன்மையை நாடுகின்ற ஞானிகள் இப்படிக் கருதுவது சகஜம்தானே?

இங்ஙனம் பிளேட்டோவின் அரசியல் ஒரு லட்சிய நூலாயிருப்பதனால்தான், அஃது எக்காலத்திற்கும் பொதுவான ஒரு நூலாக எக்காலத்திற்கும் தேவையான ஒரு நூலாக இருக்கிறது. யாரார் எந்த திருஷ்டியிலிருந்து பார்த்தாலும், அவரவருக்கேற்ற விதமாக அது தோற்றமளிக்கிறது. உதாரணமாக இத்தாலியின் பாசிஸ்ட் கட்சியினரும், ஜெர்மனியின் நாஜி கட்சியினரும், சோவியத் ரஷ்யாவின் பொதுவுடைமைவாதிகளும், தங்கள் தங்கள் கொள்கைக்கு இந்த நூலிலிருந்து ஆதாரங்கள் எடுத்துக் காட்டலாம்; காட்டவும் செய்கிறார்கள். ஏனென்றால் பிளேட்டோ, சர்வாதிகாரமும் பொதுவுடைமையும் கலந்த ஓர் ஆட்சிமுறையையே வகுத்துக் காட்டுகிறான். ஆனால், இப்பொழுது அனுஷ்டானத்தில் இருந்து வரும் சர்வாதிகாரத்திற்கும் பொதுவுடைமைக்கும் எப்படிச் சில அம்சங்களில் ஒற்றுமை இருக்கிறதோ அப்படியே பல அம்சங்களில் வேற்றுமையும் இருக்கிறது. இது தவிர, பிளேட்டோவின் தத்துவங்கள் பல, பிற்காலத்து ஐரோப்பிய தர்க்க சாஸ்திரத்துக்கு அடிப்படையாயிருக்கின்றன, கிறிஸ்துவ மதத்தின் பல கோட்பாடுகளிலும், ஐரோப்பிய அறிஞர் இயற்றிய பல காவியங்களிலும் பிரவேசித்து புனர் ஜீவனத்தை யடைந்திருக்கின்றன.

"பிளேட்டோ, முற்காலத்தவனாக இருந்து உலகத்திற்கு விண்ணப்பித்துக் கொள்ளவில்லை; உண்மையில், நவீன எழுத்தாளனாக இருந்து விண்ணப்பித்துக்கொள்கிறான். எதை எப்படிச் செய்யவேண்டுமென்பதன் சம்பந்தமான பிரச்சனைகளைப் பற்றியும், இன்றைய வாழ்க்கையைப் பாதிக்கும்படியான பல பிரச்சனைகளைப் பற்றியும் இவன் ஆராய்கிறான். பல கோணங்களிலிருந்து இவனால் ஆராயப் பெறாத தற்காலத்திய பிரச்சனை எதுவுமே இல்லை என்று சொல்லலாம். இவன் தன் புலமையைக்

வெ.சாமிநாத சர்மா | 61

காட்டுவதற்காக ஆராய்ச்சி செய்யவில்லை; நிஜ வாழ்க்கை இன்னதென்று காட்டுவதற்காக ஆராய்ச்சி செய்கிறான். இவன் கூறும் நிஜ வாழ்க்கையானது சிக்கலுடையது; ஆனால் எப்பொழுதும் புதிய புதிய சிந்தனைகளை அளித்துக்கொண்டிருக்கும் சக்திவாய்ந்த செழுமையுடையது. அந்த வாழ்க்கையினின்று அதைவிட இன்னும் அதிக சிக்கலுடையதாகவுள்ள இன்றைய வாழ்க்கை மாறுபடவில்லை."

இனி அரசியல் என்ற நூலுக்குள் பிரவேசிப்போம். இந்த நூல் என்ன கூறுகிறது? இதில் அடங்கியுள்ள விஷயந்தானென்ன? இப்படிக் கேட்டுவிடுவது சுலபம். ஆனால், இதற்கு விடையளிப்பது கடினம். ஏனென்றால், சம்பாஷணை ரூபமாயுள்ள இந்த நூலில், விஷயங்கள், ஒன்றையொன்று தொட்டுக் கொண்டு செல்லவில்லை; விட்டுவிட்டே செல்கின்றன. அடிப்படையில் ஒருவிதமான ஒற்றுமை, தங்கக் கம்பிபோல் சென்றுகொண்டு இருக்கிறதாயினும், மேல் போக்காகப் படிக்கிறபோது ஏதோ விஷயங்களை அள்ளித் தெளித்த மாதிரியாகவே இருக்கிறது. இதனால் சில சமயங்களில் வாசகர்களுக்குத் திகைப்பு உண்டாதல் கூடும். ஆனால் படிக்கிறபோது, பொறுமையைக் கூடவே அழைத்துச் சென்றோமானால், நமது சிந்தனையில் தெளிவு உண்டாவது நிச்சயம்.

ஆத்தென்ஸ் நகரத்தின் துறைமுகப் பகுதிக்கு பீரேயஸ் என்று பெயர். இங்கே ஒரு திருவிழா நடைபெறுகிறது. இதைப் பார்த்துவிட்டுத் திரும்புகிறான் ஸாக்ரட்டீஸ். வழியில் பாலிமார்க்கஸும் சில நண்பர்களும் சந்தித்து, ராத்திரி நடைபெறும் விழாவையும் பார்த்து விட்டுச் செல்லலாமே என்று சொல்கிறார்கள். ஸாக்ரட்டீஸ் அதற்கு ஒப்புக்கொள்கிறான். எல்லோரும் பாலிமார்க்கஸ் வீட்டுக்குச் செல்கிறார்கள். பாலிமார்க்கஸ் என்பவன், ஸெபாலஸ் ஒன்ற ஒரு பணக்கார வியாபாரியின் மகன். வீடு சென்றதும், ஸெபாலஸ், ஸாக்ரட்டீஸையும், கூடவந்த நண்பர்களையும் வரவேற்று உபசரிக்கிறான். அங்கே ஸெபாலஸுடன் வேறுசில நண்பர்களும் பேசிக்கொண்டிருக்கிறார்கள். ஸாக்ரட்டீஸ் இந்தப் பேச்சில் கலந்து கொள்கிறான். வயோதிகத்தின் அனுபவங்களைப் பற்றிச் சொல்லுமாறு ஸெபாலஸைக் கேட்கிறான் ஸாக்ரட்டீஸ். ஸெபாலஸ், தன் அனுபவத்தைச் சொல்கிறான். அப்பொழுது நீதி என்றால் என்ன என்பதைப் பற்றிப் பேச்சு வருகிறது. இது பெரிய தர்க்கமாக வளர்கிறது. ஸெபாலஸ், இந்தத் தர்க்கத்தில் அதிகமாக சிரத்தை காட்டவில்லை; மத்தியில் எழுந்து போய்விடுகிறான். திராஸிமாக்கஸ் என்ற ஸோபிஸ்ட், வாதத்தைத் தொடர்ந்து நடத்துகிறான். இவன் ஒரு நீதிமானுடைய வாழ்க்கையைக் காட்டிலும் ஓர் அநீதவானுடைய வாழ்க்கை சிறந்ததென்று சாதிக்கிறான். இதற்கு ஸாக்ரட்டீஸ், நீதியைப் பற்றியும் அநீதியைப் பற்றியும் நாம் சரிவரத் தெரிந்துகொள்ளாத வரையில்

ஒரு நீதிமானுடைய வாழ்க்கை சிறந்ததா அல்லது அநீதவானுடைய வாழ்க்கை சிறந்ததா என்பதைப் பற்றி ஒன்றும் திட்டமாக முடிவு கட்ட முடியாதென்கிறான். இதனோடு முதற் புத்தகம் முடிகிறது.

பின்னர், நீதியைப் பற்றியும் அநீதியைப் பற்றியும் ஏன் தெரிந்து கொள்ள வேண்டும், ஒரு தனி மனிதனிடத்திலும் ஒரு ராஜ்யத்தினிடத்திலும் அவை முறையே எந்த எந்த விதமாகப் பரிணமிக்கின்றன. இளைஞர்களுக்கு எந்த விதமான கல்விப் பயிற்சி அளிக்க வேண்டும், ஒரு ராஜ்யத்திற்கு இருக்க வேண்டிய லட்சணங்கள் யாவை, நீதிமானுடைய லட்சணம் என்ன, நீதி ஒன்றேயாயினும் அநீதி பலவகைப்பட்டது முதலிய பல விஷயங்கள் முக்கியத்துவம் பெற்று இரண்டாவது, மூன்றாவது, நான்காவது புத்தகங்களில் ஆராயப்படுகின்றன. ஐந்திலிருந்து ஏழாவது புத்தகம் வரையில், உண்மையான ஞானிகள் யார், அவர்களின் பொது வாழ்க்கை, விஞ்ஞானத்தின் மூலமாக அவர்களைத் தத்துவ ஞானத்தில் எப்படி ஈடுபடுத்துவது, ஞானிகளாயிருந்து அவர்கள் அறிய வேண்டியது, செய்யவேண்டியது என்ன முதலிய விஷயங்கள் விசாரணைக்கு வருகின்றன. இந்தப் புத்தகங்களில் அரசியலைப் பற்றி அதிகமாகப் பிரஸ்தாபிக்கப்படவில்லை பின்னர் வரும் எட்டாவது புத்தகத்தில் அரசியலே பிரதானமாக வருகிறது. இதில், எத்தனை வகையான ராஜ்யங்கள் இருக்கின்றன என்பது விவரிக்கப்படுகிறது. ஒன்பதாவது புத்தகத்தில், நீதிமானா அல்லது அநீதவானா, யார் சந்தோஷமான வாழ்க்கையை நடத்தமுடியும், சந்தோஷகரமான வாழ்க்கை யென்றால் என்ன என்பவைகளைப் பற்றிய மனோதத்துவ ஆராய்ச்சி நடைபெறுகிறது. பத்தாவதாகிய கடைசி புத்தகத்தில் கலையைப் பற்றிய விமரிசனம், மரணத்திற்குப் பின் மனிதன்நிலை ஆகிய ஒன்றுக்கொன்று எவ்வித சம்பந்தமுமில்லாத இரண்டு விஷயங்களும் கூறப்படுகின்றன.

இங்ஙனம் ஒரே புத்தகத்தில் அதாவது அத்தியாயத்தில் – பல விஷயங்கள் முக்கியத்துவம் பெறுகின்றன; ஒரே விஷயம் சேர்ந்தாற்போல் இரண்டு அல்லது மூன்று புத்தகங்களில் முக்கியத்துவம் பெறுகிறது. இவை மாறிமாறி விமர்சனம் செய்யப்படுகின்றன. ஓரிடத்தில் கூறப்பட்ட விஷயம் மற்றோரிடத்தில் வேறுவிதமாகக் கூறப்படுகிறது. ஒரு நாடகத்தில் நடிகர்கள் திரும்பத் திரும்ப மேடையில் வந்து சந்தர்ப்பத்திற்கேற்றவாறு நடித்துவிட்டு மறைவது போல் விஷயங்கள் வருகின்றன. இப்படி நடிகர்கள் மாறிமாறி வந்தபோதிலும், நாடகத்தின் கதைப் போக்கு ஒன்றாகவே இருப்பதுபோல், இந்த அரசியல் நூலிலும் ஒரே தத்துவந்தான் அடிப்படையா யமைந்திருக்கிறது. அதுதான் 'எல்லாவற்றிற்கும் மூலமாக அமைந்துள்ளது நீதி அல்லது தருமம்' என்பது.

இந்த மூல தத்துவத்தை பிளேட்டோ எப்படி எப்படி விசாரணை

செய்துகொண்டு போகிறான் என்பதைச் சிறிது கவனிப்போம். மனிதன் அறியவேண்டும், அறிவை நாடவேண்டும், அறிவை அடையவேண்டும் என்று அடிக்கடி பிளேட்டோ சொல்லிக்கொண்டு போகிறான். அறிய வேண்டுமென்றால் எதை அறிவது? அறிய வேண்டிய அறிவு என்ன? அந்த அறிவை எப்படி நாடுவது? எப்படி அடைவது? இந்த மாதிரியான சந்தேகங்கள் உதிக்கின்றன அல்லவா? உதாரணமாக ஒரு நாற்காலியை எடுத்துக்கொள்வோம். நாற்காலியில் நூற்றுக்கணக்கான வகைகள் இருக்கின்றன. ஒன்றுக்கொன்று வித்தியாசமுள்ளனவாகவும் இருக்கின்றன. இருந்தாலும் நாற்காலி என்று சொன்னவுடன், நமது மனத்தில் ஒரு பாவம் ஏற்படுகிறது. அஃது இன்னபடிதான் இருக்கும், அதற்கு இன்னின்ன தன்மைகள் உண்டு என்று உணர்ந்துகொண்டு விடுகிறஓம். நாற்காலி பலவாகவும், பல வகைகளாகவும் இருந்தபோதிலும் அதைப்பற்றிய பாவம் அல்லது எண்ணம் ஒன்றுதான். அந்த ஓர் எண்ணத்திலிருந்துதான் பலவகையான நாற்காலிகள் செய்யப்படுகின்றன. எனவே, இந்த ஒன்றாகிய எண்ணத்திற்கும், பலவான நாற்காலிகளுக்கும் ஒருவித சம்பந்தம் இருக்கிறதென்பது பெறப்படுகிறது. இந்த நாற்காலி வகைகள் அடிக்கடி மாறுபடலாம். இன்றைக்கு ஒருவிதமாக இருந்த நாற்காலி, நாளைக்கு வேறொரு விதமாகச் செய்யப்படலாம். அப்படி மாறுபட்டாலும் அதைப் பற்றிய பாவம் அல்லது எண்ணம் மாறுபடாமலே இருக்கின்றது; அழியாமலே இருக்கின்றது.

இந்த பாவத்தை அல்லது எண்ணத்தை எப்படி நாம் அறிகிறோம்? நாற்காலியைப் பார்ப்பதினாலேயோ ஸ்பரிசிப்பதினாலேயோ அறிகிறோமா? இல்லை. ஆத்மாவினால் அறிகிறோம். இந்த ஆத்மா என்பது என்ன? புலன்களால் அறியமுடியாத பொருள்களை அறிவது எதுவோ, அதுவே ஆத்மா எனப்படுவது அதற்கு உருவமில்லை; ஆதியுமில்லை; அந்தமுமில்லை. அது நேரிலே வெளிப்படுவதுமில்லை; மற்றொன்றின் மூலமாகவே உணரப்படுவது. இப்படிப்பட்ட ஆத்மாவினால் அறியப்படுவது அல்லது உணரப்படுவது சாசுவதமானது, மாறுபடாதது; ஆனால் கண்ணினால் காணப்படுவதும் கையினால் தொடப்படுவதும் அழியுந் தன்மையது, மாறுந் தன்மையது என்ற முடிவுக்கு வருகிறோம்; அதாவது ஆத்மாவினால் அறியப்படுவது உண்மை, புலன்களால் அறியப்படுவது உண்மையல்ல என்பது தெளிவாகிறது.

இதை வேறொரு மாதிரியாக விசாரணை செய்து பார்ப்போம். அதிகக் குளிரினால் விறைத்துப் போன ஒருவன், தன் கையை மிதமாகக் காய்ந்திருக்கிற, அதாவது வெதுவெதுப்பான நீரில் வைக்கிறான். அவன் என்ன சொல்கிறான்? நீர் சூடாயிருக்கிற தென்கிறான். இன்னொருவன், நல்ல வெந்நீரில் ஸ்நானம் செய்துவிட்டு வந்து, மேற்படி இளஞ்சூடுபட்ட நீரில் கை வைக்கிறான்! உஷ்ணமாகக் காணோமேயென்கிறான். இதில் எது சை?

ஸ்பரிச உணர்ச்சியைப் பொறுத்தமட்டில் இரண்டு பேருடைய அபிப்பிராயமும் சரிதான். அந்த நீர் ஒரே சமயத்தில் வெந்நீராகவும் இருக்கிறது; தண்ணீராகவும் இருக்கிறது. அப்படி ஒன்றே இரண்டாயிருக்குமா?

இன்னும் பார்ப்போம். யானைக்கு, பூனை சிறிய பிராணியாகத் தோன்றுகிறது. ஆனால் எலிக்கு, பூனை பெரிய பிராணியாகத் தோன்றுகிறது. அப்படியானால் பூனை பெரியதா? சிறியதா? பெரியதாகவும் சொல்லலாம்; சிறியதாகவும் சொல்லலாம். ஒருவனுக்கு, ஒரு படம் மிக அழகாக இருக்கிறது; இன்னொருவனுக்கு அதுவே மிக விகாரமாக இருக்கிறது. சங்கீத வித்துவானுடைய பாட்டு ஒருவனுக்கு ரசமாகவும் மற்றொருவனுக்கு விரசமாகவும் இருக்கிறது. கந்தனை நல்லவனென்று முருகன் சொல்கிறான்; ஆனால் அவனை, வேலன் கெட்டவனென்று சொல்கிறான். இவற்றில் எது சரி? எது தப்பு? கந்தன் நல்லவனா? கெட்டவனா? அல்லது ஒரு தன்மையும் இல்லாதவனா? ஒருவனே, இரண்டு விதமாக இருக்க முடியாது; ஒருவிதமாக இல்லாமலும் இருக்கமுடியாது. இங்ஙனம் கந்தனை, நல்லவனென்றும் கெட்டவனென்றும் பலபடியாகச் சொல்வதை யெல்லாந்தான் அபிப்பிராயம் அல்லது கருத்து என்று சொல்கிறான் பிளேட்டோ. இந்தக் கருத்தே, கந்தனைப் பற்றிய உண்மையாகாது. எனவே, உள்ளது எதுவோ அதுவே அறிவு; உள்ளதுமாய் இல்லதுமாய் இருப்பது அபிப்பிராயம்; இல்லாதது அறியாமை. அதாவது அறிவு உண்மையானதா யிருக்கவேண்டும். ஒரு பொருள் நிர்ணயமான தன்மைகளின்றி, அப்படியும் இருக்கலாம், இப்படியும் இருக்கலாம் என்று சொல்லக்கூடிய நிலையிலிருக்குமானால் அதைப் பற்றி நாம் அபிப்பிராயந்தான் கொள்ள முடியும். புலன்களால் அறியப்படுகின்ற பொருள்கள் யாவும் இந்த அபிப்பிராய வகையைச் சேர்ந்தவையே. அபிப்பிராயங்கள் மாறுபடலாம்; ஒரே சமயத்தில் சரியாகவும் இருக்கலாம்; தவறாகவுமிருக்கலாம். இதனாலேயே "அபிப்பிராயம் என்பது அறிவைவிட இருட்டாயும், அறியாமையைவிட வெளிச்சமாயும் இருக்கிறது" என்று பிளேட்டோ ஐந்தாவது புத்தகத்தில் சொல்கிறான். இந்த அபிப்பிராயத்தையே அறிவாகக் கொண்டுவிடுவதுதான் அறியாமை.

இதனை பிளேட்டோ ஓர் உதாரணத்தினால் விளக்குகிறான். ஒரு குகை இருக்கிறது. அந்தக் குகையிலே சிலர் வசிக்கின்றனர் என்று வைத்துக்கொள்வோம். ஓரிடத்திலிருந்து நெருப்பு வெளிச்சம் வருகிறது. இந்த வெளிச்சமானது, குகையின் உள்ளே நிழல்போலத் தென்படுகிறது. குகை வாசிகள், இந்த நிழலையே வெளிச்சமென்று கருதுகிறார்கள். ஆனால் அவர்களிலே ஒருவன் வெளியே சென்று வெளிச்சத்தைப் பார்த்துவிட்டுத் திரும்பிவந்து, வெளிச்சத்தின் தன்மையைப் பற்றி அவர்களுக்குச் சொல்லி அவர்களும் அந்த வெளிச்சத்தைப் பார்க்க வேண்டுமென்று சொல்வானாகில்,

ஏதோ அர்த்தமில்லாமல் பேசுகிறான் என்று அவனை அவர்களெல்லோரும் பரிகசிப்பார்கள். நாமெல்லோரும் இந்தக் குகைவாசிகளைப் போலவே இருக்கிறோம். குகை வாசிகள் எப்படி கிழலையே வெளிச்சமென்று கருதுகிறார்களோ அப்படியே நாமும் நமது இந்திரியங்களால் பார்க்கும் உலகத்தை உண்மையென்று நினைக்கிறோம். ஆனால் எப்படி ஒருவன் வெளிச்சத்தைப் பார்த்தபின் நிழலால் ஏமாற்றமடைய மாட்டானோ, அதைப் போலே ஆத்மாவின் தத்துவத்தை அறிந்தவன், இந்திரியங்களை அதிகமாகப் பாராட்டமாட்டான். இந்த ஆத்மாதான், இந்திரியங்களை வேலை செய்யச் செய்கிறதென்பதை அறிந்து, இந்த ஆத்ம தத்துவத்தை அறிவதிலே ஈடுபடுவான். ஆத்ம தத்துவத்தை அறிவதுதான் மெய்யறிவு. இந்த மெய்யறிவுடையவர்களே ஞானிகள்.

இந்த ஞானிகளின் லட்சணங்கள் என்ன? 1. உண்மையாயுள்ளவை எவையோ அவற்றைப் பற்றி அறியவேண்டுமென்ற ஆவல் அதிகமாக உடையவர்காய் இருப்பார்கள். 2. பொய்யை வெறுப்பார்கள்; மெய்யினிடம் பக்தி செலுத்துவார்கள். 3. உடலின்பத்தைத் துச்சமாகக் கருதுவார்கள். 4. பண விஷயத்தில் அசட்டையாய் இருப்பார்கள். 5. உயர்ந்த மனப்பான்மையும் தாராள மனப்பான்மையும் கொண்டவர்களாய் இருப்பார்கள். 6. நியாய புத்தியுடையவர்களாகவும், இனிய தன்மையுடையவர்களாகவும் இருப்பார்கள். 7. சீக்கிரத்தில் கிரகித்துக்கொள்கிற சக்தியும் நல்ல ஞாபகசக்தியும் கொண்டவர்களாய் இருப்பார்கள் இப்படிப்பட்ட ஞானிகளே அரசர்களாய் இருக்கவேண்டுமென்று பிளேட்டோ கூறுகிறான்.

இனி, மேலே அத்மா என்று சொன்னோமே அதைப் பற்றிச் சிறிது கவனிப்போம். பிரதியொரு மனிதனிடத்திலும் ஆத்மா என்பதொன்றிருக்கிறது. இது மனிதனுடைய ஊனக் கண்களுக்குத் தெரியாததாய், மனிதனுடைய உடலை வாசஸ்தலமாகக் கொண்டிருக்கிறது. இதனை, பிரதியொரு மனிதனிடத்திலுமிருக்கும் இந்த ஆத்மாவை, ஜீவாத்மா என்று சொல்வர். இந்த ஜீவாத்மா, பரமாத்மாவின் ஓர் அம்சம். அதனிடத்திலிருந்து தோன்றுவது; அதனிடத்திலேயே போய் ஒடுங்குவது அதனின்றும் இது வேறுபட்டதன்று. இந்த ஜீவாத்மா, அழியுந்தன்மையதாகிற உடலில் குடிகொண்டிருந்த போதிலும், இஃது அழியாததாகவும், நித்தியமாகவும் இருக்கிறது. இருந்தாலும், சகவாச தோஷத்தினால் சிலருக்குக் குணமாறுபாடு ஏற்படுவது போல், உடலே உறுதியென்று பலவீனமான சில நேரங்களில் இந்த ஆத்மா நினைக்கிறது. அப்படி நினைக்கும்படி விடக்கூடாது. உடல்வேறு ஆத்மா வேறு என்பதை அறிந்து, அழியுந்தன்மையதாகிய உடலைவிட்டு அழியாத தன்மையுடைய ஆத்மாவை நாடுகிறவன் எவனோ அவனே ஞானி; அவனே மனிதரிற் சிறந்தோன். அவனால்தான் எந்தப் பொருளினுடைய நிஜஸ்வரூபத்தையும் அறிய முடியும்.

சாதாரணமாக நாம் அழகு என்று சொன்னால் அதனை விகாரத்தோடு கலந்தே பார்க்கிறோம். வீரம் என்று சொன்னால் கோழைத் தனத்தோடு சேர்ந்தே நோக்குகிறோம். நன்மை யென்று சொன்னால் தீமையல்லாததென்றுதான் கருதுகிறோம். அதாவது ஒன்றை அறிவதற்கு, அதற்கு நேர் விரோதமான வேறொன்றோடு பொருத்தி வைத்துத்தான் அதனை நம்மால் அறிய முடிகிறது. ஆனால், ஆத்மாவின் நிஜஸ்வரூபத்தை அறிந்தவன், அந்த ஒன்றை, அப்படியே, அந்த ஒன்றாகவே பார்க்கிறான். அழகை, அழகாகவே பார்க்கிறான். அதாவது, எத்தகைய கலப்புமில்லாத பூரண அழகைப் பார்க்கிறான். இதனுடைய தாத்பரியம் என்னவென்றால், ஆத்ம தத்துவத்தை அறிந்த ஞானி, அறிவை அறிவுக்காகவே நாடுகிறான்; அழகை அழகுக்காகவே பார்க்கிறான்; நன்மையை நன்மைக்காகவே நாடுகிறான் என்பதுவேயாகும்.

பிரதியொரு மனிதனும் இரண்டுபட்ட உலகத்தில் வாழ்க்கையை நடத்தவேண்டி யிருக்கிறதென்று பிளேட்டோ கருதுகிறான். ஒன்று, லட்சிய உலகம். அதாவது கலப்பில்லாத, பரிசுத்தமான, பூரணமாயுள்ள, எல்லா லட்சணங்களோடும் கூடிய தன்மைகள் அல்லது பாவனைகள் நிறைந்த உலகம். மற்றொன்று, ஜட உலகம். அதாவது கலப்புடைய, மாறுபடுந் தன்மையதாகிற பொருள்கள் நிறைந்த உலகம். இந்த இரண்டு உலகங்களையும் இணைத்துக்காட்ட பிளேட்டோ பெரிதும் முயல்கிறான். மனிதனிடத்திலேயுள்ள இயற்கை அறிவானது, லட்சிய உலகத்தை நாடிச் செல்லுந்தன்மையது. ஆனால் வழியில் உலக சம்பந்தமான ஆசைகள் வந்து குறுக்கிடுகின்றன. எனவே மனிதனிடத்தில் இரண்டு தன்மைகள் இருக்கின்றன என்பது பெறப்படுகிறது. ஒன்று லட்சியத்தை நாடுந்தன்மை; மற்றொன்று லௌகிகத்தன்மை. இந்த இரண்டோடு கூட மூன்றாவது ஒரு தன்மையும் இருக்கிறது. இத்தன்மையானது, எல்லாப் பொருள்களின் மீதும் ஆசைப்படுகிறது. ஏன் ஆசைப்படுகிறோம் என்பது இதற்குத் தெரியாது. எனவே பிரதியோர் ஆத்மாவும் மூன்று அம்சங்களைக் கொண்டதாய் இருக்கிறது. ஒன்றில் லட்சியத்திலே நாட்டஞ் செலுத்துந் தன்மையதாகிய உள்ளறிவு அல்லது விவேகமும், மற்றொன்றில் உயர்ந்த உணர்ச்சிகளும், இன்னொன்றில் ஆசாபாசங்களும் முறையே அடங்கியிருக்கின்றன. அதாவது, ஞானசக்தி, கிரியாசக்தி, இச்சாசக்தி என்று ஒருவகையாகக் கூறலாம்.[1] இச்சாசக்தி யென்று சொன்னால் கீழான இச்சைகளைப் பற்றியே சிறப்பாகக் குறிப்பிடுகிறான் பிளேட்டோ. இந்தச் சக்திகளில், ஒவ்வொரு மனிதனிடத்திலும் ஒவ்வொரு விதமான சக்தி மேலோங்கி நிற்கிறது. அந்தச் சக்தியின் வசப்பட்டே அவன் காரியங்களைச் செய்கிறான். இப்படித்தான் சாதாரணமாக நாம் உலகத்தில் பார்க்கிறோம். ஆனால், எந்தச் சக்தியையும் தனித்து மேலோங்க விடாமல் எல்லாச் சக்திகளையும் அதனதன் கடமைகளைச் செய்யுமாறு தூண்டவேண்டும்.

ரதத்திலே பூட்டப்பெற்ற இரண்டு குதிரைகளும் ஒரே மாதிரியாக அதனதன் வழியிலே செல்லுமானால்தான், ரதம் சரளமாகப்போகும். ஒரு குதிரை முன்னுக்கும் மற்றொரு குதிரை பின்னுக்குமோ, அல்லது ஒன்று ஒரு பக்கமாகவும் இன்னொன்று வேறொரு பக்கமாகவுமோ இழுத்துக் கொண்டு செல்லுமானால், ரதம் கவிந்துதான் போகும் அதைப்போல் ஆத்மா என்னும் ரதத்திற்கு இச்சாசக்தி, கிரியாசக்தி என்னும் இரண்டு குதிரைகள் பூட்டப்பட்டிருக்கின்றன. ஞானசக்தி என்பது சாரதி. இந்த ஞான சாரதியானவன், இரண்டு சக்தி குதிரைகளையும் ஒழுங்காக ஓட்டிக்கொண்டு சென்றால்தான் ஆத்ம ரதமானது, தரும மார்க்கத்திலே, நீதி மார்க்கத்திலே செல்லும். தருமம் அல்லது நீதியென்பது எப்பொழுது தோன்றுகிற தென்றால், மேலே சொன்ன மூன்று அம்சங்களும், தனித்தனியாக அதனதன் கடமைகளைச் செய்துகொண்டும், ஆனால், ஒன்று சேர்ந்தும் ஆத்மாவில் இயங்குகிற போதுதான். எவனிடத்தில் இப்படி இயங்குகிறதோ அவந்தான் நீதிமான அல்லது தரும புருஷன் அல்லது ஞானி.

ஆனால், எல்லோருமே இங்ஙனம் ஞானிகளாக இருக்க முடியாதல்லவா? ஒவ்வொருவரிடத்தில் ஒவ்வொருவிதமான சகதியே பிரதானமாக இருக்கும். அதற்காக அவர்களை நாம் நிராகரித்து விடாமல் அந்த அளவுக்கு அவர்களை நாம் பாராட்ட வேண்டு, நல்லவர்களென்ரு சொல்லவேண்டும் என்று பிளேட்டோ கூறுகிறான். ஞான சக்தி சுத்த அறிவாகவும், கிரியா சக்தி வீரமாகவும், இச்சாசகதி நிதானம் அல்லது தன்னடக்கமாகவும் முறையே பரிணமிக்கின்றன என்றும் இவற்றில் எந்தத் தன்மை எவரிடத்தில் அதிகமாயிருக்கிறதோ அந்த அளவுக்கு அவர் நல்லவரென்றும், எல்லாத் தன்மைகளும் ஒருங்கே ஒழுங்காகச் சேர்ந்திருந்தால் அவரை முழு நல்லவர் அதாவது குணநிறைவுடையவர் என்றும் சொல்ல வேண்டும் என்று பிளேட்டோ சொல்கிறான். இந்தக் குண நிறைவுக்குத்தான் நீதி அல்லது தர்மம் என்று பெயர் கொடுக்கிறான். அறிவு + வீரம் + தன்னடக்கம் = நீதி அல்லது தர்மம். இதுதான் இவனுடைய சித்தாந்தத்தின் சுருக்கம்.

இங்ஙனம் தனிமனிதனிடத்தில் நீதியைக் காண்கிற பிளேட்டோ, ஒரு ராஜ்யத்திலும் அந்த நீதியைக் காண்கிறான்; நீதியுள்ள ஒரு ராஜ்யத்தை ஸ்தாபிக்கிறான் தனி மனிதர் பலரடங்கியதுதானே ராஜ்யம்? இந்த மனிதர்கள் எப்படியிருக்கிறார்களோ அப்படியே இவர்களடங்கிய ராஜ்யமும் இருக்கிறது. இதனாலேயே ஒரு தனி மனிதனுடைய லட்சணங்கள் இவையென்றும்,

---

1. இதனை சத்துவகுணம், ரஜோகுணம், தமோகுணம் என்று மூன்று குணப் பிரிவுகளாகவும் கூறுவர். இந்தக் குண லட்சணங்களை கீதை, பதினான்காம் அத்தியாயத்தில் பார்க்க.

ராஜ்யத்தின் லட்சணங்கள் இவையென்றும் பிரித்தும் விரித்தும் கூறுகிறான், தனி மனிதனுடைய நீதி (அற) வாழ்க்கையையும், சமுதாயத்தின் அரசியல் வாழ்க்கையையும் ஒன்றுபடுத்திக் காட்டுகிறான்; தனி மனிதனுடைய விரிவுதான் ராஜ்யம், ராஜ்யத்தின் ஒரு சிறு அம்சம்தான் தனி மனிதன் என்பதை அழகாகப் பொருத்திக் காட்டுகிறான்.

இனி, பிளேட்டோவின் அரசியல் கருத்துக்களைச் சிறிது கவனிப்போம். பிரதியொரு மனிதனுடைய ஆத்மாவிலும் மூன்று அம்சங்கள் இருக்கின்றன வென்று மேலே சொன்னோமல்லவா? இதே பிரகாரம் ஒரு லட்சிய ராஜ்யத்திலும் மூன்று பிரிவினர் இருக்கின்றனர். முதற்பிரிவினர், ராஜ்யத்தின் நிர்வாக கர்த்தர்களாகவும் இருக்கிறார்கள். இரண்டாவது பிரிவினர் ராஜ்யத்தைப் பாதுகாக்கிறவர்கள்; அதற்காகப் போராடுகிறவர்கள். மூன்றாவது பிரிவினர், ராஜ்யத்திற்காக உழைக்கிறவர்கள்; தங்களுக்கும் மேற்சொன்ன இரண்டு பிரிவினருக்கும் தேவையான உணவு, உடை, இருப்பிடம் முதலிய வாழ்க்கைத் தேவைகளை, முறையே தயாரித்துக் கொடுக்கிறவர்கள் அதாவது ஆள்வோர், பாதுகாவல் செய்வோர், இவ்விருவரும் தவிர்த்த வியாபாரிகள், தொழிலாளர், விவசாயிகள் முதலிய மற்றையோர் என்ற மூன்று பிரிவினர்.

இப்படி மூன்று பிரிவினராகப் பிரித்தது சரி. யார் யார் எந்தெந்தப் பிரிவைச் சேர்ந்தவர் என்று நிர்ணயிப்பது எப்படி? அந்தந்த மனிதனுடைய சுபாவத்தைக் கொண்டே நிர்ணயிக்க வேண்டும். எந்த மனிதனிடத்திலே ஞான சக்தி ஓங்கி நிற்கிறதோ அவனை ஆளும் வர்க்கத்திலும், கிரியா சக்தி மிகுந்திருக்கிறவனைப் பாதுகாவல் செய்யும் வர்க்கத்திலும், இச்சா சக்தி அதிகப்பட்டிருப்பவனை மூன்றாவது வர்க்கத்திலும் முறையே சேர்க்க வேண்டும்.

இந்தச் சுபாவத்தை அறிவது எப்படி? அவரவருடைய பரம்பரையைக் கொண்டுதான் நிதானிக்கவேண்டுமென்று பிளேட்டோ சொல்கிறான். தொழிற் பரம்பரையிலே பிறந்தவன் தொழிலாளியாகத்தான் இருக்க முடியும் மற்றவர்களும் அப்படி அப்படியே ஆனால் இதற்கு விலக்குகளும் உண்டு. தொழிலாளர் குடும்பத்திலே பிறக்கிற ஒருவன், ஞானசக்தி மிகுந்தவனாக இருத்தலுங்கூடும். இப்படிப்பட்டவனை ஆளும் வர்க்கத்திலேயே சேர்க்க வேண்டும். இதுபோல, ஆளும் வர்க்கத்தில் பிறந்த ஒரு பிள்ளை, கேவலம் இச்சைகள் மிகுந்தவனாக இருத்தல் கூடும், இவனை மூன்றாவது பிரிவிலேயே சேர்க்கவேண்டும் பரம்பரையைக் கொண்டு அவரவருடைய சுபாவத்தைக் கணிக்க வேண்டும் என்பது பொது விதியாயினும், அவரவருடைய சொந்த சுபாவத்தைக் கொண்டுதான், இன்னார் இன்ன பிரிவினர் என்று நிர்ணயிக்க வேண்டும். அதுவே சிறந்தது. இதனால் குணத்துக்கு முக்கியத்துவம் கொடுக்கப்பட வேண்டுமேயல்லாது, பிறப்புக்கல்லவென்ற கோட்பாட்டை பிளேட்டோ ஒரு வகையில் ஒப்புக்கொள்கிறானென்று ஏற்படுகிறது.

வெ.சாமிநாத சர்மா

மேலே சொன்ன ஆத்மாவின் மூன்று அம்சங்களில் எந்த அம்சம் ஒரு மனிதனிடத்தில் அதிகப்பட்டிருக்கிறதோ அந்த அம்சத்தைக் கொண்டுதான் அந்த மனிதன் இத்தகையன் என்று நிர்ணயிக்கிறோம். அதைப் போல ஒரு ராஜ்யத்தில் மேலே சொன்ன மூன்று பிரிவினரில் எந்தப் பிரிவினர் ஆதிக்கம் பெற்றிருக்கிறார்களோ அந்த ஆதிக்கத்தைக் கொண்டு அந்த ராஜ்யம் இத்தகையது என்று நாம் நிர்ணயிக்கிறோம். உதாரணமாக ஒரு ராஜ்யத்தின் பிரஜைகளில் பெரும்பாலோர் கிரியா சக்தி மிகுந்தவர்களாக இருந்தால் (அதாவது ரஜோ குணம் படைத்தவர்களாக இருந்தால்) அந்த ராஜ்யத்தில் ராணுவ ஆட்சியே நடைபெறும். இங்ஙனமே ஒவ்வொரு ராஜ்யத்திலும் ஒவ்வொரு விதமான ஆட்சி நடைபெறுகிறது. இதற்குக் காரணம், அந்தந்த ராஜ்யத்தின் பெரும்பாலோரான பிரஜைகளின் சுபாவந்தான் என்று பிளேட்டோ முடிவு கட்டுகிறான்.

ஒரு மனிதனைப் பார்த்து நல்ல மனிதன், நீதிமான் என்று சொல்கிறோம். எப்பொழுது சொல்கிறோம்? அவனிடத்திலுள்ள ஞான சக்தி, கிரியா சக்தி, இச்சா சக்தி ஆகிய மூன்று சக்திகளும் ஒன்றையொன்று அனுசரித்துக்கொண்டும், அதனதன் கடமைகளைச் செய்துகொண்டும் போகிறபோது சொல்கிறோம். அப்படியே ஒரு ராஜ்யத்திலுள்ள மூன்று பிரிவினரும் அவரவர் கடமைகளை உணர்ந்தும், ஒருவரையொருவர் அனுசரித்தும் விவகாரங்களை நடத்திச் சென்றால் அப்பொழுது அந்த ராஜ்யத்தை நல்ல ராஜ்யம், தர்ம ராஜ்யம், நீதியுள்ள ராஜ்யம் என்றெல்லாம் சொல்லலாம். அதாவது பிளேட்டோவின் கருத்துக்களைத் திரட்டி வடிகட்டிப் பார்க்கிறபோது, எந்த ராஜ்யத்தில் ஆள்வதற்கென்றமைந்த ஒரு கூட்டத்தினர், போர் வீரர்களின் துணைகொண்டு, அதாவது க்ஷத்திரியர்களின் துணை கொண்டு ஆட்சி நடத்துகிறார்களோ அந்த ஆட்சிக்கு, மூன்றாவது பிரிவைச் சேர்ந்த பெரும்பான்மையோரான வியாபாரிகள், தொழிலாளர்கள், விவசாயிகள் முதலியோர் சந்தோஷமாக, திருப்தியாகக் கீழ்ப்படிந்து நடக்கிறார்களோ அந்த ராஜ்யந்தான் லட்சிய ராஜ்யமென்று ஏற்படுகிறது.

சரி, இந்த இரண்டாவது பிரிவினரையும் மூன்றாவது பிரிவினரையும், சந்தோஷகரமாகவும் திருப்திகரமாகவும் முதல் பிரிவினருக்கு ஆட்பட வைப்பது எப்படி? இவர்களுக்குக் கொடுக்கப்படுகிற கல்வியின் மூலமாகவே இவர்களை ஆட்பட வைக்கவேண்டுமென்று பிளேட்டோ கூறுகிறான். இதே பிரகாரம், ஆள்வோருக்கும் ஆளுங் கலையில் தேர்ச்சி பெறக்கூடிய மாதிரி கல்வி போதிக்கப்படவேண்டுமென்று சொல்கிறான்.

இந்த அரசியல் நூலில் ஏறக்குறைய ஐந்தில் ஒரு பகுதி, கல்வித் திட்டமாகவே இருக்கிறது. ஒரு ராஜ்யம் ஒழுங்காக இயங்க வேண்டுமானால் அந்த ராஜ்யத்தின் பிரஜைகளுக்கு ஒழுங்கான கல்விப் பயிற்சி அளிக்க

வேண்டுமென்பதில் பிளேட்டோ மிகவும் சிரத்தை காட்டியிருக்கிறான். இவன், தன் கடைசி காலத்தில் எழுதியதாகச் சொல்லப்படும் சட்டங்கள்[1] என்ற நூலில், கல்வி மந்திரிக்கே முக்கிய ஸ்தானம் கொடுத்துப் பேசுகிறான் பிற்காலத்தில் ஐரோப்பாவில் அறிஞர் பலர் வகுத்த கல்வித் திட்டங்களுக்கெல்லாம் பிளேட்டோவின் கல்வித் திட்டம் அஸ்திவாரமாயமைந்திருப்பது கண்டு, இவனுடைய தீர்க்க தரிசனத்திற்கு நாம் எப்படி மரியாதை செலுத்தாமலிருக்க முடியும்? கல்வியின் நோக்கம் இன்னதென்று தெளியப் பெறாத காரணத்தினாலும், அவரவருடைய பக்குவத்திற்குத் தகுந்தாற்போல் கல்வி போதிக்கப்படாமையினாலுமே தற்கால உலகத்தில் அநேக சீர்க்கேடுகள் ஏற்பட்டிருக்கின்றன என்று அறிஞர் கூறுகின்றனர். இவர்கள், பிளேட்டோவின் கல்வித் திட்டத்தை ஆராய்ச்சி செய்து பார்த்தால் மேற்படி சீர்கேடுகளுக்குக் காரணம் கண்டு கொள்ளலாம். காரணம் கணடவிடத்துப் பரிகாரம் காண முடியுமல்லவா?

கல்வியின் நோக்கமென்ன? மனிதனிடத்திலே இயற்கையாக அமைந்திருக்கும் சில சுபாவத்தை வளர்ப்பது; மனிதனிடத்திலேயுள்ள மனிதத் தன்மையை வளர்ப்பது. "ஒரு மனிதனைப் பார்த்து 'இவன் சாதுவான பிராணி' என்று சொல்கிறோம். இவனிடத்தில் இயற்கை, அன்பு செலுத்துமானால், அதாவது இவன் இயற்கையோடியைந்து வாழ்வு நடத்துவானானால், இவனுக்கு அளிக்கப்படுகிற காவி சாதுவாகவும் கடவுட் தன்மை வாய்ந்தவனாகவும் ஆகிவிடுகிறான். இவனுக்கு அளிக்கப்படுகிற கல்வி, போதாததா'கவும் தீயதாகவும் இருந்தால், இவன் உலகத்திலேயே நிகரில்லாத காட்டுமிராண்டியாகிவிடுகிறான்" இதனால்தான் புதிதாக அதிகார பதவிக்கு வந்த யாரும் எந்தக் காலத்திலும், கல்வித் திட்டத்திலே கண்ணோட்டஞ் செலுத்தியிருக்கின்றனர் "சட்ட நிர்மாண கர்த்தர்கள், முதன் முதலில் இளைஞர்களுடைய கல்வியைப் பற்றியே கவனஞ் செலுத்த வேண்டும். பிரஜைகளின் ஒழுக்க மேம்பாட்டிற்குத் தகுந்தாற்போல் அரசாங்கமும் மேம்பாடடைகிறது" என்று பிளேட்டோவின் சீடனான அரிஸ்டாட்டில் கூறுகிறான்.

பிளேட்டோ, தனது சட்டங்கள் என்ற நூலில், கல்வியென்பதற்கு எவ்வளவு அழகான வியாக்கியானம் செய்கிறான் பாருங்கள்:

"கல்வியின் நோக்கம் என்ன வென்பதைப் பற்றி நாம் நிச்சயமற்றவர்களாக இருக்கக் கூடாது. மற்றொருவன் அடைந்திருக்கும் பயிற்சியைப் பாராட்டவோ அல்லது குறை கூறவோ செய்கிறபோது, நாம் நம்மைப் படித்தவர்களென்று கருதிக்கொள்கிறோம். மற்றவனை ஏதோ ஒரு விஷயத்தில், உதாரணமாக

1. Laws

வியாபார விஷயத்தில் அல்லது கப்பல் தொழிலில் படிப்பில்லாதவன், அதாவது அந்தத் துறையில் பயிற்சி இல்லாதவனென்று சொல்கிறோம். நாம் கூறுகிற கல்வியின் நோக்கம் இதுவன்று சிறு வயதிலிருந்து ஒருவனை ஒழுக்கத்தில் பயிலுவிப்பது எதுவோ, எது அவனை ஒழுங்குள்ள பிரஜையாக இருக்க வேண்டுமென்ற ஆவலுடையவனாகச் செய்கிறதோ, எது அந்தப் பிரஜைக்கு நீதிமுறையாக ஆள்வதற்கும் ஆளப்படுவதற்கும் தெரியப்பண்ணுகிறதோ, அதற்குத்தான் கல்வியென்று நாம் சொல்கிறோம். மற்றபடி பணம் சம்பாதிப்பதையோ, தேக பலத்தை விருத்தி செய்துகொள்வதியோ, வேறு துறைகளில் பயிற்சி பெறுவதையோ நோக்கமாகக் கொண்ட எந்தக் கல்வி முறையும் சிந்தனையற்ற இயந்திரந்தான்; மன விரிவற்றதுதான். இதனைக் கல்வியென்ற பெயரிட்டே அழைக்கக் கூடாது.”

சுருக்கமாகக் கூறுமிடத்து, பிளேட்டோவின் கருத்துப்படி, உயிரினும் உயர்வாக ஒழுக்கத்தை மதிக்கச் செய்வது எதுவோ அதுதான் கல்வி. “விஷயத் துணுக்குகளை மூளையிலே திணிக்கச் செய்வது கல்வியல்ல; ஆத்மாவின் கண்ணை அறிவு வெளிச்சத்தின் பக்கம் திருப்புவதுதான் கல்வி.” கல்வியானது, வாழ்க்கை பூராவையும் கவிந்து கொண்டிருக்க வேண்டுமென்றும், வாழ்க்கையில் ஏதோ ஒரு பகுதியை மட்டும் தொட்டுவிட்டு நின்றுவிடக்கூடாதென்றும் பிளேட்டோ வலியுறுத்திச் சொல்கிறான். மனிதர்கள் தீயவர்களாயிருப்பதற்கு அவர்களுடைய அறியாமைதான் காரணமென்றும், அவர்களுடைய அறிவுக் கண்ணைத் திறந்துவிட்டோமானால் அவர்கள் நல்லவர்களாகி விடுவார்களென்றும் இவன் கருதுகிறான்.

மேலே சொன்னபடி, ஆனால் வர்க்கத்தினருக்கு ஒருவிதமான கல்விமுறையென்றும், மற்றைய இரண்டு பிரிவினருக்கு வேறுவிதமான கல்விமுறை யென்றும் தனது கல்வித் திட்டத்தை இரு வகையாகப் பிரிக்கிறான் பிளேட்டோ. சிறு வயதிலிருந்தே எல்லோருக்கும் ஒரே மாதிரி கல்விப் பயிற்சி அளிக்க வேண்டும். இந்தப் பயிற்சியிலிருந்து, யாராருக்கு எந்தெந்த விதமான சக்திகள் இருக்கின்றன என்பது ஒருவாறு புலப்பட்டுவிடுமல்லவா? யாரிடத்தில் உள்ளறிவு என்பது அதிகமாகக் காணப்படுகிறதோ அவர்களை ஆளும் வர்க்கத்தினராகப் பிரித்து, அதற்குத் தகுந்தாற்போல் மேல்பயிற்சி அளிக்க வேண்டும். இந்த உள்ளறிவின் மூலமாக அவர்கள் எவை நித்தியமானவை, எவை நீதியுடையவை என்பதைப் பார்ப்பார்கள். அதாவது உண்மை, நீதி முதலியவைகளை, அவற்றின் நிஜ ஸ்வரூபத்தில் தெரிந்துகொள்வார்கள். பின்னர் அதிகார பதவியை ஏற்றுக்கொள்கிறபோது, ஜனங்களுக்கு எவை நல்லவையோ அவற்றையே, அந்த நல்ல காரியங்களையே செய்வார்கள். அவர்களுடைய நல்ல தன்மைகள் யாவும் ராஜ்யத்தில் பிரதிபலிக்கும்.

உள்ளறிவு என்பது கொஞ்சம் குறைவாகவுடையவர்களுக்கு

வேறுவகையான பயிற்சி அளிக்கவேண்டும். இவர்கள் எதையும் சுயமாக அறிவும் சக்தியில்லாதவர்கள். எனவே ராஜ்யத்தின் பொதுவான க்ஷேமத்தை உத்தேசித்து, அறிஞர்களால் வகுக்கப்படுகிற தர்ம சாஸ்திரங்கள். அரசியல் சட்டதிட்டங்கள் முதலியவைகளை அப்படியே பின்பற்றுகிற மனப்பான்மை ஏற்படுகிற வகையில் இவர்களுக்கு அளிக்கப்படும் கல்விப் பயிற்சி இருக்க வேண்டும். இந்தப் பயிற்சி பெற்றதன் பயனாக இவர்கள், ராஜ்யத்தின் கௌரவமே தங்கள் கௌரவமென்று கருதுவார்கள்; அதற்கு அவமானம் ஏற்பட்டால் அது தங்களுக்கு ஏற்பட்ட அவமானமாக நினைத்து அதற்குப் பரிகாரந்தேட முற்படுவார்கள். ராஜ்யத்தில் தங்களுடைய அந்தஸ்து இன்னது, தங்கள் கடமை இன்னது என்பவற்றை உணர்ந்து, சந்தோஷகரமாகவும் திருப்திகரமாகவும் வாழ்க்கையை நடத்துவார்கள். சுருக்கமாக, அவரவர்களுடைய சுய தருமத்தை உணர்த்துவதாகக் கல்விமுறை இருக்க வேண்டுமென்பதுதான் தாத்பரியம்.

பிளேட்டோவின் கல்வித் திட்டத்தில், தேகப் பயிற்சியும் மனப் பயிற்சியும் சமமான முக்கியத்துவம் பெறுகின்றன. மனப்பயிற்சிக்காக, காவியம், ஓவியம், நாட்டியம் முதலிய கலைகள் போதிக்கப்பட வேண்டுமென்று சொல்கிறான். இது தவிர, சமய ஞானமும் விஞ்ஞான அறிவும் இளைஞர்களுக்கு அளிக்கப்பட வேண்டுமென்று வற்புறுத்துகிறான். இவை இரண்டையும் எப்படி அளிக்கவேண்டும் என்பதைப் பற்றி இவன் சொல்லிக்கொண்டு போகிறபோது, தற்காலத்தில் இவனுடைய கருத்துக்கள் எவ்வளவு தேவையானவை என்பதை எண்ணி நாம் அப்படியே பிரமித்துப் போகிறோம். கடவுள் பரிசுத்தமானவர்; கோபமில்லாதவர்; சத்தியவடிவினவர்; அழகின் சொரூபம். அப்படியிருக்க, அவர் கோபித்துக்கொண்டு சாபமிட்டார், அந்தப் பொய்யைச் சொன்னார், இந்தப் புரட்டைச் செய்தார் என்பன போன்ற கட்டுக் கதைகளையெல்லாம், கடவுளிடத்தில் பக்தி குன்றும்படியான கதைகளையெல்லாம் இளைஞர்களுக்குப் போதிக்கக்கூடாதென்று இவன் கூறுகிறான். இங்ஙனமே, மேலே சொன்ன காவியம் முதலியன, இளைஞர்களின் கீழான உணர்ச்சிகளைக் கிளப்பி விடக்கூடிய மாதிரி இருக்கக் கூடாதென்று கண்டிப்பாகக் கூறுகிறான். தனி மனிதனுடைய வாழ்விலாகட்டும், சமுதாய வாழ்விலாகட்டும், அமைதியைக் குலைக்கக்கூடிய கவிஞர்கள், நாட்டினின்று வெளியேற்றப்பட வேண்டுமென்று கூடச் சொல்கிறான். எளிமை, தூய்மை, உண்மை முதலியவைகளே, காவியம், ஓவியம் முதலிய கலைகளின் நோக்கமாயிருக்க வேண்டும். இவற்றுக்கு விரோதமாயிருக்கிற எந்தக்கலையும் பொதுவாக நாட்டிற்கு, சிறப்பாக இளைஞர்களுக்குத் தேவையில்லை யென்பது இவனது கருத்து.

இப்படியே விஞ்ஞான அறிவானது, சுகபோக வாழ்க்கையை நடத்துவதற்கான கருவியாகவும், அந்தச் சுகபோக வாழ்க்கை நடத்துவதனால்

உண்டாகிற வியாதிகளுக்குச் சிகிச்சையாகவும் இருக்கக்கூடாது. நோயற்ற, சீலமுடைய, ஒழுங்கான வாழ்க்கை நடத்துவதற்குத் துணை செய்வதாகவே விஞ்ஞான அறிவு இருக்கவேண்டும். இருபதாம் நூற்றாண்டு விஞ்ஞான சாஸ்திரிகள் இதனைக் கவனிக்க வேண்டியது எவ்வளவு அவசியம்?

இங்ஙனம் முறையான கல்வியளித்து, ஒழுங்கான பிரஜைகளைச் சிருஷ்டித்து, அவர்களைக்கொண்டு ஒரு ராஜ்யத்தை ஸ்தாபிக்கிறான் பிளைட்டோ. இந்த ராஜ்யத்தில் மூன்று பிரிவினர் இருக்கின்றனர். முதற்பிரிவினர், ஆள்வதற்கென்றமைந்தவர், இரண்டாவது பிரிவினர், ராஜ்யத்திற்கு எவ்வித ஆபத்தும் வராதபடி பாதுகாவல் செய்கிறவர்; மூன்றாவது பிரிவினர், ராஜ்யத்தின் தேவைகளைப் பூர்த்தி செய்கிறவர். அவரவரும் அவரவர் தொழிலை ஒழுங்காகச் செய்துகொண்டு போனால், ராஜ்யமானது ஒழுங்காக இயங்கும் என்பதுவெ பிளேட்டோவின் சித்தாந்தம்.

இந்தச் சித்தாந்தம் செயலில் வரவேண்டும் என்பதற்காக பிளேட்டோ சில திட்டங்கள் கூறுகிறான். உதாரணமாக, ஆளும் பிரிவினர், தன்னலமில்லாதவர்களாக இருக்கவும், தங்களுடைய க்ஷேமத்தை ராஜ்யத்தின் க்ஷேமத்தோடு ஐக்கியப் படுத்திவிடவும், அவர்களுக்கு லௌகிகக் கவலைகள் எதுவும், அதாவது அன்றாட ஜீவனத்தை எப்படி நடத்துவது என்பதைப் பற்றிய பிரச்சனைகள் எதுவும் இல்லாதபடி செய்கிறான். அவர்களுக்கென்று சொந்தமான சொத்து முதலியன இருக்கக்கூடாதென்றும் எல்லாம் பொதுவுடைமைகளாகவே இருக்க வேண்டுமென்றும் கூறுகிறான். இப்படி ஆளும் பிரிவினரைப் பொதுவுடைமை வாதிகளாகச் செய்துவிட்டு, அதே சமயத்தில் அவர்களிடத்தில் ராஜ்யாதிகாரம் முழுவதையும் ஒப்புவித்து விடுகிறான். இதனால்தான் பிளேட்டோவின் அரசியலில் பொதுவுடைமையும் சர்வாதிகாரமும் கலந்திருக்கின்றன வென்று அறிஞர்கள் கருதுகிறார்கள். ஆனால் தற்காலத்தில் சில நாடுகளில் அனுஷ்டானத்திலிருந்து வரும் பொதுவுடைமையும் சர்வாதிகாரமும் கலந்திருக்கின்றன வென்று அறிஞர்கள் கருதுகிறார்கள். ஆனால் தற்காலத்தில் சில நாடுகளில் அனுஷ்டானத்திலிருந்து வரும் பொதுவுடைமை ஆட்சிக்கும் சர்வாதிகார ஆட்சிக்கும், பிளேட்டோ கூறுகிற பொதுவுடைமை ஆட்சிக்கும் சர்வாதிகார ஆட்சிக்கும் பல வித்தியாசங்கள் இருக்கின்றன. என்றாலும் பொதுவாகப் பார்க்கிறபோது, பிளேட்டோ, தற்காலத்திலே ஜனநாயகம் என்று வழங்கப்படும் பெரும்பான்மையோர் ஆட்சிக்கு விரோதி யென்றுதான் சொல்லவேண்டும். இவன், தன் காலத்தில் நடைபெற்ற ஜனநாயக ஆட்சியைக் கண்டு வெறுப்படைந்து போயிருக்கவேண்டும். ஆனால் இந்த வெறுப்பினாலேயே இவன், சர்வாதிகார ஆட்சியை ஆதரித்துப் பேசுகிறான் என்று சொல்ல முடியாது. ஏனென்றால் இந்த நூலின் எட்டாவது புத்தகத்தில், பலவித ஆட்சிமுறைகளின்

குறை நிறைகளை நடுநிலைமையோடு ஆராய்ச்சி செய்து காட்டுகிறான். இவனுடைய வாதப்போக்கை நாம் அப்படியே பின்பற்றிச் செல்வோமானால் சர்வாதிகாரமும் பொதுவுடைமையும் கலந்த ஓர் ஆட்சிமுறையே நல்லது, இதுவே தேவையென்று சொல்லும்படியாக நமது மனம் தூண்டும்.

நல்வாழ்வு நடத்துவதற்கான ஒரு சாதனமாகவே அரசியல் இருக்க வேண்டுமென்பது பிளேட்டோவின் கொள்கை. இதனால்தான், அரசியலில் யாரும் லேசாக இறங்கக் கூடாதென்றும், போதிய அறிவும் அனுபவமும் உடையவர்களே பிரவேசிக்க வேண்டுமென்றும் இவன் கண்டிப்பாகக் கூறுகிறான். இவனுடைய கோட்பாட்டின்படி ஏறக்குறைய ஐம்பது வயதுக்கு மேற்பட்டவரே அரசியலில் கலந்துழைக்க வேண்டும். அப்படி உழைக்கிறவர்களும் அதனை ஒரு பொழுதுபோக்காகக் கருதக் கூடாது; அதனையே தங்கள் வாழ்க்கையாகிக் கொண்டு விடவேண்டும். இப்படிப்பட்டவரே ஆளும் வர்க்கத்தினராயிருந்து அதிகாரம் செலுத்த அருகதையுடையவர்.

அதிகார சக்திக்கு இரண்டு கூறுகளுண்டு. ஒன்று நன்மையை வளர்க்குந் தன்மையது; மற்றொன்று, தீமையை அழிக்குந் தன்மையது. இதனை பிளேட்டோ மிக அழகாக வலியுறுத்திக் காட்டுகிறான். ஒரு ராஜ்யத்தில் நல்லவர்களும் இருப்பார்கள்; கெட்டவர்களும் இருப்பார்கள். கெட்டவர்களை ஓங்கவிடாமல் செய்து, நல்லவர்களைக் காப்பாற்றுவதுதான் அரசநீதி. துஷ்டர்களை நிக்ரகம் செய்தால்தான் சிஷ்டர்களைப் பரிபாலனம் செய்யமுடியும். ஆனால், இஃது எப்படி சாத்தியம், நன்மையும் தீமையும் எவ்வாறு ஒன்றாகக் கலந்திருக்கும் என்று சிலர் கேட்கலாம். இதற்குப் பிளேட்டோவே ஓர் உதாரணத்தின் மூலம் சமாதானம் கூறுகிறான். ஒரு வேட்டை நாய் இருக்கிறது. அது தன்னுடைய எஜமானன் பேரிலும் அவனுடைய வீட்டார் பேரிலும் விசுவாசமாயிருக்கிறது. அவர்கள் வருகையைப் பார்த்து வாலைக் குழைக்கிறது; அவர்களால் அணைத்துக் கொள்ளப்படவும் விரும்புகிறது. ஆனால் அயலார் அல்லது எஜமானனுக்கு விரோதிகள் யாராவது வந்தால் அவர்கள் மீது பாய்கிறது. இதுபோலவே அரச நீதிக்கும் இரண்டு குணங்கள் உண்டு. மேலே சொன்ன மாதிரி ஒன்று துஷ்ட நிக்ரகம்; மற்றொன்று சிஷ்ட பரிபாலனம்.

நீதி என்பதும் அரசு என்பதும் ஒன்றே. எங்கே நீதி இல்லையோ அங்கே அரசும் இல்லை. அதாவது நீதி குன்றியவிடத்து அரசு அழிந்துபடுகிறது. இதை உலக சரித்திரத்தில் நன்றாகக் காண்கிறோம். "அரசாங்கத்தின் அஸ்திவாரமாயுள்ள நீதி அல்லது தருமம் எப்பொழுது ஆட்டங்கொடுக்கத் தொடங்குகிறதோ அப்பொழுதே யுத்தம் ஆரம்பிக்கிறது" என்பது ஓர் அறிஞனுடைய வாக்கு.

இந்த இருபதாம் நூற்றாண்டின் முற்பகுதி முடிவதற்குள் உலகத்தில் இரண்டு

மகா யுத்தங்கள் ஏற்பட்டுவிட்டன. ஒன்று, 1914-ஆம் வருஷம் ஜூலை மாதம் இருபத்தெட்டாந்தேதி தொடங்கி 1918-ஆம் வருஷம் நவம்பர் மாதம் பதினோராந்தேதி முடிந்தது. இதனை முதல் மகாயுத்தம் என்பர். மற்றொன்று, 1939-ஆம் வருஷம் செப்டம்பர் மாதம் முதல் தேதி தொடங்கி 1945-ஆம் வருஷம் செப்டம்பர் மாதம் இரண்டாந்தேதி முடிந்தது. இதனை இரண்டாவது மகா யுத்தம் என்பர். இவ்விரண்டையும் தவிர, சில்லரையாக நடைபெற்ற போர்கள் பல இவைகளினால் ஏற்பட்ட உயிர்ச் சேதமும் பொருட்சேதமும் கோடிக்கணக்கில். இவ்வளவுக்கும் காரணம் என்ன? நாடுகளின் விதி கதிகளை நிர்ணயிக்கும் அரச தந்திரிகள், நீதி அல்லது தருமத்தின் போக்கிலே செல்லாததுதான். அப்படிச் செல்லவேண்டுமானால் அவர்கள் முதலில் அந்த நீதி அல்லது தருமத்தின் லட்சணத்தைத் தெரிந்துகொள்ள வேண்டும். அவர்களைத் தெரிந்துகொள்ளும்படி செய்வது அந்தந்த நாட்டு மக்களின் கடமை. இதை உணர்த்த இந்த அரசியல் நூல் துணை செய்யுமாக!

முதற் புத்தகம்

ஆத்தென்ஸின் கடற்கரைப் பகுதிக்கு பீரேயஸ் என்று பெயர். இங்கு ஒரு தேவதைக்குத் திருவிழா நடைபெறுகிறது. இதில் கலந்துகொள்வதற்காக ஸாக்ரட்டீஸ், அரிஸ்ட்டோனுடைய மகன் கிளாக்கோனுடன்[1] செல்கிறான். சென்று விழாவைப் பார்த்து விட்டு, தான் செய்யவேண்டிய வழிபாட்டையும் செய்து முடித்துக்கொண்டு திரும்புகிறான். வழியில், கிளாக்கோனுடைய சகோதரனாகிய அடீமாண்ட்டஸுடனும்2 நிக்கியாஸ் குமாரன் நிக்கரேட்டஸுடனும்[2] நிக்கியாஸ் குமாரன் நிக்கரேட்டஸுடனும்[3] வேறு சில நண்பர்களுடனும் வந்து கொண்டிருந்த ஸெபாலஸின் மகன் பாலிமார்க்கஸ்[4] என்பவன் இவனைச் சந்தித்து, தன் வீட்டிற்கு வந்து இரவு தங்கிப்போக வேண்டுமென்றும், இரவில் தீவட்டி வெளிச்சத்துடன் குதிரைப் பந்தயமொன்று இந்த விழாவையொட்டி நடைபெறப்போகிறதென்றும், அதனைப் பார்த்தல் அவசியமென்றும் சொல்கிறான். இதற்கு ஸாக்ரட்டீஸ் இணங்குகிறான். எல்லோரும் அவன் வீட்டுக்குச் செல்கிறார்கள்.

வீட்டில் ஸெபாலஸ் இருக்கிறான். கூட, இவனுடைய மற்ற இரு குமாரர்களாகிய, அதாவது பாலிமார்க்கஸின் இரு சகோதரர்களாகிய லைஸியாஸும் யுத்திடெமஸும்,[5] சால்ஸிடோன் பிரதேசத்தைச் சேர்ந்த பிரபல ஸோபிஸ்ட்டாகிய திராஸிமாக்கஸும்,[6] பேனியா பிரதேசத்தைச் சேர்ந்த சார்மண்ட்டிடீஸும்[7] அரிஸ்ட் டோமெனீஸ் மகனாகிய கிளீட்டோபோனும்[8] இருக்கிறார்கள்.

ஸெபாலஸ் ஒரு பணக்கார வியாபாரி. போர் வீரர்களுக்குக் கவசம் செய்து கொடுக்கிற தொழிற்சாலை யொன்றை பீரேயஸ் பகுதியில் நடத்திவந்தான். இங்கேயே வீடும் இருந்தது. இவனுக்கு நல்ல செல்வாக்கு உண்டு. ஸாக்ரட்டீஸ் உள்ளிட்ட அறிஞர் பலர் இவன் வீட்டுக்கு அடிக்கடி வருவதும் போவதுமாயிருந்தார்கள்.

ஸாக்ரட்டீஸ், தன் நண்பர்களுடன் வந்த தருணம், வயோதிகத்தினால் தளர்ந்து போயிருக்கிற ஸெபாலஸ், பஞ்சு அடைத்த ஒரு நாற்காலியில், தலையைச் சுற்றி ஒரு மலர் மாலையை அணிந்துகொண்டு அமர்ந்திருக்கிறான். ஸாக்ரட்டீஸ் வந்ததும் அவனை வரவேற்று உபசரிக்கிறான். எல்லோரும்

---

1. Glaucon the son of Ariston 2. Adeimantus the brother of Glaucon. 3. Niceratus the son of Nicias 4. Pole marchus the son of Cephalus. 5.Lysias and Euthydemus. 6. Thrasymachus of Chalcedon. 7. Charmantides of Paeania. 8. Cleitophon the son of Aristomenes.

பிறை வடிவமாகப் போடப்பட்டிருக்கும் நாற்காலிகளில் அமர்கிறார்கள். பிறகு சம்பாஷணை நடக்கிறது. சம்பாஷணையின்போது, ஸாக்ரட்டீஸுடன் எதிர்வாதஞ் செய்கிறவர்கள், முக்கியமாக திராஸிமாக்கஸ், கிளாக்கோன், அடீமாண்ட்டஸ் ஆகிய மூவருமே ஸெபாலஸும் பாலிமார்க்கஸும் சம்பாஷணையின் ஆரம்பத்தில் சிறிது கலந்து கொண்டுவிட்டு பிறகு ஒதுங்கி விடுகின்றனர். மற்றவர்கள் கூட இருந்து சம்பாஷணையைக் கவனித்துக் கொண்டிருக்கின்றனர்.

முதல் பாகத்தில் நீதியைப் பற்றிய விசாரணை நடைபெறுகிறது.1

ஸெபாலஸ்: என்ன ஸாக்ரட்டீஸ், உன் வருகையே அரிதாகிவிட்டதே? அடிக்கடி இங்கே வந்து போய்க் கொண்டிருக்கக் கூடாதா? எனக்கு நடக்குஞ் சக்தியிருந்தால், நீ வரவேண்டியிராது; நானே வந்து உன்னைப் பார்த்துவருவேன். ஆனால் தற்போதைய எனது தேக ஸ்திதியில் நீதான் இங்கு அடிக்கடி வந்துகொண்டிருக்க வேண்டும். ஏனென்றல், வயது ஆக ஆக, உகை சுகங்களை அனுபவிக்க வேண்டுமென்ற ஆசை எனக்குக் குறைந்து கொண்டு வருகிறது. அதற்குப் பதிலாக உன் போன்ற அறிஞர்களுடன் சம்பாஷித்துக் கொண்டிருக்க வேண்டுமென்ற ஆசை அதிகரித்துக் கொண்டு போகிறது. அப்படிச் சம்பாஷித்துக் கொண்டிருப்பதிலே ஓர் இன்பமும் இருப்பதாகத் தோன்றுகிறது. ஆகையால் என் வேண்டுகோளை மறுக்காமல் நீ அடிக்கடி இங்கே வந்து போகவேண்டும். இதோ, இந்த இளைஞர்களின் மத்தியில் நீ ஆனந்தமாகக் காலங் கழிக்கலாம். தவிர நாமிருவரும் பழைய நண்பர்களல்லவா?

ஸாக்ரட்டீஸ்: வாஸ்தவம் ஸெபாலஸ்; வயதானவர்களோடு பேசிக் கொண்டிருப்பதில் எனக்கும் சந்தோஷந்தான். ஒருநாள் எந்தப் பாதையில் நாமெல்லோரும் செல்லவேண்டுமோ அந்தப் பாதையில் வயோதிகர்களாகிய அவர்கள் வெகுதூரம் முன்னேறிச் சென்றிருக்கிறார்கள். அந்தப் பாதை எப்படி இருக்கிறது. கரடு முரடாயிருக்கிறதா, பாதையில் செல்வது சுலபமா கடினமா என்பவைகளைப் பற்றி அவர்களிடம் கேட்டுத் தெரிந்துகொள்வது நல்லதுதான். "வயோதிகத்தின் வாசற்படி" யென்று கவிஞர்கள் வருணிப்பார்களே அந்த நிலையை ஸெபாலஸ், நீ இப்பொழுது அடைந்திருக்கிறாய். அதைப் பற்றி உன்னுடைய அபிப்பிராயமென்ன? வாழ்க்கையிலே அஃதென்ன ஒரு கடினமான பாகமா? எப்படி?

ஸெபா: என்னுடைய அபிப்பிராயத்தைத் தாராளமாகச் சொல்கிறேன். அதற்கென்ன? கவிஞர்கள் வருணிக்கிற மாதிரி நான் "வயோதிகத்தின்

1. நீதியென்பதற்குப் பதில் தருமம் என்று சொல்லிக் கொண்டுபோதலும் பொருந்தும்.

வாசற்படி"யில்தானிருக்கிறேன். ஆனால், எங்களில் சிலர், அதாவது என்னைப் போன்ற கிழவர்கள் ஒன்று சந்தித்துப் பேசுகிறபோது, "ஐயோ, வயதாகிவிட்டால் வாழ்வது மகா கஷ்டம்" என்று வருத்தப்படுகிறார்கள். இளமையிலே அனுபவித்த சுகங்களையெல்லாம் மறுபடியும் அனுபவிக்க வேண்டுமென்று ஆசைப்படுகிறார்கள். பாலியத்தில் தாங்கள் காதல் கொண்டது, ஆடியது, பாடியது முதலியவற்றை யெல்லாம் நினைத்துக்கொண்டு வருத்தப்படுகிறார்கள். ஏதோ ஒரு பொக்கிஷத்தை இழந்துவிட்டது போலவும், ஒரு காலத்தில் நன்றாக வாழ்ந்துவிட்டு இப்பொழுது அந்த மாதிரி வாழ முடியவில்லையே என்றும் துக்கப்படுகிறார்கள். சுற்றத்தார் பரிகாசமாய்ப் பேசுவதைப் பார்த்து, "ஐயோ, இப்படியெல்லாம் கேவலமாகப் பேசுகிறார்களே; வயதாகிவிட்டால் எவ்வளவு துன்பங்களைச் சகித்துக் கொள்ள வேண்டியிருக்கிறது" என்று கண்ணீர் விடுகிறார்கள். ஆனால் என்னைப் பொறுத்த மட்டில், ஸாக்ரட்டீஸ், துக்கப்பட வேண்டியதற்கு அவசியமே இல்லையென்று தோன்றுகிறது. என்போன்ற அபிப்பிராய முடையவர்கள் சிலர் இருக்கிறார்கள். உதாரணமாக, கவிஞனாகிய ஸோபோக்ளீஸை[1] எடுத்துக்கொள்வோம். ஒரு சமயம் நான் அவனோடு பேசிக்கொண்டிருந்த பொழுது, அவனுடைய நண்பனொருவன் அவனைப் பார்த்து "ஸோபோக்ளீஸ், இந்த வயதில் உன்னால் ஸ்திரீ சுகத்தை அனுபவிக்க முடியுமா" என்று கேட்டான். அதற்கு அவன், "காமமென்னும் அந்தப் பயங்கர எஜமானனுடைய பிடியிலிருந்து விடுதலையடைந்திருப்பது எனக்குப் பரமசந்தோஷத்தைத் தருகிறது" என்று கூறினான். இது மிகச் சரியான வார்த்தை என்று எனக்குப்படுகிறது. வயோதிகமானது, மனிதனை காமக் குரோதங்களினின்று விடுதலை செய்து அவனுக்கு ஒரு சாந்தியை அளிக்கிறது. ஆசாபாசங்கள் குறைகின்றன என்று சொன்னால், ஸோபோக்ளீஸ் சொல்கிறமாதிரி, திருப்தியே யடையாத, மேலும் மேலும் ஆசையை அதிகரிக்கச் செய்கிற பல எஜமானர்களுடைய தளையினின்று விடுபட்டது போலாகும். ஆனால் இந்தத் தொந்தரவுகள், அதாவது சுற்றத்தாரின் மீது மனவருத்தங்கொள்ளுதல் முதலியனவெல்லாம் வயோதிகத்தினால் ஏற்பட்டவையல்ல; நம்முடைய மனப்பான்மையைப் பொறுத்தவை. ஒழுங்கான வாழ்க்கையை நடத்துகிறவர்களும், மன அமைதியுடையவர்களும் வயோதிகத்தினால் அதிகமாகப் பாதிக்கப்படுவதில்லை. ஆனால் கெட்ட சுபாவமுடையவர்களுக்கு, இளமையிலும், வயோதிகத்திலும் எப்பொழுதும் ஒரே சங்கடந்தான்.

---

1. Sophocles கி.மு. 496-405 ஆத்தென்ஸ் நகரத்துப் பிரபல கவிஞன்; நாடகாசிரியன். இவன் மொத்தம் நூற்றுப் பதின்மூன்று நாடகங்கள் எழுதினானென்று சொல்லப்படுகிறது. ஆனால், இப்பொழுது ஏழு நாடகங்களே கிடைத்திருக்கின்றன.

ஸாக்: நீ சொல்வது நன்றாகவே இருக்கிறது. ஆனால், பெரும்பாலோர் இதை அங்கீகரிப்பதில்லையே. உனது வயோதிக காலத்தில் நீ மன அமைதி பெற்றிருக்கிறாயென்று சொன்னால் அதற்கு உன்னுடைய அபரிமிதமான செல்வம் காரமே தவிர, உன்னுடைய மனப்பான்மை காரணமல்ல வென்று சொல்கிறார்கள். ஏனென்றால் பணக்காரர்களுக்கு ஆறுதல் பெறக்கூடிய அநேக வசதிகள் இருக்கின்றன.

ஸெபா: வாஸ்தவம்; அவர்கள் சொல்லுவது ஒரு விதத்தில் சரிதான்; ஆனால், முழுவதும் சரியல்ல. ஓர் ஏழை நல்லவனாயிருந்தால், அவனுக்கு வயோதிக பருவம் ஒரு சுமையாயிராது. அப்படியே ஒரு பணக்காரன் கெட்டவனாயிருந்தால், அவனுக்கு வயோதிக காலத்தில் மனச்சாந்தி ஏற்படவே படாது. அதாவது பணத்திற்கும் மன அமைதிக்கும் சம்பந்தமே இல்லை.

ஸாக்: ஸெபாலஸ், நீ இப்பொழுது வைத்திருக்கிற செல்வம், உனது முன்னோர்களிடமிருந்து வந்ததா அல்லது நீ சுயமாகச் சம்பாதித்ததா?

ஸெபா: சுயமாகச் சம்பாதித்ததுதான். நான் எவ்வளவு சம்பாதித்திருக்கிறேன் என்பதை நீ தெரிந்துகொள்ள விரும்புகிறாயா? சம்பாத்திய விஷயத்தில் நான், என் பாட்டனாருக்கும் தகப்பனாருக்கும் மத்தியில் இருக்கிறேனென்று சொல்லலாம். எப்படியென்றால், என்னுடைய பாட்டனார் – அவர் பெயரும் ஸெபாலஸ்தான் – இப்பொழுது நான் எவ்வளவு பணம் வைத்துக் கொண்டிருக்கிறேனோ அவ்வளவு பணத்தைத் தமது தகப்பனாரிடமிருந்து பெற்றார். பிறகு தமது முயற்சியால், அதைப் பன்மடங்கு விருத்தி செய்தார். என்னுடைய தகப்பனார் – அவர் பெயர் லைஸேனியாஸ்[1] – இப்பொழுது என்னிடத்தில் எவ்வளவு பணம் இருக்கிறதோ அதைவிடக் குறைவாகவே எனக்கு வைத்துவிட்டுப் போனார். எனது பிள்ளைகளுக்கு, நான் பிதிரார்ஜிதமாக எவ்வளவு பெற்றேனோ அதைவிடச் சிறிது அதிகமாக வைத்துவிட்டுப் போவேனாகில் அஃதெனக்குப் பரம திருப்தியாயிருக்கும்.

ஸாக்: உனக்குப் பணத்தின்மெல் அவ்வளவு ஆசையில்லையென்று தெரிகிறது. சுயமாகச் சம்பாதியாமல், முன்னோர்களிடமிருந்து கிடைத்த பணத்தை வைத்துக்கொண்டிருக்கிற எல்லோருடைய சுபாவமும் இப்படித்தான். ஆனால், தங்களுடைய சொந்த முயற்சியினால் பணஞ் சம்பாதிக்கிறார்களே அவர்கள், அந்தப் பணத்தின்மீது வைத்திருக்கிற மோகம் அளவு கடந்தது. எப்படி கவிஞர்கள், தங்களுடைய கவிதைகளிடத்தில் காதலுடையவர்களா யிருக்கிறார்களோ, எப்படி பெற்றோர்கள் தங்கள் குழந்தைகளிடத்தில் விசுவாசமுடையவர்களாக இருக்கிறார்களோ, அப்படியே, சுயமாகப்

1. Lysanias

பணம் சம்பாதித்தவர்கள் அந்தப் பணத்தின்மீது மோகமுடையவர்களாக இருக்கிறார்கள். ஏன் அவர்கள் அப்படி இருக்கிறார்கள்? பணம், பல வழிகளிலும் உபயோகப்படுகிறதே என்பதற்காகவா? இல்லை; இல்லை. அது தங்களுடைய சொந்த முயற்சியினால் சம்பாதிக்கப்பட்டது என்பதற்காக இதற்காகவே அவர்களை எல்லோரும் வெறுக்கிறார்கள். பணத்தைத் தவிர வேறொன்றைப் பற்றியும் அவர்கள் பேசமாட்டார்கள்.

ஸெபா: நீ சொல்வது நிரம்ப சரி.

ஸாக்: அது கிடக்கட்டும் ஸெபாலஸ்; உன்னுடைய செல்வத்தினால் அடைந்த அதிகமான நன்மை எதுவென்று நீ நினைக்கிறாய்?

ஸெபா: இந்தக் கேள்விக்கு நான் சொல்கிற பதிலை எத்தனை பேர் அங்கீகரிப்பார்கள் என்பது எனக்குச் சந்தேகமாயிருக்கிறது. ஒரு மனிதனுக்கு வயோதிக காலத்தில், தான் இறந்துபோவது நிச்சயம் என்ற எண்ணம் வந்துவிடுகிறது; உடனே அச்சம் உண்டாகிறது. அதுவரையில் நினையாத எண்ணங்களையெல்லாம் அப்பொழுது நினைக்கிறான். இந்த உலகத்தில் கெட்ட காரியங்களைச் செய்கிறவர்கள், மறு உலகத்தில் தண்டனையடைவார்கள் என்று சொல்லப்பட்ட வரலாறுகளை, அவன் ஒருகாலத்தில், அதாவது பாலியத்தில் பரிகசித்துவந்தான். இப்பொழுது, வயோதிகம் வந்த பிறகு, அவையெல்லாம் உண்மையாயிருக்குமோ வென்று கவலைப்படுகிறான். வயோதிகத்தினால் ஏற்பட்ட தேக பலவீனத்தினாலோ, அல்லது மறு உலகத்திற்குச் சமீபத்தில் இருக்கிறதனாலோ, மறு உலக தண்டனைகளைத் தெளிவாகப் பார்க்கிறான். அச்சமும் சந்தேகமும் அவனிடத்தில் குடிகொண்டுவிடுகின்றன. "நான் யாருக்கேனும் ஏதாவது அநியாயம் செய்திருக்கிறேனா" என்று சிந்திக்கத் தொடங்குகிறான். தான் செய்த பல அநியாய காரியங்களின் நினைவு அவனுக்கு வருகிறது. தூங்கிக் கொண்டிருக்கிற ஒரு குழந்தை, பயத்தினால் எப்படி திடீரென்று விழித்துக்கொள்கிறதோ அதைப் போல் அவன், தன் பழைய காரியங்களைப் பற்றி நினைத்துக்கொண்டு அவற்றுக்குப் பிரதிபலன் என்ன கிடைக்குமோ என்று பயப்படுகிறான். எவனொருவன், தான் மனப்பூர்வமாக யாருக்கும் எவ்வித அநியாயமும் செய்யவில்லை யென்று உணர்கிறானோ, அவன் வயோதிக காலத்தில் நம்பிக்கையோடு வாழ்கிறான். இந்த நம்பிக்கைதான் அவனுடைய வயோதிக காலத்தில் தாதிபோல் இருந்து உதவுகிறது.

"நெறியுடையோனை, தூய வாழ்வினனை,
நம்பிக்கையெனு மாதேவியே நடத்திச் செல்கிறாள்;
வயோதிகத்தில் தாதியாய் வழிநடையில் துணைவியாய்
இருக்குமவள், அலையுறு ஆத்மாவுக்கு ஆறுதலளிக்கிறாள்"

என்று பிண்டார்[1] என்ற கவிஞன் கூறுகிற வார்த்தைகள் எவ்வளவு

வெ.சாமிநாத சர்மா | 81

அழகாயிருக்கின்றன! பணம் படைத்தவர்களுக்கு ஏற்படுகிற அனுகூலம் இதுதான். எல்லாப் பணக்காரர்களுக்குமல்ல; நல்லவர்களாயுள்ள பணக்காரர்களுக்குமல்ல; நல்லவர்களாயுள்ள பணக்காரர்களுக்கு மட்டுந்தான். அப்படிப்பட்டவர்களே, "இந்த உலகத்தில் நாம் யாரையும் எவ்விதமான மோசமும் செய்யவில்லை; யாரிடத்திலும் பொய்யாக நடந்து கொள்ளவில்லை" என்ற நம்பிக்கையோடு மறு உலகத்திற்குச் செல்லமுடியும். 'தெய்வங்களுக்குப் பூசை போடுவதிலோ, பிறரிடமிருந்து பெற்ற பொருளை அவர்களுக்குத் திருப்பிக் கொடுத்து விடுவதிலோ, கடமைகளைச் செய்யும் விஷயத்திலோ நாம் எவ்விதமான பிசகும் செய்யவில்லை" என்று நிர்ப்பயமாய்ச் சொல்லிக்கொண்டு மறு உலகத்திற்குச் செல்லமுடியும். இந்த மாதிரியான மனச் சாந்தி பெறுவதற்குப் பணம் பெரிதும் துணை செய்கிறது. பணத்தினால் வேறுவிதமான நன்மைகள் உண்டாகின்றன என்றாலும், மனச்சாந்தி பெறுவதிருக்கிறதே அதுதான் முக்கியமான நன்யென்று நான் கருதுகிறேன்.

ஸாக்: நீ சொல்வது நிரம்ப சரி. ஆனால், நியாயமாக நடந்துகொள்வது என்று நீ எதைச் சொல்கிறாயோ அதனையே எவ்வித கலப்புமற்ற உண்மையென்று சொல்லலாமா? நாம் பெற்றுக்கொண்டதையெல்லாம் திருப்பிக் கொடுத்துவிட்டால் அது நியாயமாகுமா? அல்லது இந்தக் காரியங்கள், அதாவது வாங்கின பொருளைத் திருப்பிக் கொடுத்துவிடுதல் முதலியன, ஒரு சந்தர்ப்பத்தில் நியாயமாகவும் மற்றொரு சந்தர்ப்பத்தில் அநியாயமாகவும் எடுத்துக்கொள்ளப் படுகின்றன அல்லவா? உதாரணமாக, ஒரு நண்பன் சித்த சுவாதீனத்தோடு கூடியிருக்கிற சமயத்தில் நம்மிடத்திலே சில ஆயுதங்களை ஒப்படைத்துவிட்டுப் போகிறான். பிறகு அவனுக்குப் பைத்தியம் பிடித்துவிடுகிறது. அந்த மாதிரியான சமயத்தில், தன் ஆயுதங்களைத் திருப்பிக் கொடுக்கும்படி அவன் கேட்டால், நாம் கொடுக்கலாமா? அப்படிக் கொடுப்பது நியாயமல்லவென்று எல்லோரும் ஒப்புக் கொள்வார்கள். அப்படிக் கொடுத்து அவனிடத்தில் நடந்தவற்றை யெல்லாம் உண்மையாக எடுத்துச் சொன்னவன், நியாயமாக நடந்துகொண்டான் என்று சொல்ல முடியாது.

ஸெபா: வாஸ்தவம்; சொல்ல முடியாதுதான்.

---

1. Pindar கி.மு. 522-443. கிரேக்க இசைக் கவிஞர்களில் முக்கியமானவன். இவனது தேசீயப் பாடல்கள் கிரேக்கர்களால் அநேக நூற்றாண்டுகள் வரை போற்றப்பட்டு வந்தன. மகா அலெக்ஸாந்தர், இவன் பிறந்த தீப்ஸ் என்ற பிரதேசத்தை கி.மு.335-ம் வருஷம் சூறையாடி மண்ணோடு மண்ணாக்கியபோது இவன், அதாவது பிண்டார், எந்த வீட்டில் வசித்துக்கொண்டிருந்தானோ அந்த வீட்டை மட்டும் அப்படியே விட்டு வைத்தான் என்று சொன்னால் அஃதொன்றே இவன் புகழுக்குச் சிறந்த உதாரணமாகும்.

ஸாக்: அப்படியானால், உண்மையைச் சொல்லி, நாம் பெற்றுக்கொண்டதைத் திருப்பி ஒப்படைப்பது என்ற செயல், நியாயமான செயலாகாதல்லவா?

இந்தச் சமயத்தில் பாலிமார்க்கஸ் விவாதத்தில் கலந்துகொள்கிறான்.

பாலிமார்க்கஸ்: ஸைமனிடீஸின்[1] கருத்தை நாம் ஒப்புக் கொள்வோமானால், உடையவர்களிடம் உடைமையை ஒப்புவிப்பதுதான் நியாயம்.

ஸெபா: நல்லது; வாதத்தைத் தொடர்ந்து நீங்கள் நடத்துங்கள். தேவதா பூஜை செய்ய நான் செல்ல வேண்டும்; நேரமாகிவிட்டது.

ஸாக்: உன்னுடைய வழித் தோன்றல்தானே பாலிமார்க்கஸ்?

ஸெபா: நிச்சயமாக.

இப்படிச் சொல்லிவிட்டு ஸெபாலஸ் தேவதா பூஜைக்குச் சென்றுவிடுகிறான்.

ஸாக்: எதோ, ஸெபாலஸ் விட்டுப்போன வாதத்திற்கு வாரிசாக வந்த பாலிமார்க்கஸ், ஸைமனிடீஸின் நியாய சித்தாந்தத்தை அங்கீகரிப்பதாகச் சொன்னாயே, அஃதென்ன?

பாலி: அவரவருடைய பொருளை அவரவரிடம் ஒப்படைத்துவிடவேண்டும்.

ஸாக்: ஸைமனிடீஸ் சொன்னதை நாம் சுலபமாகப் புறக்கணித்துவிட முடியாது. ஏனென்றால், அவன் அதி விவேகி; பக்திமான். அவன் சொன்ன கருத்தை, பாலிமார்க்கஸ், நீ தெரிந்துகொண்டிருக்கலாம். ஆனால் என்னால் புரிந்து கொள்ள முடியவில்லை. ஒருவன் சித்த சுவாதீனத்தோடு கூடியிருந்த காலத்தில் நம்மிடம் ஒப்படைத்த பொருளை, அவன் சித்த சுவாதீனமிழந்து விட்ட காலத்தில் அவனிடம் திருப்பி ஒப்படைப்பது நியாயமென்று ஸைமனிடீஸ் சொன்னானாவென்பது எனக்குச் சந்தேகமாயிருக்கிறது. ஒப்படைத்த பொருளைத் திருப்பிக் கொடுத்து விடவேண்டுமென்று சொன்னான். அவ்வளவுதானே?

பாலி: ஆமாம்.

ஸாக்: ஆனால் சித்த சுவாதீனமிழந்திருக்கிற காலத்தில் திருப்பிக் கொடுக்க வேண்டுமென்பது அவசிய மில்லையே?

பாலி: வாஸ்தவம்.

---

1. Simonides of Ceos கி.மு. 556-469. கிரேக்கர்களால் பெரிதும் போற்றப்பட்ட ஒரு கவிஞன்.

ஸாக்: அப்படியானால் ஸைமனிடீஸின் கருத்து வேறாயிருக்க வேண்டும்.

பாலி: ஸைமனிடீஸின் கருத்துப்படி, நண்பர்கள் நண்பர்களுக்கு நன்மையானவற்றைத்தான் கொடுக்க வேண்டும்; தீமையானவற்றைக் கொடுக்கக் கூடாது.

ஸாக்: ஆகவே பெற்றுக்கொண்டதை யெல்லாம் திருப்பிக் கொடுத்துவிடவேண்டுமென்பதில்லையே?

பாலி: ஆம்.

ஸாக்: நாம் சத்துருக்களிடமிருந்து ஏதேனும் பெற்றுக்கொண்டிருந்தால் அதனையும் திருப்பிக் கொடுத்து விடவேண்டுமா?

பாலி: கொடுத்துவிட வேண்டியதுதான். ஆனால் ஒரு சத்துருவிடமிருந்து மற்றொரு சத்துருவுக்குக் கிடைக்கக்கூடியது தீமையாகத்தான் இருக்கமுடியும் என்று நான் கருதுகிறேன். ஏனென்றால், தீமையை அளிப்பதுதான் சரியானது, ஏற்றது என்று அந்தச் சத்துரு கருதுகிறான்.

ஸாக்: அப்படியானால் ஸைமனிடீஸின் சித்தாந்தப்படி, ஒருவனுக்கு எதைக் கொடுத்தால் சரியானதாயிருக்குமோ அதை அவனுக்குக் கொடுப்பதுதான் நியாயம் என்று ஏற்படுகிறது. சரியானதைக் கொடுக்க வேண்டுமென்பதற்குப் பதிலாக, பெற்றுக் கொண்டதைத் திருப்பிக் கொடுக்க வேண்டுமென்று அவன் சொல்லிவிட்டான்; அவ்வளவுதானே?

பாலி: ஆம்; இதை நீ அங்கீகரிக்க வில்லையா?

ஸாக்: வைத்திய சாஸ்திரத்தினால் யாருக்கு எந்த விதமான உபயோபம் உண்டாகிறதென்று ஸைமனிடீஸை நாம் கேட்டிருந்தால் அவன் என்ன பதிலளித்திருப்பான்?

பாலி: தேகத்திற்கு மருந்தாகவும் ஆகாரமாகவும் உபயோகப்படுகிறதென்று சொல்லியிருப்பான்.

ஸாக்: சமையல் சாஸ்திரத்தினால்?

பாலி: நல்லவிதமான ஆகார வகைகளைச் சாப்பிடுவதற்கு உபயோகமாயிருக்கிறது.

ஸாக்– நியாய சாஸ்திரம் அல்லது நீதி சாஸ்திரம் என்று சொல்லிகிறோமே, அதனால் ஏற்படுகிற உபயோகம் என்ன?

பாலி: நண்பர்களுக்கு நன்மையும் விரோதிகளுக்குத் தீமையும் உண்டாகிறது.

ஸாக்: அப்படியானால் நண்பர்களுக்கு நன்மையை செய்வதும், விரோதிகளுக்குத் தீமையைச் செய்வதும் நியாயமானதென்பது ஸைமனிடீஸின் கருத்தா?

பாலி: அப்படித்தானென்று நினைக்கிறேன்.

ஸாக்: சரி; ஓரிடத்தில் ஜனங்கள் வியாதியால் பீடிக்கப்படுகிறார்களென்று வைத்துக் கொள்வோம். அப்பொழுது அவர்களில் நண்பர்களா யுள்ளவர்களுக்கு நன்மையையும், சத்துருக்களாயுள்ளவர்களுக்குத் தீமையையும் செய்யக்கூடியவன் யார்?

பாலி: வைத்தியன்.

ஸாக்: அந்த ஜனங்களே சமுத்திரத்தில் பிரயாணம் செய்துகொண்டிருந்தார்களானால்–?

பாலி: கப்பல் தலைவன்.

ஸாக்: சரி; ஒரு நீதிமானுடைய நிலைமை என்ன? எந்த அமிசத்தில், அவன் தன் நண்பர்களுக்கு அதிகமான அனுகூலத்தையும், சத்துருக்களுக்கு அதிகமான பிரதிகூலத்தையும் செய்ய முடியும்?

பாலி: சத்துருக்களுக்கு யுத்தத்தில் பிரதிகூலத்தையும், நண்பர்களுக்கு உடன்படிக்கைகளில் அனுகூலத்தையும் அவனால் செய்யமுடியும்.

ஸாக்: நிரம்ப சரி; அப்படியானால், என் அருமையான பாலிமார்க்கஸ், ஜனங்கள் நோயாக இல்லாத காலத்தில், வைத்தியன் பிரயோஜனமற்றவந்தானே? அதாவது அவன் தேவையில்லையல்லவா?

பாலி: ஆம்.

ஸாக்: அப்படியே, ஜனங்கள் சமுத்திரத்தில் யாத்திரை செய்யாதபோது, கப்பல் தலைவன் தேவையில்லைதானே?

பாலி: ஆம்.

ஸாக்: அப்படியே ஜனங்கள் சண்டையிட்டுக்கொள்ளாதபோழ்து, நீதிமானும் அவசியமில்லையல்லவா?

பாலி: அஃதெப்படிச் சொல்லமுடியும்?

ஸாக்: அப்படியானால், நீதியென்பது சமாதான காலத்தில்கூடப் பிரயோஜனமுடையதா?

பாலி: ஆமாம்.

ஸாக்: அப்படியே விவசாயம் செய்வதுகூட, இல்லையா?

பாலி: ஆமாம்.

ஸாக்: அதாவது பூமியிலிருந்து பலனைப் பெறுகிற விஷயத்தில்?

பாலி: ஆமாம்.

ஸாக்: செருப்பு தைக்கிற தொழில்கூட?

பாலி: ஆமாம்.

ஸாக்: அதாவது எல்லோரும் செருப்பை உபயோகிக்கிற விஷயத்தில்?

பாலி: ஆம்.

ஸாக்: அப்படியானால், நீதியென்பது சமாதான காலத்தில் எந்தவிதமான தேவையைப் பூர்த்தி செய்கிறது? எந்தவிதமான அனுகூலம் அதனால் உண்டாகிறது?

பாலி: நமது வர்த்தக விவகாரங்களில் அது பிரயோஜனமுடையதா யிருக்கிறது.

ஸாக்: வர்த்தக விவகாரங்களென்று நீ எதைக் குறிப்பிடுகிறாய்? கூட்டாகச் சேர்ந்து நடத்துகிற நடவடிக்கைகளையா? அல்லது வேறு விஷயங்களையா?

பாலி: கூட்டு விவகாரங்களைத்தான் சொல்கிறேன்.

ஸாக்: சரி; சதுரங்க விளையாட்டை எடுத்துக் கொள்வோம். இதில் நன்றாக ஆடுகிறவன் சரியான கூட்டாளியா? அல்லது நியாயமாக ஆடுகிறவன் சரியான கூட்டாளியா?

பாலி: நன்றாக ஆடுகிறவன் தான் சரியான கூட்டாளி.

ஸாக்: கொத்துத் தொழிலில், நன்றாக வேலை செய்கிறவனைக் காட்டிலும் நியாயமாக வேலை செய்கிறவன் சிறந்த கூட்டாளியாக இருக்க முடியுமா?

பாலி: இருக்க முடியாது.

ஸாக்: வாத்தியம் வாசிக்கிற ஒரு கோஷ்டியில் திறமையாக வாத்தியம் வாசிக்கிறவன் உபயோகமுள்ள கூட்டாளி யென்பதை நீ ஒப்புக்கொள்வாயல்லவா? அப்படியானால், மேலே சொன்ன திறமையான சதுரங்க ஆட்டக்காரன், கொத்தன், வாத்தியம் வாசிக்கிறவன் ஆகிய இவர்களைக் காட்டிலும் ஒரு நீதிமான் எந்த விஷயத்தில் உபயோகமுள்ள கூட்டாளியாக இருப்பான்?

பாலி: பண விவகாரங்களில்.

86 | பிளேட்டோவின் அரசியல்

ஸாக்: சரி; குதிரைகளை வாங்கி விற்கிற தொழிலே நாம் நடத்துகிறோம் என்று வைத்துக்கொள். இதில் அசுவ சாஸ்திரம் தெரிந்தவன் சிறந்த கூட்டாளியா? அல்லது பணத்தை வைத்துக் கொண்டிருக்கிறவன் சிறந்த கூட்டாளியா? அசுவ சாஸ்திரம் தெரிந்தவன் தானே?

பாலி: ஆமாம்.

ஸாக்: கப்பல்களை வாங்கி விற்கிற தொழிலை நடந்துகிறோமென்று வைத்துக்கொள். இதில் கப்பல் கட்டத் தெரிந்தவன் சிறந்த கூட்டாளியா, அல்லது கப்பலை ஓட்டுகிற தலைவன் சிறந்த கூட்டாளியா?

பாலி: கப்பல் கட்டத் தெரிந்தவன் தான்.

ஸாக்: வெள்ளியையோ, தங்கத்தையோ புழக்கத்திற்குக் கொண்டுவருகிறபோது, எந்த அமிசத்தில் ஒரு நீதிமான் உபயோகமுள்ள கூட்டாளியாக இருப்பான்?

பாலி: பணத்தைப் பத்திரமாகக் காப்பாற்றிக்கொடுப்பதில்.

ஸாக்: அப்படியானால் பணத்தை உபயோகப்படுத்த வேண்டிய அவசியமில்லாத போழ்துதான், அதாவது உபயோகமில்லாமல் அதனைக் காப்பாற்றி வைக்கிற விஷயத்தில்தான், நீதிமான் பிரயோஜனப்படுகிறான். என்று அர்த்தப்படுகிறதில்லையா?

பாலி: அப்படித்தானாகிறது.

ஸாக்: சரி; கூர்மையான கத்தியொன்று நம்மிடத்தில் இருக்கிறதென்று வைத்துக்கொள்வோம். அதை உபயோகப்படுத்தாத வரையில் நீதியென்பது பிரயோஜனமுடையதா யிருக்கிறது. ஆனால் அந்தக் கத்தியை உபயோகப்படுத்துவது என்று ஆரம்பித்தால் அது செடி கொடிகளை நறுக்குவதற்கு உபயோக முடையதா யில்லையா?

பாலி: ஆமாம்.

ஸாக்: அப்படியே யுத்த கவசமும், வாத்தியமும் உபயோகப் படுத்தப்படாத வரையில் அவைகளைப் பொறுத்தமட்டில் அவை நியாயமுடையனவாகவே இருக்கின்றன. அவைகளை உபயோகத்திற்குக் கொண்டு வருவோமானால் அப்பொழுது யுத்தக் கலையும் சங்கீதக் கலையும் இன்னும் அதிகமாக உபயோகப்படுகின்றன வல்லவா?

பாலி: ஆமாம்.

ஸாக்: அப்படியானால் எல்ல விஷயங்களிலும் இது பொருத்தந்தானே? ஒரு பொருளை உபயோகத்திற்குக் கொண்டு வருகிறபோது, அதைப்

பொறுத்த அளவில், நீதியென்பது பிரயோஜனமில்லாமலிருக்கிறது. அந்தப் பொருளை உபயோகத்திற்குக் கொண்டுவராதிருப்போமானால், அப்பொழுது நீதியென்பது பிரயோஜனமுடையதா யிருக்கிறது.

பாலி: அப்படித்தான் தோன்றுகிறது.

ஸாக்: எனவே உபயோகமில்லாத விஷயங்களுக்குத்தான் நீதி உபயோகப்படுகிறதென்று சொன்னால், அப்பொழுது அந்த நீதியென்பது பெரிய விஷயமாகுமா? சரி; இன்னொரு திருஷ்டியிலிருந்து இதனை ஆராய்ச்சி செய்வோம். குத்துச் சண்டையோ அல்லது ஆயுதச் சண்டையோ இரண்டு பேருக்குள் நடைபெறுகிறதென்று வைத்துக் கொள்வோம். இதில், யார் எதிரியைத் தாக்குவதில் சாமர்த்தியங் காட்டுககிறானோ அவன், எதிரியினுடைய தாக்குவதலைத் தடுத்துக் கொள்வதிலும் சாமர்த்தியமுடையவனா யிருப்பானில்லையா?

பாலி: ஆமாம்.

ஸாக்: அப்படியே, வியாதி வரவொட்டாமல் தடுத்துக்கொள்ளும் சாமர்த்தியமுடையவன், யாரும் அறியாதபடி பிறருக்கு அந்த வியாதியைப் புகுத்தக் கூடிய சாமர்த்தியமுடையவனா யிருப்பான்?

பாலி: ராணுவத்தைப் பாதுகாவல் செய்கிற ஒரு வீரன் இருக்கிறான். அவனை நீ எப்பொழுது புத்திசாலியென்று சொல்வாய்? எதிரியின் போர்த் திட்டங்களையோ அல்லது எதிரியின் நிலை விவரங்களையோ சாமர்த்தியமாகத் திருடிக்கொண்டு வந்தால்தானே?

ஸாக்: ஆகவே, எவனொருவன் ஒரு பொருளை புத்திசாலித்தனத்துடன் காப்பாற்றுகிறானே அவனே அந்தப் பொருளை புத்திசாலித்தனமாகத் திருடவும் முடியும் என்று ஏற்படுகிறதல்லவா?

பாலி: ஆமாம்.

ஸாக்: எனவே ஒரு நீதிமான், பணத்தை புத்திசாலித்தனமாகக் காப்பாற்றுகிறானென்று சொன்னால் அவன் புத்திசாலித்தனமாக அதனைத் திருடவும் முடியுமல்லவா?

பாலி: வாதத்தின் போக்கு அப்படித்தானிருக்கிறது.

ஸாக்: ஆதலின் ஒரு நீதிமான், புத்திசாலியான திருடன் என்று ஏற்படுகிறது. நீதியென்பது ஒருவிதமான களவாகிறது. இந்தக் களவுத் தொழிலானது, நண்பர்களுக்கு அனுகூலமாகவும் சத்துருக்களுக்குப் பிரதிகூலமாகவும் செய்யப்படுகிறது. இதைத்தானே நீ சொல்கிறாய்?

பாலி: அட கடவுளே! நான் அப்படிச் சொல்லவில்லையே. நான்

என்ன சொன்னேனென்று இப்பொழுது எனக்குப் பிரியவேயில்லை. ஆனால் நண்பர்களுக்கு நன்மை செய்வதும், சத்துருக்களுக்குத் தீமை செய்வதுந்தான் நீதி அல்லது தருமம் என்ற அபிப்பிராயம் மட்டும் எனக்கு இருந்துகொண்டிருக்கிறது.

ஸாக்: நம்பிக்கையுடையவன் என்று ஒருவன் உனக்குத் தோன்றினால் அவன் உன்னுடைய நண்பனாவானோ? அல்லது உண்மையிலேயே நம்பிக்கை யுடையன் தான் நண்பனா? சத்துருக்களையும் இப்படித்தான் நாம் கணிக்க வேண்டுமா?

பாலி: எவனொருவனை நம்பலாமென்று நமக்குத் தோன்றுகிறதோ அவனை நாம் நேசிக்க வேண்டும். அப்படியே ஒருவன் கெட்டவன் என்று நமக்குத் தோன்றினால் அவனைத் துவேஷிக்க வேண்டும்.

ஸாக்: ஆனால் இந்த மாதிரி பாகுபடுத்திப் பார்ப்பதில், நாம் அநேக தவறுகள் செய்துவிடுகிறோமில்லையா? அதாவது, நம்பிக்கை வைப்பதற்குத் தகுதியில்லாதவர்களென்று நாம் யார் யாரைக் கருதுகிறோமோ அவர்களெல்லோரும் நம்பிக்கையைக்குரியவர்களாயிருப்பதையும், நமது நம்பிக்கையைப் பெற்றவர்கள், பிறகு நாம் அவநம்பிக்கை கொள்ளும்படியாக நடந்து கொள்வதையும் பார்க்கிறோமில்லையா?

பாலி: ஆம்.

ஸாக்: அப்படிப்பட்டவர்களுக்கு, சத்துருக்கள் நண்பர்களாகவும், நண்பர்கள் சத்துருக்களாகவும் ஆகிவிடுகிறார்களில்லையா?

பாலி: ஆம்.

ஸாக்: அப்படிப்பட்டவர்கள் நண்பர்களுக்குத் தீமையும், சத்துருக்களுக்கு நன்மையும் செய்யவேண்டிய நிர்ப்பந்தத்திற்குட்படுகிறார்களில்லையா?

பாலி: ஆம்.

ஸாக்: நல்லவர்களெல்லோரும் நீதிமானகள் தானே? அவர்களால் அநீதி இழைக்க முடியாதல்லவா?

பாலி: உண்மை.

ஸாக்: உன்னுடைய வாதப்படி, அநீதி இழைக்காதவர்களுக்குத் தீங்கு செய்வதென்பது நியாயமென்று ஏற்படுகிறது.

பாலி: அஃதெப்படியாகும்? அந்த மாதிரி முடிவு கட்டுவது தவறு.

ஸாக்: சரி; நீதிமான்களுக்கு நன்மை செய்வதும், அநீதவான்களுக்குத் தீமை செய்வதும் நியாயந்தானா?

பாலி: அப்படி முடிவு கட்டுவதுதான் சரி.

ஸாக்: நண்பர்களில் சிலர் கெட்டவர்களாக இருக்கிறார்கள். அதைப்போல் சத்துருக்களிலும் சிலர் நல்லவர்களாயிருக்கிறார்கள். எனவே, கெட்டவர்களை உத்தேசித்துப் பொதுவாக எல்லா நண்பர்களுக்கும் தீமை செய்வதென்பதும், சில நல்லவர்களை உத்தேசித்துப் பொதுவாக எல்லாச் சத்துருக்களுக்கும் நன்மை செய்வதென்பதும் நியாயமாகிறதல்லவா?

பாலி: வெளிப் பார்வைக்கு நம்பிக்கை வைக்கத் தகுந்தவன்போல் தென்படுகின்றானே அவன் மட்டுமல்ல, உண்மையாகவே நம்பக்கூடியவனும் நமது நண்பன், உண்மையிலேயே நம்பிக்கைக்குத் தகுதியுடையவன்போல் தென்பட்டால் அவன் நண்பனல்ல. சத்துரு என்பதற்கும் இப்படியே அர்த்தப்படுத்தக்கொள்ள வேண்டும்.

ஸாக்: உனது வாதப்படி, நல்லவன் உன்னுடைய நண்பன்; கெட்டவன் உன்னுடைய சத்துரு. இல்லையா?

பாலி: ஆம்.

ஸாக்: சரி; அப்படியே நீதியென்பதற்கு நாம் முதலில் என்ன வியாக்கியானம் செய்து கொண்டிருந்தோமோ அதிலும் ஒரு மாறுதலை ஏற்படுத்தலாம். நண்பர்களுக்கு நன்மை செய்வதும், சத்துருக்களுக்குத் தீமை செய்வதும் நீதி யென்று முன்னர் நாம் முடிவு கட்டினோமில்லையா, அதை மாற்றி இப்பொழுது நண்பர்கள் நல்லவர்களாயிருக்கிற வரையில் அவர்களுக்கு நன்மையைச் செய்வதும், அப்படியே விரோதிகள் கெட்டவர்களா யிருக்கிறவரையில் அவர்களுக்குத் தீமையைச் செய்வதுமே நீதியென்று திருத்திக் கொள்ளலாமா?

பாலி: இதுதான் சரியான வியாக்கியானம்.

ஸாக்: நீதிமான் என்று நாம் யாரைச் சொல்கிறோமோ அவன் எந்த ஒரு மனிதனுக்கேனும் தீங்கு செய்வானோ? தீங்கு செய்வது அவனுடைய சுபாவமா யிருக்குமா?

பாலி: கெட்டவர்களுக்கும் சத்துருக்களுக்கும் அவன் தீங்கு செய்ய வேண்டியதுதானே?

ஸாக்: சரி; குதிரைகளுக்கு நாம் தீங்கு செய்தால், அதனால் அவை நல்லவையாகின்றனவா, கெட்டவையாகின்றனவா?

பாலி: கெட்டவையாகத்தான் ஆகின்றன

ஸாக்: நாய்களும் அப்படித்தானே?

பாலி: ஆமாம்.

ஸாக்: அப்படியே, மனிதர்களுக்கு நாம் தீங்கு செய்தால், அவர்கள் கெட்டவர்களாகத்தானே யாகிறார்கள்? அதாவது, மனிதத் தன்மையிலிருந்து கீழாகப் போய்விடுகிறார்கள் இல்லையா?

பாலி: ஆம்.

ஸாக்: நீதி யென்பது மனிதத் தன்மையில் சேர்ந்தததுதானே?

பாலி: ஆம்.

ஸாக்: ஒருவனுக்கு நாம் தீங்கிழைத்தால், அதனால், அவன் இன்னும் அதிகமான அநீதச் செயல்களைச் செய்யத் துணிந்துவிடுகிறான். இல்லையா?

பாலி: வாஸ்தவம்.

ஸாக்: சங்கீத வித்துவான்களால் சங்கீதக் கலையைக் கொண்டே மனிதர்களுக்குச் சங்கீத உணர்ச்சி இல்லாமற் செய்துவிட முடியுமா?

பாலி: முடியாது.

ஸாக்: குதிரை சவாரி செய்வதில் திறமையுடைவர்களால், தங்களுடைய திறமையைக் கொண்டே மனிதர்களுக்குக் குதிரை சவாரி செய்யும் திறமையை அற்றுவிடச் செய்துவிட முடியுமா?

பாலி: முடியாது.

ஸாக்: ஒரு நீதிமான், நீதியைக் கொண்டே, மனிதர்களை அநீதவான்களாக்க முடியுமா? அதாவது நல்லவர்கள், தங்களுடைய நல்ல தன்மையைக் கொண்டே, மனிதர்களைக் கெட்டவர்களாக்க முடியுமா?

பாலி: அஃதெவ்வாறு இயலும்?

ஸாக்: உஷ்ணத்தினுடைய வேலை, குளிர்ச்சியை உண்டுபண்ணுவதில்லையே?

பாலி: இல்லை.

ஸாக்: வறட்சி, ஈரத்தை உண்டு பண்ணாதல்லவா?

பாலி: பண்ணாது.

ஸாக்: நல்ல மனிதன் கெடுதல் செய்யமாட்டானல்லவா?

பாலி: உண்மை.

ஸாக்: நியாயமாக நடக்கிறவன் நல்லவன் தானே?

பாலி: ஆம்.

ஸாக்: தன்னுடைய நண்பனுக்கோ, வேறெந்த மனிதனுக்கோ தீங்கு செய்வதென்பது நீதிமானுடைய வேலையல்ல; அநீதிவானுடைய வேலை. இல்லையா?

பாலி: இதற்கு நான் என்ன ஆட்சேபம் சொல்ல முடியும், ஸாக்ரட்டீஸ்?

ஸாக்: சரி; நண்பர்களுக்கு நன்மையைச் செய்வதும், சத்துருக்களுக்குத் தீமையைச் செய்வதும் நியாயம் என்று ஒருவன் சொல்வானாகில், அவன் புத்திசாலியாக மாட்டான். ஏனென்றால், சத்துருவா யிருந்தாலும் மித்துருவா யிருந்தாலும் யாருக்கும் தீங்கிழைப்ப தென்பதே அநியாயம் என்ற முடிவுக்கு இப்பொழுது நாம் வந்தோமில்லையா?

பாலி: உன் முடிவை ஒப்புக்கொள்கிறேன்.

இப்படி இந்த இரண்டு பேரும் திரும்பத் திரும்ப தர்க்கஞ் செய்துகொண்டு போவதைப் பார்த்து, திராஸிமாக்கஸுக்குச் சகிக்கமுடிய வில்லை. தன்னுடைய இரையைக்கண்டு ஆவேசத்துடன் துள்ளிக் குதிக்கிற ஒரு காட்டுமிருகம் போல் துள்ளி எழுந்து பேசுகிறான்.

திராஸிமாக்கஸ்: உங்கள் இரண்டு பேருக்கும் பைத்தியம் பிடித்துவிட்டதா என்ன? ஒருவருக் கொருவர் தலை வணங்குவது, மரியாதையாகப் பேசுவதும், இவையெல்லாம் என்ன வேஷம்? நீதி யென்றால் என்னவென்பதைத் தெரிந்துகொள்ள வேண்டு மென்ற ஆவல் உண்மையிலேயே, ஸாக்ரட்டீஸ், உனக்கு இருக்குமானால், கேள்வி கேட்பதும், கேள்விக்குப் பதில் சொன்னால் அதை மறுப்பதும், இந்தமாதிரி பகட்டெல்லாம் செய்வானேன்? கேள்வி கேட்பது சுலப மென்றும், பதில் சொல்வது கடின மென்றும் உனக்குத் தெரியாதா? நீதியென்பதற்கு உன்னுடைய வியாக்கியானம் என்ன? அதை முதலிற் சொல். சந்தர்ப்பத்தை அனுசரித்து, அல்லது பயனைக் கருதி, அல்லது சாதக பாதகங்களை உத்தேசித்து அதற்கு வியாக்கியானம் செய்யவேண்டும் என்றெல்லாம் சொல்லாதே. பகட்டாகபேசி விஷயத்தை மழுப்பாதே.

இதைக்கேட்டு ஸாக்ரட்டீஸ் திகைத்துப் போகிறான்.

ஸாக்: கோபித்துக் கொள்ளாதே திராஸிமாக்கஸ்; பாலிமார்க்கஸும் நானும் எங்களுடைய வாதத்தில் வழி தவறிப் போயிருந்தால், அது, நாங்கள் வேண்டுமென்றே செய்த பிசகல்ல. தங்கத்தைக் கண்டுபிடிக்க சுரங்கத்திற்குள் நுழைகிறவன், மரியாதையைப் பார்த்தால் முடியுமா?

தங்கத்தைவிட மேலான பொருளை, அதாவது நீதியைத் தேடிக் கண்டுபிடிக்க நாங்கள் புறப்பட்டிருக்கிறோம். இதில் மரியாதையைப் பார்த்துக் கொண்டு முயற்சியைக் கைவிட்டு விடுவோமா? நீதியைக் கண்டுபிடிக்க வேண்டுமென்ற ஆவலென்னவோ எங்களுக்கு அதிகமாக இருக்கிறது. ஆனால் திறமை தான் போதாது. இதற்காக, எங்களிடத்திலே நீ அநுதாபம் காட்டவேண்டுமே தவிர, எங்களைக் கடிந்து கொள்ளக்கூடாது பார்.

இதைக் கேட்டு திராஸிமாக்கஸ் உரக்கச் சிரிக்கிறான்.

திரா: இப்படியெல்லாம் நீ தந்திரமாகப் பேசுவாயென்பது எங்களுக்குத் தெரியுமே.

ஸாக்: திராஸிமாக்கஸ், நீ புத்திசாலி, நீ ஒருவனைப் பார்த்து "12 என்ற எண் எப்படி வந்தது" என்று கேட்கிறாய். அவன் "2*6=12 அல்லது 3*4=12 அல்லது 4*3=12 அல்லது 6*2=12" என்று பதில் சொல்கிறான். "அவையெல்லாம் உதவாது" என்று நீ சொல்ல முடியுமா? அவன் சொல்கிற மாதிரி உனக்குப் பிடிக்காவிட்டாலும், அவனுக்குத் தெரிந்ததைச் சொல்வதை நீ தடுக்க முடியுமா?

திரா: இவையெல்லாம் கிடக்கட்டும். நீதி யென்பதற்கு இதுவரையில் நீங்களிருவரும் செய்த வியாக்கியானத்தைக் காட்டிலும் சிறந்த வியாக்கியானம் நான் செய்தால், நீ எனக்கு என்ன அபதாரம் செலுத்தப் போகிறாய்?

ஸாக்: அபராதம் என்ன செலுத்துவது? என் அறியாமையை ஒப்புக்கொள்கிறேன். அறிவுக்கு முன்னே அறியாமை தலைவணங்க வேண்டியது தானே?

திரா: நீ கெட்டிக்காரப் பேர்வழி! நீ என்னிடம் கற்றுக்கொள்ளவும் வேண்டும்; அதற்குக் காணிக்கையும் செலுத்த வேண்டும்.

இந்தச் சமயத்தில் கிளாக்கோள் வாதத்தில் தலையிடுகிறான்.

கிளாக்கோள்: திராஸிமாக்கஸ், உன்னுடைய வியாக்கியானம் நடக்கட்டும். ஸாக்ட்டீஸுக்காக நாங்களெல்லோரும் சேர்ந்து பணம் கொடுக்கிறோம்.

திரா: ஸாக்ரட்டீஸ் அவனுடைய வழக்கத்தை விடகூடாது என்று பார்க்கிறீர்கள். அதாவது எந்தக் கேள்விக்கும் தான் பதில் சொல்வதில்லை, மற்றவர்களைப் பதில் சொல்லவிட்டுப் பிறகு அதை மறுப்பது; இதுதானே அவனுடைய வழக்கம்?

ஸாக்: ஒருவன், போதிய அறிவில்லாதவனாக இருக்கிறான். அவன், தன் அறியாமையையும் ஒப்புக்கொள்கிறான். அப்படிப்பட்டவன் என்ன

பதில் செல்வான்? தவிர, அவன் மனத்தில் ஏதேனும் அபிப்பிராயங்கள் தோன்றினால், அவற்றை அவன் சொல்லக் கூடாதென்று தடுக்கப்பட்டும் விட்டால் அவன் என்ன செய்யமுடியும்? அந்த மாதிரி நிலைமையில் நான் இருக்கிறேன். திராஸிமாக்கஸ், நீதான் இப்பொழுது பேசுவேண்டும். எனக்கும், கிளாக்கோன் போன்ற இங்குள்ள இதரர்கட்கும் அறிவு புகட்டுவாய்.

இங்ஙனமே, கிளாக்கோனும் மற்றவர்களும் திராஸிமாக்கஸைப் பேசுமாறு கேட்டுக்கொள்கிறார்கள். திராஸிமாக்கஸுக்கும் பேசு வேண்டுமென்ற ஆசை. பேசி, எல்லோருடைய பாராட்டுதலையும் பெறவேண்டுமென்ற விருப்பம்.

திரா: ஸாக்ரட்டீஸ் மகா விவேகியென்று சொல்கிறார்களே, இதுதான் அவனுடைய விவேகம் போலும்! மற்றவர்களுக்கு ஏதேனும் கற்றுக்கொடுப்பதென்று சொன்னால் அப்பொழுது பின் வாங்குகிறான். பிறரிடமிருந்து ஏதேனும் கற்றுக்கொள்வதற்கு மட்டும் முன்னே வருகிறான். அப்படிக் கற்றுக்கொண்டதற்கு நன்றி கூடக் காட்டுவதில்லை.

ஸாக்: திராஸிமாக்கஸ், பிறரிடமிருந்து நான் அநேக விஷயங்களைக் கற்றுக்கொள்கிறேன் என்பது உண்மை. ஆனால் அதற்கு நான் நன்றி காட்டுவதில்லையென்று சொன்னாயே அஃது உண்மையல்ல. என்னிடத்தில் பணமில்லை. பணத்தினால் எனது நன்றியைக் காட்டிக்கொள்ள முடியாது. வாயாரப் புகழ்வதன் மூலம் எனது நன்றியைத் தெரிவித்துக் கொள்கிறேன். இப்பொழுது நீ எங்களுடைய சந்தேகங்களுக்குப் பதில் சொல்லிக் கொண்டுவா. அதில் ஏதேனும் ஒரு பதில், மனத்துக்குத் திருப்திகரமாயிருந்தால், உடனே பார், உன்னை எவ்வளவு தூரம் புகழ்ந்து பேசுகிறேனென்று.

திரா: அப்படியானால் கேளுங்கள். ஒரு பலசாலிக்கு எது அனுகூலமாயிருக்கிறதோ அதுதான் நீதி, எங்கே நீ காட்டுகிற நன்றி?

ஸாக்: பொறு திராஸிமாக்கஸ், முதலில் நீ சொன்னதை நான் நன்றாகத் தெரிந்து கொள்ள வேண்டும். ஒரு பலசாலிக்கு எது அனுகூலமாயிருக்கிறதோ அதுதான் நீதியென்றாய், சரி; பயில்வானாகிய பாலிதாமஸ்[1] நம்மெல்லோரையும்விட பலசாலியாயிருக்கிறான். மாமிசம் சாப்பிடுவதுதான் அவனுடைய தேகத்திற்கு அனுகூலமாயிருக்கிறது. எனவே தேகபலமில்லாத

---

1. Polydamas. ஒலிம்பிக் விளையாட்டுகளில் அநேக பரிசுகள் பெற்ற ஒரு பிரசித்த பயில்வான். (கி.மு.498) எவ்வித ஆயுத உதவியுமில்லாமல் இவன் ஒரு முரட்டுச் சிங்கத்தைக் கொன்றானென்பது கதை. வேகமாக ஓடிக்கொண்டிருக்கும் ஒரு ரதத்தை நிறுத்திவிடுகிற தேகபலம் இவனுக்கிருந்ததாம்.

நாம் கூட மாமிசத்தைச் சாப்பிடுவதுதான் நமக்கு அனுகூலம் என்று நீ சொல்கிறாய்?

திரா: ஸாக்ரட்டீஸ், நீ வெட்கங்கெட்டவன், வேண்டுமென்றே, நான் சொன்னதற்கு விபரீத அர்த்தம் கொள்கிறாய்.

ஸாக்: அப்படியில்லை. கொஞ்சம் தெளிவாகச் சொல், கேட்போம்.

திரா: சில ராஜ்யங்களில் ஒரு கொடுங்கோல் மன்னனே எஜமானனாயிருக்கிறான்; இன்னும் சில ராஜ்யங்களில் ஒரு ஜனநாயக அரசாங்கம் எஜமானனாயிருக்கிறது; வேறு சில ராஜ்யங்களில், ஒரு சிலரால் நடத்தப் படுகிற அரசாங்கம் எஜமானனாயிருக்கிறது.

ஸாக்: வாஸ்தவம்.

திரா: இந்த அரசாங்கங்கள், தங்களுடைய சொந்த நன்மையை முன்னிட்டே சட்டங்கள் ஏற்படுத்திக் கொள்கின்றன. தங்களுக்கு அனுகூலமாயிருக்கிற சட்டங்கள்தான் நியாயமான சட்டங்கள் என்று இவை தெளிவாகத் தெரிவித்தும் விடுகின்றன. இந்தச் சட்டங்களை மீறி நடக்கிறவன், சட்ட விரோதியென்றும், நியாய விரோதியென்றும் தண்டிக்கப்படுகிறான். நிலை பெற்றுள்ள ஓர் அரசாங்கத்திற்குச் சாதகமாயிருக்கிறது எதுவோ அதுதான் நியாயம், அதுதான் நீதியென்று எல்லா ராஜ்யங்களிலும் ஒரே மாதிரியாகவே அனுஷ்டிக்கப்பட்டு வருகிறது. ஆகையால், பலசாலிக்கு, அதாவது தன்னுடைய பலமொன்றைக் கொண்டே எஜமான ஸ்தானத்தை அடைந்திருக்கிறவனுக்கு எது அனுகூலமோ அதுதான் நியாயம் என்ற முடிவுக்கு நாம் வரவேண்டியிருக்கிறது.

ஸாக்: உன் முடிவை நான் தீர ஆலோசித்த பிறகுதான் ஏற்றுக்கொள்ள வேண்டும். அஃதிருக்கட்டும்; ஆள்வோருக்குக் கீழ்ப்படிந்து நடப்பதுதான் நியாயம் என்று நீ சொல்கிறாயல்லவா?

திரா: ஆம்.

ஸாக்: ஒவ்வொரு ராஜ்யத்திலும் ஆட்சி புரியும் ஸ்தானத்திலிருக்கிறவர்கள், குற்றங்குறைகளே இல்லாதவர்களாயிருப்பார்களா? தவறு செய்யவே மாட்டார்களா? அல்லது சில சந்தர்ப்பங்களில் மட்டும் அவர்களால் செய்யக்கூடுமா?

திரா: நிச்சயமாக அவர்கள் தவறு செய்யக்கூடும்.

ஸாக்: அவர்களுடைய பிரஜைகள், அவர்கள் போட்ட உத்தரவுகளுக்குக் கீழ்ப்படிந்து நடக்க வேண்டும். அதுதான் நியாயம் இல்லையா?

திரா: ஆம்.

ஸாக்: சரி; உன்னுடைய வாதத்தின்படி, பலசாலிக்கு அனுகூலமாயிருப்பதையும் பிரதிகூலமாயிருப்பதையும், இரண்டையும் அந்தப் பலசாலிக்கு அடங்கியிருக்கிறவர்கள், அதாவது பிரஜைகள் செய்வார்களானால், இரண்டும் நியாயமே. அப்படித்தானே?

திரா: என்ன சொல்கிறாய் ஸாக்ரட்டீஸ்? எனக்கு ஒன்றும் புரியவில்லையே.

ஸாக்: நீ சொன்னதைத்தான் நான் திருப்பிச் சொல்கிறேன். இன்னும் சிறிது நன்றாக ஆராய்வோம். ஆளப்படுவோருக்காக ஆள்வோர், சில சட்டங்களை இயற்றுகிறார்கள். அப்படி இயற்றுகிறபோது, தங்களுக்கு அனுகூலமான சட்டங்கள் எவை என்று பகுத்துப் பார்த்து நிர்ணயிக்கிற விஷயத்தில் சில தவறுகள் செய்து விடுகிறார்கள். அப்படித் தவறான சட்டங்களை இயற்றி அவற்றை அவர்கள் அனுஷ்டானத்திற்குக் கொண்டுவந்தாலும் அவற்றிற்குக் கீழ்ப்படிந்து நடப்பதுதான், ஆளப்படுவோரைப் பொறுத்தமட்டில் நியாயமானது. இதைத் தானே நீ சொல்கிறாய்?

திரா: ஆம்

ஸாக்: சரி, ஆள்வோருக்குப் பிரதிகூலமாகவுள்ள காரியங்களைச் செய்வது நியாயம். அதாவது ஆள்வோர் சில சந்தர்ப்பங்களில் தங்களுக்குத் தெரியாமலே, தங்களுக்குத் தீமை பயப்பதான சட்டங்களை நிறைவேற்றுகிறார்கள். அப்படிப்பட்ட சட்டங்களுக்கும் கீழ்ப்படிய வேண்டும். அதுதான் நியாயம். இவையனைத்தையும் இப்பொழுது நீ ஒப்புக்கொண்டிருக்கிறாய் இதனால், பலசாலிகள், தங்களுக்கு எது பாதகமாயிருக்குமோ அதனைக்கூட அனுஷ்டிக்குமாறு, தங்களுக்குக் கட்டுப்பட்டுள்ள பலவீனர்களைக் கட்டளையிடுகிறார்கள் என்று ஏற்படுகிறது. அதாவது பலசாலிகள், தங்களுக்கு எது சாதகம் என்று நினைக்கிறார்களோ அதுதான் நியாயம். உண்மையிலே அது சாதகமாகவும் இருக்கலாம்; சாதகமில்லாமலும் இருக்கலாம். அது வேறு விஷயம். இல்லையா?

திரா: இல்லவே இல்லை. பலசாலியொருவன், தவறு செய்துவிட்டால் தவறு செய்கிற அந்த நேரத்தில் அவனைப் பலசாலியென்று சொல்ல முடியுமா என்ன?

ஸாக்: ஆள்வோரிடத்தில் குற்றங் குறைகள் இருக்கும், அவர்களும் பிழை செய்தல் கூடுமென்று நீ இப்பொழுது சொன்னாயே?

திரா: நீ ஒரு சொற்புரட்டன் ஸாக்ரட்டீஸ் ஒரு வைத்தியன், தன் நோயாளிகளின் விஷயத்தில் தவறு செய்து விடுகிறான், அல்லது ஒரு கணக்கன் தன் கணக்கில் பிசகு செய்து விடுகிறான். பிசகு செய்கிற அந்த

நேரத்தில், நாம் அவர்களை வைத்தியனென்றும் கணக்கனென்றும் முறையே சொல்கிறோமா? இல்லையே. பேச்சு தோரணைக்காக அப்படிச் சொல்கிறோமே தவிர, உண்மையிலேயே அவர்கள் தவறு செய்கிறவர்களென்றா நாம் கருதுகிறோம்? இல்லையே. தெளிவாகச் சொல்லப் போனால், பிரதியொரு தொழிலாளியும் குற்றமில்லாதவன். பிழை செய்யாதவனென்றுதான் சொல்லவேண்டும். அவன் எப்பொழுதாவது தவறு செய்கிறானென்று சொன்னால், அஃது, அவன் புத்தி பிசகிப் போயிருக்கிற சமயத்தில்தான்; அதாவது தொழிலாளியாயில்லாத சமயத்தில்தான். இதே பிரகாரம் ஓர் அரசனுடைய, அதாவது ஆள்வோருடைய விஷயமும் இருக்கிறது. அரசன், அரசனாயிருக்கிறவரையில் பிசகு செய்யாதவனே. பிசகு செய்யாதவன் என்ற ஹோதாவில் தனக்கு எது அனுகூலமாயிருக்கிறதோ அதைத்தான் அவன் சட்டதிட்டங்களாக வகுக்கிறான். இவற்றை அனுசரிப்பது பிரஜைகளின் கடமை. எனவே நான் முதலில் சொன்ன பிரகாரம், பலசாலிக்கு எது சாதகமாயிருக்கிறதோ அதுதான் நியாயமாகிறது.

ஸாக்: சரி; அஃதிருக்கட்டும். நான் ஒரு கேள்வி கேட்கிறேன். வைத்தியன் இருக்கிறான். அவன் நீ சொல்கிற அர்த்தப் பிரகாரம், பணம் சம்பாதிக்கிறவனா, அல்லது நோயாளிகளைச் சொஸ்தப்படுத்துகிறவனா?

திரா: நோயாளிகளைச் சொஸ்தப்படுத்துகிறவன்.

ஸாக்: உண்மையான ஒரு கப்பல் 'கேப்டன்' மாலுமிகளை அடக்கியாள்கிறவனா அல்லது மாலுமியேயா?

திரா: மாலுமிகளை அடக்கியாள்கிறவன்.

ஸாக்: ஒரு கப்பல் 'கேப்டன்' கப்பலில் பிரயாணம் செய்கிறான் என்ற காரணத்தினால் நாம் அவனை 'கேப்டன்' என்று அழைப்பதிலேயே; கப்பலோட்டுந் திறமைக்காகவும், மாலுமிகளின் மீது ஆதிக்கம் செலுத்தக்கூடிய சக்தியுடையவன் என்பதற்காகவுமே அவனை 'கேப்டன்' என்று அழைக்கிறோம். இல்லையா?

திரா: உண்மை

ஸாக்: வைத்தியர்களினால் நோயாளிகளுக்கும், கப்பல் கேப்டனால் மாலுமிகளுக்கும் முறையே அனுகூலங்கள் இருக்கின்றன.

திரா: ஆம்.

ஸாக்: ஒவ்வொரு கலையினுடைய நோக்கமும் இந்த மாதிரியான அனுகூலங்களைத் தேடிக்கொடுப்பதாகத் தானே இருக்கவேண்டும்?

திரா: ஆமாம்.

ஸாக்: ஒரு கலைக்கு, தான் பூரணத்துவமடைய வேண்டும் என்ற நோக்கத்தைத் தவிர வேறுவிதமான நல்ல நோக்கம் இருக்க முடியுமா?

திரா: உனது கேள்வியின் அர்த்தமென்ன?

ஸாக்: ஒரு தேகம். தேகமாகட்டும் இருந்தால் போதாது. அது நன்றாக இருப்பதற்கு, மருந்து தேவையாயிருக்கிறது. இதற்காகவே வைத்திய சாஸ்திரம் கண்டுபிடிக்கப்பட்டது. இதை நீ ஒப்புக்கொள்வாயல்லவா?

திரா: ஒப்புக்கொள்கிறேன்.

ஸாக்: வைத்திய சாஸ்திரம், ஔஷதத்தின் நன்மைக்காக இல்லை; தேகத்தினுடைய நன்மைக்காக இருக்கிறது. இல்லையா?

திரா: ஆம்.

ஸாக்: அசுவ சாஸ்திரத்திலே தேர்ச்சி பெறுவது, அந்த சாஸ்திரத்தினுடைய நன்மைக்காக அல்ல; குதிரைகளின் நன்மைக்காக; இல்லையா?

திரா: ஆம்.

ஸாக்: எனவே எந்தக் கலையும், தனது சொந்த நன்மையை நாடுவதில்லை. எந்தப் பொருளை உத்தேசித்து அந்தக் கலை அமைந்ததோ அந்தப் பொருளின் நன்மையை நாடுகிறது.

திரா: ஆம்.

ஸாக்: அப்படியே, ஆட்சிபுரியும் கலை, ஆளப்படுவோருடைய நன்மைக்காகத்தானே உபயோகப்பட வேண்டும்?

திரா: ஆம்.

ஸாக்: ஆதலின் எந்தக் கலையும் பலசாலிகளுடைய நன்மையை நாடுவதில்லை; பலவீனர்களுடைய நன்மையைத்தான் நாடுகிறது.

திரா: ஆம்.

ஸாக்: சரி; ஒரு வைத்தியன் வைத்தியனாயிருக்கிற வரையில், தனது சொந்த நன்மையை நாடுகிறானா அல்லது நோயாளிகளின் நன்மையை நாடுகிறானா? வைத்தியன் என்ற சொல்லுக்கு உண்மையான அர்த்தம் எதுவோ அதன்படி, ஒரு வைத்தியன் பணஞ் சம்பாதிக்கிறவனல்ல; மனிதர்களுடைய தேகத்தை ஆள்கிறவன். இந்த முடிவுக்கு ஏற்கனவே நாம் வந்திருக்கிறோமென்பது ஞாபகமிருக்கட்டும்.

திரா: வாஸ்தவம்.

ஸாக்: கப்பல் 'கேப்டன்' மாலுமிகளை ஆள்கிறவன், அவனே மாலுமியல்ல.

திரா: ஆமாம்.

ஸாக்: எனவே, வைத்தியனும், கப்பல் 'கேப்டனு'ம் முறையே நோயாளிகளின் நன்மையையும், மாலுமிகளின் நன்மையையும் நாடுவார்களே தவிர தங்களுடைய சொந்த நன்மையை நாட மாட்டார்களல்லவா?

திரா: ஆமாம்.

ஸாக்: ஓர் அரசன் யாரை உத்தேசித்து ஆட்சி புரியும் கலையைத் தொழிலாகக்கொண்டு நடத்துகிறானோ அவர்களுடைய, அதாவது பிரஜைகளுடைய நன்மையைத்தானே நாடுவான்?

திரா: ஆம். ஆனால் ஸாக்ரட்டீஸ், நீ வாதஞ் செய்து கொண்டு போவது வெகு விநோதமாயிருக்கிறது. ஆடு மாடுகளை வைத்துக்கொண்டிருக்கிறவர்கள் அவைகளின் நன்மைக்காகத்தான் அவைகளை வளர்க்கிறார்களென்று நினைக்கிறாயா? கொழுக்க வைக்கிறார் களென்று கருதுகிறாயா? அரசர்கள், தங்கள் பிரஜைகளை ஆடுமாடுகள் போல் கருதுவதில்லையென்பது உன் எண்ணமா? தங்களுடைய சொந்த நன்மையை அபிவிருத்தி செய்துகொள்வதில், அரசர்கள் இரவு பகலாகச் சிந்திப்பதில்லையென்று நீ எண்ணுகிறாயா? பலசாலிகள், பலவீனர்களைத் தங்களுக்குச் சாதகமாக உபயோகப்படுத்திக் கொள்கிறார்களே அதைத்தான் உலகத்தில் நியாயம் என்று சொல்கிறார்கள். அப்படியே பலவீனர்கள், பலசாலிகளுடைய நன்மைக்காகத் தாங்களே வலிய கஷ்டத்தை ஏற்றுக்கொள்கிறார்களே அதைத்தான் நியாயம் என்று சொல்கிறார்கள், உலக விவகாரங்களைக் கவனித்துப்பார். நியாயமாக நடந்துகொள்கிறவனுக்கு அதிகமான பாதகங்கள் உண்டாகின்றன; அநியாயமாக நடந்துகொள்கிறார்களென்று வைத்துக்கொள்வோம். வியாபாரத்தைக் கலைத்துவிட்டு, இருவரும் தங்கள் தங்கள் பாகங்களைப் பிரித்துக்கொள்கிறபோது பார்த்தால், நியாயமாக நடந்துகொண்டவன் நஷ்டமடைந்திருப்பதையும், அநியாயமாக நடந்து கொண்டவன் லாபமடைந்திருப்பதையும் நாம் பார்க்கலாம். அரசியலை எடுத்துக்கொள்ளலாமே. ஒரே மாதிரியான சம்பாத்தியமுடைய இரண்டு பேரில், நீதிமான் அதிக வரி செலுத்துவதையும், அநீதவான் குறைவான வரி செலுத்துவதையும் பார்க்கிறோம். எங்கிருந்தாவது பணம் வரவேண்டியிருந்தால், அதில், நெறி பிசகி நடக்கிறவனுக்குத்தான் அதிகமாகக் கிடைக்கிறது; நெறியோடு நடக்கிறவனுக்குக் குறைவுதான். உத்தியோக விஷயம் இருக்கிறது. இதில் நியாய புருஷன் எவனாவது முன்னேற்றமடைந்திருக்கிறானா? தனது அசிரத்தையினால் தன்

உத்தியோகத்தைக் கெடுத்துக்கொள்வதோடு மட்டுமல்லாமல், பொது ஜனங்களிடமிருந்து பணம் சம்பாதிக்கவும் முடியாதவனாகி விடுகிறான். ஏனென்றல் அவனுடைய நியாயபுத்தி, பொதுஜனங்களிடமிருந்து பணம் பறிப்பதைத் தடுக்கிறது. இது தவிர, அவன் தன் சகோதர உத்தியோகஸ்தர்களுடைய அதிருப்தியையும் வெறுப்பையும் சம்பாதித்துக் கொள்ளுகிறான். எப்படியென்றான்ல், அவர்களுடைய நன்மைக்காக அவன் அநியாயமாக நடந்துகொள்ள மறுத்துவிடுகிறான். இல்லையா? அநியாய புருஷர்கள்தான் வாழ்க்கையில் எல்லாவிதமான அனுகூலங்களையும் பெறுகிறார்கள் இந்த அநியாய புருஷர்கள் பெருவாரியான தோரணையில் தங்கள் அநியாயச் செயல்களைச் செய்துகொண்டு போனார்களானால் அப்பொழுது அதிகமான நன்மையை அடைகிறார்கள். இவர்களுடைய அநியாயச் செயல்கள் எவ்வளவுக்கெவ்வளவு அதிகமாகின்றனவோ அவ்வளவுக்கவ்வளவு இவர்களுக்குக் கிடைக்கிற சாதகங்களும் அதிகமாகின்றன. அந்த விகிதாசாரப்படியே சந்தோஷங்களும் அதிகமாகின்றன. இவற்றையெல்லாம் சேர்த்து ஒரு தொகுப்பாக, கொடுங்கோன்மை என்று அழைக்கிறோம். இந்தக் கொடுங்கோன்மையானது, பெருவாரியான முறையில் மோசஞ் செய்தோ, பலாத்காரப்படுத்தியோ மற்றவர்களுடைய பொருள்களை, அவை எவ்வளவு புனித முடையனவாயிருந்த போதிலும் அபகரிக்கிறது. தனிப்பட்டவர்கள், சிறிய முறையில் இந்தமாதிரி செய்தால் அவர்களுக்குத் தண்டனை விதிக்கிறோம்; பலவித அவமானங்களுக்குட்படுத்துகிறோம். அவர்களைக் கள்ளர்களென்றும், புனித ஸ்தலங்களைப் பாழ் செய்தவர்களென்றும், நரசோரர்களென்றும், இன்னும் பல மாதிரியான பெயர்களிட்டு அழைக்கிறோம். ஆனால் பெருவாரியான ஜனங்களின் சொத்துக்களைப் பெருவாரியான முறையில் அழிக்கிறவர்களையும், பெருவாரியான முறையில் அழிக்கிறவர்களையும், பெருவாரியான ஜனங்களை அடக்கி ஒடுக்கி அடிமைப்படுத்துகிறவர்களையும் என்னென்னவோ நல்ல பெயர்களிட்டழைக்கிறோம். இப்படி நல்ல பெயர்களிட்டழைப்பது யார்? இவர்களுடைய பிரஜைகள் மட்டுமல்ல; இவர்களுடைய பூரண அநியாயத்தையும் செவிகொடுத்துக் கேட்கிறவர்கள் கூட. ஜனங்கள் ஏன் அநீதியை தூஷிக்கிறார்கள்? அதனிடம் கொண்ட அச்சத்தினாலா? இல்லை, இல்லை. அதனுடைய கொடுமைகளைத் தாங்க முடியாதே என்ற அச்சத்தினால். ஆதலின், அநீதி அல்லது அநியாயம் என்பது, பெருவாரியான தோரணையில் இழைக்கப்படுமேயானால், அது நீதி அல்லது நியாயத்தைவிட வல்லமை பொருந்தியதாகவும், தாராளமுடையதாகவும், அதிகாரத்தோடு கூடியதாகவும் இருக்கிறது. எனவே ஆரம்பத்தில் நான் சொன்னதுபோல், பலசாலிகளுக்கு எது அனுகூலமானதா யிருக்கிறதோ அதுதான் நீதி. அநீதியினால் ஒருவனுக்குச் சாதகமும் லாபமுமே உண்டாகின்றன.

ஸாக்: கடல்மடை திறந்தாற்போல் பேசிவிட்டாய் நீ திராஸிமாக்கஸ்! நிரம்ப சந்தோஷம். ஒரு விஷயம் கேட்கிறேன் உன்னை; உழைப்புக்குத் தகுந்தபடி ஊதியம் கொடுப்பதும், ஊதியம் பெறுவதும் ஒரு கலைதானே?

திரா: ஆம்.

ஸாக்: நோயாளிகளின் நன்மையை நாடுகிற வைத்தியனும், மாலுமிகளின் நன்மையை நாடுகிற கப்பல் தலைவனும், தங்களுடைய உழைப்புக்காக ஊதியம் பெற வேண்டியவர்களாக இருக்கிறார்களல்லவா?

திரா: ஆம்.

ஸாக்: அப்படியே, ஆட்சி புரியும் தொழிலை மேற்கொண்டுள்ளவர்கள், தங்கள் உழைப்புக்காக ஒருவித ஊதியத்தை எதிர்பார்க்கலாமல்லவா?

திரா: ஆம்.

ஸாக்: யாருமே தாங்களே முன்வந்து ஆளும் பொறுப்பை ஏற்றுக்கொண்டு, மற்றவர்களுடைய துன்பத்தைப் போக்க வரமாட்டார்களல்லவா?

திரா: ஆம்.

ஸாக்: யாருமே தாங்களே முன்வந்து ஆளும் பொறுப்பை ஏற்றுக்கொண்டும், மற்றவர்களுடைய துன்பத்தைப் போக்க வரமாட்டார்களல்லவா?

திரா: ஆம்.

ஸாக்: அப்படி யாரேனும் முன்வருவார்களேயானால், அவர்களுக்குப் பணமோ அல்லது கௌரவமோ ஏதேனும், உழைப்புக்கு ஊதியமாகக் கொடுக்க வேண்டும்தானே? அல்லது பணமோ, கௌரவமோ அவர்களுக்குக் கிடைக்காவிட்டாலும், தங்களைத் தாங்களே ஆண்டுகொள்ள மறுக்கிறவர்களுக்கு என்ன தண்டனை கிடைக்குமோ அந்தத் தண்டனையாவது அவர்களுக்குக் கிடைக்காமலிருக்க வேண்டும்; இல்லையா?

இந்தச் சந்தர்ப்பத்தில் கிளாக்கோன் வாதத்தில் கலந்து கொள்கிறான்.

கிளாக்கோன்: ஸாக்ரட்டீஸ், நீ சொல்வது எனக்குப் புரியவில்லை. பணம், கௌரவம் என்று இரண்டு விதமான ஊதியங்களை என்னால் தெரிந்துகொள்ள முடிகிறது. ஆனால், ஏதோ தண்டனையென்று சொன்னாயே, அஃதென்ன?

ஸாக்: பணத்திற்காகவோ, கௌரவத்திற்காகவோ, நல்லவர்கள், ஆளும் பொறுப்பை ஏற்றுக்கொள்ளச் சம்மதிக்கமாட்டார்கள். தங்களுடைய உத்தியோகத்திற்காகப் பணம் பெறுவதென்பது இவர்களுடைய விருப்பத்திற்குப் புறம்பான விஷயம். ஆளும் பொறுப்பை ஏற்றுக்கொண்டு அதன் மூலமாகப் பணஞ் சம்பாதிக்கும் கள்ளர்கள் என்று இவர்களைப்

வெ.சாமிநாத சர்மா | 101

பொது ஜனங்கள் சொல்லத் தொடங்கினால், அதை இவர்களால் சகிக்க முடியாது. தவிர, அரச பதவியின் மூலமாகக் கௌரவம் சம்பாதிக்க வேண்டுமென்ற இச்சையும் இவர்களுக்கு இராது. ஆதலின், இவர்களைக் கட்டாயப்படுத்தி, ஆளும் பொறுப்பை ஏற்றுக்கொள்ளச் செய்ய வேண்டும். அப்படி ஏற்றுக்கொள்ளச் சம்மதிக்கவில்லையானால், தண்டனைக்குட்படத் தயாராயிருக்கவேண்டுமென்று இவர்களுக்குச் சொல்ல வேண்டும். இதனால்தான் கட்டாயப்படுத்தப் பெறாமல் ஆளும் பொறுப்பை ஏற்றுக்கொள்வது கேவலமாகக் கருதப்படுகின்றது. தண்டனைக்குட்படத் தயாராயிருக்க வேண்டுமென்றால் என்ன தண்டனை? உன்னை நீ ஆண்டு கொள்ளாவிட்டால், உன்னைவிடத் தாழ்ந்தவன் ஒருவன் உன்னை ஆள்கிறானே அதுதான் உனக்கு ஏற்படுகிற பெரிய தண்டனை. சில புருஷர்கள் அரச பதவியை ஏற்றுக்கொள்கிறபோது, இந்த மாதிரி, தாழ்ந்தவர் எவரேனும் நம்மீது ஆதிக்கம் செலுத்தப் போகின்றனரே என்ற அச்சத்தோடுதான் அந்தப் பதவியை நாடிச் செல்கிறார்கள். தங்களுக்கேற்பட்ட ஒரு பாக்கியம் என்றோ, அல்லது தங்களுக்குச் சம்பத்து உண்டாகுமென்றோ, இவர்கள் மேற்படி உத்தியோகங்களை நாடிச் செல்வதில்லை. இந்த உத்தியோகங்களை ஏற்று நடத்தக்கூடிய இவர்களைவிட மேலானவர்களோ அல்லது இவர்களுக்குச் சம்தையானவர்களோ வேறு யாரும் இல்லாத காரணத்தினாலும், அவசியத்தை முன்னிட்டும் இவர்கள் மேற்படி பதவிகளை ஏற்றுக்கொள்கிறார்கள். ஒரு ராஜ்யத்தில் சில புருஷர்கள் அதிகமான பேராயிருந்தால், அரசாங்க பதவிகளை ஏற்றுக்கொள்வதினின்று தப்பித்துக்கொள்ளவே அவர்கள் பிரயத்தனப்படுவார்கள்; இப்பொழுது போல் போட்டி போட்டுக்கொண்டு முன்வர மாட்டார்கள். எனவே உண்மையான ஓர் அரசன், தன்னுடைய சொந்த நன்மையை நாடுகிறவனாக இராமல், பிரஜைகளுடைய நன்மையை நாடுகிறவனாகவே இருப்பான். ஆகவே, பலசாலிகளுக்குச் சாதகமாயுள்ளதே நீதி கொள்ள முடியாது. ஆனால், இதைப் பற்றிப் பின்னர் வாதிப்போம். இப்பொழுது நாம் முடிவுகட்ட வேண்டிய விஷயம், நீதிமானுடைய வாழ்க்கையைக் காட்டிலும் அநீதவானுடைய வாழ்க்கை சிரேஷ்டமானதென்று அவன் சொன்னதைப் பற்றித்தான். கிளாக்கோன், உனக்கு எது சரியென்று படுகிறது?

கிளா: ஒரு நீதிமானுடைய வாழ்க்கைதான் லாபகரமுடையது.

ஸாக்: சரி; திராஸிமாக்கஸ், பரிபூரண நீதியைக் காட்டிலும், பரிபூரண அநீதிதான் லாபகரமுடையதென்று நீ இப்பொழுது சொன்னாயல்லவா?

திரா: ஆம்.

ஸாக்: சரி, வேறுவிதமாக இதைப் பார்க்கலாம். நீதி ஒழுக்கமுடையதென்றும்,

அநீதி ஒழுக்கமற்ற தென்றும் நீ சொல்கிறாயா?

திரா: அநீதியினால் லாபம் உண்டாகிறபோது அஃது ஒழுக்கமுடையதாகிறது.

ஸாக்: அப்படியானால், நீதியை ஒழுக்கவீனம் என்று சொல்கிறாயா?

திரா: அப்படியில்லை. அஃதொரு நல்ல சுபாவம் என்று சொல்கிறேன்.

ஸாக்: அநீதியை, கெட்ட சுபாவமென்று ஒப்புக்கொள்கிறாயா?

திரா: இல்லை, இல்லை. அஃதொரு நல்லமுறையென்றுதான் சொல்கிறேன்.

ஸாக்: அப்படியானல், அநீதவான்களை விவேகிகளென்றும் நல்லவர்களென்றும் நீ சொல்கிறாயா?

திரா: நிச்சயமாக. அநீதத்தைத் திறம்படக் கையாள்கிறவர்கள், அநேக தேசங்களையும், அநேக ஜாதியினரையும் தங்கள் ஆதிக்கத்தின் கீழ்க் கொண்டு வந்துவிடுகிறார்களல்லவா? அவர்கள் விவேகிகளாயில்லாமல் வேறெப்படி இருக்க முடியும்?

ஸாக்: நீ சொல்வது ஆச்சரியமாயிருக்கிறது. இருக்கட்டும். ஒரு நியாய புருஷன், மற்றொரு நியாய புருஷனுக்கு விரோதமாக ஏதேனும் காரியங்கள் செய்வானா?

திரா: அப்படிச் செய்தால்தான், அவன் நல்ல சுபாவமுடைய நியாய புருஷனா யிருக்கமாட்டானே?

ஸாக்: அந்த நியாய புருஷன் மற்றோர் அநியாய புருஷனுக்குத் தீங்கு செய்வானா?

திரா: செய்யக்கூடும். ஆனால், திறமையாகச் செய்ய முடியாது.

ஸாக்: ஓர் அநியாய புருஷன், நியாய புருஷனையும் நியாய காரியத்தையும் எதிர்த்து வேலை செய்வானா?

திரா: ஏன் செய்யமாட்டான்? அவந்தான் உலகத்தையே மீறி நடக்கவேண்டுமென்ற ஆசையுடையவனாயிற்றே.

ஸாக்: அப்படியே அநியாய புருஷனுக்கும் தீங்கு விளைவித்து, தனக்கு அதிகமான சாதகத்தைத் தேடிக்கொள்வானல்லவா?

திரா: ஆம்.

ஸாக்: ஆகவே, ஓர் அநியாய புருஷன், தன் போன்ற மற்றோர் அநியாய புருஷனுக்கும் தீங்கு செய்வான்; தன்னைப் போலில்லாத அல்லது தனக்கு

எதிரிடையான சுபாவமுள்ள நியாய புருஷனுக்கும் தீங்கு செய்வான். இல்லையா?

திரா: ஆம்.

ஸாக்: அப்படியானால் நியாய புருஷன் விவேகியாகவும் நல்லவனாகவும் நமக்குக் காணப்படுவதைப் போல, அநியாய புருஷன் அறிவில்லாதவனாகவும் கெட்டவனாகவும் நமக்குத் தென்படுகிறான்.

திரா: ஆம்.

ஸாக்: இவ்வளவு தூரம் ஒப்புக்கொண்டாயே அஃது எனக்குச் சந்தோஷம். அநியாயத்தினால் ஸ்தாபிக்கப்பட்ட ஒரு ராஜ்யம், மற்ற ராஜயங்களை அழிப்பதிலும், அந்த ராஜ்யத்திலுள்ளவர்களை அடிமைப்படுத்தி வைப்பதிலும் முனைகின்றதல்லவா?

திரா: ஆம்.

ஸாக்: மற்றொரு ராஜ்யத்தின் மீது ஆதிக்கம் செலுத்துகிற ஒரு ராஜ்யம், நீதியின் துணையில்லாமலேயே தன் ஆதிக்கத்தை ஸ்திரப்படுத்திக் கொண்டிருக்க முடியுமா? அல்லது அப்படி ஆதிக்கத்தை ஸ்திரப்படுத்திக் கொள்வதற்கு, நீதியின் துணை இன்றி யமையாததா?

திரா: நீதியை அனுஷ்டிப்பதனால் நன்மையுண்டாகும் என்று சொன்னால் அதன் துணையை நாடுவது நல்லது. அநீதியை அனுஷ்டிப்பதனால் நன்மை உண்டாகுமென்று சொன்னால் அதன் துணையை நாடுவது நல்லது.

ஸாக்: நிரம்ப சந்தோஷம். ஒரு ராஜ்யத்தினரோ, ஒரு படையினரோ, ஒரு கொள்ளைக் கூட்டத்தினரோ, யாரோ நான்கு பேர் சேர்ந்து அநீதமான ஒரு காரியத்தில் இறங்குகிறார்களென்று வைத்துக்கொள்வோம். அவர்கள் தங்களுக்குள்ளேயே ஒருவருக்கொருவர் அநீதமாக நடந்துகொண்டால், அவர்களுடைய அநியாய காரியம் நிறைவேறுமா?

திரா: நிறைவேறாது.

ஸாக்: மனிதர்களுக்குள்ளே அநீதி யென்பது, சண்டையையும் சச்சரவையும் உண்டாக்குகிறது; நீதியென்பது, சிநேகிதத்தை அதிகரிக்கச் செய்கிறது. இதை நீ ஒப்புக்கொள்கிறாயல்லவா?

திரா: ஆமாம்.

ஸாக்: அநீதியென்பது எங்கே யிருந்தபோதிலும், சுதந்திர புருஷர்களின் மத்தியிலோ அடிமைகளின் மத்தியிலோ யார் மத்தியில் இருந்துகொண்டிருந்த போதிலும், அது, பரஸ்பரம் ஒருவரையொருவர் துவேஷிக்கும்படி செய்யும் என்பதை நீ அங்கீகரிக்கிறாயா?

திரா: அங்கீகரிக்கிறேன்.

ஸாக்: அதாவது, அநீதிக்கு ஒரு சக்தியிருக்கிறது. அஃது என்னவென்றால், எங்கெங்கு அது பிரவேசிக்கிறதோ அங்கெல்லாம் அது பிணக்கையும், சச்சரவையும் உண்டுபண்ணும் ஆற்றலுடையது. முதலாவது, ஒற்றுமையான காரியத்தைச் செய்யும்படி அது யாரையும் விடுவதில்லை. இரண்டாவது, அது, தனக்குத் தானே விரோதியாகிறது. தன்னை எதிர்க்கும் எதனையும், நீதியையுங்கூட விரோதித்துக் கொள்கிறது. நான் இப்படி முடிவுகட்டுவது சரிதானே?

திரா: சரி.

ஸாக்: கடவுளர்கள் எல்லோரும் நியாயமாகத் தானே நடந்துகொள்கிறார்கள்?

திரா: அப்படித்தான் நாம் நினைத்துக்கொள்ள வேண்டும்.

ஸாக்: எனவே, கடவுளர்க்கு, நியாய புருஷர்கள் நண்பர்கள்; அநியாய புருஷர்கள் விரோதிகள்; இல்லையா?

திரா: நீ சொல்வதை நான் ஆட்சேபிக்கவில்லை.

ஸாக்: உலகத்திலேயுள்ள ஒவ்வொரு பொருளுக்கும் ஒவ்வொரு வேலையிருக்கிறது என்பதை ஒப்புக்கொள்கிறாயா?

திரா: ஒப்புக்கொள்கிறேன்.

ஸாக்: அந்த வேலை நடைபெறும் பொருட்டு, ஒவ்வொன்றுக்கும் ஒவ்வொரு விதமான குணம் உண்டல்லவா?

திரா: ஆம்.

ஸாக்: அந்தக் குணம் நல்ல குணமாயிருந்தால், அந்த வேலை சரிவர நடைபெறும்.

திரா: ஆம்.

ஸாக்: கண் பார்க்கிற குணத்தையும், காது கேட்கிற குணத்தையும் பெற்றிராவிட்டால், கண்ணோ காதோ அதனதன் வேலையைச் செய்ய முடியுமா?

திரா: முடியாது.

ஸாக்: ஆத்மா என்று சொல்கிறோமே அதற்கு ஒரு வேலை உண்டல்லவா? அந்த வேலையை வேறெதுவும் செய்ய முடியாதல்லவா?

திரா: ஆம்.

ஸாக்: வாழ்க்கையை நடத்திக்கொண்டு செல்வது ஆத்மாவினுடைய வேலைதானே?

திரா: ஆம்.

ஸாக்: அந்த ஆத்மா, நீதியென்னும் குணத்தைப் படைத்திராவிட்டால், அதன் வேலை சரிவர நடைபெறுமா?

திரா: நடைபெறாது.

ஸாக்: எனவே ஆத்மாவின் நல்ல குணம் நீதி; கெட்ட குணம் அநீதி. இல்லையா?

திரா: ஆம்.

ஸாக்: நியாயமாக நடந்துகொள்கிற மனிதர்கள் சௌக்கியத்துடனும், அநியாயமாக நடந்துகொள்கிற மனிதர்கள் துக்கத்துடனும் வாழ்கிறார்கள்.

திரா: உன்னுடைய வாதத்தின் பிரகாரம் அப்படித்தான் சொல்லவேணியிருக்கிறது.

ஸாக்: துக்ககரமான வாழ்க்கையை நடத்துவதில் லாபமில்லையே? சந்தோஷகரமான வாழ்க்கையை நடத்துவதில் நஷ்டமில்லையே?

திரா: இல்லை.

ஸாக்: எனவே, நீதியைக் காட்டிலும் அநீதியினால் எந்தவிதமான அதிக லாபமும் இல்லையே?

திரா: இல்லை.

ஸாக்: ஆனால், திராஸிமொக்கஸ், இந்த வாதத்தினால் நான் திருப்திகொள்ளவில்லை. சீக்கிரமாகத் திருப்தி கொள்ளாத ஒரு பேராசைக்காரன் நான். நீதியென்றால் அதன் பொருள் என்ன வென்பதைப் பற்றித் தெரிந்துகொள்ள வாதத்தைத் தொடங்கினோம். ஆனால், நடுவிலே பல பிரச்சனைகள் கிளம்பின. நீதி யென்பது, ஒழுக்கமுடையதா, ஒழுக்கமற்றதா, அறிவுள்ளதா, அறியாமையுடையதா என்பவைகளைப்பற்றி வாதஞ் செய்தோம். பிறகு நீதியைவிட அநீதியினால் அதிக லாபமுண்டா வென்பதைப் பற்றித் தர்க்கித்தோம். இவ்வளவு தூரம் தர்க்கம் செய்தும், நீதியென்பதற்கு இன்னும் சரியான வியாக்கியானத்தை நாம் கண்டுபிடிக்கவில்லை. அதை நான் சரியாகத் தெரிந்துகொள்ளாத வரையில், அது நல்லொழுக்கமுடையதா, தீயொழுக்கமுடையதா, அதனையுடையவர்கள் சந்தோஷமாக இருப்பார்களா, துக்கம் அனுபவிப்பார்களா என்பதைப் பற்றியெல்லாம் எப்படி முடிவு கட்ட முடியும்?

இரண்டாவது புத்தகம்

இப்படித் தனக்கு ஒன்றுந் தெரியாதென்றும், இந்தச் சம்பாஷணையினால், தான் எவ்வித லாபத்தையும் அடையவில்லையென்றும் ஸாக்ரட்டீஸ் ஒப்புக்கொண்டு விட்டதோடு தர்க்கம் முடிவுபெற்றுவிடும் என்று எல்லோரும் கருதினார்கள். ஆனால், திராஸிமாக்கஸ் கூறியதை, கிளாக்கோன் ஏற்றுக்கொள்ள மறுத்துவிட்டான். அவன் மகா துணிச்சல்காரன். மேலும் சம்பாஷணையைத் தொடர்ந்து நடத்த வேண்டுமென்பது அவன் ஆவல்.

கிளாக்கோன்: என்ன ஸாக்ரட்டீஸ், அநியாயமாக நடந்துகொள்வதைக் காட்டிலும் நியாயமாக நடந்துகொள்வதுதான் எல்லா வகையிலும் சிறந்தது என்று எங்களுக்கு நிரூபித்துக் காட்ட வேண்டுமென்பது உன் எண்ணமா இல்லையா?

ஸாக்: என்னால் முடிந்தவரையில், நியாயமாக நடந்துகொள்வதுதான் எல்லாவகையிலும் சிறந்ததென்று உங்களுக்கு நிரூபித்துக் காட்டவேண்டுமென்பது என்னுடைய ஆவல்.

கிளா: அப்படியானால் உன்னுடைய ஆவலை அனுஷ்டானத்திற்குக் கொண்டுவந்து காட்டு. நல்லது என்று எதை எதை நாம் சொல்கிறோமோ அவைகளையெல்லாம் நீ எப்படிப் பிரிப்பாய்? என்னைப் பொறுத்தமட்டில் நான் மூன்று வகையாகப் பிரிப்பேன். முதலாவது, சில வஸ்துக்களை நாம் வைத்துக்கொண்டிருக்கிறோம். எதற்காக வென்றால், அவற்றிடத்திலிருந்து கிடைக்கிற பலன்களுக்காகவல்ல; அவற்றை வைத்துக் கொண்டிருப்பதிலேயே ஒரு சந்தோஷம் இருக்கிற தென்பதற்காக.

ஸாக்: வாஸ்தவம்.

கிளா: இரண்டாவது, சிலவற்றை, அவற்றிற்காகவும், அவற்றின் உபயோகத்திற்காகவும், வைத்துக் கொண்டிருக்கிறோம். உதாரணமாக, சிந்தனை செய்வது, பொருள்களைக் கூர்ந்து நோக்குவது, தேகாரோக்கியம் முதலியனவற்றைச் சொல்லலாம்.

ஸாக்: உண்மை.

கிளா: மூன்றாவது வகையாக தேகாப்பியாசம், வைத்திய சிகிச்சை செய்து கொள்ளுதல், வைத்தியத் தொழில் செய்தல் முதலிய பணஞ் சம்பாதிக்கிற தொழில்களைச் சொல்லலாம். இவையெல்லாம் சிரமமுள்ள தொழில்களாயிருந்தபோதிலும் பயனுடைய தொழில்களாயிருக்கின்றன. இந்தத் தொழில்களை, இவை மேலானவையென்ற காரணத்திற்காக நாம்

செய்வதில்லை. இவற்றினால் ஏற்படுகிற பலன்கள், உண்டாகிற விளைவுகள் ஆகியவற்றை உத்தேசித்து இவற்றைச் செய்கிறோம். இல்லையா?

ஸக்: சரி; மேலே?

கிளா: இந்த மூன்று வகைகளில் நீதியென்பது எந்த வகையைச் சேர்ந்தது?

ஸாக்: நீதிக்கு நான் மிக உயர்ந்த ஸ்தானம் கொடுக்கிறேன். அதாவது, எந்த விஷயத்தை அந்த விஷயத்திற்காகவும் அதன் விளைவுகளுக்காகவும் நேசிக்கிறோமோ அந்த மாதிரியான விஷயங்களில் ஒன்றாக நீதியை நான் கருதுகிறேன்.

கிளா: ஆனால் பெரும்பாலோர் அப்படிக் கருதுவதில்லையே; மூன்றாவது வகையில் தான் நீதியை வைக்கின்றனர். அதாவது எந்தத் தொழில்கள், சிரமமுள்ளனவாயிருந்த போதிலும், அவற்றினால் ஏற்படுகிற பலன்களை உத்தேசித்து அவற்றைச் செய்கிறோமோ அந்த மாதிரியான வகையில்தான் நீதியை வைக்கின்றனர்.

ஸாக்: அது வாஸ்தவம். பெரும்பாலோர் அப்படித்தான் கருதுகின்றனர். நீதியை இகழ்ந்தும், அநீதியைப் புகழ்ந்தும் திராஸிமாக்கஸ் கூறியது இந்தக் காரணங்களுக்காகத்தான். ஆனால், என்னால் அதனைக் கிரகிக்க முடியவில்லை.

கிளா: நானும், திராஸிமாக்கஸ் வாதஞ் செய்து கொண்டுபோன ரீதியிலேயே வாதஞ் செய்கிறேன். நீதியைப் பற்றியும் அநீதியைப் பற்றியும் நீ என்ன வியாக்கியானம் செய்தாயோ அதனை என்னால் அங்கீகரிக்க முடியவில்லை. நீதி, அநீதி என்ற இரண்டினையும் நான் தனித்தனியாகப் பிரித்து ஆராய்ந்து பார்க்க விரும்புகிறேன். நீதி, அநீதி இவற்றின் பலாபலன்களை விட்டுவிட்டு, நீதி, நீதியாயிருக்கிறபோது அதனுடைய தன்மைகளென்ன, அநீதி, அநீதியாயிருக்கிறபோது அதனுடைய தன்மைகளென்ன என்பதை நாம் தெரிந்துகொள்ள வேண்டும். முதலில், நீதியினுடைய சுபாவமென்ன, அதன் உற்பத்தி எப்படி என்பவற்றைப் பற்றிக் கூறுகிறேன். அதற்கடுத்தபடி, நீதியை அனுஷ்டிக்கிறவர்கள், இஷ்டமில்லாமலே அதனை அனுஷ்டிக்கிறார்கள் என்பதையும், நீதியாக நடப்பதுதான் நல்லது என்பதற்காக நீதியாக நடந்துகொள்ளவில்லை என்பதையும், ஒரு கட்டாயத்திற்ககவே நீதியை அனுஷ்டிக்கிறார்கள் என்பதையும் நிரூபித்துக் காட்டுகிறேன். அதற்குப் பிறகு, கட்டாயத்திற்காக நீதியை அனுஷ்டிக்கிறார்களே அவர்கள் செய்வதுதான் நியாயமானது என்றும், ஒரு நீதிமானுடைய வாழ்க்கையைக் காட்டிலும்,

அநீதவானுடைய வாழ்க்கைதான் சிரேஷ்டமுடையதாய் இருக்கிறதென்றும் எடுத்துக் காட்டுகிறேன். என்னுடைய சொந்த அபிப்பிராயமென்னவோ, ஸாக்ரட்டீஸ், இந்த மாதிரியெல்லாம் இல்லைதான். ஆனால் திராஸிமாக்கஸ் போன்றவர்கள் வாதஞ் செய்வதைக் கேட்டு என் மூளை குழம்பிப்போய் விடுகிறது. நீதியை, அதனுடைய உயர்வுக்காக மட்டும் அனுஷ்டிக்க வேண்டும். அப்படி அனுஷ்டிப்பதுதான் சிரேஷ்டமானது என்று இதுவரையில் யாரும் நிரூபித்துக்காட்டவில்லை. நீதான் நிரூபித்துக் காட்ட வேண்டும். அப்படி நீ நிரூபித்துக் காட்டவேண்டுமென்பதற்காக, நான் எதிர்க்கட்சியிலிருந்து பேசுகிறேன். அதாவது, அநீதியாக நடந்துகொள்வதுதான் விசேஷமானது, லாபகரமானது என்று நான் வாதஞ் செய்கிறேன். இந்த ஏற்பாடு சரிதானே?

ஸாக்: நிரம்ப சரி.

கிளா: அப்படியானால், நீதியின் தன்மையைப் பற்றியும், அதன் ஆரம்ப வரலாற்றைப் பற்றியும் முதலில் பேசுவோம். அநீதி இழைப்பது நல்லதென்றும், ஆனால் அந்த அநீதியை அனுபவிப்பதுதான் கெடுதலென்றும் மனிதர்கள் கருதுகிறார்கள். இப்படிக் கருதுவதுதான் மன்த சுபாவம். ஆனால், அநீதி இழைப்பதிலேயிருக்கிற நன்மையைக் காட்டிலும் அநீதியை ஏற்றுக்கொண்டு அனுபவிப்பதிலே யிருக்கிற தீமைதான் அதிகமாயிருக்கிறது. இதனாலேயே, மனிதர்கள் ஒருவருக்கொருவர் அநீதி இழைத்தும், இழைக்கப்பட்டும், அதன் பயனாக பரஸ்பரம் நன்மையையும் தீமையையும் முறையே அனுபவிக்கிறபோதுதான். அவர்களில் நன்மையை மட்டும் அனுபவித்துவிட்டு தீமையை நிராகரிக்க முடியாதவர்கள், கீழ்க்கண்டவிதமான முடிவுக்கு வருகிறார்கள். அதாவது, அநீதி இழைக்கவும் கூடாது, இழைக்கப்படவும் கூடாதென்று பரஸ்பரம் ஒப்பந்தம் செய்து கொள்வதுதான் லாபகரமானதென்ற முடிவுக்கு வருகிறார்கள். இந்த முடிவுக்கு வந்ததன் பலனாகவே இவர்கள் சட்டங்கள் ஏற்படுத்துகிறார்கள். ஒருவருக்கொருவர் ஒப்பந்தம் செய்துகொண்டு அதன்படி நடப்பதென்கிற சம்பிரதாயம் ஏற்படுகிறது. சட்டத்தில் கூறப்பட்டன யாவும் சட்ட ரீதியானவையென்றும், நியாயமானவை யென்றும் சொல்லப்படுகின்றன. அநீதிக்கும் நீதிக்கும் இடைமார்க்கமா இருப்பதுதான் சட்டம்.

நீதி யென்பதை எல்லோரும் ஏன் பரிவோடு பார்க்கிறார்களென்றால், அநீதி யிழைக்கத் தாங்கள் அசக்தர்களாயிருப்பதனாலேயெ தவிர, அது நல்லது என்பதற்காகவல்ல. இந்தக் காரணத்திற்காகத்தான், நீதி சிறப்புடையதாகிறது. அநீதி யிழைக்கும் ஆற்றலுடைய ஒருவன் தான் தீங்கிழைப்பதில்லை என்று வேறு யாருடனும் ஒப்பந்தம் செய்துகொள்ள மாட்டானல்லவா? அப்படி ஒப்பந்தம் செய்துகொண்டால் அவன் பைத்தியக்காரன்தான்.

உதாரணமாக ஒரு நீதிமானையும் ஓர் அநீதவானையும் வரவழைத்து இரண்டு பேருக்கும், அவர்கள் மனம் போனபடி காரியங்களைச் செய்யுமாறு அதிகாரம் கொடுங்கள். பிறகு, அவ்விருவரும் தங்கள் ஆசையினால் உந்தப்பட்டு எந்தெந்த மார்க்கத்தில் செல்கிறார்களென்று பாருங்கள். அநீதவான் எந்த மார்க்கத்தில் செல்கிறானோ அதே மார்க்கத்தில்தான் ஒரு நீதிமானும் ஒளிவு மறைவின்றிப் பகிரங்கமாகச் செல்வதைக் காண்பீர்கள். அவன், தன் சகோதர மனிதர்களைக் காட்டிலும் மேலாக, அதாவது மிஞ்சினாற் போல் நடந்துகொள்ள வேண்டுமென்ற ஒரே ஆசையுடன் தன் காரியங்களைச் செய்கிறான். சட்டப் பிரகாரம் வேறுவிதமாக நடந்துகொள்ளுமாறு கட்டாயப்படுத்தப் பட்டாலன்றி, தான் செய்வதெல்லாம் நல்லதென்றே அவன் கருதுகிறான். அப்படிச் செய்வதனால் தனக்கு எவ்விதமான தண்டனையும் கிடைக்காதென்ற எண்ணத்துடனேயே செய்கிறான். இதற்கு ஓர் உதாரணம் கூறுகிறேன் கேளுங்கள். லிடியா[1] தேசத்திலே கைகெஸ்[2] என்ற ஒருவன் ஆடு மேய்ப்பவனாகவும், அப்பொழுது லிடியா தேசத்தை ஆண்டு கொண்டிருந்த அரசனுடைய வேலையாளாகவும் இருந்தான். இவன் ஒரு நாள் ஆடுகளை மேய்த்துக் கொண்டிருந்தபோது திடீரென்று மழைபொழிந்து பூகம்பம் உண்டாகியது. பூமியிலே ஒரு பெரிய பிளவு ஏற்பட்டது ஆச்சரியத்துடன் இவன் உடனே அந்தப் பிளவுக்குள் இறங்கிப் பார்த்தான். அதில் வெண்கலக் குதிரையொன்று இருந்தது. அதன் உட்பாகம் காலியாகவும், அதன் பக்கங்களில் ஜன்னல்களும் இருந்தன. அந்த ஜன்னல்களின் வழியாக எட்டிப் பார்த்தான். உள்ளே மிகப் பெரிய மனித உருவமொன்று சவமாகக் கிடந்தது. அதன் ஒரு கையில் பொன் மோதிரமொன்று இருந்தது. உடனே இவன் உள்ளே சென்று மோதிரத்தை மட்டும் கழற்றி எடுத்துக்கொண்டான். ஆடு மேய்ப்பவர்கள் மாதந்தோறும் ஒரு கூட்டம் கூடி, தங்களிடத்திலே உள்ள ஆடுகளின் விவரத்தைப் பற்றி அரசனுக்கு ஓர் அறிக்கை அனுப்புவது வழக்கம். அது போலவே ஒரு நாள் மேற்படி மாதாந்திரக் கூட்டம் நடைபெற்றது. அதற்கு இவனும் மோதிரத்தைத் திருகிக் கொண்டேயிருந்தான். அப்பொழுது, மோதிரத்தின் ஒரு பாகம் உள்ளங்கைப் பக்கம் வந்தது. உடனே இவன் மற்றவர்களுக்குப் புலப்படாதவனாகி விட்டான். மற்றவர்கள், இவன் கூட்டத்திற்கு வரவில்லையென்ற மாதிரியாகப் பேசிக்கொண்டார்கள். இவன் திகைத்துப் போய் மறுபடியும் தன் கை மோதிரத்தைத் திருகினான். புறங்கைப் பக்கம் மோதிரத்தின் ஒரு பாகம் வந்தவுடன் இவன் எல்லோருக்கும் புலப்பட்டான். இதனால் மோதிரத்திற்கு அபாரசக்தி இருக்கிறதென்பதை இவன் நன்கு உணர்ந்து கொண்டான். உடனே அரண்மனைக்குச் சென்று, அரசியோடு சேர்ந்து சூழ்ச்சிகள் பல நடத்தி, அரசனைக் கொல்வித்து, ராஜ்யத்தைத் தன் சுவாதீனப்படுத்திக் கொண்டுவிட்டான்.

இதே மாதிரி சக்தியுள்ள இரண்டு மோதிரங்கள், ஒன்று நீதிமானிடத்திலும் மற்றொன்று அநீதவானிடத்திலும் முறையே இருக்கின்றனவென்று வைத்துக்கொள்வோம். அநீதிதவான் எப்படி இந்த மோதிரத்தை உபயோகிப்பான். மற்றவர்களுடைய சொத்துக்களை எவ்விதமான வரன் முறைகளையும் பொருட்படுத்தாமல் தன்னிஷ்டம் போல் அபகரித்துக் கொள்வான். மற்றவர்களுடைய வாசஸ்தலங்களில் தாராளமாக நுழைந்து, தனக்கிஷ்டப்பட்டவர்களோடு சேர்க்கை வைத்துக்கொள்வான்; அல்லது தனக்குப் பிடிக்காதவர்களைக் கொலை செய்வான்; அல்லது தனக்குப் பிரியமாயுள்ளவர்கள் அடிமைப்பட்டுக் கிடந்தால், அவர்களை விடுதலை செய்வான். சுருங்கச் சொன்னால், மனிதர்களிடையே ஒரு தேவனாக இருக்கப் பிரயத்தனப்படுவான். அதாவது தக்க வசதிகள் கிடைக்கிறபோது, ஒரு நியாய புருஷனும் அநியாய புருஷனும் ஒரே மாதிரியாகவே நடந்துகொள்வார்கள். இதனால், எந்த ஒரு மனிதனும் சுயேச்சையாக, அதாவது மனப்பூர்வமாக, நியாயத்துடன் நடந்துகொள்ளவில்லை என்றும், ஏதோ ஒரு கட்டாயத்தின் பேரில்தான் நியாயமாக நடந்துகொள்கிறானென்றும் நாம் முடிவு செய்ய வேண்டியிருக்கிறது. நீதி அல்லது நியாயம் என்று நாம் எதைச் சொல்கிறோமோ, அது, ஒரு மனிதனுக்கு எந்த விதமாகவும் நன்மை பயப்பதில்லை. ஏனென்றால் எந்த ஒரு மனிதனும் அநியாயமாக நடந்துகொள்ள தனக்கு முடிகிறபோது, அதாவது அநியாயம் செய்வது தனக்கு சாத்தியமாயிருக்கிறபோது, அநியாயமாகவே நடந்துகொள்கிறான். அப்படி நடந்துகொள்வது அவனுக்கு லாபகரமுடையதா யிருக்கிறது. லாபகரமா யிருக்கிறதென்ற காரணத்திற்காக, அவன், தான் செய்வது சரியென்று கருதிக்கொண்டு விடுகிறான். அப்படி அவன் அநியாயமாக நடந்துகொள்ளாவிட்டால், தனது அநியாயச் செயலிலிருந்து லாபத்தை அடையாவிட்டால், அவனை ஒரு முட்டாளென்றும், பிழைக்கத் தெரியாதவனென்றெளம், அவனோடு நெருங்கிப் பழகி அவனை அறிந்திருக்கிறவர்கள் நினைக்கிறார்கள்; ஆனால் அவனை நேரில் சந்திக்கிறபோது புகழ்ந்து பேசுகிறார்கள். ஏன் இப்படி புகழ்ந்து பேசுகிறார்களென்று கேட்டால், அவன் நீதிமானாயிருப்பதினின்றும் மாறி அநியாயமாக நடந்து அதன் மூலமாகத் தங்களுக்குக் கெடுதல் ஏற்பட்டு விடப் போகிறதே யென்ற பயத்தினால்தான்.

நீதியின் எல்லையையும் அநீதியின் எல்லையையும் தனித்தனியாகப் பிரித்துப் பார்த்தால்தான் நமக்கு உண்மை புலனாகும். ஓர் அநீதவான் ஒரு புத்திசாலியான தொழிலாளியைப் போலிருக்கிறான். திறமையுள்ள ஒரு கப்பல் தலைவனோ அல்லது வைத்தியனோ, தன்னுடைய தொழிலைப் பொறுத்தமட்டில் எது சாத்தியம், எது சாத்தியமில்லை என்பதை நன்றாகத் தெரிந்துகொண்டு சாத்தியமானவற்றை நிறைவேற்றிக் கொண்டு போகிறான்;

அசாத்தியமானவற்றை விட்டுவிடுகிறான். அப்படி ஏதேனும் தவறு செய்துவிட்டால் அதற்கு உடனே பரிகாரம் தேடிக்கொண்டு விடுகிறான். இதே பிரகாரம் ஓர் அநீத புருஷன், தான் செய்யும் அநியாய காரியங்களில் ஏதேனும் பிசகு நேரிட்டுவிட்டால் அதை புத்திசாலித்தனமாகச் சமாளித்துக் கொன்டு விடுகிறான்; தனது அநியாயச் செயல் பிறருக்குத் தெரியாவண்ணம் நடந்துகொள்கிறான். அப்படி அவன் தெரியாத்தனமாக அகப்பட்டுக் கொண்டுவிட்டால் “ஓ! அவன் பிசகு செய்துவிட்டான்” என்றுதான் உலகம் கூறுகிறது. அநீதி எப்பொழுது தனது உச்ச நிலையை அடைகிறதென்ன்று கேட்டால், அது நீதிபோல் நடிக்கிற காலத்தில்தான். எனவே, அநீதியைப் பூரணமாக அனுஷ்டிக்கிற ஒரு மனிதனுக்கு, அது விஷயத்திலும் பூரணத்துவத்தை அடைந்திருக்கிறானென்ற பெருமையை அளிக்க வேண்டும். அநீதச் செயல்களை நிறையச் செய்ய அவனுக்கு அதிகமான சந்தர்ப்பங்கள் கொடுக்க வேண்டும். அப்பொழுது அவன் அந்த அநீதச் செயல்களை நிறையச் செய்ய அவனுக்கு அதிகமான சந்தர்ப்பங்கள் கொடுக்க வேண்டும். அப்பொழுது அவன் அந்த அநீதச் செயல்களைச் செய்வதில் கூட ஒருவித ஒழுங்கை, ஒருவித நீதியைக் கடைப்பிடிப்பான். தன்னுடைய அநியாயச் செயல்கள் பகிரங்கத்திற்கு வந்துவிடுகிறபோது, அவற்றைத் தன் வாசாலகத்தினால் சமாளித்துக்கொண்டு விடுவான். எங்கே பலாத்காரத்தை உபயோகிக்க வேண்டுமோ அங்கே பலாத்காரத்தை உபயோகிப்பான். ஏனென்றால் அவனிடத்தில் தைரியம் இருக்கிறது; பலம் இருக்கிறது; நண்பர்கள், பணம் முதலிய சௌகரியங்கள் இருக்கின்றன. இவை யாவும் ஓர் அதீத புருஷனுடைய லட்சணங்கள்.

இனி நீதிமானைச் சிறிது கவனிப்போம். இவன் இயற்கையானதும், பெருந்தன்மையோடு கூடியதுமான வாழ்க்கையை நடத்துகிறான். ஒரு நீதிமானாக இவன் நடிப்பதில்லை; உண்மையாகவே ஒரு நீதிமானாக நடந்து கொள்கிறான். ஒரு நீதிமான் என்ற புகழ் இவனுக்கு ஏற்பட்டு விட்டதேயானால், அந்தப் புகழுக்குண்டான கௌரவங்கள், சன்மானங்கள் முதலியவற்றை இவன் பெறுகிறான். அப்படியானால் சிலர் கேட்கலாம், நீதியொன்றிற்காகவே இவன் நியாயமாக நடக்கிறானா, அல்லது நியாயமாக நடந்து கொண்டால் கௌரவங்களும் சன்மானங்களும் கிடைக்கும் என்பதற்காக இவன் இப்படி நியாயமாக நடக்கிறானாவென்று. இவன் மீது எந்தவிதமான தன்மைகளையும் சுமத்தாமல் வெறும் நீதி புருஷனாக மட்டும் இவனைக் கவனிக்க வேண்டும். இப்படிப்பட்டவன் எந்தவிதமான அநியாயத்தையும் செய்யமாட்டான். எந்தவிதமான அபகீர்த்தியும், அந்த அபகீர்த்தியினாலேற்படுகிற பலா பலன்களும் இவனைச் சாரா, மரண பரியந்தம் இவன் ஒரே மாதிரி நீதிமார்க்கத்திலேயே செல்வான். இவன் வெளிப்பார்வைக்கு அநீத வானைப் போல் நடந்துகொண்டாலும், உண்மையில் இவன் நீதியையே அனுஷ்டித்துக்

கொண்டுபோவான். இவையாவும் ஒரு நீதிமானுடைய லட்சணங்கள்.

இப்படி இந்த இரண்டு பேருடைய லட்சணங்களையும் தெரிந்துகொண்டு விட்டபிறகு, இவர்களில் யார் சந்தோஷத்துடன் இருப்பார்களென்று நாம் சுலபமாக நிதானித்துக் கொண்டுவிடலாம்.

ஸாக்: கிளாக்கோன், நீ என்ன இரண்டு பேரையும் இரண்டு உருவச்சிலைகளாக அமைத்து, பிறகு ஒப்பிட்டுப் பார்க்கப் போகிறாயா?

கிளா: என்னால் முடிந்தவரையில் ஒப்பிட்டுப் பார்க்கவே போகிறேன். அதில் ஒரு கஷ்டமுமில்லையே கொஞ்சம் வருணிக்கட்டுமா? அப்படி என்னுடைய வருணனையில் ஏதேனும் கடுமை இருந்தால், அதற்கு நான் பொறுப்பாளியல்ல; நீதியைவிட அநீதியே மேலானதென்று புகழ்கிறார்களே, அவர்கள்தான் பொறுப்பாளி. நீதிமான்கள் துன்புறுத்தப்படுவார்கள். சித்திரவதை செய்யப்படுவார்கள். விலங்கிடப்படுவார்கள். அவர்களுடைய கண்கள் தீயாலெரிக்கப்பட்டும்; கடைசியில் எல்லவிதமான துன்பங்களையும் அனுபவித்த பிறகு அவர்கள் சிலுவையிலறையப்படுவார்கள். அப்பொழுதுதான் அவர்கள், "ஐயோ, நீதிமானைப் போல் நடித்தால் மட்டும் போதுமே, ஏன் நீதிமானாக நடக்க வேண்டும்?" என்ற பாடத்தின் அர்த்தத்தைத் தெரிந்துகொள்வார்கள்.

நீதிமானைப் போல் நடிக்கிற ஓர் அநீதிவானுக்குத் தான் அதிகார சக்தி ஏற்படுகிறது. அவன், தன்னிஷ்டம் போல் கொள்வினை கொடுப்பினை செய்துகொள்கிறான். தனக்குப் பிடித்தவர்கள் யாரோ அவர்களிடத்தில் கூட்டு வைத்துக்கொண்டு அதன்மூலம் அதிக லாபஞ்சம்பாதிக்கிறான். இதனால், அவன் அந்தரங்கமாகவோ பகிரங்கமாகவோ யாருடனாவது போராட்டத்தை நடத்தினால் அதில் வெற்றியே காண்கிறான். அவனுடைய கையே ஓங்கி நிற்கிறது. இதனால் அவனிடத்தில் செல்வம் வந்து குவிகிறது. இந்தச் செல்வத்தைக் கொண்டு அவன் தன் நண்பர்களுக்குத் தீமையையும் செய்கிறான். தன் பணத்தைக் கொண்டு ஆடம்பரமாக தேவதா பூஜைசெய்கிறான். இதனால் கடவுளின் அன்பைக்கூட அவன் தான் அடைகிறான். எனவே, மனிதர்கள், தேவர்கள் ஆகிய இவர்களுடைய முன்னிலையில் அநீதி புருஷனுடைய வாழ்க்கைதான் சிறப்படைகிறது.

இந்தச் சந்தர்ப்பத்தில் அடீமாண்ட்டஸ் வாதத்தில் தலையிட்டுக் கொள்கிறான்.

அடீமாண்ட்டஸ்: என்ன ஸாக்ரட்டீஸ் வாதத்தின் போக்கு சரியாக இருக்கிறதென்று நீ கருதுகிறாயா?

ஸாக்: சரியாக இல்லையா என்ன?

அடீ: எதைச் சொல்ல வேண்டுமோ அதைச் சொல்லாமலே விட்டுவிட்டான் கிளாக்கோன்.

ஸாக்: அப்படியானால் நீ அவனுக்குத் துணை செய்யலாமே. எப்படியோ என்னைப் பொறுத்தமட்டில் அவன் அதிகமாகப் பேசியிருக்கிற னென்றுதான் கருதுகிறேன். அவன், தன் பேச்சினால், நீதியை ஆதரித்துப் பேசக்கூடிய சக்தியை எனக்கில்லாமற் செய்து விட்டான்.

அடீ: அப்படி யெல்லாம் ஒன்றுமில்லை. நீதியைப் புகழ்ந்து பேசுகிறவர்களுடைய கட்சியையும் நாம் ஆராய வேண்டாமா? அப்பொழுதுதான் கிளாக்கோனுடைய வாதம் நமக்கு நன்றாகப் புலப்படும். பெற்றோர்கள் தங்கள் குழந்தைகளுக்குப் புத்தி கற்பிக்ககிறபோது, நியாயமாக நடந்துகொள்ள வேண்டுமென்று சொல்கிறார்கள். ஏன்? நியாயமாக நடந்து கொள்வதுதான் நியாயமென்பதற்காகவல்ல. பெற்றோர்களுடைய விருப்பமெல்லாம் என்னவென்றால், தங்ககளுடைய குழந்தைகள் நியாயமாக நடந்துகொள்வதாகக் காட்டிக்கொள்ள வேண்டுமென்பதுதான். அப்படிக் காட்டிக்கொண்டால்தான் அரசாங்க உத்தியோகங்கள் கிடைக்கின்றன. சௌகரியமான கொள்வினை கொடுப்பினைகள் நடைபெறுகின்றன. கிளாக்கோன் இப்பொழுது அடுக்கிக் கொண்டு போனானே அந்த நன்மைகளெல்லாம் கிடைக்கின்றன. இவர்களெல்லோரும் நீதிமான்களைப் போல நடிப்பதற்குத்தான் முக்கியத்துவம் கொடுக்கிறார்கள். அப்படி நடித்தால்தான் கடவுளர்களின் கிருபை பூரணமாகக் கிடைக்கிற தென்பது இவர்களுடைய நம்பிக்கை. பக்திமான்களுக்கு, கடவுளின் அனுக்கிரகம் பலவிதமாகக் கிடைக்கிறதென்று இவர்கள் சொல்வார்கள். மோட்ச லோகத்தில் இவர்கள் சதா சர்வ காலமும் புஷ்ப மாலைகளை அணிந்துகொண்டும், மதுபானம் முதலியவைகள் செய்துகொண்டும் சந்தோஷமாகக் காலங் கழிக்க முடியுமென்பதைப் பற்றி வர்ணித்துப் பேசுவார்கள். மதுபான மயக்கத்தில் எப்பொழுதும் இருப்பதுதான், ஒழுக்கத்திற்குக் கிடைக்கிற சன்மானம் என்பது இவர்களுடைய எண்ணம் போலும்! இங்ஙனமே அநீதவான்கள், நரக லோகத்தில் சேற்றிலே உழன்று கொண்டிருக்க வேண்டுமென்றும், சலிக்கிற சல்லடையில் தண்ணீரை முகந்து செல்லவேண்டி யிருக்குமென்றும் இன்னும் பலவிதமாகக் கூறுவார்கள். பூலோகத்தில் உயிரோடிருக்கிற போதுகூட இவர்களுக்கு, அதாவது உயிரோடிருக்கிற போதுகூட இவர்களுக்கு, அதாவது அநீதவான்களுக்குப் பலவித அபகீர்த்திகள் உண்டாகுமென்று சொல்வார்கள்.

இனி ஜனங்கள், தங்களுக்குள் சாதாரணமாகச் சம்பாஷிக்கிறபோதும், மற்றபடி கவிய கர்த்தர்களும், நீதியையும் அநீதியையும் எவ்வாறு

வர்ணிக்கிறார்கள் என்பதைச் சிறிது கவனிப்போம். நிதானமாகவும் நீதியுடனும் நடந்துகொள்வது. அழகான தாயிருந்தபோதிலும் கடினமானதாகவும், சீக்கிரமாகப் பலனைக் கொடுக்கக்கூடியதாகவும் இருந்தபோதிலும், வெளிப் பார்வைக்கும் சட்டத்திற்கு முன்னரும் கெடுதலாகக் காணப்படுகிறதென்றும், நியாயமான காரியங்களைக் காட்டிலும் அநியாயமான காரியங்கள்தான் அதிகமான லாபத்தைத் தரக்கூடியனவாக இருக்கின்றன என்றும் எல்லோரும் ஒரே மாதிரியாகவே புகழ்ந்து பேசுகிறார்கள். சாதாரணமாகப் பார்க்கிறபோது, கெட்டவர்கள்தான் பணக்காரர்களாகவும், அதிகார சக்தி வாய்ந்தவர்களாகவும், சந்தோஷம் உடையவர்களாகவும் இருக்க முடியுமென்று இவர்கள் கூசாமல் கூறுகிறார்கள். ஏழை மக்கள்தான், பலவீனர்கள்தான், மனிதத் தன்மையில் சிறந்தவர்களென்று இவர்கள் சொல்லிக்கொண்டு, அதே தருணத்தில் அவர்களை அகௌரவப் படுத்துகிறார்கள்; இழிவு செய்கிறர்கள். நல்லவர்களுக்குத் துரதிருஷ்டத்தையும் துன்ப வாழ்க்கையையுமே கடவுளர்கள் அளிக்கிறார்களென்று இவர்கள் சொல்லுகிறார்கள். கடவுளர்கள், ஒழுக்கத்திற்கு மதிப்புக் கொடுப்பது எவ்வளவு வேடிக்கையாயிருக்கிறது! பிட்சாண்டிகளாய் இருக்கப்பட்டவர்கள், பணக்காரர்களுடைய விடுதிகளுக்குச் சென்று, தங்களுக்குக் கடவுளின் அருட் சக்தி இருக்கிறதென்றும், பணக்காரர்களுடைய பாவச் செயல்களுக்குத் தாங்கள், மந்திரங்கள் மூலமகவும் பலிகொடுப்பதன் மூலமாகவும் பரிகாரந் தேடிக்கொடுக்க முடியுமென்றும், அப்படியே சத்துருக்களுக்குக் கெடுதல் செய்ய வேண்டும் என்றிருந்தால் அதையும் நிறைவேற்றிக் கொடுப்பதாகவும் சொல்கிறார்கள். மந்திரங்கள் முணுமுணுப்பதினாலும், வேறுவிதமான ஜாலவித்தைகளினாலும் கடவுளர்களைத் தங்கள் இஷ்டத்திற்கு வசியப்படுத்த முடியுமென்று இவர்கள் கூறுகிறார்கள். இவற்றுக்கெல்லாம் ஆதாரமாகப் பூர்விகக் கவிஞர்களுடைய வாக்குகளை எடுத்துக் காட்டுகிறார்கள்; அநேக கிரந்தங்களை நம் முன் வீசி யெறிகிறார்கள். தனிப்பட்ட மனிதர்களுக்கு மட்டுமல்ல, பெரிய நகரங்களில் வசிக்கும் ஏராளமான ஜனங்களுக்கும் இவர்கள் இதேமாதிரிதான் கூறுகிறார்கள். இம்மாதிரி யெல்லாம் நீதியைப் பற்றியும் அநீதியைப் பற்றியும் பலபடச் சொல்லப்படுவதைக் கேட்டுக் கொண்டிருக்கிற ஜனங்களுக்கு, சிறப்பாக பசுமனமுடைய இளைஞர்களுக்கு ஒன்றுமே புரிவதில்லை. ஒருவன் சிறந்த வாழ்க்கையை நடத்த வேண்டுமானால் அவன் எந்தெந்த மார்க்கங்களை அனுசரிக்க வேண்டும் என்ற கேள்வி அவர்கள் உள்ளத்தில் எழுகிறது. "நான் மேல் படிக்கு ஏறிச் செல்லவேண்டுமானால் சன்மார்க்கத்தைக் கடைப்பிடிப்பதா? நீதிமானைப்போல் நடிக்கிறவர்களுக்குத்தான் சுக சௌகரியங்களெல்லாம் கிடைக்கின்றன வென்று சொல்கிறார்களே; என் வாழ்க்கையின் முன் முற்றத்தில் நீதியென்கிற வர்ணத்தைப் பகட்டாகப்

பூசிவிட்டு, பின்பக்கத்தில் அநீதியாகிய குப்பையைச் சேர்த்து வைக்கலாமா?" என்று இம்மாதிரி யெல்லாம் ஒவ்வொருவனுடைய உள்ளத்திலும் சந்தேகங்கள் எழுகின்றன. பிறர் கண்டுபிடிக்காதபடி அநீதிகள் புரிவது கடினமென்று சிலர் சொல்லக்கூடும். அஃதென்ன அவ்வளவு பிரமாத விஷயம்? நம்முடைய அநீதச் செயல்களை மறைத்துக் கொள்வதற்கு, சங்கங்கள் முதலியவற்றை ஏற்படுத்திவிட்டால் போகிறது. ஜனசபைகளிலும் நீதி ஸ்தலங்களிலும் எப்படி வாக்குவன்மையோடு பேசுவதென்பதைக் கற்றுக்கொடுக்க என்னவோ ஆசிரியர்கள் (ஸோபிஸ்ட்டுகள்) இருக்கிறார்கள். இந்த வாக்கு வன்மையை வைத்துக்கொண்டு கிரமமாகவோ அக்கிரமமாகவோ நமது காரியங்களை நடத்திக்கொண்டு சென்றால், நம்முடைய ஆக்கிரமிப்புச் செயல்களுக்கு, அதாவது அநீதச் செயல்களுக்கு, எவ்விதத் தண்டனையையும் அனுபவிக்க வேண்டியதில்லை.

ஆனால், சிலர் கேட்கலாம். "கடவுளர்களை ஏமாற்ற முடியாது; பலவந்தப்படுத்தவும் முடியாதே" என்று. அஃதென்ன, அவ்வளவு பெரிய விஷயமா? கடவுளர்கள் இல்லையானால், அல்லது அவர்களுக்கும் மனிதர்களுக்கும் எந்தவித சம்பந்தமும் இல்லையானால், அவர்களைப் பற்றி நாம் ஏன் கவலைப்பட வேண்டும்? அப்படிக் கடவுளர்கள் இருக்கிறார்களென்று சொன்னால், அவர்கள், கவிஞர்கள் எழுதிவைத்துப்போன காவியங்களில்தானே இருக்கிறார்கள்? அவர்களைப் பூஜையின் மூலமாகவும் பலிகளின் மூலமாகவும் திருப்தி செய்யலாமென்றால், அநீதமான செயல்களைச் செய்து, அவைகளினின்று கிடைக்கிற பொருளைக் கொண்டு, பூஜை செய்தும் பலிகொடுத்தும் அவர்களைத் திருப்தி செய்துவிடலாமே. நீதியாக நடந்துகொண்டால் என்ன பலன் கிடைக்கப் போகிறது? நரகத்திலே தண்டனைகள் கிடைக்காமலிருக்கலாம். ஆனால் பூலோகத்தில் எவ்விதமான அனுகூலங்களையும் அடைய முடியாதே. அநீதியாக நடந்துகொண்டாலோ, அதனால் கிடைக்கிற லாபத்தைக் கொண்டு கடவுளர்களை வசியப்படுத்தி அவர்களுடைய தயவினால் நரக வேதனையிலிருந்து தப்பித்துக் கொண்டுவிடலாமல்லவா?

ஆகவே, மனிதர்கள் நீதிமார்க்கத்தை அனுஷ்டிக்கிறார்களென்று சொன்னால், அது, கோழைத்தனத்தினால்தான்; அநீதியினால் ஏற்படக்கூடிய தீங்குகளுக்குப் பயந்துதான். பொதுவாகவே நாம் பார்க்கிறபோது, நீதியை எல்லோரும் ஏன் புகழ்ந்து பேசியிருக்கிறார்களென்றால், அதனுடைய பலன்களுக்காகத்தான் அதாவது நீதிமான்களுக்குப் புகழ், கௌரவங்கள் முதலியன கிடைக்கின்றனவல்லவா? ஆதலின் ஸாக்ரட்டீஸ், உன்னுடைய கடமையென்னவென்றால், நீதியின் தன்மைகளென்ன, அநீதியின் தன்மைகளென்ன, இவற்றை எவ்விதக் கலப்புமின்றி அப்படியே

பின்பற்றுகிறவர்கள் எந்த ஸ்திதியை யடைகிறார்கள் என்பன போன்ற விஷயங்களை எங்களுக்கு ருஜுப்படுத்திக் காட்ட வேண்டும். அநீதியைவிட நீதிக்கே அதிக சக்தியுண்டு, அதற்குத்தான் அதிக புகழ் கிடைக்கும் என்றெல்லாம் எங்களுக்குச் சொன்னால் நாங்கள் திருப்தியடைய மாட்டோம்.

ஸாக்: கிளாக்கோனையும் அடீமாண்ட்டஸையும் பெற்றெடுத்தவர்கள் மகா பாக்கியசாலிகள். உண்மையைக் கண்டுபிடிக்க வேண்டுமென்பதிலே அவர்களுக்கு எவ்வளவு ஆவல் இருக்கிறது! சரி; அடீமாண்ட்டஸ், நாம் இப்பொழுது ஆராய்ச்சிக்கு எடுத்துக்கொண்டிருக்கிற விஷயம் சுலபமான விஷயமல்ல. இதற்குக் கூரிய பார்வை வேண்டும். நாமெல்லோருந்தான் புத்திசாலிகளல்லவே. ஆதன்லின் நாம் ஒருமுறையை அனுசரிப்போம். மங்கலான பார்வையுடைய ஒருவன் இருக்கிறானென்று வைத்துக்கொள். சிறுசிறு எழுத்துக்களினால் எழுதப்பட்ட ஒரு கடிதத்தை அவனுக்கு முன்பாகச் சிறிது எட்டினாற்போல் வைத்துவிட்டு அவனைப் படிக்கச் சொன்னால் அவன் அதை ஆவலுடன் படிப்பானா? அல்லது அதே கடிதத்தைப் பெரிய எழுத்துக்களில் எழுதி வைத்தால் அதை ஆவலுடன் படிப்பானா? பெரிய எழுத்துக்களைப் படிப்பதில்தானே அவன் சந்தோஷப்படுவான்? அதைப் பார்த்த மாத்திரத்திலேயே தனக்கு ஏதோ புதையல் கிடைத்த மாதிரியாகக் கருதி, பிறகு அதனோடு, சிறு எழுத்துக்களினால் எழுதப்பட்ட கடிதத்தை ஒப்பிட்டுப் பார்ப்பானல்லவா?

அடீ: வாஸ்தவந்தான். ஆனால், நீதியைப் பற்றி நாம் செய்யப் புகுந்திருக்கும் ஆராய்ச்சிக்கும் இதற்கும் என்ன சம்பந்தம்?

ஸாக்: சொல்கிறேன். நீதியென்பதை, ஒரு தனி மனிதனுடைய லட்சணமாக நாம் சொல்கிறோம். அப்படியே ஒரு ராஜ்யத்தினுடைய[1] லட்சணமாகவும் அஃது இருக்கலாமல்லவா?

அடீ: இருக்கலாம்.

ஸாக்: ஒரு தனி மனிதனைவிட ஒரு ராஜ்யம் பெரிதுதானே?

அடீ: ஆம்.

ஸாக்: அப்படியானால், நீதியென்பது பெரிய இடத்தில் பெரிய அளவில் இருக்கக்கூடும். அப்பொழுது அதனைக் கண்டுபிடிப்பதும் சுலபம். எனவே ராஜ்யங்களில் பெரிய அளவிலுள்ள நீதியின் தன்மையைப் பற்றி முதலில் ஆராய்ந்து, பிறகு அதைக் கொண்டு சிறிய அம்சமாகத் தனி மனிதனிடத்தில் இருக்கும் நீதியைப் பற்றிப் பரிசீலனை செய்யலாம்.

அடீ: உன்னுடைய யோசனை நிரம்ப சரி.

ஸாக்: ஒரு ராஜ்யம் ஏற்பட்டுக்கொண்டு வருகிறதென்று சொன்னால் அதனோடு கூடவே, நீதியும் அநீதியும் ஏற்பட்டுக்கொண்டு வருகின்றன என்றுதானே அர்த்தம்?

அடீ: ஆம்.

ஸாக்: சரி; ஒரு ராஜ்யம் எப்படி ஏற்பட்டதென்பதைப் பார்ப்போம். நம்மிலே ஒவ்வொருவரும் தங்களுடைய தேவைகளைத் தாங்களே பூர்த்தி செய்துகொள்ள முடியாதவர்களாக இருக்கிறோம். அவரவருக்கும் அநேக பொருள்கள் தேவையாயிருக்கின்றன.

அடீ: ஆம்.

ஸாக்: இங்ஙனம் மனிதர்களுக்குப் பல பொருள்கள் தேவையா யிருப்பதனால், கூட்டாளிகளாகவும் பரஸ்பரம் உதவி செய்கிறவர்களாகவும் ஓரிடத்தில் ஒன்று சேர்கின்றனர் இந்தப் பொதுவான இடத்தை நாம் ராஜ்யமென்று பெயரிட்டழைக்கிறோம். இல்லையா?

அடீ: உண்மை

ஸாக்: இந்த இடத்தில் ஒன்று கூடுகிறவர்கள், பொருள்களை வாங்கியும் கொடுத்தும் பரஸ்பரம் பரிவர்த்தனை செய்து கொள்கிறார்கள். ஒவ்வொருவரும் தங்கள் தங்கள் நன்மைக்காகத் தானே இப்படிச் செய்து கொள்கிறார்கள்?

அடீ: நிச்சயமாக.

ஸாக்: மனிதர்களுடைய உயிர் வாழ்க்கைக்கு முதல் தேவையாக இருப்பது உணவு.

அடீ: ஆம்.

ஸாக்: இரண்டாவது தேவை, வசிக்க இடம். மூன்றாவது உடை. இப்படி வரிசைக் கிரமமாக அநேக பொருள்கள் நமக்குத் தேவையாய் இருக்கின்றனவல்லவா?

அடீ: ஆம்.

ஸாக்: இந்தப் பொருள்கள் யாவும் நமக்குப் போதுமான அளவு எப்படிக் கிடைக்கும்? ஒருவன், விவசாயியாகவும், மற்றொருவன் கொத்தனாகவும், வேறொருவன் கைக் கோளனாகவும், பிறிதொருவன் சக்கிலியனாகவும், இன்னொருவன் நமது தேகபோஷணையைக் கவனிக்கிறவனாகவும், இப்படிப் பலர் நமக்குத் தேவையா யிருக்கிறது.

அடீ: ஆம்.

118 | பிளேட்டோவின் அரசியல்

ஸாக்: அவசியமான பொருள்களோடு மட்டும் வாழ்க்கையை நடத்துவதில் திருப்தி கொண்டவர்களடங்கிய ஒரு ராஜ்யத்தில், குறைந்தபட்சம் நாலைந்து பேராவது தேவையா யிருக்கிறதல்லவா?

அடீ: கட்டாயம் தேவையாயிருக்கிறது.

ஸாக்: இவரில் ஒவ்வொருவரும் தங்களுடைய உழைப்பை, மற்றவர்களுடைய வசத்தில் ஒப்புவிக்கவேண்டுமா? அல்லது தங்களுக்காக மட்டும் உழைத்துக் கொண்டு அதன் பலனை நுகர வேண்டுமா? அதாவது ஒரு விவசாயி, தானியங்களை உற்பத்தி செய்கிறான். நான்கு பேருக்கு வேண்டிய தானியங்களை உற்பத்தி செய்வதற்காக, அந்த நான்கு பேருடைய உழைப்பையும் காலத்தையும் தானொருவனே மேற்கொள்கிறான். அப்படி உற்பத்தி செய்த பொருளை நான்கு பேருக்கும் பங்கிட்டுக் கொடுத்துத் தானும் அனுபவிக்கிறான். இப்படிச் செய்வது நல்லதா? அல்லது மேற்படி உழைப்பிலும் காலத்திலும் நான்கில் ஒரு பாகத்தை மட்டும் செலவழித்துத் தன்னொருவனுக்கு மட்டும் தேவையான தானியங்களை உற்பத்தி செய்து கொண்டு, எஞ்சியுள்ள மூன்று பாக காலத்தையும் உழைப்பையும், குடியிருப்பு வசதியைச் செய்து கொள்வதற்காகவும், கால் மிதியடியைத் தயாரித்துக் கொள்வதற்காகவும், செலவழிப்பது நல்லதல்லவா? தன்னுடைய உற்பத்திப் பொருள்களை மற்றவர்களோடு சேர்ந்து பங்குபோட்டுக் கொள்வதைக் காட்டிலும், தனக்குத் தேவையான பொருள்களைத் தன் கையினாலேயே தயாரித்துக் கொள்வது ஒவ்வொருவனுக்கும் நல்லதல்லவா?

அடீ: முதலாவது ஏற்பாடுதான், அதாவது மற்றவர்களோடு சேர்ந்து பங்குபோட்டுக் கொள்வதுதான் சுலபமென்று நான் கருதுகிறேன்.

ஸாக்: நீ சொல்வதில் எவ்வித ஆச்சரியமுமில்லை. என்னுடைய அபிப்பிராயங்கூட அதுதான். ஏனென்றால் மனிதர்களிலே ஒரே விதமான சுபாவமுடைய அல்லது திறமையுடைய இரண்டு பேரைக் காண்பது கஷ்டம். ஒரு சிலர், ஒருவிதமான வேலைக்கு மட்டுந்தான் தகுதியுடையவர்களா யிருக்கிறார்கள். இன்னுஞ் சிலர், வேறு விதமான வேலைக்குத் தகுதியுடையவர்களா யிருக்கிறார்கள். இதை நீ ஒப்புக்கொள்கிறாயல்லவா?

அடீ: ஒப்புக்கொள்ளத்தானே வேண்டும்.

ஸாக்: ஒரு மனிதன், ஒரு தொழிலை மட்டும் செய்வது நல்லதா? பல தொழில்களையும் செய்வது நல்லதா?

அடீ: ஒரு தொழிலைச் செய்வதுதான் நல்லது.

ஸாக்: நாம் வேலை செய்துகொண்டு போகிற போது நம்முடைய திறமையைக் காட்டக்கூடிய சந்தர்ப்பங்கள் சிலவே கிடைக்கின்றன. அவற்றை

வெ.சாமிநாத சர்மா

ஒருமுறை இழந்து விட்டோமானால், எப்பொழுதும் இழந்துவிட்டது போலத்தான்.

அடீ: அதில் சந்தேகமென்ன?

ஸாக்: நாம் எந்த வேலையைச் செய்யவேண்டுமோ அந்த வேலையானது, நமக்கு நல்ல காலம் வரும் வரையில் 'காத்துக் கொண்டிராதல்லவா? அதற்குப் பதில் வேலை செய்கிறவன், தனக்குக் கிடைக்கிற சந்தர்ப்பத்தை உபயோகித்துக்கொள்ள வேண்டும்.

அடீ: அதுதான் சரி.

ஸாக்: அப்படியாபின், மேலே சொல்லப்பட்ட தேவைகளை நாம் பூர்த்தி செய்துகொள்ள வேண்டுமானால், நான்கு பேருக்கு மேற்பட்டவர்கள் தேவையில்லையா? உதாரணமாக, ஒரு விவசாயி, தனக்கு வேண்டிய விவசாயக் கருவிகளைத் தானே செய்து கொள்ள மாட்டானல்லவா? அப்படியே கொத்தன், கைக்கோளன், சக்கிலியன் முதலியவர்களும்?

அடீ: உண்மை.

ஸாக்: எனவே, தச்சன், கருமான் முதலிய தொழிலாளர்களும் நம்முடைய ராஜ்யத்திற்குத் தேவையாயிருக்கிறது.

அடீ: ஆமாம்.

ஸாக்: இங்ஙனமே ஆடு மாடுகளை மேய்க்கிற இடையர்களும் தேவையா யிருக்குமல்லவா? ஏனென்றால், உழவுக்கும், கொத்தர்கள் தங்கள் சாமான்களை ஓரிடத்திலிருந்து மற்றோரிடத்திற்குக் கொண்டு போவதற்கும், கைகோளர்களுக்கும் சக்கிலியர்களுக்கும் வேண்டிய கம்பள நூல், தோல் முதலியவைகளுக்கும் ஆடு மாடுகளைப் போஷிக்க வேண்டியது அவசியமாயிருக்கிறது.

அடீ: ஆமாம்.

ஸாக்: வெளி நாடுகளிலிருந்தும் நமக்குப் பொருள்கள் தேவையிருக்குமல்லவா?

அடீ: ஆமாம்.

ஸாக்: இதற்காக, அதாவது வெளிநாடுகளிலிருந்து பொருள்களைக் கொணர்ந்து நம்மிடையே வினியோகிப்பதற்காகச் சிலர் தேவை.

அடீ: தேவைதான்.

ஸாக்: மற்ற நாடுகளிலிருந்து நாம் பொருள்களை எதிர்பார்க்கிறபோது,

நம்மிடமிருந்தும் மற்ற நாடுகள் சில பொருள்களை எதிர்பார்க்கக் கூடுமல்லவா? அப்படியானால், வெளிநாட்டுப் பொருள்களை ஏற்றுமதி செய்யவும் வேண்டும்.

அடீ: வாஸ்தவம்.

ஸாக்: எனவே நமது ராஜ்யத்துப் பிரஜைகள், உள்நாட்டுக்கு வேண்டிய பொருள்களை உற்பத்தி செய்வதோடு வெளிநாட்டாருக்கு என்ன தேவையோ அதனையும் உற்பத்தி செய்யவேண்டும்.

அடீ: ஆம்.

ஸாக்: இதனால் விவசாயிகள் முதல் எல்லாவிதமான தொழிலாளிகளும் நமது ராஜ்யத்திற்குத் தேவை என்று ஏற்படுகிறது.

அடீ: ஆம்.

ஸாக்: வெளிநாட்டு வியாபாரத் தொடர்பு இருக்குமானல், கடல் வியாபாரத்தில் கை தேர்ந்தவர்களும் நமக்குத் தேவைதானே?

அடீ: ஆமாம்.

ஸாக்: அப்படியே, உள்நாட்டில் பொருள்களை வாங்கவும் விற்கவும் ஓர் இடம் தேவை. இதையே சந்தையென்று அழைக்கிறோம் ஏதோ ஓர் அடையாளத்தை வைத்துக் கொண்டுதானே பொருள்களை விற்கவும் வாங்கவும் வேண்டும்? இதற்காகப் பணம் உபயோகப்படுகிறது.

அடீ: நிரம்ப சரி.

ஸாக்: விவசாயியோ அல்லது மற்றத் தொழிலாளியோ, தான் உற்பத்தி செய்த பொருளைச் சந்தைக்குக் கொண்டு வருகிறபோது, அதனை வாங்கிக் கொள்ளவோ, அல்லது அவனுக்கு வேண்டிய இதர சாமான்களைக் கொடுக்கவோ அங்கு ஒருவரும் இல்லாவிட்டால் அவன் என்ன செய்வான்? தன்னுடைய சரக்குகளை வைத்துக்கொண்டு சந்தையிலேயே சும்மா உட்கார்ந்திருப்பதா? சும்மா உட்கார்ந்திருக்கிற நேரத்தில் அவன் தன் வேலைகளைக் கவனிக்கலாமல்லவா?

அடீ: அப்படி அவன் சும்மா உட்கார்ந்து கொண்டிருக்கக்கூடா தென்பதற்காகத்தான், அவன் கொண்டு வந்த பொருளை வாங்கிக் கொள்ளவும், அவனுக்குத் தேவையான பொருள்களைக் கொடுக்கவும் சிலர் இருக்கிறார்கள். இவர்களுக்குக் கடைக்காரர்களென்று பெயர். தேக பலிமில்லாதவர்களும், வேறு வேலை செய்யச் சக்தியற்றவர்களுமே இந்த மாதிரி கடைக்காரர்களா யிருக்கிறார்கள்.

ஸாக்: எனவே பொருள்களை வாங்குவோருக்கும் விற்போருக்கும் உதவியா யிருக்கப்பட்டவர்களைக் கடைக்காரர்களென்று, ஒரு நாட்டிலிருந்து மற்றொரு நாட்டுக்குப் பொருள்களைக் கொண்டுபோயும் கொண்டு வந்தும் தொழில் நடத்துகிறவர்களை வியாபாரிகளென்றும் அழைக்கிறோம்.

அடீ: ஆமாம்.

ஸாக்: இன்னுஞ்சிலர், மூளைபலமில்லாமல், ஆனால் தேகபலமுடையவர்களா யிருக்கிறார்கள். இவர்கள், தங்களுடைய தேகபலத்தை ஒரு விலைக்கு விற்பனை செய்கிறார்கள். இந்த விலைக்குத்தான் கூலியென்று பெயர். இங்ஙனம் கூலிபெறுவோரை, கூலியாட்கள் என்று நாம் அழைக்கிறோம்.

அடீ: ஆமாம்.

ஸாக்: இத்தனைவிதமான தொழிலாளிகளும் நம் நாட்டில் நிரம்பிவிட்டபிறகு, அதனைப் பூர்த்தியான நாடு என்று சொல்லலாமல்லவா?

அடீ: சொல்லலாம்.

ஸாக்: இப்படிப்பட்ட நாட்டில், நீதியின் ஸ்தானம் என்ன? அநீதியின் ஸ்தானம் என்ன? மேலே சொன்ன நபர்களில் யாரோடு, நீதியோ அல்லது அநீதியோ சம்பந்தப்பட்டிருக்கிறது?

அடீ: எனக்குத் தெரியவில்லையே. இவர்கள், தங்களுடைய பரஸ்பர தேவைகளைப் பூர்த்தி செய்து கொள்கிறார்களே அதிலே இருக்கிறதோ என்னவோ?

ஸாக்: நீ சொல்வதுதான் சரி அஃதிருக்கட்டும். மேலே சொல்லப்பட்ட நாட்டில் வசிக்கும் நபர்கள், தங்களுக்குத் தேவையானவற்றை உற்பத்தி செய்தும், உண்டும், உடுத்தும், ஓய்வு காலத்தில் ஆடியும் பாடியும், நிதானமாகவும் சந்தோஷமாகவும் வாழ்க்கையை நடத்திக் கொண்டிருப்பார்கள். இவர்களிடத்தில் சந்துஷ்டி நிலவியிருக்கும். இவர்கள், தங்கள் வருமானத்திற்கு மிஞ்சி பிரஜோற்பத்தி செய்யமாட்டார்கள். வறுமையோ, யுத்தமோ தங்கள் நாட்டுக்குள் வராமல் எப்பொழுதும் சர்வ ஜாக்கிரதையுடன் இவர்கள் தங்களைப் பாதுகாத்துக் கொள்வார்கள். இவர்கள் உண்பது, குடிப்பது எல்லாம் மிதமாகவே இருக்கும். அமைதியாகவும் தேகாரோக்கியத்துடனும் இவர்கள் வாழ்க்கையை நடத்திவிட்டும், தங்களைப்போல் தங்கள் சந்ததியாரும் வாழவேண்டுமென்று வழிகாட்டிவிட்டும், கடைசியில் ஒருநாள் மரித்துப் போவார்கள்.

இங்கே கிளாக்கோன் வாதத்தில் தலையிடுகிறான்.

கிளா: நீ என்ன ஸாக்ரட்டீஸ், மிருகங்களுக்கேற்ற வாழ்க்கையைப் பற்றி வருணிக்கிறாயா?

ஸாக்: இல்லை, இலை. துன்பமில்லாமல் சௌக்கியமான வாழ்க்கை நடத்துவதைப் பற்றித்தான் கூறுகிறேன். ஆனால் நீ சுட்டிக்காட்டுவதன் அர்த்தத்தையும் புரிந்துகொண்டேன். அதாவது ஆடம்பர வாழ்க்கையை நடத்த முடியாதேயென்று நீ கூறுகிறாய் இல்லையா? ஆடம்பர வாழ்க்கை கூடாதென்று நான் சொல்லவில்லை அதைப்பற்றியும் சிறிது ஆலோசிப்போம். ஆனால், நான் முதலில் வகுத்துக்காட்டிய ராஜ்யம் இருக்கிறதே அதுதான் உண்மையான ராஜ்யம்; சுக சௌக்கியங்கள் நிறைந்த ராஜ்யம். நீ சொல்கிற ராஜ்யம் இருக்கிறதே அதில், நான் மேலே எடுத்துச் சொன்ன ஏற்பாடுகள் போதுமானவையாக இருக்கமாட்டா. நான் சொன்னமாதிரி வாழ்க்கையை நடத்துவது அங்கு யாருக்கும் பிடிக்காது அங்கு வசிப்பவர்களுக்குப் பஞ்சணைகள், ருசியுள்ள ஆகாரங்கள், வாசனைத் திரவியங்கள், சிற்றின்ப சுகங்கள் முதலின பலவும் வேண்டும். இங்ஙனமே வீடுகள், உடைகள் முதலியன மட்டும் இருந்தால் போதாது. இந்த வீடுகளில் அழகான சித்திரங்களும், உடைகளில் சிறந்த வேலைப்பாடுகளும் இருக்கவேண்டும். இவைகளுக்காகத் தங்கம், வெள்ளி, தந்தம் முதலியனவற்றையும் சேகரிக்க வேண்டும்.

கிளா: இவையெல்லாம் தேவைதானே?

ஸாக்: அப்படியானால் நீ விரும்புகிற ராஜ்யம் விசாலமானதாக வேண்டும். ஏனென்றால், இப்பொழுது நமக்குச் சுக சௌக்கியமுள்ள ராஜ்யம் மட்டுமாயிருந்தால் அதில் திருப்தியடைய மாட்டோமல்லவா? இந்த ராஜ்யத்தை நாம் விசாலப்படுத்திக் காட்டவேண்டும். அப்படிக் காட்ட வேண்டுமானால், அநாவசியமான பல பொருள்களையும் அதில் கொண்டு திணிக்க வேண்டும். பொருளாசை கொண்ட பலரும் அதில் குடியேறுவார்கள். வாத்தியக்காரர்கள், நாட்டியக்காரர்கள், கவிஞர் முதலியவர்களும், இவர்களுடைய தொழில்களை விளம்பரப்படுத்தக்கூடிய பலரும், இவர்களுக்கு ஊழியம் புரியப் பலரும், இப்படியாகப் பலவகையினரும் இந்த ராஜ்யத்துப் பிரஜைகளா யிருப்பார்கள். இன்னும் சமையற்காரர், தாதிகள், க்ஷவரகர், இங்ஙனம் பலரும் தேவையாயிருக்கும். ஏன்? பன்றி மேய்ப்பவர்கள்கூடத் தேவைதான்! இப்படி ஜனத் தொகை அதிகரித்துவிட்டால், இவர்களுக்கு வேண்டிய ஆகாராதி வகைகளும் அதிகமாக வேண்டியிருக்குமல்லவா?

கிளா: நிச்சயமாக வேண்டியிருக்கும்.

ஸாக்: இந்தமாதிரி வாழ்க்கையை நாம் நடத்திக் கொண்டு போனால், அடிக்கடி வைத்தியர்களுடைய உதவி நமக்குத் தேவையாயிருக்கும்.

கிளா: ஆம்.

ஸாக்: அப்படியே ஜனங்களுக்கு விவசாய நிலமும் மேய்ச்சல் தரையும் அதிகமாகத் தேவை. இதற்காக ராஜ்யத்தின் நில விஸ்தீரணம் அதிகரிக்க வேண்டுமல்லவா?

கிளா: ஆம்

ஸாக்: அப்படியானால், மற்றவர்களுடைய ராஜ்யத்திலிருந்து ஒரு பகுதியை நாம் எடுத்துக்கொள்ள வேண்டும். அப்படியே மற்றவர்களும் நம்முடைய ராஜ்யத்திலிருந்து ஒரு பகுதியை எடுத்துக்கொள்ள ஆசைப்படுவார்கள். ஆக, யாருமே, தங்களுடைய தேவைகளுக்காக அதிகமான பொருள்களில் ஆசைப்பட்டு பணத்தைக் குவிக்கும் முயற்சியில் தீவிரமாக இறங்குவார்கள்.

கிளா: அப்படித்தான் செய்வார்கள்.

ஸாக்: இந்த முயற்சியில் வெற்றிபெற வேண்டுமானால், நாம் யுத்தத்தில்தானே இறங்கவேண்டும்? அல்லது வேறு வழியுண்டா?

கிளா: யுத்தத்திற்குத்தான் போகவேண்டும்.

ஸாக்: சரி யுத்தத்தின் விளைவுகள் நல்லவையாயிருக்குமா அல்லது கெட்டவையாய் இருக்குமா என்பதைப் பற்றி நாம் இங்கு ஆராய வேண்டியதில்லை. யுத்தத்தின் மூலம் காரணம், பொருளாசை, பண ஆசை முதலிய உணர்ச்சிகள்தான் என்பதையும், ஒரு ராஜ்யத்திற்கும் அந்த ராஜ்யத்தில் வசிக்கிற பிரஜைகளுக்கும் ஏற்படுகிற தீமைகளுக்கெல்லாம் இந்த உணர்ச்சிகளே காரணமாக இருக்கின்றன என்பதையும் இங்குத் தெரிந்துகொண்டால் போதுமானது.

கிளா: வாஸ்தவம்.

ஸாக்: அப்படியானால், நம்முடைய ராஜ்யத்திற்கு அதிகமான சேனைகள் வேண்டும். ஏனென்றால் நாம் குவிக்கிற பணத்தையும் பொருளையும் காப்பாற்றிக் கொள்ள வேண்டுமல்லவா? அந்தப் பணத்தையும் பொருளையும் யாராவது அபகரிக்க வந்தால் அவர்களை எதிர்த்துப் போராட வேண்டுமல்லவா?

கிளா: ராஜ்யத்தில் வசிக்கும் ஜனங்களே, தங்களுடைய பணத்தையும் பொருளையும் காப்பாற்றிக்கொள்ள மாட்டார்களா என்ன?

ஸாக்: அது முடியவே முடியாது. ஒவ்வொருவரும் ஒவ்வொரு விதமான தொழிலைத்தான் செய்யமுடியும் என்ற முடிவுக்கு நாம் மேலே வந்திருக்கிறோம் என்பது உனக்கு நினைவில்லையா?

கிளா: உண்மை

ஸாக்: யுத்தம் செய்வதென்பது ஒரு தனியான தொழில்; முக்கியமான தொழிலுங்கூட.

கிளா: ஆமாம்.

ஸாக்: இந்தத் தொழிலுக்குத் திறமையானவர்கள் வேண்டும். அதாவது, நம்மைப் பாதுகாக்கும் வேலையில் ஈடுபட்டிருக்கிறவர்கள், அனுபவமுடையவர்களாகவும், தைரியமுடையவர்களாகவும் இருக்க வேண்டும்.

கிளா: சரி.

ஸாக்: அப்படியானால், இந்தத் தொழிலுக்குரிய தகுதியைப் பொறுத்தமட்டில் பெருந்தன்மையுள்ள ஓர் இளைஞனும், நன்றாக வளர்க்கப்பட்ட ஒரு நாயும் ஒன்று பட்டவர்களே.

கிளா: நீ சொல்வது எனக்குப் புரியவில்லையே.

ஸாக்: அதாவது, இரண்டு பேரும் கூர்மையான பார்வையுடையவர்களாகவும், ஒரு பொருளைப் பார்த்தவுடன் அதனைப் பின்தொடர்ந்து செல்வதிலே வேகம் உடையவர்களாகவும், தங்கள் இரையைக் கைப்பற்றிக் கொள்ளும் விஷயத்திலும், எதிர்ப்பு ஏற்பட்டால் அதனைச் சமாளிக்கும் விஷயத்திலும் பலமுடையவர்களாகவும் இருக்கவேண்டும்.

கிளா: வாஸ்தவம்; இவைகளெல்லாம் தேவைதான்.

ஸாக்: ஒரு போர்வீரன் தைரியமாக இருக்கவேண்டுமானால் அவனுக்கு அடிக்கடி வீர உணர்ச்சியை ஊட்டிக்கொண்டிருக்க வேண்டுமல்லவா?

கிளா: ஆமாம்.

ஸாக்: அப்படியானால், கிளாக்கோன், இவர்கள் இந்த உணர்ச்சி மேலீட்டால், தங்களுக்குள்ளேயே சண்டை போட்டுக்கொள்ளாமலும் தங்கள் நாட்டுப் பிரஜைகளிடத்தில் காட்டுமிராண்டித்தனமாக நடந்துகொள்ளாமலும் தடுப்பது எப்படி?

கிளா: அட கடவுளே, அது கடினந்தான்.

ஸாக்: தங்கள் சகோதரப் பிரஜைகளிடத்தில் சாந்தமாகவும், சத்துருக்களிடத்தில் கொடுமையாகவும் நடந்துகொள்ளுமாறு இவர்களை நாம் பழக்கவேண்டும் அப்படிச் செய்யாவிட்டால், இவர்கள், சத்துருக்களின் உதவியில்லாமல், தாங்களே, தங்களுடைய ராஜ்யத்தை அழித்து விடுவார்கள். அப்படித்தானே?

வெ.சாமிநாத சர்மா

கிளா: வாஸ்தவம்.

ஸாக்: அப்படியானால் நாம் என்ன செய்வது? சாந்த சுபாவமும், ஆனால் அதே சமயத்தில் வீர உணர்ச்சியும் நிரம்பியுள்ள ஒரு தன்மையை எங்கே காண்பது? ஏனென்றால், சாந்தமும், வீரமும் நேர்மாறான சுபாவங்களல்லவா?

கிளா: அப்படித்தான் தோன்றுகிறது.

ஸாக்: ஆனல், இந்த இரண்டு சுபாவங்களுமில்லா விட்டாலோ, ஒரு ராஜ்யத்தின் க்ஷேமத்தை எந்தப் போர் வீரனும் பாதுகாக்க முடியாது. இந்த இரண்டு சுபாவங்களும் ஒன்று சேர்வதென்னவோ அருமை. அதனால் நல்ல போர் வீரன் அகப்படுவதும், அதாவது ராஜ்யத்தின் க்ஷேமத்தைப் பாதுகாவல் செய்கிறவன் அகப்படுவதும் அருமை.

கிளா: அந்த முடிவுக்குத்தான் வரவேண்டியிருக்கிறது.

ஸாக்: சரி; இருக்கட்டும். ஒரு விநோதத்தைக் கவனித்திருக்கிறாயா கிளாக்கோன்? அதாவது, சில ஜந்துக்களிடத்தில் நேர்மாறான சுபாவங்கள் குடிகொண்டிருக்கின்றன வென்பதை?

கிளா: எந்த ஜந்துக்களிடத்தில்?

ஸாக்: அநேக பிராணிகளிடத்தில் இதனைக் காணலாம். சிறப்பாக, வளர்ப்பு நாய்களிடத்தில் இந்த இரண்டு சுபாவங்களும் அதிகமாக ஒன்றுபட்டிருப்பதைப் பார்க்கலாம். இவை, தங்கள் எஜமானர்களின் நண்பர்களைக் கண்டால் சாந்தமாகவும், அயலார்களைக் கண்டால் உக்கிரமாகவும் நடந்துகொள்கின்றன.

கிளா: ஆமாம்.

ஸாக்: இந்தச் சுபாவ ஒற்றுமையை, நம்முடைய ராஜ்யப் பாதுகாவலன் விஷயத்திலும் காண முடியும் என்று நம்பலாமா?

கிளா: சரி.

ஸாக்: பாதுகாவலனுக்கு மற்றொரு சுபாவமும் தேவையாயிருக்கிற தென்பதை நீ தெரிந்துகொண்டிருக்கிறாயா? அதாவது, வீர உணர்ச்சியோடு, அவனுக்கு ஒருவித பற்றற்ற மனப்பான்மையும் தேவை.

கிளா: நீ சொல்வது எனக்குப் புரியவில்லையே

ஸாக்: இந்தச் சுபாவத்தை நீ நாய்களிடத்தில் அதிகமாகக் காணலாமே.

கிளா: எதனை?

ஸாக்: ஒரு நாய், அந்நியனொருவனைக் கண்டால், அவனால் கோப மூட்டப் படாமலிருந்தாலும் உடனே கோபங்கொண்டு விடுகிறது. தனக்குத் தெரிந்த யாரையேனும் பார்த்தால், அவனுடைய அன்பை இதற்குமுன் பெறாமலிருந்தும், உடனே அவனை நல்வரவு கூறி அழைக்கிறது. இதனைக் கவனித்திருக்கிறாயா?

கிளா: நான் கவனித்ததே யில்லை, ஸாக்ரட்டீஸ். ஆனால், நாய்களின் சுபாவம் அப்படித்தானிருக்கின்றது.

ஸாக்: இதனைத்தான் பற்றற்ற சுபாவம் என்று நான் கூறுகிறேன். சிலரைப்பற்றி நமக்கு ஒன்றுமே தெரியாது. அவர்களை முன் பின் பார்த்துக்கூட இருக்கமாட்டோம். ஆயினும் எப்படியோ அவர்கள் மீது நமக்கு ஒரு துவேஷம் உண்டாகிறது. அப்படியே சிலரை நாம் நன்றாக அறிந்திருக்கிறோம். அவர்களிடத்திலேயுள்ள குற்றங் குறைகளெல்லாம் நமக்குத் தெரிந்திருக்கின்றன. ஆயினும் அவர்களை நேசிக்கிறோம். இப்படித் தெரியாதவர்களைத் தெரியாமலே துவேஷிப்பதும், தெரிந்தவர்களைத் தெரிந்தே நேசிப்பதும் மனித சுபாவம். நமது ராஜ்யத்திற்குப் பாதுகாவலனாக நியமிக்கப்படுகிறவனிடத்தில் இந்தச் சுபாவம் இருக்க வேண்டும். அதனோடு அவன் உணர்ச்சியுள்ளவனாகவும், சாந்தகுணமுடையவனாகவும், அதே சமயத்தில் அறிவுத்திறமை யுடையவனாகவும் பலமுள்ளவனாகவும் இருக்கவேண்டும். இது சரிதானே?

கிளா: இந்தமாதிரியான லட்சணங்களை யுடையவந்தான் பாதுகாவலனாக இருக்க முடியுமென்பதை நான் ஒப்புக்கொள்கிறேன்.

ஸாக்: சரி; இந்தப் பாதுகாவலனுக்கு, அதாவது போர் வீரனுக்கு எந்த மாதிரியான கல்விப் பயிற்சியை நாம் அளிப்பது? அவனை எப்படிப் போஷிப்பது? இதனைப் பற்றி விசாரணை செய்யச் செய்யத்தான், நமது விசாரணையின் நோக்கத்தை, அதாவது ஒரு ராஜ்யத்தில் எப்படி நீதியும் அநீதியும் தோன்றுகின்றனவென்பதை நாம் தெரிந்துகொள்ள முடியும். நாம் எந்த விஷயத்தைப் பற்றி ஆராய்ச்சி செய்வதிலும் சலிப்படையக் கூடாது. நமது ஆராய்ச்சி சிறிது நீண்டுபோய் விட்டால் தானென்ன?

அடீமாண்ட்டஸ் தலையிடுகிறான்.

அடீ: அஃதென்ன பிரமாதமான விஷயம்? உண்மையை அறிய வேண்டுமென்பதுதானே நம்முடைய நோக்கம். ஸாக்ரட்டீஸ், நீ கூறுகிறமாதிரி, கல்வியைப் பற்றி ஆராய்ச்சி செய்யவேண்டுவது மிகவும் அவசியமாகிறது.

ஸாக்: நிரம்ப சரி. நம்முடைய கல்வி முறை எப்படி இருக்க வேண்டும்?

தலைமுறை தலைமுறையாக, எந்த மாதிரி கல்விப் பயிற்சி அளிக்கப்பட்டு வருகிறதோ அதன் மீது அபிவிருத்தி செய்வதென்பது சுலபமான விஷயமா என்ன? ஏற்கனவே, நமது தேக வளர்ச்சிக்கு தேகப் பயிற்சியும், ஆத்ம வளர்ச்சிக்குக் கலைப் பயிற்சியும்[1] அளிக்கப்பட்டு வருகின்றனவல்லவா?

அடீ: ஆமாம்.

ஸாக்: சரி; முதலில் கலைப் பயிற்சியைப் பற்றி ஆராய்வோம்.

அடீ: நிரம்ப சரி.

ஸாக்: கலையென்று சொன்னால், அதில் இலக்கியத்தையும் சேர்க்கலாமல்லவா?

அடீ: அப்படித்தான் சேர்க்கவேண்டும்.

ஸாக்: இலக்கியத்திலே, பொய் இலக்கியமென்றும், மெய் இலக்கியமென்றும் இரண்டு வகைகள் இல்லையா?

அடீ: உண்மை.

ஸாக்: இந்த இரண்டு வகைகளையும் சேர்த்துத் தானே நமது கல்விப் பயிற்சியை ஆரம்பிக்கவேண்டும்? அல்லது பொய் இலக்கியம் என்று சொன்னோமே, அதனை மட்டும் முதலில் தொடங்கலாமா?

அடீ: நீ சொல்வதன் அர்த்தம் எனக்கு விளங்கவில்லை.

ஸாக்: அதாவது கதைகள் சொல்வதன் மூலம், குழந்தைகளுக்கு முதலில் கல்வியறிவு புகட்டுவதைப் பற்றிக் கூறுகிறேன். இந்தக் கதைகளில் சிறிதளவு உண்மை இருந்தாலும், இவை யாவும் பொய் இலக்கியத்தைச் சேர்ந்தவைதான். குழந்தைகளுக்குத் தேகப் பயிற்சி அளிப்பதற்கு முன்னால், கதைகளைச் சொல்லிக் கொடுக்கிறோம், இல்லையா?

அடீ: ஆமாம்.

ஸாக்: சரி; ஒரு வேலையை, ஆரம்பத்தில்தான் முக்கியமானதென்று கருதிச் செய்யவேண்டும். இதை நீ ஒப்புக்கொள்கிறாயல்லவா? சிறப்பாக பசுமனமுடைய குழந்தைகளின் விஷயத்தில் நாம் மிகவும் ஜாக்கிரதையாக நடந்துகொள்ள வேண்டும். ஏனென்றால், இளமைப் பருவத்தில்தான், அவர்களைச் சரியான பக்குவத்திற்குக் கொண்டுவர முடியும். எந்தவிதமான எண்ணமும் இளமைப் பருவத்தில்தான் ஆழமாகப் பதியும்.

அடீ: உன்னுடிய அபிப்பிராயம் நிரம்ப சரி.

ஸாக்: அப்படியானால், நமது குழந்தைகளுக்கு யார் வேண்டுமானாலும்

எந்தவிதமான கதையையும் சொல்லிக் கொடுக்க அனுமதிக்கலாமா? இது விஷயத்தில் நாம் அசட்டையாக இருக்கலாமா? இவர்கள் பெரியவர்களாகிற காலத்தில் எந்தவிதமான அபிப்பிராயங்கள் கொள்ளவேண்டுமென்று நாம் நினைக்கிறோமோ அவற்றுக்கு நேர்மாறான அபிப்பிராயங்களை இவர்களுக்குச் சிறிய வயதில் பதியவிடலாமா?

அடீ: இப்படி நாம் அனுமதிக்கவே கூடாது.

ஸாக்: எனவே, கதைகளைச் சிருஷ்டித்துக் கொடுக்கிறார்களே, அவர்கள் விஷயத்தில் அதிகமான கவனஞ்செலுத்த வேண்டுவது நமது முதற்கடமை அவர்கள் சிருஷ்டிக்கிற கதைகளில் அழகானவற்றை மட்டும் நாம் எடுத்துக்கொண்டு மற்றவற்றை நிராகரிக்க வேண்டும். அப்படிப் பொறுக்கி யெடுக்கப்பெற்ற கதைகளை மட்டும் குழந்தைகளுக்குச் சொல்லிக்கொடுக்குமாறு, தாய்மார்களையும் மற்றவர்களையும் தூண்டவேண்டும். இந்தக் கதைகளின் மூலமாக இவர்கள், குழந்தைகளின் ஆத்மாவைப் பரிபக்குவத்திற்குக் கொண்டுவர முடியும். இது, தேக போஷணையைக் காட்டிலும் சிரேஷ்டமானது. இந்தத் திருஷ்டியில் பார்த்தால், இப்பொழுது சொல்லிக் கொடுக்கப்படுகிற கதைகளில் பெரும்பாலானவற்றாஇ நாம் தூரத்தள்ள வேண்டியதுதான்.

அடீ: எந்த மாதிரியான கதைகளைப் பற்றி நீ சொல்கிறாய்?

ஸாக்: பெரிய கதைகளாகட்டும், சிறிய கதைகளாகட்டும் ஒரே தன்மையுடையனவாயிருக்க வேண்டும். அவற்றினால் விளையும் பயன் ஒரே மாதிரியாக இருக்கவேண்டும். ஆனால், இப்பொழுது சொல்லப்பட்டு வரும் கதைகளில் காணப்படுகிற பயன் மிகச் சொற்பமாகவே இருக்கின்றது. இதை நீ அங்கீகரிக்கவில்லையா?

அடீ: அங்கீகரிக்கிறேன். ஆனால் பெரிய கதைகளைப் பற்றி நீ சொல்வது எனக்கு விளங்கவில்லை.

ஸாக்: அதாவது, ஹெஸியாட்,1 ஹோமர்2 முதலிய கவிஞர்கள் எழுதிவைத்துப் போயிருக்கிற பெரிய கதைகளைப் பற்றிய கூறுகிறேன்.

அடீ: இவர்களுடைய கதைகளில் நீ என்ன குற்றம் காண்கிறய்?

ஸாக்: அழகில்லாத பொய்களை இவர்கள் தங்கள் கதைகளில் நுழைத்திருக்கிறார்கள். இவர்களுடைய கதைகள் எப்படி இருக்கின்றன வென்றால், ஒரு சித்திரக் காரன், தான் எந்த உருவத்தை வரைய வேண்டுமென்று சங்கற்பித்துக் கொள்கிறானோ அந்த உருவத்துக்கு மாறான ஓர் உருவத்தை வரைவது போலிருக்கிறது.

அடீ: நீ சொல்வது வாஸ்தவம், ஸாக்ரட்டீஸ்

ஸாக்: விபரீதமான குற்றங்களைச் செய்கிற கடவுளர்களைச் சிருஷ்டித்து, அந்தக் கடவுளர்களின் கதைகளைச் சிறுவர்களுக்குச் சொல்லிக் கொடுப்போமானால், அவர்கல் என்ன நினைத்துக்கொண்டு விடுகிறார்கள் தெரியுமா? “கடவுளர்களே பல குற்றங்களைச் செய்திருக்கிறபோது, நாமும்தான் செய்தாலென்ன” என்று கருதி அதேமாதிரி செய்யத் தொடங்கிவிடுகிறார்கள். இந்த மாதிரியான கதைகளை நாம் சொல்லிக் கொடுக்கக்கூடாது. தவிர, ஒரு தெய்வத்திற்கு விரோதமாக மற்றொரு தெய்வம் சதி செய்வதாகவோ, அல்லது யுத்தஞ் செய்வதாகவோ உள்ள கதைகளையும் நாம் சொல்லலாகாது. ராட்சதர்களோ அல்லது தேவர்களோ ஒருவருக்கொருவர் போராட்டங்கள் நடத்தியதாகவும் நாம் உபதேசிக்கலாகாது. மனிதர்கள் ஒருவரை யொருவர் நேசிக்க வேண்டுமென்றும், ஒழுக்கத்துடன் நடந்துகொள்ள வேண்டுமென்றும், இவை போன்ற நீதிகளைப் புகட்டுகிற கதைகளையே சொல்லவேண்டும்.

அடீ: எந்தமாதிரியான கதையைச் சொல்லவேண்டுமென்று நீ சில உதாரணங்களால் சொல்ல முடியுமா?

ஸாக்: அடீமாண்ட்டஸ், நீயும் நானும் இப்பொழுது கவிதைகள் செய்துகொண்டிருக்கவில்லை; ஒரு ராஜ்யத்தைச் சிருஷ்டித்துக்கொண்டிருக்கிறோம். அந்தக் கடமையைக் கைவிட்டுவிட்டு, காவியகர்த்தர்களாக வேண்டாம். சரி; கடவுள், உண்மையில் எப்படி இருக்கிறாரோ அவரை அப்படித்தானே வருணிக்க வேண்டும்?

அடீ: ஆமாம்.

ஸாக்: கடவுள் நல்லவர்தானே?

அடீ: ஆம்

ஸாக்: அப்படியானால் அவரை நல்லவராகத் தானே வருணிக்க வேண்டும்?

அடீ: வாஸ்தவம்.

ஸாக்: நல்லவரான அவர் நல்லதைத்தானே செய்ய முடியும்? அவர் செல்வத்தைத்தானே கொடுப்பார்?

அடீ: ஆம்.

ஸாக்: அப்படியானால், பூலோகத்திலேயுள்ள நல்லவைகளுக்கெல்லாம் அவர் பொறுப்பாளி; தீமைகளுக்கெல்லாம் அல்ல. அப்படித்தானே?

அடீ: ஆமாம்.

ஸாக்: பூலோகத்தில் நல்லவை குறைவாகவும், தீயவை அதிகமாகவும் இருக்கின்றன. இல்லையா?

அடீ: ஆமாம்.

ஸாக்: தீயவைகளுக்கெல்லாம் காரணமாக வேறு ஏதேனும் ஒன்று இருக்க வேண்டும். "கடவுள் நல்லவர், அவர் யாருக்கும் தீங்கு செய்ய மாட்டார், அப்படியாருக்கேனும் அவர் தண்டனை விதித்தால், அஃது அவர்களைத் திருத்துவதற்காகவே" என்று இந்தமாதிரியான நீதிகளைப் புகட்டக்கூடிய கதைகளையே நாம் சொல்லிக் கொடுக்கவேண்டும். அதாவது, கடவுள் எல்லாவற்றையும் சிருஷ்டிக்கவில்லை, நல்லவற்றை மட்டுமே சிருஷ்டிக்கிறார் என்ற எண்ணத்தைக் குழந்தைகளின் மனத்தில் பதியவைக்கவேண்டும்.

அடீ: நீ சொல்வதை நான் பரிபூரணமாக ஏற்றுக் கொள்கிறேன்.

ஸாக்: கடவுள் ஒரு ஜாலவித்தைக்காரரல்ல. அவர், இஷ்டப்பட்டபோது இஷ்டமான உருவாத்தை எடுத்துக்கொள்ள மாட்டார். அவர் மாற்றமில்லாத, சரளமான சுபாவமுடையவர். இதை நீ நம்புகிறாயா?

அடீ: இதற்குத் திடீரென்று நான் எப்படிப் பதில் சொல்ல முடியும்?

ஸாக்: சரி; உண்மையான எதுவும், அல்லது பூரணத்துவம் வாய்ந்த எதுவும், சுற்றுச் சார்புகளினால் மாறுபடாதென்பதை ஒப்புக்கொள்கிறாயா?

அடீ: ஒப்புக்கொள்கிறேன்.

ஸாக்: கடவுளும் கடவுட்தன்மையும் பூரணத்துவம் வாய்ந்தவை தானே?

அடீ: ஆமாம்.

ஸாக்: எனவே, கடவுள் சுற்றுச் சார்புகளினால் பாதிக்கப்படமாட்டாரல்லவா?

அடீ: ஆமாம்.

ஸாக்: அப்படிப் பாதிக்கப்பட்டால் அவர் கடவுளல்லவே? அதாவது கடவுட் தன்மையினின்று அவர் இறங்கிவிடுகிறாரல்லவா?

அடீ: உண்மை.

ஸாக்: கடவுளோ, மனிதரோ, யாரும் தங்களுடைய சுய நிலையிலிருந்து இறங்கிட விரும்பமாட்டார்களே?

அடீ: மாட்டார்கள்.

ஸாக்: அப்படியானால், கடவுள், இழிநிலைக்கு வந்துவிட்டார் என்றுள்ள

கதைகளைக் குழந்தைகளுக்குச் சொல்லிக்கொடுக்கக் கூடாது. இதனால் குழந்தைகள் பெரியவர்களாகிறபோது, இழிவான மார்க்கத்தைக் கடைப்பிடிக்க ஏதுவுண்டாகிறது. புராதன கதைகளின் உண்மையைப்பற்றி நமக்கு நிச்சயமாக ஒன்றும் தெரியாது. அதனால், உண்மையல்லாதனவற்றை உண்மை போல எடுத்துச் சொல்வது பொய்தானே?

அடீ: ஆமாம்.

ஸாக்: கடவுளினுடைய சுபாவம், பொய்யினின்று மாறுபட்டதுதானே?

அடீ: நிச்சயமாக.

ஸாக்: எனவே கடவுள், சொல்லிலும் செயலிலும் சரள சுபாவமுடையவர்; உண்மையானவர். அவர் சுற்றுச் சார்புகளினால் மாறுபாடுவதில்லை. அசரீரி வாக்கின் மூலமாகவோ, சமிக்ஞைகள் செய்து காட்டுவதன் மூலமாகவோ, கனவிலும் நனவிலும், அவர் யாரையும் ஏமாற்றுவதில்லை; தம்மையும் ஏமாற்றிக்கொள்வதில்லை. அவர் ஜாலவித்தைக் காரரல்ல; பொய் சொல்லியோ, பொய்யாக நடித்தோ நம்மை அவர் ஏமாற்றமாட்டார்.

அடீ: நீ சொல்கிற அனைத்தையும் நான் ஒப்புக்கொள்கிறேன், ஸாக்ரட்டீஸ்.

ஸாக்: இவைகளுக்கு விரோதமாகக் கற்பித்துச் சொல்கிற யாரையும் நாம் கடிந்துகொள்வோமாக ஆசிரியர்கள், தங்கள் மாணாக்கர்களுக்கு இந்த மாதிரியான கதைகளைச் சொல்லிக்கொடாமல் தடுப்போமாக நம்முடைய தேசப் பாதுகாவலர்கள், தெய்வ பக்தியுடையவர்களாகவும் இருக்கவேண்டுமானால், இந்தமாதிரிதான் நாம் கண்டிப்பாக நடந்துகொள்ள வேண்டும்.

அடீ: நிச்சயமாக ஸாக்ரட்டீஸ், உனது இந்தக் கோட்பாடுகளை நான் சட்டமாக ஏற்றுப் போற்றுகிறேன்.

மூன்றாவது புத்தகம்

இந்தப் பாகத்தில், இளைஞர்களுக்கு எந்தவிதமான கல்விப் பயிற்சியளிக்க வேண்டுமென்பதைப் பற்றி வாதம் நடைபெறுகிறது.

ஸாக்ரட்டீஸ்: கடவுளைப் பற்றிய கதைகள் எப்படி எழுதப்பட வேண்டுமென்பது குறித்து இதுகாறும் பேசினோம். நமது சிறுவர்கள் மூதாதையர்களிடத்திலும் கடவுளர்களிடத்திலும் பக்தி சிரத்தையோடு நடந்து கொள்ள வேண்டுமானால், நட்புக்கு முக்கியத்துவம் கொடுத்து எல்லோரிடம் பழக வேண்டுமானால், நட்புக்கு முக்கியத்துவம் கொடுத்து எல்லோரிடமும் பழக வேண்டுமானால், அவர்கள் எந்தவிதமான வரலாறுகளைக் கேட்க வேண்டும், எந்தவிதமான வரலாறுகளைக் கேட்கக் கூடாது என்பதைப்பற்றி இப்பொழுது ஒரு முடிவுக்கு வந்திருக்கிறோமல்லவா?

அடீ: சரியான முடிவுக்குத்தானே வந்திருக்கிறோம்.

ஸாக்: நமது இளைஞர்கள் தைரியமாயிருக்க வேண்டுமானால், அவர்களுக்கு மரண பயம் இருக்கக் கூடாது. அந்தப் பயம் உண்டாகாதிருக்கக்கூடிய கதைகளை அவர்களுக்குச் சொல்லிக்கொடுக்க வேண்டும். எவனொருவனுக்கு மரணபயம் இருக்கிறதோ அவன் தைரியமுடையவனாயிருக்க முடியுமென்று நீ கருதுகிறாயா?

அடீ: முடியாதுதான்.

ஸாக்: இறந்து போனவர்கள் வசிப்பதற்கென்று நிர்மாணிக்கப்பட்டிருப்பதாகச் சொல்லப்படுகிற பிதிருலோகம்(பாதாளலோகம்) இருக்கிறதே, அதில் நம்பிக்கை கொண்டவன், அந்த லோகத்தில் அநேகவித வேதனைகளை அனுபவிக்க வேண்டுமே யென்று ஏங்கிக்கொண்டிருக்கிறவன், மரணபயமில்லாமல் இருக்க முடியுமா? மரண பயமில்லாதவன் தான், யுத்தகளத்தில் தோல்வியுற்று அடிமைப்பட்டுக் கிடப்பதைக் காட்டிலும் இறந்து போவதே சிரேஷ்டமென்று கருதுவான்.

அடீ: வாஸ்தவம்.

ஸாக்: எனவே, நமது நூலாசிரியர்கள் மேலே சொன்ன பிதிருலோகத்தை நிந்தியாமல் அதனைப் பாராட்டுகிற விதமாகவே வரலாறுகளை எழுதவேண்டும். அப்படித்தான் எழுதவேண்டுமென்று அவர்களைக் கட்டாயப்படுத்த வேண்டும். சாதாரணமாக இப்பொழுது அவர்கள் எழுதிவருகிற வரலாறுகள் அல்லது கதைகள், உண்மையானவையுமல்ல; வீரத்தையும் உண்டு பண்ண மாட்டா.

அடீ: நிரம்ப சரி.

ஸாக்: இதேபிரகாரம், நமது கதைகளிலே சதாதுக்கப்பட்டுக்கொண்டிருக்கின்ற பெரிய மனிதர்களைக்கொண்டு நுழைக்கக் கூடாது.

அடீ: ஆம்.

ஸாக்: அழுகிற வேலையையும் துக்கப்படுகிற வேலையையும் ஸ்திரீகளுக்கும் – உத்தம ஸ்திரீகளுக்கல்ல; கெட்ட ஸ்திரீகளுக்கே – கோழைகளுக்கும் விட்டு விடுவோம்.

அடீ: சரி.

ஸாக்: தவிர, நமது சிறுவர்களுக்குச் சதா சிரிப்பை மூட்டிக்கொண்டிருக்கும் கதைகளையும் சொல்லிக் கொடுக்கக்கூடாது. அதிகமாகச் சிரித்தால் அதன் விளைவு விபரீதமாக இருக்கும்.

அடீ: வாஸ்தவந்தான்.

ஸாக்: உண்மைக்கு அதிகமான மதிப்பு வைக்கிற மாதிரியாக நமது இளைஞர்களுக்குக் கல்வி புகட்ட வேண்டும். கடவுளர்களுக்குப் பொய் யென்றால் பிடிக்காது. அஃது அவர்களுக்குப் பிரயோஜனமுமில்லை. ஆனால், மனிதர்கள் பொய்யை ஒரு மருந்து மாதிரி உபயோகிக்கத் தெரிந்தவர்கள் தான் அதனைப் பிரயோகஞ் செய்யலாமே தவிர எல்லோரும் பிரயோகஞ செய்யக் கூடாது.

அடீ: நீ சொல்வது தெளிவாகத்தானிருக்கிறது.

ஸாக்: ராஜ்யத்தைப் பாதுகாக்கிறவர்கள், அதாவது அரசர்கள் மட்டுமே, சத்துருக்களை ஏமாற்றும் பொருட்டோ, அல்லது ராஜ்யத்தின் க்ஷேமத்திற்காகவோ பொய் சொல்லலாம். அவர்கள் தான் பொய் சொல்ல உரிமையுடையவர்கள்.1 ஆனால் தனிப்பட்ட நபர்கள் இந்தமாதிரி பொய் சொல்லவே கூடாது. அரசர்களிடத்தில் பிரஜைகள் பொய் சொல்வதென்பது பெரிய குற்றமாகும். எப்படி ஒரு நோயாளி, தன் வைத்தியனிடத்தில் பொய் சொல்வதும், தேகப் பயிற்சி பெறும் மாணாக்கன், தனது ஆசிரியரிடத்தில் தனது தேக நலத்தைப்பற்றிப் பொய் சொல்வதும், ஒரு கப்பல் மாலுமி, தன் கப்பல் தலைவனிடத்தில் கப்பலைப் பற்றியோ கப்பற் சிப்பந்திகளைப் பற்றியோ பொய் சொல்வதும் குற்றமாகுமோ அதைவிடப் பெரிய குற்றம், பிரஜைகள், தங்கள் அரசர்களிடத்தில் பொய் சொல்வது.

அடீ: வாஸ்தவம்.

ஸாக்: ஒரு கப்பலைப்பற்றிப் பொய் சொன்னால் அஃது எப்படிக் கவிழ்ந்து போகுமோ அதுபோல் ஒரு ராஜ்யத்தைப் பற்றியப் பொய் சொன்னால் அஃது அழிந்து போகும். ஆதலின் எந்த ஒரு பிரஜை, ராஜ்யத்தின் மற்றப்

பிரஜைகளைப்பற்றிப் பொய் சொல்கிறானோ அவனை, அதிகாரிகள் அவசியம் தண்டிக்க வேண்டும்.

அடீ: பொய் சொல்லி அதனால் தீங்கு உண்டாகுமானால் அங்ஙனம் பொய் சொல்கிறவர்களைத் தண்டிக்க வேண்டியது அவசியமாகும்.

ஸாக்: அடுத்தபடி, நமது இளைஞர்கள் மிதமான பழக்க வழக்கமுடையவர்களாக இருக்கவேண்டுமல்லவா?

அடீ: அவசியம் இருக்கத்தான் வேண்டும்.

ஸாக்: அரசர்களிடத்தில் பிரஜைகள் அடங்கி நடப்பது போல், பிரஜைகளும், குடிப்பது, காதல்கொள்வது, உண்பது முதலிய விஷயங்களினாலுண்டாகிற இன்பத்தை அடக்கிக் கொள்ளவேண்டும். அதாவது அந்த இன்பத்தை அனுபவிப்பதிலே ஒரு நிதானம் இருக்க வேண்டும்.

அடீ: சரி.

ஸாக்: எனவே, கோபத்தை அடக்க வேண்டும், மனிதர்களைப்போல் நடக்க வேண்டுமென்பன போன்ற போதனைகளை நமது இளைஞர்களுக்குப் போதிக்க வேண்டும். இதை நாம் அங்கீகரித்துக் கொள்ள வேண்டுமல்லவா?

அடீ: அவசியமாக.

ஸாக்: இதே பிரகாரம், அளவுக்கு மீறின துர்ப்பழக்கங்களைப் பற்றிச் சொல்லும் வரலாறுகளையும், காமக் குரோத உணர்ச்சிகளை உண்டுபண்ணக் கூடிய கதைகளையும், ஆடம்பர வாழ்க்கையில் மோகங்கொள்ளக்கூடிய நிகழ்ச்சிகளையும், நமது இளைஞர்களின் போதனா முறையிலிருந்து அகற்றிவிடவேண்டும்.

அடீ: இந்த மாதிரியான வரலாறுகளெல்லாம், தன்னடக்கத்திற்கு விரோதமானவை யென்பதை நான் பரிபூரணமாக ஒப்புக் கொள்கிறேன்.

ஸாக்: நம்முடைய பெரியோர்களில் எவரேனும் பொறுமையுடனும் நிதானத்துடனும் இருந்தார்களென்று சொன்னால் அவர்களுடைய வரலாறுகளை இளைஞர்களுக்குச் சொல்லிக் கொடுக்கவேண்டும்.

அடீ: ஆம்.

ஸாக்: தவிர, நாம் யாரை வீரர்களென்று போற்றுகிறோமோ அவர்கள் பண ஆசையுடையவர்களாக இருக்கக் கூடாது, லஞ்சம் வாங்குகிறவர்களாகவும் இருக்கக் கூடாது.

அடீ: வாஸ்தவம்.

ஸாக்: அப்படியானால், லஞ்சம் வாங்கிக்கொண்டு திருப்தி யடைந்துவிட்ட

தேவர்களைப்பற்றியும் அரசர்களைப் பற்றியுமான வரலாறுகளை இளைஞர்களுக்குப் போதனை செய்யக் கூடாதல்லவா?

அடீ: ஆம்.

ஸாக்: நம்மால் போற்றப் படுகிற தேவர்களும் வீரர்கள் முதலான மகா புருஷர்களும் கெட்ட காரியங்களைச் செய்தார்களென்று நமது இளைஞர்களுக்குப் போதனை செய்வோமானால், அந்த தேவர்களும் வீரர்களும் சாதாரண மனிதர்களைவிட எவ்விதத்திலும் சிறந்தவர்களல்லர் என்ற எண்ணம், இளைஞர்களின் மனத்தில் உண்டாகிவிடுகிறது. இந்த மாதிரியான எண்ணத்தை உண்டுபண்ணலாமா? தவிர இத்தகைய எண்ணங்களை நமது இளைஞர்களின் மனத்தில் பதியவைப்போமாயின், "தேவர்களும் வீரர்களுமே இப்படிச் செய்வார்களானால், நாம் ஏன் இப்படிச் செய்யக் கூடாது?" என்று கருதிக் கொண்டு விடுகிறார்கள். இதனால், தீமை செய்யலாமென்ற புத்தி இவர்களுக்கு உண்டாகிறது.

அடீ: இவையெல்லாம் உண்மை.

இதற்குப் பின்னர், ஸாக்ரட்டீஸ், அடீமாண்ட்டஸ், கிளாக்கோன் ஆகிய மூவருக்கும், கதாசிரியர்கள், அவர்கள் எழுதும் நூல்களில் எந்தவிதமான நடையைப் பின்பற்ற வேண்டுமென்பதைப் பற்றியும், சங்கீத ஆசிரியர்கள், எந்தவிதமான சங்கீதத்தை இளைஞர்களுக்குப் போதிக்க வேண்டுமென்பதைப் பற்றியும் தர்க்கம் நடைபெறுகிறது. சீலசுபாவமுடையவர்களும், உயர்ந்த மனப் போக்குடையவர்களும் எந்த மாதிரி பேசுவார்களோ அந்த மாதிரியான பேச்சு தோரணைகளையே ஆசிரியர்கள், தங்கள் நூல்களில் கையாள வேண்டுமென்றும், அப்படிக் கீழ்த்தரமானவர்களுடைய பேச்சுக்களை இடையிடையே உபயோகிப்பதாயிருந்தால், அஃது ஏதோ ஏகதேசமாகவும், வேடிக்கைக்காகவும் இருக்கலாமே தவிர வேறு விதமாக இருக்ககூடாதென்றும். இங்ஙனமே இனிமை பயக்கக்கூடிய சங்கீதத்தையே இளைஞர்களுக்குப் புகட்ட வேண்டுமென்றும், கவிஞர்கள் இயற்றும் கவிதைகளில் சொல்லழகு, இசையினிமை, சந்த ஓசை ஆகிய மூன்றும் இருக்க வேண்டுமென்றும் ஸாக்ரட்டீஸ் கூறுகிறான். தர்க்கத்திற்கு இடையிடையே, கிரேக்க இதிகாசங்களிலிருந்து அநேக மேற்கோள்களை மூவரும் கையாள்கிறார்கள். இனி, கிளாக்கோனுக்கும் ஸாக்ரட்டீஸுக்கும் பேச்சு நடக்கிறது.

ஸாக்: நல்லவர்களுடைய பிரதி பிம்பங்களைத் தான் தங்கள் கவிதைகளில் கொண்டு புகுத்தவேண்டுமென்று, நமது ராஜ்யத்திலுள்ள கவிஞர்களுக்கு நாம் வற்புறுத்திச் சொல்லவேண்டும். அப்படித் தங்களால் முடியாது என்று அவர்கள் சொல்வார்களானால். நமது ராஜ்யத்திலிருந்து கொண்டு கவிதைகள் செய்யகூடாதென்று அவர்களுக்கு உத்தரவு போட்டுவிட வேண்டும். இங்ஙனமே,

கெட்ட சுபாவத்தைக் கிளப்பிவிடக் கூடியதும், கீழான எண்ணங்களைத் தூண்டிவிடக் கூடியதுமான சித்திரங்களை நாம் அனுமதிக்கூடாது. இதற்குக் கீழ்ப்படிந்து நடக்க மறுக்கிறவர்கள், நமது ராஜ்யத்திற்குள் இருந்துகொண்டு, தங்கள் தொழிலை நடத்த இடம் பெறுதல் கூடாது. அழகு, இன்பம் முதலியன எங்கெங்கு இருக்கின்றனவோ அங்கெல்லாம் சென்று அவைகளைத் தேடிக்கண்டு பிடித்து, தங்கள் தொழில்களில் நிபுணர்களே நமக்குத் தேவை இவர்களுடைய கலை சிருஷ்டிகளின் மத்தியில் வளர்கிற இளைஞர்கல் நாளாவட்டத்தில் தங்களை யறியாமாலே இயற்கையின் நண்பர்களாகி அழகிலே ஈடுபடுவார்கள். சுத்தமான காற்றோட்டமுள்ள இடத்திலே வசிக்கிற ஒருவன், எப்படித் தன்னையறியாமே தேக சுகத்தைப் பெறுகிறானோ, அப்படியே அழகான கலைப் பொருள்களின் மத்தியில் வாழ்கிறவன் உயர்ந்த மனோநிலையை யடைகிறான். இந்த மாதிரியான கல்விப் பயிற்சியைத்தான் நமது இளைஞர்களுக்குப் புகட்ட வேண்டும்.

கிளா: இதைவிடச் சிறந்த கல்விமுறை வேறொன்று இருக்க முடியுமா என்ன?

ஸாக்: மேலே சொன்ன காரணங்களுக்காக, அதாவது அழகான கலைப்பொருள்கள் நிறைந்த சூழலின் மத்தியிலே நமது இளைஞர்கள் வளரவேண்டுமென்பதற்காக அவர்களுக்குச் சங்கீதப் பயிற்சி அளிக்க வேண்டியது மிகவும் அவசியம் என்று உனக்குப் படுகிறதல்லவா? ஏன்னென்றால், சங்கீதத்தின் சிறப்பான அமிசங்களாகிய சந்த ஓசை, இசைப் பொருத்தம் முதலியன, அழகையும் சேர்த்துக்கொண்டு, மனிதனுடைய அந்தராத்மாவுக்குள் நுழைந்து அங்கே ஆழமானதொரு முத்திரையை இட்டுவிடுகின்றன. இதனால், சங்கீதத்தை ஒழுங்காக அப்பியசிக்காதவன் விகார புருஷனாகிறான். எவனொருவன், ஒழுங்கான முறையில் சங்கீதப் பயிற்சி பெறுகிறானோ அவன், எந்தெந்தக் கலை சிருஷ்டிகளில் குறைபாடுகள் நிரம்பியிருக்கின்றன வென்பதையும், எந்தெந்த இயற்கைப் பொருள்களில் அழகில்லை யென்பதையும், சுலபமாகக் கண்டுபிடித்துவிடுவான். அவைகளைக் கண்ட மாத்திரத்திலேயே அவனுக்கு ஒரு வித வெறுப்பு உண்டாகும். அப்படி அவனுக்கு உண்டாவது சகஜந்தான். ஆனால், அழகான பொருள்களைப் பார்த்தவுடனேயே அவன் அவைகளைப் போற்றத் தொடங்குவான். அவைகளைத் தன் ஆத்மாவுக்குள் சந்தோஷத்தோடு வரவேற்றுப் போற்றுவான். அவற்றை, இன் சுவை அமுதெனச் சுவைப்பான் அவைகளினால் அவன் உயர்ந்தவனாகவும் நல்லவனாகவும் ஆவான்.

கிளா: வாஸ்தவம்: சங்கீதப் பயிற்சியினுடைய நோக்கமே இதுதானே?

ஸாக்: நிதானம், தைரியம், விரிந்த நோக்கம், உயரிய மனப்பான்மை முதலியனவும், இவற்றின் எதிரான தன்மைகளும், பல உருவங்களாகவும் அவற்றின் பிரதிபிம்பங்களாகவும் எங்கெங்குச் சிதறிக் கிடக்கின்றனவோ, அங்கெல்லாம் சென்று அவற்றை நாம் தெரிந்துகொள்ள வேண்டும். சிறியவை யென்றோ, பெரியவையென்றோ எதனையும் ***கலை*** புறக்கணிக்கக் கூடாது. ஏனென்றால், மேற்படி தன்மைகளைக் கண்டுபிடிப்பதற்கு ஒரே மாதிரியான திறமையும் பழக்கமுந்தான் தேவை.

கிளா: நீ சொல்வது சரி.

ஸாக்: எவனிடத்தில் அழகான ஆத்மாவும், அதே பிரகாரம் அழகான தேகமும் ஒன்று சேர்ந்து இருக்கின்றவோ அவனைப் பார்ப்பதை விடச் சிறந்த காட்சி வேறுண்டா?

கிளா: இல்லை.

ஸாக்: எது அழகில் சிறந்தாயிருக்கிறதோ அது. காதலிக்கக் கூடியதுதானே?

கிளா: நிச்சயமில்லை.

ஸாக்: எனவே, உண்மையான ஒரு கலா புருஷன், மேலே சொன்ன லட்சணத்தோடு கூடியவர்களைத்தான் நேசிப்பான். இதற்கு விரோதமா யிருக்கப்பட்டவர்களை நேசிக்க மாட்டான்.

கிளா: அப்படி நிர்ணயமாகச் சொல்லிவிட முடியாது. ஆத்மாவில் ஏதேனும் குறைபாடுடையவர்களைத் தான் அவன் நேசிக்கமாட்டான். தேக சம்பந்தமான குறைபாடுகள் இருந்தால் அவற்றை அவன் ஒரு பொருட்படுத்துவதில்லை.

ஸாக்: உனக்கு அந்தமாதிரியான ஒரு நட்பு கிடைத்திருக்கிறது! அதனால்தான் இப்படிச் சொல்கிறாய் இருக்கட்டும். உன் கட்சியை நான் ஒப்புக்கொள்கிறேன். சிற்றின்ப சுகம் என்று சொல்கிறோமே அதைவிட மிஞ்சின சுகம், அதிகமான சுகம் வேறொன்றைச் சொல், பார்ப்போம்.

கிளா: வேறு சுகம் இல்லைதான். ஆனால் அதைப்போல் வெறியூட்டுவதும் வேறொன்றில்லை.

ஸாக்: எது ஒழுங்காகவும் அழகாகவும் இருக்கிறதோ அதனை நிதானமாகவும் கலை உணர்ச்சியோடும் காதலிப்பதுதானே உண்மையான காதல்?

கிளா: ஆமாம்.

ஸாக்: ஆகையால், எது வெறியூட்டுந் தன்மையதோ, எது கட்டுக்கடங்காத்

தன்மையதோ, அஃது உண்மையான காதலுக்குச் சமீபத்தில்கூட வரக்கூடாதல்லவா?

கிளா: வரக்கூடாது.

ஸாக்: அப்பபடியானால், மேலே நாம் பேசின சுகம் இருக்கிறதே, அதாவது சிற்றின்ப சுகம், அஃது உண்மையான காதலர்கள் மனத்தில் வரவேகூடாது. அந்தக் காதலர்கள், பரஸ்பரம் உண்மையாக நேசிக்கிறவர்களாயிருந்தால், இந்தச் சிற்றின்ப சுகத்தை ஒரு சிறிதளவுகூட சுவைக்கக் கூடாது.

கிளா: கடவுள் சாட்சியாக அவர்கள் அப்படிச் செய்யக்கூடாதுதான்.

ஸாக்: எனவே, நம்முடைய ராஜ்யத்தில்(அதாவது நம்முடைய கற்பனையினால் சிருஷ்டித்துக் கொண்டிருக்கிற ராஜ்யத்தில்) நாம் ஒரு சட்டத்தை விதிக்க வேண்டும். அதன்படி, காதலர்கள் ஒருவருக்கொருவர் முத்தம் கொடுத்துக் கொள்ளலாம்; அடிக்கடி ஒன்று சேர்ந்திருக்கலாம்; கட்டித் தழுவிக் கொள்ளலாம், அழகையே பிரதானமாகக்கொண்டு, தாயும் மகனும் போல அல்லது தந்தையும் மகளும்போல பரஸ்பரம் நடந்துகொள்ளலாம். இதற்கு மீறி இவர்கள் செல்லக்கூடாது. அப்படிச் செல்வார்களானால், காதலின் உண்மைச் சுவையை அறியாதவர்களென்றும், ஈன சுபாவமுடையவர்களென்றும் கருதப்படுவார்கள்.

கிளா: உண்மை.

ஸாக்: இங்ஙனம் நமது ராஜ்யத்து இளைஞர்களுக்குக் காவியம், ஓவியம், சங்கீதம் முதலியன அடங்கிய கலைப்பயிற்சி கொடுத்த பிறகு அவர்களுக்குத் தேகப் பயிற்சி கொடுக்கவேண்டுமல்லவா?

கிளா: ஆம்.

ஸாக்: கலை விஷயத்தைப் போலவே, தேக போஷணை விஷயத்திலும் இளைஞர்களுக்குச் சிறு வயதிலிருந்தே பயிற்சியளிக்க வேண்டும். சிலர் சொல்கிறார்கள், நல்ல தேகத்தில்தான் நல்ல ஆத்மா இருக்க முடியுயில்லை. இதற்கு நேர் விரோதமாக இருப்பதையும் நாம் பார்க்கிறோம். ஒரு நல்ல ஆத்மா, தன்னுடைய நல்ல தன்மையினால், தேகத்தையும் நல்ல தாக்குகிறது உன்னுடைய அபிப்பிராயம் என்னவோ?

கிளா: நானும் அப்படித்தான் நினைக்கிறேன்.

ஸாக்: தேகப் பாதுகாப்புச் சம்பந்தமாக, சில பொதுவான விதிகளைமட்டும் நாம் இங்கே சொல்லிக் கொண்டு போவோம். ஏற்கனவே நாம் குடிப் பழக்கம் கூடாதென்ற முடிவுக்கு வந்திருக்கிறோம். ஒரு தேசத்தைப் பாதுகாக்கும் பொறுப்பை ஏற்றுக்கொண்டிருக்கிறவன். குடித்துவிட்டு இந்த உலகத்திலே

நாம் எங்கேயிருக்கிறோமென்று தெரியாத ஒரு நிலையில் கிடந்தால் அதனை நாம் அனுமதிக்கலாமா?

கிளா: கூடவே கூடாது. அவன், மற்றவர்களைப் பாதுகாப்பதுபோய், மற்றவர்கள் அவனைப் பாதுகாக்க வேண்டிய நிலைமை ஏற்படுவது மகா கேவலமல்லவா?

ஸாக்: சரி; ஆகார விஷயத்தைப் பற்றி என்ன? நமது வீரர்கள், மிகப் பெரியதொரு போராட்டத்தில், அதாவது ராஜ்யத்தைப் பாதுகாப்பதாகிற பெரிய முயற்சியில் ஈடுபடவேண்டிய பலசாலிகளாக இருக்க வேண்டி இருக்கிறதல்லவா?

கிளா: ஆமா.

ஸாக்: அப்படியானால், ஒரு சாதாரண பயில்வான், தனது தேகப் பாதுகாப்பு விஷயத்தில் என்னென்ன நியமங்களை அனுஷ்டிக்கிறானோ அதே நியமங்கள் மேலே சொன்ன வீரர்களுக்குப் போதுமா?

கிளா: போதுமானவையா யிருக்கலாம்.

ஸாக்: இல்லை, இல்லை. சாதாரண பயில்வான்களுடைய ஆகார நியமங்கள் இருக்கின்றனவே அவை ஒருவித போதையை அதாவது ஒரு தூக்க மயக்கத்தை உண்டுபண்ணுந் தன்மையன. அவற்றினால், தேகாரோக்கியத்திற்கு ஆபத்து உண்டாகும். இந்தப் பயில்வான்கள் தங்கள் வாழ்க்கை முழுவதும் ஒருவித உறக்கத்தில் ஆழ்ந்து கிடப்பதை நீ பார்க்கவில்லையா? இவர்கள் ஏற்படுத்திக்கொண்டிருக்கிற ஆகார வகைகளிலிருந்து சிறிதளவு மாறினால்கூட இவர்களுக்குக் கடுமையான வியாதிகள் உண்டாகிவிடுகின்றன என்பதை நீ கவனித்திருக்கிறாயா?

கிளா: வாஸ்தவந்தான்.

ஸாக்: நம்முடைய ராஜ்யத்துப் போர் வீரர்களுக்கு, சாதாரண பயில்வான்களுக்கு அளிக்கப்படுகிற தேகப் பயிற்சியைக் காட்டிலும் இன்னும் நுணுக்கமான பயிற்சியளிக்க வேண்டும். ஏனென்றால் காவல் நாய்களைப் போல் இவர்கள் சதா விழிப்புடையவர்களாயிருக்க வேண்டும். இவர்கள் கூரிய பார்வையும் கேள்வியும் உடையவர்களாக இருக்கவேண்டும். இவர்கள் பலவித போராட்டங்களில் ஈடுபட வேண்டியவர்களாக இருப்பதனால் விதவிதமான நீரைக் குடிக்க வேண்டியிருக்கும்; விதவிதமான ஆகாரத்தைச் சாப்பிட வேண்டியிருக்கும். இதேமாதிரி, விதவிதமான சீதோஷ்ண ஸ்திதிகளையும் அனுபவிக்க வேண்டியிருக்கும் ஓரிடத்தில் நல்ல வெயில் இருக்கலாம்; இன்னோரிடத்தில் நல்ல குளிர் இருக்கலாம். எல்லாவற்றையும் இவர்கள் சகித்துக்கொள்ள வேண்டும். ஆகையால் இவர்கள், தொட்டாற்சிணுங்கி

என்று சொல்வார்களே அந்தமாதிரி நாசூக்கான சரீரமுடையவர்களாக இருக்கக்கூடாது.

கிளா: உன்னைப் போலவே நானும் அபிப்பிராயப்படுகிறேன்.

ஸாக்: மேலே சொன்ன காரணங்களுக்காக, போர் வீரர்கள், எளிய, அதாவது சாதாரண பழக்க வழக்கங்களுடையவர்களாக இருக்க வேண்டுமல்லவா?

கிளா: ஆமாம்.

ஸாக்: நாம் இந்தப் பாடத்தை ஹோமரிடமிருந்து கற்றுக்கொள்ள வேண்டும். அதாவது ஹோமர் தன்னுடைய மகா காவியங்களில் வரும் போர் வீரர்களுக்குச் சுவையுள்ள ஆகாரங்களைக் கொடுப்பதில்லை. வெந்த உணவுகளை அவர்கள் சாப்பிட்டார்கள் என்று அவன் சொல்லவில்லை. நெருப்பிலே காய்ச்சின மாமிச வகைகளைச் சாப்பிட்டதாகவே கூறுகிறான் ஏனென்றால், போரை நாடிப் போகும் வீரர்கள், அகப்பட்ட இடத்தில் நெருப்பை மட்டும் மூட்டிக்கொள்ளுதல் சுலபம். கூடவே ஆகார வகைகளை வேகவைப்பதற்காகச் சட்டி பானைகளையும் தூக்கிக்கொண்டு போக முடியாதல்லவா?

கிளா: முடியாதுதான்.

ஸாக்: தவிர ஹோமர், தனது போர்வீரர்கள், குழம்பு, ஊறுகாய் முதலிய வியஞ்சன வகைகளைத் தங்கள் ஆகாரத்தோடு சேர்த்து உபயோகித்ததாகச் சொல்லவில்லை. உன்னுடைய தேகம் நல்ல ஸ்திதியில் இருக்க வேண்டுமானால், உனது ஆகார விஷயத்தில் ருசியைப் புறக்கணித்துவிட வேண்டும்.

கிளா: ஆம்; ஹோமருடைய காவியங்களிலே வரும் போர் வீரர்கள், விஷயமறிந்து, தன்னடக்கமுடையவர்களாக இருந்தார்கள்.

ஸாக்: அப்படியானால், ஆடம்பரமாக உண்பதையும் பலவகை உணவுகள் சாப்பிடுவதையும் நீ சிபாரிசு செய்ய மாட்டாயல்லவா?

கிளா: மாட்டேன்.

ஸாக்: ஒரே சமயத்தில் பலவகை சுருதிகளடங்கிய வாத்தியங்களில் சங்கீதம் பயின்றால், அது காதுக்கு எப்படிச் சங்கடமாயிருக்குமோ அதுபோல் பலவகையான உணவுகளை ஒரே சமயத்தில் தேகத்திற்குள் திணிப்பதும் சங்கடமாக இருக்குமல்லவா?

கிளா: வாஸ்தவம்.

ஸாக்: எப்படி எளிய முறையில் பாடப்படுகிற சங்கீதம், ஆத்மாவுக்கு ஒரு

வெ.சாமிநாத சர்மா | 141

நிதானத்தைக் கொடுக்கிறதோ அதைப்போல் எளிய ஆகாரம் தேகத்திற்கு ஆரோக்கியத்தைக் கொடுக்கும்.

கிளா: உண்மை.

ஸாக்: ஒருவன், பலவகையான ஆகார வகைகளைச் சாப்பிடுகிறான் என்று சொன்னால் அவன், தன்னடக்கமில்லாதவன், தூர்த்தன் என்றுதானே அர்த்தம்? அப்படிப்பட்டவனிடத்தில் வியாதிகள் உற்பத்தியாவது சகஜந்தானே?

கிளா: ஆம்.

ஸாக்: எந்த ராஜ்யத்து ஜனங்களிடத்தில் தன்னடக்கமின்மையும், வியாதிகளும் மலிந்து கிடக்கின்றனவோ அந்த ராஜ்யத்தில், நீதி ஸ்தலங்களும், ஆஸ்பத்திரிகளும் எப்பொழுதுமே திறந்து கிடக்குமல்லவா? சுதந்திர புருஷர்களிற் பெரும்பான்மையோர் சட்டத்திற்கும் வைத்தியத்திற்கும் தாசர்களாகி விடுகிறபோது, அந்தச் சட்டமும், வைத்தியமும் தங்களைப் பற்றிக் கொஞ்சம் பெருமையாக நினைத்துக்கொள்ளுந்தானே?

கிளா: ஆம்.

ஸாக்: ஒரு ராஜ்யத்திலுள்ள பாமர மக்களுக்குத் தான் சட்டமும் வைத்தியமும் தேவையாயிருக்கின்றன என்கிறார்கள். சரி; ஆனால் தாராள முறையில் கல்வி பயின்றதாகச் சொல்லிக்கொள்ளும் அறிஞர்கள்கூட மேற்படி சட்டத்தின் துணையையும், வைத்தியத்தின் துணையையும் நாடுகிறார்களென்று சொன்னால், அந்த ராஜ்யத்துக் கல்வி முறையில் ஏதோ கோளாறு இருக்கிறதென்றுதானே அர்த்தம்? தங்களுடைய சக்தியில், தங்களுடைய தீர்ப்பில், தாங்களே நம்பிக்கை கொள்ளாமல், தங்களால் நியமிக்கப்பட்ட எஜமானர்களிடமிருந்தும், நீதிபதிகளிடமிருந்தும் நீதியை எதிர்பார்த்து அவர்களிடம் ஒரு ராஜ்யத்தின் பிரஜைகள் செல்வார்களானால் அது மிகவும் வெட்கக்கேடான விஷயமல்லவா? அவர்களுக்குப் போதிய கல்வி ஞானம் இல்லையென்பதை அது புப்படுத்துகிறதல்லவா?

கிளா: ஆம்; அது கேவலமான விஷயந்தான்.

ஸாக்: அதைவிட வெட்கக்கேடான ஒரு விஷயத்தைச் சொல்கிறேன்; கேள். ஒரு மனிதன், தன் வாழ்நாளின் பெரும்பகுதியை, நீதி ஸ்தலங்களில், வாதியாகவோ, பிரதிவாதியாகவோ இருந்து கழித்துவிடுகிறான். அப்படித் தன் வாழ்நாளைச் செலவிடுவதிலே அவன் பெருமையும் கொள்கிறான். தான் ஒரு சாமர்த்தியமான போக்கிரி என்றும், தனக்கு நீதி ஸ்தலத்தின் எல்லாவித தந்திரோபாயங்களும் தெரியுமென்றும், எப்படியாவது தன்னை விடுவித்துக்கொள்ளத் தனக்குச் சக்தியுண்டென்றும் அவன் கருதி, அப்படியே

காரியங்களைச் செய்கிறான். இவ்வளவையும் அவன் எதற்ககச் செய்கிறான்? அற்பமான விஷயங்களுக்காக; முக்கியமில்லாத விஷயங்களுக்காக. இவற்றைவிட உயர்ந்த விஷயங்கள், நல்ல விஷயங்கள் எத்தனையோ இருக்கின்றன என்பதை அறியாமல், தூங்கி விழுந்து கொண்டிருக்கும் ஒரு நீதிபதியினுடைய தயவை எதிர்பார்த்துக்கொண்டிருப்பது எவ்வளவு கேவலம் என்பதை உணராமல் செய்கிறான். இல்லையா?

கிளா: வாஸ்தவம்; நீ சொல்வது நிரம்ப சரி.

ஸாக்: காயமடைந்தாலோ அல்லது தொத்து வியாதிகளுக்கோ வைத்திய சிகிச்சை செய்துகொள்வதில் அர்த்தமிருக்கிறது. அதை விடுத்து, சோம்பேறித்தனமான வாழ்க்கையை நடத்தியதன் காரணமாகவும், சிற்றின்பங்களிலே அதிகமாக ஈடுபட்டிருந்ததன் காரணமாகவும் தேகமானது, அழுக்கு நீர் நிறைந்த ஒரு கேணி மாதிரியாகிவிட, அதற்குச் சிகிச்சை செய்துகொள்வதில் ஏதேனும் அர்த்தமிருக்கிறதா? இந்த மாதிரி சிதறிப்போன வாழ்க்கையை நடத்துகிறவர்களுடைய தேகத்தில் காற்றும் நீரும்தான் நிறைந்திருக்கும். இப்படிப்பட்ட வியாதிகளுக்கெல்லாம் வைத்தியர்கள், வாய்வுப்பொருமல் என்றும், பீனசம் என்றும் புதுப் பெயர்களைக் கொடுத்து அழைக்கிறார்கள்.

கிளா: வாஸ்தவம்; இவைகளெல்லாம் விநோதமான வியாதிகள்தான்!

ஸாக்: வியாதிகளை நாம் எவ்வளவுக் கெவ்வளவு சீராட்டிப் போற்றுகிறோமோ அவ்வளவுக் கவ்வளவு அவை வளர்கின்றன. தற்கால வைத்திய சாஸ்திரம், இந்தச் சீராட்டும் வேலையைத்தான் செய்கிறது. வியாதி வந்துவிட்டதே யென்று கவலைப்படுகிறவர்கள், நடைபிணியாளர்களாகி விடுகிறார்கள். இவர்கள் எப்பொழுதும் வியாதியைப் பற்றியே நினைக்கிறார்கள். புதுபுது சிகிச்சை முறைகளைக் கையாள்கிறார்கள். இவர்களுடைய தினசரி ஆகாரத்தில் ஏதேனும் சொற்ப மாறுதல் ஏற்பட்டுவிட்டால்கூட அதற்காக இவர்கள் கவலைப்படுவது சொல்லமுடியாது. இந்தக் கவலையினால் இவர்கள் சீக்கிரத்தில் முதுமையடைந்து கடைசியில் துர்மரணம் அடைகிறார்கள். இவர்கள் செய்துகொண்ட வைத்திய முறையே இவர்களைக் கொன்றுவிடுகிறது.

கிளா: நீ சொல்வது வாஸ்தவந்தான்.

ஸாக்: இதனாலேயே வைத்திய சாஸ்திரத்தின் மூல புருஷனாகிய ஆஸ்க்ளேப்பியஸ்.[1] நவீன வைத்திய முறைகளைத் தனது சிஷ்யர்களுக்குச் சொல்லிக்கொடுக்க வில்லை. அறியாமையினாலோ, அனுபவ ஞானமில்லாத காரணத்தினாலோ, அவன் புதுமுறைகளைச் சொல்லிக் கொடுக்காமலிருந்தான் என்று சிலர் கருதுகிறார்களே அது தவறு. ஒழுங்காக இயங்கிக்கொண்டிருக்கிற

எல்லாச் சமுதாயங்களிலும், ஒவ்வொரு மனிதனுக்கும் ஒவ்வொரு விதமான வேலை வகுக்கப்பட்டிருக்கிறது. அந்த வேலையை அவன் செய்தேயாக வேண்டும். அஃது அவன் கடமை. அதை விடுத்து, நோய்வாய்ப்பட்டும், சிகிச்சை செய்துகொண்டு மிருக்க அவனுக்கு எங்கே அவகாசம், இருக்கமுடியும்? தொழிலாளர்கள் இந்தமாதிரி காலத்தை கழிப்பார்களானால் "ஓ! எவ்வளவு கேவலம்!" என்று நாம் சொல்கிறோம் ஆனால் சுக புருஷர்கள் என்று மதிக்கப்படுகிறார்களே, அதாவது பணக்காரர்கள், அவர்கள் இதேமாதிரி வியாதியென்றும் சிகிச்சையென்றும் பொழுதைப் போக்குவார்களானால், அது கேவலமாக நமக்குத் தோன்றுவதில்லை.

கிளா: உன்னுடைய கருத்தைச் சிறிது விஸ்தரித்துச் சொன்னால் நன்றாயிருக்கும்.

ஸாக்: உதாரணமாக ஒரு தச்சன் நோயாகவிழுந்து விட்டால், அவன் வைத்தியனிடமிருந்து என்ன விதமான சிகிச்சையை எதிர்பார்க்கிறான் தெரியுமா? வாந்திக்கோ, பேதிக்கோ மருந்து கொடுத்து, தன் வியாதியைப் போக்கிவிட வேண்டுமென்று எதிர்பார்க்கிறான்; அல்லது புண்ணினாலோ காயத்தினாலோ அவஸ்தைப்பட்டுக் கொண்டிருந்தால், சூடு போட்டோ, கீறியோ, எப்படியோ உடனே குணப்படுத்திவிட வேண்டுமென்று எதிர்பார்க்கிறேன். வேறு யாராவது ஒரு வைத்தியன் அவனிடம் வந்து, "இந்த மாதிரியான அவசர சிகிச்சைகளெல்லாம் உதவாது. நீண்ட கால சிகிச்சை செய்து கொள்ள வேண்டும்; தலையிலே கட்டுக் கட்டிக்கொண்டிருக்க வேண்டும்" என்று சொன்னால் அவன் "நோயாய் விழுந்து கிடக்க எனக்கு அவகாசமில்லை தவிர எனக்குக் கட்டுப்படியும் ஆகாது என்னுடைய வியாதியிலேயே என் மனத்தைச் செலுத்தி, என் வேலையைப் புறக்கணித்து விட்டிருந்தால், எனது ஜீவனம் நடப்பதெப்படி?" என்று பதில் சொல்லி விடுகிறான். உடனே "உமக்கு நிரம்ப வந்தனம்" என்று சொல்லி அந்த வைத்தியனுக்கு விடை கொடுத்து அனுப்பிவிட்டு, எப்பொழுதும்போல தனது சாதாரண வாழ்க்கை முறையில் ஈடுபட்டு விடுகிறான். பழைய மாதிரி அவனுக்கு தேக சௌக்கியம் ஏற்பட்டு விடுகிறது. வழக்கமான தன் தொழிலைச் செய்துகொண்டு போகிறான். அப்படி மேற்கொண்டு அவன் வாழ்க்கையை நடத்த முடியாத அவ்வளவு பலவீனனாகி விட்டால் இறந்து போகிறான். அதாவது தேக உபத்திரவங்களிலிருந்து விடுதலையடைகிறான். அவ்வளவு தானே?

கிளா: உண்மை அப்படிப்பட்டவனுக்கு அந்த மாதிரியான சிகிச்சைதான் ஏற்றது.

ஸாக்: இதற்குக் காரணமென்ன? செய்வதற்கான வேலையென்னவோ அவனுக்கு அதிகமிருக்கிறது. அப்படி அவன், தன் வேலையைச் செய்யாவிட்டால்,

உயிரை வைத்துக் கொண்டிருப்பதிலேயே, அவனைப் பொறுத்தமட்டில், பிரயோஜனமில்லையே!

கிளா: வாஸ்தவம்.

ஸாக்: அப்படியானால் பயனுடைய வாழ்க்கைக்கான வேலை எதுவும் பணக்காரர்களுக்கு இல்லையென்று தானே ஏற்படுகிறது?

கிளா: அப்படித்தான் சொல்கிறார்கள்.

ஸாக்: இதனால்தான், எவனொருவனுக்கு ஏதேனும் ஒருவித ஜீவனோபாயம் ஏற்பட்டு விடுகிறதோ அவன் உடனே சன்மார்க்கத்தை அனுசரிக்க வேண்டும் என்று நமது பெரியோர்கள் கூறினார்கள்.

கிளா: அதற்கு முன்னிருந்து கூட மனிதர்கள் சன்மார்க்கத்தை அனுசரிக்க வேண்டுமென்று நான் கருதுகிறேன்.

ஸாக்: அஃதிருக்கட்டும். இப்பொழுது கீழ்க்கண்ட விஷயங்களைப் பற்றி ஒரு முடிவு கட்டிக்கொள்வோம். அதாவது சன்மார்க்கத்திலே செல்லாத வாழ்க்கை பிரயோஜனமில்லாத வாழ்க்கையாகிவிடுகிறபோது, பணக்காரர்கள், சன்மார்க்கத்தை அனுசரிக்க வேண்டியது அவசியந்தானா? நோயாளியாய் இருக்கப்பட்ட ஒருவான், தன் தொழிலில் சரியானபடி கவனஞ்செலுத்த முடியாதவனாகி விடுவது ஒருபுறமிருக்க, அவன் சன்மார்க்கத்திலே செல்ல முடியாதவனாகவும் ஆகிவிடுகிறானல்லவா?

கிளா: நிரம்ப வாஸ்தவம். தேகம் வலுவுள்ளதாயிருப்பதற்கு தேக போஷணை விஷயத்தில் நாம் எவ்வளவு கவனம் செலுத்த வேண்டுமோ அதைவிட அதிகமான கவனத்தை அந்தத் தேகத்தின்மீது செலுத்துவது மகா கேவலம். ஒரு வியாபாரத்திலே இருக்கப்பட்டவர்கள், அல்லது ஒரு போராட்டத்திலே ஈடுபட்டிருக்கிறவர்கள், அல்லது ஓர் உத்தியோகத்திலே அமர்ந்திருக்கிறவர்கள் ஆகியோர், இந்த மாதிரி தேக போஷணை விஷயத்தில் கவனஞ் செலுத்த ஆரம்பித்தால், அவர்கள் எடுத்துக் கொண்ட காரியம் கைகூடுமா?

ஸாக்: இதில் கேவலமான விஷயம் என்னவென்றால், எவனொருவன், தான் வியாதியினால் பீடிக்கப்பட்டிருப்பதாகச் சதா எண்ணமிட்டுக் கொண்டிருக்கிறானோ அவன், எந்தவிதமான படிப்புக்கோ அல்லது சிந்தனைக்கோ அல்லது தியானத்திற்கோ தகுதியில்லாதவனாகப் போய்விடுகிறான். அவனுக்குத் தலைவலி அல்லது மயக்கம் ஏதாவது ஒன்றுபோனால் மற்றொன்று வந்துகொண்டிருப்பதாகவே நினைவு. இதற்காக அவன், தன்விதியை நொந்துகொள்கிறான்; முன்னோர்கள் வகுத்து

வைத்துப்போன பாரமார்த்திகத் துறைகளை யெல்லாம் தூஷிக்கிறான். அவனுக்குத் தன்னுடைய வியாதியைப் பற்றியும், தேக சுகத்தைப் பற்றியுந்தான் எப்பொழுதும் நினைவே தவிர, அவன் வேறு எந்த விஷயத்தைப் பற்றியும் சிந்திப்பதேயில்லை. இதனால் அவன் சன்மார்க்கத்தை அனுசரிக்க முடியாதவனாகிவிடுகிறான்.

கிளா: உண்மை.

ஸாக்: நல்ல தேகமுடையவர்களும், ஒழுங்கான வாழ்க்கையை நடத்துகிறவர்களும் ஏதோ ஒரு சந்தர்ப்பத்தில் வியாதியால் அவஸ்தைப்பட்டால் அவர்களுக்குப் பரிகாரந் தேடிக் கொடுக்க வேண்டுமே என்பதற்காகத்தான், ஆஸ்க்ளேப்பியஸ், வைத்திய முறைகளை ஏற்படுத்தினானே தவிர, தீராத வியாதியுடையவர்களுக்கல்ல. முதலிற் சொல்லப்பட்டவர்கள், மருந்து சாப்பிட்டோ, ரண சிகிச்சை செய்கொண்டோ தங்களுக்குத் தற்காலிகமாக ஏற்பட்டிருக்கும் வியாதிகளை அப்புறப்படுத்திக் கொண்டுவிட்டு, தங்கள் தொழில்களை முறையே கவனிக்க வேண்டுமென்பது ஆஸ்க்ளேப்பியஸின் எண்ணம். அப்பொழுதுதானே ராஜ்ய விவகாரங்கள் ஒழுங்காகத் தங்கு தடையின்றி நடைபெறும்? நீடித்த வியாதியஸ்தர்களைக் குணப்படுத்த வேண்டுமென்பது மேற்படி ஆஸ்க்ளேப்பியஸின் கருத்தெயல்ல. தேகத்திலுள்ள கழிவுப் பொருள்களை ஒரு பக்கமாக வெளியேற்றுவது, இன்னொரு புறமாகப் புதிய மருந்துகளை உட்புகுத்துவது, இப்படியெல்லாம் செய்து, அந்த வியாதியஸ்தனுடைய துக்ககரமான வாழ்க்கையை நீடிக்கச் செய்வதில் ஆஸ்க்ளேப்பியஸுக்குச் சிறிதுகூட இஷ்டமில்லை. அப்படி நீடிக்க வைப்பதில் என்ன சாதகம்? அவன்மூலமாகச் சில குழந்தைகள் பிறக்கின்றன. அவை, அவனைப்போலவே வியாதியுடையனவாக இருக்கின்றன. அவனுடைய வியாதியானது, அவனுடைய பின் தலைமுறைகளையும் பற்றிக்கொண்டு விடுகிறது. தனது அன்றாடக் கடமைகளைக் கவனித்துக்கொண்டு ஒழுங்காக வாழத் தெரியாதவனுக்கு வைத்திய சிகிச்சை செய்வது நியாயமல்லவென்பது ஆஸ்க்ளேப்பியஸின் கொள்கை. ஏனென்றால் அப்படிப்பட்ட மனிதன், அவனுக்கும் அவனுடைய ராஜ்யத்திற்கும் பிரயோஜனமில்லாதவனாக இருக்கிறான் என்பது அவன் கருத்து.

கிளா: அப்படியானால், ஆஸ்க்ளேப்பியஸை ஒரு ராஜதந்திரி யென்றல்லவோ நீ சித்தாந்தப்படுத்துகிறாய்?

ஸாக்: நிச்சயமாக இதனால்தான், அவனுடைய சந்ததியர், சிறந்த போர்வீரர்களாகவும், அதே சமயத்தில் வைத்திய நிபுணர்களாகவும் இருந்தார்கள்.

கிளா: அதுசரி, நம்முடைய ராஜ்யத்தில் திறமையான வைத்தியர்கள் இருக்கவேண்டும் என்பதுதானே நமது நோக்கம். திறமையான வைத்தியன் யார்? அரோகிகள், ரோகிகள் முதலிய எல்லோர் மத்தியிலும் வைத்தியத் தொழில் பயின்று, அதன் மூலமாக அதிக அனுபவத்தை அடைந்திருக்கிறானே அவந்தான் சிறந்த வைத்தியன். இல்லையா? எப்படி, பலவித சுபாவங்களுடையவர்கள் மத்தியிலும் பழகுகிறவந்தான் உத்தமமான நீதிபதியாக இருக்க முடியுமோ அதுபோ, பலவித வியாதிகளையும் குணப்படுத்தத் தெரிந்திருக்கிறவன்தான் சிறந்த வைத்தியனாக இருக்கமுடியும்.

ஸாக்: மேலெழுந்த வாரியாகப் பார்த்தால் நீ சொல்வது சரியாகத் தோன்றும். ஆனா, நீ ஒரே விதமான வாதத்தை, வெவேறுபட்ட இரண்டு விஷயங்களுக்குப் பொருத்திப் பார்க்கிறாய். அது சரியல்ல.

கிளா: எப்படி? எப்படி?

ஸாக்: உன்னுடைய வாதப்படி பார்த்தால், சிறந்த வைத்தியர்கள், பாலியத்திலிருந்தே வைத்திய சாஸ்திர ஞானம் பெற்றிருப்பதோடுகூட, அநேகவித வியாதியஸ்தர்களுடனும் சம்பந்தப்பட்டிருக்க வேண்டும். அவர்களும் எல்லாவித வியாதிகளையும் அனுபவித்திருக்க வேண்டும். இதனால், சரீர பலம் குன்றியவர்கள்தான் சிறந்த வைத்தியர்களாக இருக்கமுடியும். உன்னுடைய வாதம் அந்த முடிவுக்குத்தான் கொண்டுபோய் விடுகிறது. ஆனால் அப்படியில்லை. வைத்தியர்கள், தங்கள் தேகத்தைக் கொண்டு மற்றவர்களுடைய தேகத்தைக் குணப்படுத்துவதில்லை. தேகத்தினால் தேகத்தைக் குணப்படுத்துவதா யிருந்தால் , அவர்கள் திடசாலிகளாகவும், நோயற்றவர்களாகவுமல்லவோ இருக்க வேண்டும்? அப்படியெல்லாம் இல்லை வைத்தியர்கள், தங்களுடைய மனத்தைக் கொண்டு, மற்றவர்களுடைய தேகத்தைக் குணப்படுத்துகின்றனர். அந்த மனம், ஏற்கனவே கெட்டதாயிருந்தாலும் அல்லது சகவாச தோஷத்தினாலும் கெட்டுவிட்டாலும், அவர்களால் ஒழுங்காக சிகிச்சை செய்ய முடியாது.

கிளா: நீ சொல்வது சரி.

ஸாக்: ஆனால் நீதிபதி இருக்கிறானே அவன், மனத்தை மனத்தினால் ஆள்கிறான். இதனால், பிற்காலத்தில் நீதிபதியாக வரவேண்டிய ஒருவன், இளமையில் தீய மனமுடையவர்களுடைய சகவாசத்தைப் பெறக்கூடாது. அவன், பல தீய காரியங்களைச் செய்து, சுய அனுபவம் பெறட்டும் என்று சொல்லி அவனை அனுமதிக்கக்கூடாது. ஒரு மனிதன், வாழ்க்கையில் பெருந்தன்மையுள்ளவனாகவும், நல்லவனாகவும் இருக்கவேண்டுமானால் அவனுக்குக் கெட்ட விஷயங்களைப் பற்றிய அனுபவமோ அல்லது

கெட்டவர்களுடைய சகவாசமோ இருக்கக் கூடாது. இதனால்தான், நல்ல மனிதர்களுடைய பாலிய அனுபவத்தைப் பார்த்தாயானால், அவர்கள் சரள சுபாவமுடையவர்களாய் இருந்திருப்பார்கள்; பிறரால் ஏமாற்றப் பட்டிருப்பார்கள். ஏனென்றால், கெட்டவர்கள் மனத்தில் இருக்கும் தீய எண்ணங்களைப் போல் அவர்களுடைய மனத்தில் இருப்பதில்லை.

கிளா: வாஸ்தவம், நீ சொல்கிற அனுபவம் சரியாகத்தான் இருக்கிறது.

ஸாக்: நீதிபதிகள், வயதானவர்களாக இருக்க, வேண்டுமென்று சொல்வதெல்லாம் இந்தக் காரணத்திற்காகத்தான். அதாவது, ஒருவன் வயதாக ஆகத்தான், தீமையின் சுபாவத்தை அறிந்து கொள்கிறான். எப்படி? தன்னிடத்திலுள்ள தீய குணத்தின் மூலமாகவா? இல்லை. இல்லை. மற்றவர்களின் தீய குணத்தை, தனது அறிவின் மூலமாகத் தெரிந்து கொள்கிறான். அப்பொழுதுதான், தீமையின் தன்மைகளனைத்தையும் அவனால் நன்கு தெரிந்துகொள்ள முடிகிறது.

கிளா: வாஸ்தவம்; அப்படிப்பட்டவன் தான் உத்தமமான நீதிபதியாயிருக்க முடியும்.

ஸாக்: எவனொருவன் புத்திசாலியாகவும் ஆனால் கெட்ட காரியங்கள் செய்வதிலே மகா கெட்டிக்காரனாகவும் இருக்கிறானோ அவன் நீதிபதி பதவி வகிப்பதற்குத் தகுதியுடையவனல்லன். அவன், தன்னைப் போலொத்த கெட்ட மனிதர்களோடு பழகுகிறபோது, அவர்களைவிட அதிகமான தந்திரங்களைக் கையாள்கிறான். தன்னைவிட வயதானவர்களையும் நல்லவர்களையும் சந்திக்கிறபோது, ஒரு முட்டாள் போலாகி விடுகிறான். பாவம், அவன் இதயத்தில் ஏதேனும் நல்ல தன்மைகள் இருந்தாலல்லவோ, மற்றவர்களிடத்திலே உள்ள நல்ல தன்மைகளை அவனால் ரசிக்கமுடியும்? ஆனால் அவன், நல்லவர்களைவிட, கெட்டவர்களோடுதான் அதிகமாகப் பழகுகிறான். இதனால் அவன், புத்திசாலியென்று தன்னை நினைத்துக்கொள்கிறான்; அவனைப் போன்றவர்களாலும் நினைத்துக் கொள்ளப்படுகிறான்.

கிளா: நீ சொல்வது நிரம்ப உண்மை.

ஸாக்: ஆதலின் அப்படிப்பட்டவனை நாம் நீதிபதியாக நியமனம் செய்யக்கூடாது. கெட்டவன் இருக்கிறானே அவன், தன்னையும் அறிந்துகொள்ள மாட்டான்; நல்லவனையும் அறிந்துகொள்ள மாட்டான். ஆனால் படிப்பும் சீல சுபாவமும் நிறைந்த ஒருவன், தன்னையும் தெரிந்துகொண்டிருப்பான்; கெட்டவர்களையும் தெரிந்துகொள்வான். அதாவது தீமையானது, தன்னையும் தெரிந்துகொள்ளாது; நன்மையையும் தெரிந்துகொள்ளாது. ஆனால் நன்மையானது, தன்னைப்பற்றி நன்றாகத் தெரிந்து கொண்டிருப்பதோடு

தீமையையும் நன்றாக அறியும். இதனால்தான் நல்லவர்களையே நீதிபதிகளாக நியமனம் செய்ய வேண்டுமென்று நான் கூறுகிறேன்.

கிளா: உனது அபிப்பிராயந்தான் எனக்கும்.

ஸாக்: நீதிபதிகள் எப்படிப்பட்டவர்களாயிருக்க வேண்டுமென்று நாம் சொல்கிறோமோ அப்படிப்பட்டவர்களாகவே, நமது ராஜ்யத்தின் வைத்தியர்களும் இருக்க வேண்டும். தேகாரோக்கியமும் நல்ல மனமுடைய பிரஜைகளுக்குத்தான் இவர்கள் பாதுகாப்பு அளிக்க முடியும். மற்றவர்களைப் பொறுத்தமட்டில், யார் தேகாரோக்கியம் குன்றியிருக்கிறார்களோ அவர்களை மரணமடையும்படி வைத்தியர்கள் விட்டுவிடுவார்கள். அப்படியே, யார் ஆத்ம ஒழுக்க வீனமுடையவர்களாக இருக்கிறார்களோ அவர்களை நீதிபதிகள் மரண தண்டனைக்குட்படுத்தி விடுவார்கள்.

கிளா: இப்படிச் செய்துவிடுவது, தேகாரோக்கியம் குன்றியவர்கள், ஆத்ம ஒழுக்கவீனமுடையவர்கள் முதலியவர்களுக்கும் நல்லது; ராஜ்யத்திற்கும் நல்லது.

ஸாக்: எனவே நமது இளைஞர்களுக்குக் கலைப் பயிற்சியும் தேகப் பயிற்சியும் ஒரே சமயத்தில் சேர்ந்தாற்போல் அளிக்க வேண்டுமென்று சொல்வது எதற்காக வென்று இப்பொழுது தெரிகிறதா? ஆத்ம வளர்ச்சிக்காக...

கிளா: அஃதெப்படி?

ஸாக்: ஒருவனுக்குக் கலைப்பயிற்சி கொடாமல் தேகப்பயிற்சி மட்டும் அளித்துக்கொண்டு வந்தால், அல்லது தேகப்பயிற்சியைக் கொடாமல் கலைப்பயிற்சியை மட்டும் அளித்துக்கொண்டு வந்தால் அவனுடைய சுபாவம் அடியோடு மாறிவிடுவதை நீ பார்த்ததில்லையா?

கிளா: எதைக் குறித்து இப்படிச் சொல்கிறாய்?

ஸாக்: தேகப்பயிற்சியை மட்டும் பெற்றவன். அளவுக்கு மிஞ்சின கொடூரத்தன்மை உடையவனாக இருக்கிறான். அப்படியே கலைப் பயிற்சியை மட்டும் பெற்றவன். அவனுடைய நன்மைக்கு மிஞ்சின அதாவது நன்மைக்கு விரோதமான மென்மைச் சுபாவமுடையவனாகி விடுகிறான். இந்த இரண்டு பயிற்சிகளையும் ஒன்றாகச் சேர்த்து அளித்தால், கொடூர சுபாவமானது வீரமாகவும், மென்மைச் சுபாவமானது ஒழுங்காகவும் முறையே மாறுகின்றன. இந்த இரண்டு தன்மைகளும், அதாவது வீரமும் ஒழுங்கும் நமது இளைஞர்களுக்குத் தேவையில்லையா?

கிளா: நிச்சயமாகத் தேவை.

ஸாக்: இந்த இரண்டு தன்மைகளும் முரண்படுகிற போதுதான், அதாவது வீரமில்லாத ஒழுங்கோ அல்லது ஒழுங்கில்லாத வீரமோ இருந்தால், மனிதனிடத்தில் முறையே கோழைத்தனமோ அல்லது முரட்டுத்தன்மையோ உண்டாகிவிடுகிறது.

கிளா: உண்மை.

ஸாக்: ஆகவே, கலைஞன் என்று யாரைச் சொல்ல வேண்டுமென்றால், வாத்தியங்களைச் சுருதி கூட்டி வாசிக்கிறானே அவனையல்ல. எவனொருவன், கலைப் பயிற்சியையும் தேகப் பயிற்சியையும் நிதானமாக ஒருமைப்படுத்தி அவற்றை ஆத்ம வளர்ச்சிக்காக உபயோகிக்கிறானோ அவனையே கலைஞன் என்று சொல்லவேண்டும். அந்தப் பெயர் அவனுக்குத்தான் பொருந்தும்.

கிளா: வாஸ்தவம் ஸாக்ரட்டீஸ். உன்னுடைய காரணம் பொருத்தமாகவே இருக்கிறது.

ஸாக்: அப்படியானால் கிளாக்கோன். நமது ராஜ்ய அமைப்பு ஒழுங்காக இருந்துகொண்டிருக்க வேண்டுமானால் இந்த மாதிரியான ஒரு கலா புருஷன் தானே அதிகாரியாக இருக்க வேண்டும்? அப்படிப்பட்டவன் தானே அவசியம் தேவை?

கிளா: இந்தத் தேவையைவிட முக்கியமான தேவை என்ன இருக்கப் போகிறது?

ஸாக்: சரி; நமது ராஜ்யத்து இளைஞர்களுக்கு எப்படிப்பட்ட கல்வி புகட்டுவது, எந்தவிதமான தேகப்பயிற்சி யளிப்பது என்ற முக்கியமான விஷயங்களைப் பற்றிச் சில விதிகள் வகுத்துக்கொண்டோம். மற்ற விஷயங்களைப்பற்றி யெல்லாம், அதாவது வேட்டையாடுவது எப்படி, சதுரங்க விளையாட்டைப் பற்றி என்ன, குதிரைப் பந்தயத்தை எவ்வாறு நடத்துவது என்பன போன்ற விஷயங்களைப்பற்றி யெல்லாம் நாம் விதிகள் வகுத்துக்கொண்டிருப்பானேன்? இவையாவும், மேலே நாம் வகுத்துக்காட்டின சில பொதுவான முறைகளை அனுசரித்ததாயிருக்க வேண்டுமென்பது தெரிந்த விஷயந்தான். ஆதலின் அவைகளைப் பற்றி நாம் விரிவாகத் தர்க்கஞ் செய்து காலத்தை வீணாக்காமல், அடுத்த பிரச்சனையைப்பற்றிக் கவனிப்போம். அதாவது, நமது ராஜ்யத்துப் பிரஜைகளில், யாரார் ஆளவேண்டும், யாரார் ஆளப்பட வேண்டுமென்பதைப்பற்றி நாம் வரையறுத்துக் கொண்டுவிட வேண்டுமல்லவா?

கிளா: அவசியம்.

ஸாக்: வயதானவர்கள் ஆளவேண்டும், இளைஞர்கள் அதாவது வயதிலே

சிறியவர்கள் ஆளப்படவேண்டும் என்பது தெரிந்த விஷயந்தானே?

கிளா: ஆமாம்.

ஸாக்: வயதானவர்களிலேகூட யார் சிறந்தவர்களோ அவர்கள் தானே ஆளவேண்டும்?

கிளா: வாஸ்தவம்.

ஸாக்: விவசாயத் தொழிலைப் பற்றி நன்கு தெரிந்துகொண்டிருக்கிறவர்கள் தான், சிறந்த விவசாயிகளாக இருக்க முடியும். இல்லையா?

கிளா: உண்மை.

ஸாக்: அதைப் போல ராஜ்யத்தைப் பாதுகாவல் செய்வதிலே திறமையுடையவர்கள்தானே ராஜ்யத்தைக் காவல் புரியவேண்டும்?

கிளா: நிச்சயமாக.

ஸாக்: அப்படி அவர்கள் திறமையாகப் பாதுகாவல் செய்யவேண்டுமானால், புத்திசாலிகளாகவும், ராஜ்ய விவகாரங்களில் அதிக சிரத்தையுடையவர்களாகவும் இருக்கவேண்டும்.

கிளா: ஆமாம்.

ஸாக்: ஒருவன், எந்தப் பொருளை அல்லது எந்த மனிதனை நேசிக்கிறானோ அந்தப் பொருளை அல்லது அந்த மனிதனைத்தானே அவன் சிரத்தையாகக் கவனிப்பான்?

கிளா: இதில் ஆட்சேபமே இருக்க முடியாது.

ஸாக்: அப்படியானால், யாருடைய நலன்கள் தனது சொந்த நலன்களோடு சம்பந்தப்பட்டிருக்கின்றனவோ, யாருடைய சுக வாழ்க்கையை விருத்தி செய்தால் தனது சொந்த சுக வாழ்க்கை அபிவிருத்தியாகிறதோ, யாருடைய கஷ்டம் தன்னுடைய சொந்த கஷ்டமாகிறதோ, அப்படிப்பட்டவர்கள் விஷயத்தில்தான் ஒருவன் அதிகமான சிரத்தை எடுத்துக்கொள்வான் என்று ஏற்படுகிறதில்லையா?

கிளா: ஆமாம்.

ஸாக்: ஆகவே, யாரொருவர் தங்கள் வாழ்நாள் முழுவதும் ராஜ்யத்தின் க்ஷேமத்திற்காகச் சிரத்தையோடு உழைத்துக் கொண்டு வருகிறார்களோ, ராஜ்யத்திற்குத் தீமையை உண்டுபண்ணக் கூடியது என்று தங்களுக்குத் தோன்றுகின்ற ஒரு காரியத்தை யாரொருவர் கண்டிப்பாக, எந்தக் காரணத்தை முன்னிட்டும் செய்யாமலிருக்கிறார்களோ, அப்படிப்பட்டவர்களைத்தான் நாம்

காவலர்களாக நியமிக்க வேண்டும். இல்லையா?

கிளா: ஆமாம்; இத்தகையவர்களே நமக்குத் தேவை.

ஸாக்: அவர்கள், தங்கள் கொள்கைகளினின்று பிறழாமல் இருக்கிறார்களா, தங்கள் கொள்கைகளை உறுதியாகப் பின்பற்றிக் கொண்டு வருகிறார்களா என்று அவர்களுடைய வாழ்க்கையின் ஒவ்வொரு படியிலும் நாம் கூர்ந்து கவனித்துக்கொண்டு வரவேண்டும். ராஜ்யத்திற்கு எது நன்மையோ அந்தக் காரியங்களையே செய்து வரவேண்டுமென்று அவர்கள் ஒரு நம்பிக்கை கொண்டிருக்கிறார்களே அல்லது ஒரு கொள்கை வைத்துக் கொண்டிருக்கிறார்களே, அந்த நம்பிக்கையையும் அந்தக் கொள்கையையும் அவர்கள் புறக்கணித்துவிடக்கூடாது. ஏனென்றால், அவற்றை அவர்கள் புறக்கணித்துவிட வேண்டுமென்பதற்காக அவர்கள் மீது சூனிய வித்தைகள் பிரயோகிக்கப்படலாம்; அல்லது பலாத்காரம் உபயோகிக்கப்படலாம்.

கிளா: உண்மை. ஆனால், அவர்கள் தங்கள் நம்பிக்கைகளை அல்லது கொள்கைகளை எங்ஙனம் புறக்கணித்துவிட முடியும்?

ஸாக்: சொல்கிறேன் கேள். ஒரு மனிதன் ஏதோ ஒரு விஷயத்தைப் பற்றி ஒருவித நம்பிக்கை கொண்டிருக்கிறான். அந்த நம்பிக்கையை அவன் இஷ்டப்பட்டே அதாவது மனமறிந்தே இழந்துவிடலாம்; அல்லது அந்த நம்பிக்கை, அவனுக்குத் தெரியாமலே அவனை விட்டுப் போகலாம். ஒருவனுக்குக் கல்வி ஞானம் அதிகரிக்க அதிகரிக்க, தான் கொண்டிருந்த பொய் நம்பிக்கைகளை தெரிந்தே கைவிட்டு விடுகிறான். ஆனால், உண்மையான நம்பிக்கைகள் அனைத்தையும், மனிதர்கள், தங்களுக்குத் தெரியாமலேயே கைவிட்டு விடுகிறார்கள்.

கிளா: தெரிந்தே ஒரு நம்பிக்கையைக் கைவிடுவது என்பதை என்னால் தெரிந்துகொள்ள முடிகிறது. ஆனால், தெரியாமலே அந்த நம்பிக்கையைக் கைவிடுவது என்றால் அஃதெனக்குப் புரியவில்லை.

ஸாக்: மனிதர்கள், நல்ல பொருள்களை இழந்து விடுகிறார்கள் என்று சொன்னால் அஃது அவர்கள் இஷ்டப்பட்டா? மனப்பூர்வமாகவா? தெரிந்தா? இல்லையே. கெட்ட பொருள்களை இழந்துவிடுகிறார்களென்றால் அதைத் தெரிந்தே, இஷ்டப்பட்டே செய்கிறார்கள்; அதாவது நல்ல பொருள்களைத் தெரிந்தே இழக்கிறார்கள். அதைப் போல், உண்மையானவை யெல்லாம் நல்லவை என்று பட்டாலும் அதில் மனிதர்கள், தங்களை யறியாமலே நம்பிக்கையை இழந்து விடுகிறார்கள்.

கிளா: வாஸ்தவம்.

ஸாக்: மனிதர்கள் கொண்டுள்ள உண்மையான நம்பிக்கைகள், அவர்களிடத்திலிருந்து களவாடப்படுகின்றன; அல்லது சூனிய வித்தைகளினாலோ அல்லது பலாத்காரத்தினாலோ அவர்களிடமிருந்து அபகரிக்கப்படுகின்றன. இஃது உண்மையா இல்லையா?

கிளா: நீ சொல்வது எனக்கு விளங்கவில்லை.

ஸாக்: கொஞ்சம் விளக்கிச் சொல்கிறேன். நான் ஏதோ சில அபிப்பிராயங்கள் அல்லது நம்பிக்கைகள் கொண்டிருக்கிறேன் என்று வைத்துக்கொள். அந்த அபிப்பிராயங்களிலிருந்து அல்லது நம்பிக்கைகளிலிருந்து என்னை மாற்றிவிடுவதும், அல்லது அவற்றைப் பற்றி என்னை மறந்துவிடும்படி செய்வதும் களவு என்று நான் கருதுகிறேன். காலப் போக்கிலே என் அபிப்பிராயங்கள் அல்லது நம்பிக்கைகள் மாறிவிடுகின்றன; அல்லது என் அபிப்பிராயங்களுக்கு அல்லது நம்பிக்கைகளுக்கு மாறுபட்ட தர்க்க வாதங்களைக் கேட்டுக் கேட்டு, என் அபிப்பிராயங்களை அல்லது நம்பிக்கைகளை மறந்துவிடுகிறேன். இந்த இரண்டும், அதாவது மாறுதலும் மறதியும் என்னை யறியாமலே நிகழ்கின்றன. இப்பொழுது புரிகிறதா?

கிளா: ஆம்; புரிகிறது.

ஸாக்: துன்பத்தினால் ஒரு மனிதன் தனது நம்பிக்கைகளை மாற்றிக்கொண்டு விடுகிறானென்று சொன்னால் அதுவும் பலாத்காரமென்றுதான் நான் சொல்வேன்.

கிளா: நீ சொல்வது சரி.

ஸாக்: சூனிய வித்தைகளினால் மனிதர்கள், தங்கள் நம்பிக்கைகளை மாற்றிக்கொண்டு விடுகிறார்கள் என்று மேலே சொன்னேனே, அதனுடைய அர்த்தம் என்ன தெரியுமா? சுகத்தை அனுபவிக்க வேண்டும் என்பதற்காகவோ, அல்லது பயத்தின் காரணமாகவோ, யாரொருவர் தங்கள் நம்பிக்கைகளை மாற்றிக்கொண்டு விடுகிறார்களோ அல்லது இழந்துவிடுகிறார்களோ அவர்களெல்லோரும் சூனிய வித்தைகளினால் ஏமாற்றப்பட்டவர்கள் என்ற பொருளில்தான் நான் மேலே கூறினேன்.

கிளா: வாஸ்தவம். ஏமாற்றுகின்ற யாவும் சூனியவித்தைகள் தானே?

ஸாக்: ஆகையால், ராஜ்யத்தின் க்ஷேமந்தான் நமக்கு முக்கியம் என்று யார் உறுதியான நம்பிக்கை உடையவர்களாக இருக்கிறார்களோ அப்படிப்பட்டவர்களை நாம் காவலர்களாக நியமிக்கவேண்டும். அவர்களை நாம் குழந்தைப் பருவத்திலிருந்து கவனித்துக்கொண்டு வரவேண்டும். ராஜ்யத்தின் க்ஷேமத்தை மறந்துவிடக் கூடிய வேலைகளையும், ராஜ்யக் கடமைகளில் ஏமாந்துபோகக் கூடிய சந்தர்ப்பங்களையும் அவர்களுக்குக்

கொடுத்து அவர்களைப் பரிசோதிக்க வேண்டும். இந்தப் பரிசோதனைகளில் யார் வெற்றி பெறுகிறார்களோ, யாருக்கு அதிகமான ஞாபகசக்தி இருக்கிறதோ, யாரை ஏமாற்றுவது மகாகடினமோ, அப்படிப்பட்டவர்களைத் தான் நாம் நமது நாட்டுக் காவலர்களாக நியமிக்க வேண்டும். மற்றவர்களனைவரையும் நாம் நிராகரித்துவிட வேண்டும். இதை நீ அங்கீகரிக்கிறாயல்லவா?

கிளா: அவசியம்.

ஸாக்: மற்றும், அவர்களுக்குக் கடினமான உழைப்பை மேற்கொள்ள வேண்டிய வேலைகளையும், கோபம் உண்டாக்கக்கூடிய சம்பவங்களையும், போராடிப் போராடி நடத்தவேண்டிய காரியங்களையும் கொடுத்துப் பரிசோதிக்க வேண்டும்.

கிளா: வாஸ்தவம்.

ஸாக்: குதிரைகளை எப்படி ஜன சந்தடியான இடங்களில் அடிக்கடி கொண்டுபோய் அவற்றுக்குப் பயம் தெளியச் செய்கிறார்களோ அதைப்போல், ராஜ்யாதிகாரிகளாக வரவேண்டியவர்களை, சிறு வயதிலேயே பயமான சூழலின் மத்தியில் இருக்கச் செய்து, பயத்தைத் தெளிவிக்க வேண்டும். அப்படியே சுகபோகங்களின் மத்தியில் இருக்கச் செய்து அவற்றின் மீது வெற்றிகொள்ளுமாறு செய்யவேண்டும். எப்படி தங்கத்தை நெருப்பிலே போட்டுக் காய்ச்சிப் பக்குவப்படுத்துகிறோமோ அதைப்போல அதைவிடக் கடினமான பரிசோதனைகளுக்கு அவர்களை உட்படுத்த வேண்டும். இவற்றிலெல்லாம் எவன் வெற்றியடைகிறானோ அப்படிப்பட்டவனைத்தான் நாம் காவலனாகத் தெரிந்தெடுக்க வேண்டும். குழந்தைப் பருவத்திலாகட்டும் பாலியவயதிலாகட்டும், வயது வந்த மனிதனை காலத்திலாகட்டும், எல்லா நிலைகளிலும் எவனொருவன் பரிபூரணமாகப் பரிசோதிக்கப்பட்டு அந்தப் பரிசோதனையில் எவ்வித களங்கமுமின்றி வெளியேறுகிறானோ அவனைத் தான் நாம் அரசனாகவும், காவலனாகவும் தெரிந்தெடுக்க வேண்டும். அவன் உயிரோடிருக்கிற காலத்தில் அவனைக் கௌரவிக்க வேண்டும்; இறந்த பிறகு அவனைப் பகிரங்கமாக அடக்கம் செய்தும், அவனுக்கு வேறு பல ஞாபகச் சின்னங்கள் நிறுவியும் அவனைக் கௌரவிக்க வேண்டும். அரசர்கள் அல்லது காவலர்கள் ஆகிய இவர்களைத் தெரிந்தெடுப்பதற்கு இந்த மாதிரியான ஒரு பரிசோதனை முறையை நாம் கையாள வேண்டும். இந்தப் பரிசோதனையில் வெற்றி பெறாதவர்கள் அனைவரையும் நாம் நிராகரித்துவிட வேண்டும். பொதுப்படையான சில திட்டங்களைத்தான் நான் இங்குச் சொல்லிக்கொண்டு போகிறேனே தவிர, எந்தவித விவரமான விதிகளையும் நான் இங்கு வகுத்துக் காட்டவில்லை.

கிளா: உனது கொள்கைகளை நான் பூரணமாக ஏற்றுக்கொள்கிறேன்.

ஸாக்: மேலே சொன்ன பரிசோதனைகளில் வெற்றி பெற்றவர்களை உத்தமமான காவலர்கள் என்று அழைப்பதுதானே சரி? ஏனென்றால் இவர்கள், வெளிநாட்டுச் சத்துருக்களையும் உள்நாட்டு நண்பர்களையும் மிகுந்த ஜாக்கிரதையோடு கவனித்துக்கொண்டு வருகிறார்களல்லவா? இவர்கள், தங்கள் கூர்ந்த கண்காணிப்பினால், வெளிநாட்டுச் சத்துக்களை நம் நாட்டின்மீது படையெடுக்க வொட்டாமல் அசக்தர்களாக்கி விடுகிறார்கள். அப்படியே உள்நாட்டு நண்பர்களை, நம் நாட்டிற்குள்ளிருந்து கொண்டே தீங்கு செய்வதற்கு விருப்பமில்லாதவர்களாக்கி விடுகிறார்கள். இந்த உத்தமமான காவலர்களை. அதாவது மேலே சொன்னமாதிரி பரிசோதனைகளுக்கு உட்பட்டு அவற்றிலே வெற்றி பெறுகிற வயதானவர்கள் இருக்கிறார்களே அவர்களை, அந்த அனுபவசாலிகளை, அரசர்களாகவும், மற்றவர்களை, அதாவது நிரம்ப வயதடையாத யௌவன புருஷர்களைப் போர் வீரர்களாகவும் நாம் நியமிக்க வேண்டும். இந்தப் போர் வீரர்களை அரசர்களின் துணையாட்கள் என்று நாம் அழைப்போமாக.

கிளா: உன்னுடைய ஏற்பாடு சரிதான்.

ஸாக்: அப்படியானால், ஒரு நாட்டினுடைய நன்மைக்காக அல்லது பெரும்பாலான ஜனங்களுடைய நன்மைக்காக, ஒரு பொய்யைச் சொல்வது குற்றமில்லையென்று சற்று முன் நாம் பேசினோமே[1] அந்த மாதிரியான ஒரு பொய்யை, சிறப்பாக அரசர்களுடைய நன்மைக்காகவும், பொதுவாக எல்லாப் பிரஜைகளுடைய நன்மைக்காகவும் கண்டுபிடிக்கலாமா?

கிளா: நீ என்ன சொல்கிறாய் ஸாக்ரட்டீஸ்!

ஸாக்: இதில் ஆச்சரியமொன்றுமில்லை. நமது முன்னோர்கள் இந்த முறையைக் கையாண்டிருக்கிறார்கள். ஆனால், இதனை எந்த வார்த்தைகளினால் அலங்கரித்துச் சொல்வது என்பதுதான் எனக்கு யோசனையாயிருக்கிறது. இருக்கட்டும், முயன்று பார்க்கிறேன். முதலாவது, நமக்கு அளிக்கப்படும் தேகப்பயிற்சி, கல்வி முறை முதலியனவும், நமது அன்றாட வாழ்க்கையிலேற்பட்டு வருகிற மற்றா அனுபவங்களும், வெறும் கனவுகளேயென்று அரசர்களும், போர் வீரர்களும், மற்றப் பிரஜைகளும் நம்புமாறு செய்ய வேண்டும். அவரவரும் பிறக்கிறபோதே, சிலசில தகுதிகளுடன், அதாவது பயிற்சி யோக்கியதை முதலியவற்றுடன் பிறக்கிறார்களென்றும் ஜனங்களுக்கு வற்புறுத்திச் சொல்லவேண்டும். இங்ஙனம் ஒவ்வொருவரும் ஒவ்வொரு விதமான பயிற்சி, யோக்கியதை முதலியவற்றுடன் பிறக்கிறார்களாதலினால், அவரவரும், தாங்கள் பிறந்த நாட்டுக்குத் தங்கள் தகுதிக் கேற்ப தொண்டு செய்ய வேண்டுமென்றும்,

தங்களுடைய ஜன்ம பூமியைப் பெற்ற தாயாகவும் வளர்த்த தாதியாகவும் போற்ற வேண்டுமென்றும், அந்நியர்களின் படையெடுப்பினின்று அதனைக் காப்பாற்ற வேண்டுமென்றும், மற்றப் பிரஜைகள், ஒரு தாய் வயிற்றில் பிறந்த சகோதரர்களாக நேசிக்க வேண்டுமென்றும் சொல்ல வேண்டும். இன்னும் ஜனங்களைப் பார்த்து நாம் பின்வருமாறு உபதேசிக்கவேண்டும்:

"இந்த ராஜ்யத்திலே வசிக்கிற நீங்களெல்லோரும் சகோதரர்கள். ஆனால், கடவுள் உங்களைச் சிருஷ்டிக்கிறபோது, யாரிடத்தில் ஆளும் யோக்கியதை இருக்கிறாதோ அவர்களிடத்தில் தங்கத்தை நிரப்பி வைத்திருக்கிறார். அப்படிப்பட்டவர்களுக்கு மற்றவர்கள் மரியாதை செலுத்த வேண்டும். அப்படியே போர் வீரர்களிடத்தில் வெள்ளியையும், விவசாயிகள் – தொழிலாளிகள் முதலியோர்களிடத்தில் இரும்பையும் செம்பையும் முறையே நிரப்பிவைத்திருக்கிறார். உங்களைப் போல் உங்களுடைய குழந்தைகளும் இருப்பது சகஜமே. ஆனால், மேலே சொன்ன மூன்று பிரிவினரும், அதாவது அரசர்கள், போர் வீரர்கள், விவசாயிகள் – தொழிலாளிகள் முதலியோர், ஒரே மண்ணிலிருந்து உற்பத்தியானவர்களாதலினால், அதாவது சகோதரர்களாதலினால், தங்கத்திடமிருந்து வெள்ளியும் அல்லது வெள்ளியிடமிருந்து தங்கமும் முறையே பல வகையாக மாறிமாறித் தோன்றுவது இயற்கைதான். இதனால், கடவுள், அரசர்களுக்கு விதித்திருக்கிற கண்டிப்பான கட்டளை என்னவென்றால் – ராஜ்யத்திலே பிறக்கிற எல்லாக் குழந்தைகளின் விஷயத்திலும் நீங்கள் அதிகமான கவனம் செலுத்த வேண்டும். யாராருடைய ஆத்மாவில் என்னென்ன உலோகம் கலந்திருக்கிறதென்பதை நீங்கள் நிதானித்துப் பார்க்கவேண்டும். உங்களுடைய சொந்தக் குழந்தைகளிடத்திலேயே இரும்பும் செம்பும் கலந்திருக்குமானால், அதாவது விவசாயியாக இருக்கவோ அல்லது தொழிலாளியாக இருக்கவோ கூடிய யோக்கியதைகளுடன் அவர்கள் பிறப்பார்களானால், கொஞ்சம்கூடத் தயை தாட்சண்யம் இன்றி அவர்களை விவசாயிகளின் கூட்டத்தில் சேர்த்துவிட வேண்டும். அப்படியே விவசாயிகள் – தொழிலாளிகள் குடும்பங்களில், அரச தன்மைகளுடனோ அல்லது போர் வீரர்களுக்குரிய தன்மைகளுடனோ குழந்தைகள் பிறப்பார்களானால் அவர்களை, அந்தப் பிரிவுகளில் முறையே சேர்த்துவிட வேண்டும்; அதாவது, அவர்களை அரசர்களாகவும், போர் வீரர்களாகவும் முறையே நியமிக்க வேண்டும். ஒரு ராஜ்யத்தை இரும்போ செம்போ காவல் செய்யுமானால், அதாவது விவசாயிகளோ அல்லது தொழிலாளர்களோ ஆட்சி புரிவார்களானால், அந்த ராஜ்யம் விரைவிலே அழிந்துபோகும் என்று ஒரு தேவவாக்கு கூறுகிறது." இந்த மாதிரியான தோரணையில் ஜனங்களுக்கு நாம் உபதேசித்து, அவர்களை நம்புமாறு செய்ய வேண்டும். இப்படி நம்பச் செய்வதற்கு வேறுவிதமான உபாயம் உனக்குத் தோன்றுகிறதா?

கிளா: எனக்கொன்றும் தோன்றவில்லை. ஆனால், இந்தப் பொய் வரலாற்றாஇ நிகழ்கால சந்ததியாருக்கு எடுத்துச் சொல்லி அவர்களை நம்பும்படி செய்வது கஷ்டம்; பிற்கால சந்ததியாரை வேண்டுமானால் நம்பச் செய்யலாம்.

ஸாக்: பிற்கால சந்ததியார் நம்பினாலும் போதுமே. அதனால் ராஜ்யத்திற்கு அதிகமான க்ஷேமம் உண்டாகுமே. அஃதிருக்கட்டும்; மேலே சொன்ன மாதிரியான தகுதிகளுடன் பிறக்கிற ஜனங்கள், போர் வீரர்களுடைய துணை கொண்டு ஓரிடத்தைத் தெரிந்தெடுத்து, அதில் தகுந்த பந்தோபஸ்து செய்து அதையே ஒரு ராஜ்யமாக அமைத்துக் கொள்வார்களாக. அந்த ராஜ்யத்தில் அரசனும் போர் வீரர்களும் வசிப்பதற்கென்று தெரிந்தெடுக்கப்படுகிற இடமானது, உட்பகைவர்களையும் வெளிப் பகைவர்களையும் எளிதிலே அடக்கிவிடுவதற்குச் சௌகரியமானதாக இருக்கவேண்டும். அப்படிப்பட்ட இடத்தைத் தெரிந்தெடுத்துக்கொண்டு, தேவதா பூஜை முதலியன செய்து, மேற்படி அரசனும் போர் வீரர்களும் தங்களுடைய வாசஸ்தலங்களை அமைத்துக் கொள்வார்களாக. இந்த ஏற்பாடு சரிதானே?

கிளா: சரிதான்.

ஸாக்: போர் வீரர்கள் வசிப்பதற்கென்று அமைக்கப்படுகிற இடமானது, காற்று, மழை, வெயில் முதலியவற்றிலிருந்து அவர்களைக் காப்பாற்றக்கூடிய வசதிகளுடையதாக இருந்தால் மட்டும் போதுமானது. ஆட்டு மந்தையைக் காப்பதற்காக வளர்க்கப்படும் நாய்கள், சரியான பயிற்சி இல்லாத காரணத்தினால் அவையே மந்தைக்குள் புகுந்து ஆடுகளைக் கொன்று தின்னாமலிருக்க நாம் எப்படிக் கவனஞ் செலுத்த வேண்டுமோ அதைப் போல் ஜனங்களைப் பாதுகாப்பதற்காக நியமிக்கப்படும் போர் வீரர்கள், அந்த ஜனங்களையே அழித்துவிடாமலிருக்கும்படி நாம் பாதுகாக்க வேண்டும். இதற்கான முறையில் அவர்களுடைய வாசஸ்தலங்களை அமைத்துக் கொடுக்கவேண்டும்.

கிளா: வாஸ்தவந்தான்.

ஸாக்: இந்தமாதிரி அவர்கள் ஜனங்களுக்குக் கெடுதல் உண்டுபண்ணாதிருக்க வேண்டுமானால், அவர்களுக்குத் தகுந்த மாதிரியான கல்விப் பயிற்சி அளிக்கவேண்டும். அவர்கள், நான் மேலே சொன்ன மாதிரி, தங்கள் சகோதர ஜனங்களிடத்தில் சாந்தமாகவும், சத்துருக்களிடத்தில் கடுமையாகவும் நடந்து கொள்ளக்கூடிய விதமாக அவர்களுடைய கல்விமுறை இருக்க வேண்டும்.

கிளா: நீ சொல்வது நிரம்ப சரி.

ஸாக்: அவர்களுடைய வாசஸ்தலங்களும், அவர்கள் சம்பந்தமான பிற

ஏற்பாடுகளும், போர் வீரர்களுடைய லட்சணத்திலிருந்து சிறிதுகூட வழுவாமல் நடந்துகொள்ளுமாறு அவர்களைச் செய்வதாயிருக்க வேண்டும்.

கிளா: உண்மை.

ஸாக்: இதுகாறும் நாமிருவரும் தர்க்கம் செய்துவந்த விஷயத்தைத் தொகுத்துச் சுருக்கமாக சொல்கிறேன் கேள். யாராரை அரசர்களாகவும் பாதுகாவலர்களாகவும் நாம் தெரிந்தெடுக்கப்போகிறோமோ அவர்கள் கீழ்க்கண்ட விதமாக வாழ்க்கையை நடத்தவேண்டும். முதலாவது, மிகவும் அவசியமிருந்தாலன்றி இவர்களில் யாரும் தனிச் சொத்துரிமை உடையவர்களாக இருக்கக் கூடாது. இரண்டாவது, இவர்களுடைய வாசஸ்தலங்கள், சாமான் சாலைகள் முதலிய இடங்கள், விருப்பமுள்ள யாரும் அவற்றில் தாராளமாகப் பிரவேசிக்கிற விதமாக இருக்கவேண்டும். வருஷத்திற்கு ஒருமுறை இவர்கள், தங்களுடைய வாழ்க்கையை நடத்துவதற்கு என்ன தேவையோ அதனை மற்றப் பொதுஜனங்களிடமிருந்து, அதாவது விவசாயிகள், தொழிலாளிகள் முதலியோரிடமிருந்து பெற்றுக்கொள்ள வேண்டும். ஒரு ராணுவ ஸ்தலத்தில் எப்படி எல்லாப் போர் வீரர்களும் ஒன்றாக வசிப்பார்களோ அதைப் போல் இவர்கள் எல்லோரும் ஒன்றாகவே வசிக்க வேண்டும்; ஒன்றாகவே இருந்து உணவு கொள்ள வேண்டும். தங்கம், வெள்ளி முதலியவற்றை உபயோகிக்கிற விஷயத்தில் இவர்கள் மனிதர்களால் பூமியிலிருந்து தோண்டி எடுக்கப்படுகிற தங்கம், வெள்ளி முதலிய உலோகப் பொருள்களைப் பெரிதென மதிக்கக்கூடாது. கடவுளர்களால் அருளப்பட்ட தெய்வ சம்பத்துக்களையே இவர்கள் பெரிதெனப் போற்ற வேண்டும்; அவற்றையே தங்கள் இதயத்தில் வைத்துக் காப்பாற்ற வேண்டும். அது மட்டுமல்ல; இவர்கள், தங்களிடமுள்ள தெய்வ சம்பத்துக்களை, மனிதப் பொருள்களுடன் சேர்த்துக் களங்கப்படுத்திவிடக் கூடாது. இவர்கள், தங்களைப் பொறுத்தமட்டில் தங்கம், வெள்ளி முதலிய உலோகப் பொருள்களைத் தீண்டாமலும், அவை இருக்கிற இடத்திலே இராமலும், தங்கம், வெள்ளி முதலிய பாத்திரங்களில் நீர் முதலியன பருகாமலும் இருக்கவேண்டும். அப்பொழுதுதான் இவர்களுக்கும் விமோசனம் உண்டு; இவர்களுடைய நாட்டுக்கும் விமோசம் உண்டு. இப்படியெல்லாம் இராமல் இவர்கள், தங்களுக்கென்று சில புலங்கள், வீடு வாசல்கள் முதலியவற்றைச் சேகரித்துக்கொண்டு, மற்றவர்களைப் போல் உலக விவகார ரீதியில் நடந்துகொள்ளத் தொடங்குவார்களானால், இவர்களை ஜனங்கள் சேகரிப்பதற்குப் பதிலாக துவேஷிப்பார்கள். இவர்கள் மற்றப் பிரஜைகளுக்கு விரோதமாகச் சதி செய்யத் தொடங்கி விடுவார்கள். அப்படியே அந்தப் பிரஜைகளும் இவர்களுக்கு விரோதமாகச் சதி செய்யத் தொடங்குவார்கள். வெளிநாட்டுச் சத்துருக்களுக்குப் பயப்படுவது போய்,

உள்நாட்டுப் பிரஜைகளுக்கே இவர்கள் பயப்பட வேண்டியிருக்கும். இதன் பயனாக இவர்கள் தங்களையும் அழித்துக்கொள்வார்கள்; தங்கள் ராஜ்யத்தையும் அழித்துவிடுவார்கள். இவற்றையெல்லாம் தடுப்பதற்காகவே, நான் முதலிற் சொன்னமாதிரி, இவர்களுக்குக் கல்விப் பயிற்சி அளிக்க வேண்டும்; பிற வசதிகளும் செய்து கொடுக்கவேண்டும். இந்த மாதிரியான பயிற்சியுடையவர்களே நமது ராஜ்யத்தின் காவலர்களாக இருக்கிறார்கள் என்று கருதிக்கொண்டு நாம் சட்ட நிரூபணம் செய்வோமா?

கிளா: நிரம்ப சரி.

நான்காவது புத்தகம்

இந்தப் பாகத்தில், ஒரு ராஜ்யத்திற்கு இன்றியமையாத ஒழுக்கங்கள் என்னென்ன வென்பதைப் பற்றியும், இவற்றிலிருந்து நீதியை எப்படித் தெரிந்தெடுப்பது என்பதைப் பற்றியும் ஸாக்ரட்டீஸுக்கும் அடீமாண்ட்டஸுக்கும் வாதம் நடைபெறுகிறது.

அடீமாண்ட்டஸ்: ஸாக்ரட்டீஸ், நீ வகுக்கிற விதிகள் பிரகாரம் அரசர்கள் இருப்பார்களானால், அவர்கள் சந்தோஷ மில்லாதவர்களாகவன்றோ இருப்பார்கள்? அவர்களுக்கு ராஜ்யம் சொந்தமாக இருந்த போதிலும், அந்த ராஜ்யத்தினுடைய சாதகங்களை அவர்கள் அடைய முடியாமற் போய்விடுகிறதே? மற்ற நாட்டு அரசர்கள் தங்களுக்கென்று சொந்தமாக நிலபுலங்களை வைத்துக் கொண்டிருக்கிறார்கள்; தங்களுடைய வாசத்திற்கென்று அழகான மாட மாளிகைகளைக் கட்டிக் கொண்டிருக்கிறார்கள்; கடவுளர்களுக்குத் தங்களிஷ்டமான விருந்தினர்களை உபசரிக்கிறார்கள்; ஆனால், உனது ராஜ்யத்து அரசர்கள் இப்படி யெல்லாம் இராமல், சம்பளம் பெற்று உழைக்கிற ஊழியர்களாக வல்லவோ இருப்பார்கள்?

ஸாக்: அது மட்டுமா? இவர்களுக்குத் தேவையான ஆகாரம் மட்டுந்தான் கிடைக்கிறதே தவிர, வேறு ஊதியம் கிடைக்கவில்லை. தங்கள் சொந்தச் செலவில் எங்கேனும் பிரயாணம் செய்ய வேண்டுமென்றால் இவர்களால் முடியாது. சிற்றின்ப சுகங்களை அனுபவிக்கக் கூடிய சௌகரியங்கள் இவர்களுக்கு இராது. தங்களுடைய தேவைகளுக்குப் பணம் செலவழிக்க முடியாது. இந்த அசௌகரியங்களை யெல்லாம் நீ சேர்த்துக்கொள்ளவில்லையே.

அடீ: சேர்த்துக் கொண்டுதான் பார்க்கலாமே. உன்னுடைய சமாதானம் என்ன?

ஸாக்: சொல்கிறேன். நாம் ஒரு ராஜ்யத்தை அமைப்பதன் நோக்கம், அதிலுள்ள ஒரு சிலர் சுகத்தை அனுபவிக்க வேண்டுமென்பதற்காகவல்ல; எல்லா ஜனங்களும் ஒரே மாதிரியான சுகத்தை அனுபவிக்க வேண்டுமென்பதற்காக, ஒரு சித்திரத்தில் கண்களை மட்டும் அழகாக அமைத்து விட்டு, மற்ற அங்கங்களை அழகுபடுத்தாமல் விட்டுவிட்டால் அந்தச் சித்திரம் எப்படிச் சோபிக்காதோ அதைப் போல், ஒரு ராஜ்யத்தில், ஒரு சிலரை மட்டும் சந்தோஷத்தை அனுபவிக்க விட்டுவிட்டு மற்றவர்களைத் துக்கப்படும்படி விட்டுவிட்டால் அந்த ராஜ்யம் சுபிட்சமான ராஜ்யம் என்று சொல்ல முடியாது. அவரவருக்கும், அவரவருடைய தகுதிப்படி பொறுப்பையும் கடமையையும் கொடுத்தால் தான் அவரவரும் அவரவருடைய நிலையிலிருந்து கொண்டு

காரியங்களைச் செய்துகொண்டு போவர். ராஜ்யமும் ஒழுங்காக இயங்கிக் கொண்டு போகும். ராஜ்யப் பாதுகாவலர்களுக்குப் பாதுகாவல் செய்யும் தன்மையிலிருந்து இறங்கிவிடகூடிய சந்தோஷத்தையும் சுகத்தையும் கொடுத்தோமானால், அவர்கள் தங்கள் காவல் தொழிலைத் திறமையாகச் செய்ய முடியாது. உதாரணமாக, விவசாயிகளுக்கு நாம் ஆடம்பரமான ஆடையைக் கொடுத்து, அவர்கள் தலைமீது பொன்மகுடத்தைத் தரிக்கச் செய்து, உங்களுக்கு இஷ்ட முண்டாகும்போது நிலத்தைச் சாகுபடி செய்யுங்கள்" என்ற கூறலாம். அப்படியே குயவர்களைப் பார்த்து "நீங்கள் பஞ்சணை மீது படுத்தும், ஆடியும், பாடியும் இன்பகரமாகக் காலத்தைக் கழித்துவிட்டு, விருப்பம் ஏற்பாடுகிறபோது மட்பாண்டம் வனையும் சக்கரத்தைச் சுற்றுங்கள்" என்று கூறலாம். இப்படியே எல்லோரையும் சந்தோஷிக்கச் செய்யலாம். ஆனால் விவசாயிகள், விவசாயம் செய்யமாட்டார்கள்; குயவர்கள், தங்கள் தொழிலை நடத்தமாட்டார்கள். இங்ஙனமே யாரும் தங்கள் தங்கள் தொழிலை நடத்திக் கொண்டு போக மாட்டார்கல் அவரவரும் தங்கள் தங்கள் நிலையிலிருந்து இழிவடைவார்கள். தங்களைப் பற்றி உயர்வாக நினைத்துக் கொண்டு, அதனால் தங்களுடைய உண்மையான நிலையைத் தெரிந்துகொள்ளாமல் போய்விடுவார்கள். தொழிலாளர்கள் முதலியோர் இப்படிச் சீரழிந்து போவதனால் ராஜ்யத்தையும் அதன் சட்டதிட்டங்களையும் பாதுகாக்கிற பொறுப்பை ஏற்றுக் கொண்டிருக்கிறவர்கள் இந்த மாதிரி இழிநிலையையடிந்து விடுவார்களானால், ராஜ்யமே சீரழிந்து போகும். ஆகையால், காவலர்களை நாம் நியமனம் செய்கிறபோது, அவர்களுடைய சுகம் மட்டும் முக்கியமா என்பதைக் கவனிக்க வேண்டும். ஒரு ராஜ்யம் முழுவதும் க்ஷேமத்தையும் சௌக்கியத்தையும் எல்லா ஜனங்களும் பங்கிட்டுக்கொள்வார்கள்; எல்லோரும் ஒரே மாதிரியான சௌக்கியத்தை அனுபவிப்பார்கள்.

அடீ: நீ சொல்வது சரி.

ஸாக்: அதிகமான செல்வமோ அதிகமான வறுமையோ மனிதர்களை ஒழுக்கவீனர்களாகவும், திறமையற்றவர்களாகவும் செய்துவிடுகிறது.

அடீ: எப்படி?

ஸாக்: உதாரணமாக ஒரு குயவன் இருக்கிறான். அவனுக்கு அதிகமாகப் பணம் கிடைத்து விட்டால் அவன், தன் தொழிலை நடத்துவானா?

அடீ: மாட்டான்.

ஸாக்: பணம் கிடைத்ததன் காரணமாக அவன் முன்னைவிடச் சோம்பேறியாகவும் அஜாக்கிரதையுடைய வனாகவும் ஆகிவிடுவானல்லவா?

அடீ: ஆம்

ஸாக்: இதனால் அவனுடைய தொழில் திறமை குன்றிப் போய்விடும்.

அடீ: வாஸ்தவம்.

ஸாக்: இனி, வேறொரு நிலையைக் கவனிப்போம். அந்தக் குயவன், பரம தரித்திரனாக இருந்தால், அவன் தன் தொழிலுக்கு வேண்டிய சாமான்கலை வாங்கமுடியாது சாமான்கள் இல்லாத காரணத்தினால் அவன் திறமை குன்றிப் போய்விடுகிறது. இதனால் அவனுடைய பின் சந்ததியார் பாதிக்கப்படுவார்கள். இல்லையா?

அடீ: நிச்சயமாக.

ஸாக்: எனவே, அதிகமான செல்வமோ அதிகமான வறுமையோ இருந்தால், சிறப்பான தொழில்களையோ, திறமையான தொழிலாளர்களையோ எதிர் பார்க்க முடியாதென்று ஏற்படுகிறது.

அடீ: ஆம்.

ஸாக்: ஆகையால் அதிகமான செல்வமோ அதிகமான வறுமையோ தங்கள் ராஜ்யத்திற்குள் வரவொட்டாதபடி அரசர்கள் பாதுகாக்க வேண்டும். அதிக செல்வத்தினால் ஆடம்பரத் தன்மையும் சோம்பேறித்தனமும் உண்டாகும். அதிக வறுமையினால் புரட்சியும் இழிதகைமையும், துரோகமும் ஏற்படும்.

அடீ: வாஸ்தவந்தான். ஆனால், ஸாக்ரட்டீஸ், பணமில்லாவிட்டால், நாம் பிறர்மீது எப்படிப் போர் தொடுப்பது? சிறப்பாக நம்மைவிட விஸ்தீரணமும் செல்வமுமுள்ள ராஜ்யத்தினர் படை யெடுக்கிறபோது நாம் பணமில்லாமல் என்ன செய்யமுடியும்?

ஸாக்: நீ சொல்வது சரி. ஆனால், நீ சொல்கிற மாதிரியுள்ள ஒரு ராஜ்யத்தோடு போராடுவது கடினம்தான். ஆனால், இரண்டு ராஜ்யங்களோடு போராடுவது சுலபம்.

அடீ: நீ கூறுவது எனக்கு விளங்கவில்லையே.

ஸாக்: சொல்கிறேன். நமது திறமையான போர்வீரர்கள் பணக்காரர்களோடு போராடுவார்கள் என்பதை நாம் கவனிக்க வேண்டும். எப்படி நன்றாகப் பழக்கப்பெற்ற ஒரு பயில்வான், சரீரம் பருத்திருக்கிற இரண்டு பணக்காரர்களுடன் திறமையாகவும் வெற்றிகரமாகவும் குத்துச் சண்டை செய்வானோ அதைப் போல் நமது ராஜ்யத்துப் போர் வீரர்களை ஒழுங்காகப் பழக்கப்படுத்தி விட்டால், அவர்கள் எப்படிப்பட்டவர்களையும் சமாளித்து வெற்றி பெறுவார்கள். தவிர, நமது ராஜ்யத்தில் செல்வச்

செழிப்பு அதிகமாக இராதல்லவா? இந்தக் காரணத்தினால் நம் நாட்டின் மீது படையெடுத்துச் சுவாதீனப் படுத்திக்கொள்ள யாரும் விரும்பமாட்டார். நான் மேலே சொன்ன மாதிரியான ஒழுங்கு முறைகளை அனுசரித்து ராஜ்யத்தை அமைத்துக் கொள்வோமானால், நமது ராஜ்யந்தான் மிகப் பெருமை உடையதாயிருக்கும். நம்மிடத்தில் ஆயிரம் போர்வீரர்களே இருந்தபோதிலும், நம்முடைய ராஜ்யத்திற்குத்தான் மதிப்பு இருக்கும்.

அடீ: சரி.

ஸாக்: ஆகவே, நம்முடைய ராஜ்யத்தை நாம் நிர்மாணித்துக் கொள்கிறபோது, அதன் எல்லையை, அதன் ஒற்றுமை குலையாதிருக்கிற வரையில் விஸ்தரித்துக்கொண்டு போகலாம். அந்த ஒற்றுமை குலைந்து போகிறதென்று தெரிந்தால், அதற்கு மேல் ராஜ்யத்தை விஸ்தரிக்கக் கூடாது; அதாவது நமது ராஜ்யம் மிகச் சிறியதாகவும் இருக்கக்கூடாது; மிகப் பெரியதாகவும் இருக்கக்கூடாது. நெருங்கிய ஒற்றுமையும் தேவையான விஸ்தீரணமும் உடையதாய் இருக்கவேண்டும்.

அடீ: இது கவனிக்கப்பட வேண்டிய விஷயந்தான்.

ஸாக்: இன்னொரு விஷயத்தையும் நாம் கவனிக்க வேண்டும். அதாவது, ராஜ்யப் பாதுகாவலர்களுக்குப் பிறக்கிற குழந்தைகள், அந்தப் பாதுகாவலர்களைவிட திறமைக் குறைவுடையவர்களாக இருப்பார்களானால், அவர்களிடத்தில் – அந்தக் குழந்தைகளிடத்தில் – ராஜ்யத்தைப் பாதுகாக்கும் பொறுப்பை ஒப்படைக்கக் கூடாது. அப்படியே, சாதாரண குடும்பங்களில் உண்டாகிற, அதாவது ஏழை மக்களுக்குப் பிறக்கிற குழந்தைகள், ராஜ்யப் பாதுகாப்புப் பொறுப்பை வகிக்கும் திறமையுடையவர்களாய் இருந்தால், அவர்கள் வசம் அந்தப் பொறுப்பை அளிக்கவேண்டும். யாரார் எந்தெந்த வேலைக்குத் தகுதியுடையவராயிருக்கின்றனரோ அவரவரிடத்தில் அந்தந்த வேலையை ஒப்புவிக்க வேண்டும். அப்பொழுதுதான் ஒரு மனிதன் பல மனிதர்களாக இராமல் ஒரு மனிதனாக இருப்பான்; அதாவது, ஒருவனே பல தொழில்களிலும் தலையிட்டுக் கொண்டால், எந்தத் தொழிலையும் சிறப்பாகச் செய்ய முடியாது. ஒரு தொழிலில் மட்டும் விசேஷ கவனஞ் செலுத்தினால் அதில் அவன் திறமையடைவான்; பிரபலமுமடைவான்.

அடீ: நீ சொல்கிற ஏற்பாடு மிகவும் சுலபமான ஏற்பாடுதானே.

ஸாக்: அடிப்படையான ஒரு விஷயத்தின் மீது மட்டும் நாம் கவனம் செலுத்திக் கொண்டு வருவோமானால், எல்லா விஷயங்களுமே சுலபமாகத்தானிருக்கும்.

அடீ: அஃதென்ன அந்த அடிப்படையான விஷயம்?

ஸாக்: ஒழுங்கான கல்விப் பயிற்சி; சரியான வளர்ப்பு. இந்த இரண்டு அடிப்படையான அம்சங்களை, இளைஞர்களைப் பொறுத்தமட்டில் நாம் முக்கியமாகக் கவனித்துக்கொண்டு வருவோமானால், இவர்கள் பெரியவர்களானதும் நியாய புத்தியுடையவர்களாகி, எல்லா விஷயங்களையும், அதாவது மனைவிமார்களை வைத்துக் கொண்டிருத்தல், விவாகப் பிரச்னை, பிள்ளைப் பேறு முதலிய பல விஷயங்களையும் தெளிவுபட நோக்குவார்கள். இந்த விஷயங்களைப் பொறுத்தமட்டில் "நண்பர்களுடைய பொருள்கள் யாவும் பொதுப் பொருள்களே" என்ற கொள்கையை முடிந்த மட்டில் தங்கள் வாழ்க்கையில் அனுஷ்டானத்திற்குக் கொண்டுவரப் பார்ப்பார்கள். இப்படிப்பட்டவர்கள் நமது ராஜ்யத்துப் பாதுகாவலர்களாகி விடுவார்களானால், இவர்கள் நல்ல சக்திகளையும் சுபாவங்களையும் உற்பத்தி செய்துகொண்டு போவார்கள். இதனால், இவர்கள் பெறுகிற கல்வி முறை விருத்தியாகும்; அந்தக் கல்வி முறையினால் இவர்களும் விருத்தியடைவார்கள். இஃதொரு சீலமுள்ள சுற்றுவட்டம் மாதிரி. இந்தச் சுற்று வட்டத்தின் மத்தியில் நல்ல பிரஜைகள் உற்பத்தியாவார்கள்.

அடீ: நீ சொல்வது சரிதான்.

ஸாக்: நமது பாதுகாவலர்கள், ராஜ்யத்தின் க்ஷேமத்திற்காக ஒரு விஷயத்தில் மட்டும் கண்ணும் கருத்துமுடையவர்களாய் இருக்க வேண்டும். அதாவது இவர்கள் எதனையும், நவீனம் என்பதற்காக ஆதரிக்கக் கூடாது. சிறப்பாகத் தேகப் பயிற்சி விஷயத்திலும், கலை விஷயத்திலும், எந்த விதமான புது முறைகளையும் இவர்கள் அங்கீகரிக்கக்கூடாது. ஏனென்றால், அவை இரண்டிலும் எந்தவிதமான மாற்றங்கள் ஏற்பட்டாலும் அவை, ராஜ்யத்தின் அடிப்படையான சட்டங்களையே மாற்றியமைப்பது போலாகும்.

அடீ: வாஸ்தவந்தான்.

ஸாக்: நமது சிறுவர்களுடைய விளையாட்டு முறைகளிலும் நாம் எந்தவிதமான நவீனத்தையும் அனுசரிக்கக் கூடாது. விளையாட்டுகளிலே கூட ஒருவித பெருந்தன்மை, ஒழுக்கம் முதலியன இருக்கவேண்டும். ஆனால், என்னென்ன விளையாட்டுக்களை விளையாட வேண்டும், பெரியோர்களிடத்தில் எந்த மாதிரி மரியாதையாக நடந்துகொள்ள வேண்டும், எந்தவிதமான உடைகளை அணிந்துகொள்ள வேண்டும், எந்தவிதமாகத் தலைமயிரைச் சீவிக்கொள்ள வேண்டும் என்பன போன்ற சில்லரை விஷயங்களிலெல்லாம் சட்டத்தைக்கொண்டு புகுத்தி அல்லற்படுத்தக் கூடாது. நாம் அனுஷ்டானத்திற்குக் கொண்டு வருகிற கல்வி முறையை யொட்டொ இவை யாவும் ஒழுங்காக அமைந்துவிடும்.

அடீ: உண்மை.

ஸாக்: வியாபாரிகள் ஒருவருக்கொருவர் செய்துகொள்கிற ஒப்பந்தங்கள், வேலை செய்வோம் வேலை வாங்குவோரும் செய்துகொள்கிற ஒப்பந்தங்கள், மான நஷ்ட வழக்குகள், ஒருவரை யொருவர் தாக்கினார்களென்று கொண்டு வரப்படுகிற வழக்குகள், லேவாதேவிக்காரர்கள் கொண்டு வருகிற வழக்குகள் இவைகளைப் பற்றியும், நீதி ஸ்தலங்களிலே பஞ்சாயத்துக்காரர்களை நியமிக்கிற விஷயத்தைப் பற்றியும், இவை போன்ற சில்லரை விஷயங்களைப் பற்றியும் நாம் சட்டங்கள் செய்யவேண்டுமா?

அடீ: தேவையில்லை என்றுதான் தோன்றுகிறது. உண்மையான மனிதர்களுக்கு இந்த மாதிரியான சட்டங்கள் அனாவசியம் என்று படுகிறது. இவர்கள், சட்டங்களின் உதவியில்லாமல், தாங்களே ஒழுங்காக நடந்துகொள்வார்கள் என்று நாம் எதிர்பார்க்கலாந்தானே?

ஸாக்: வாஸ்தவம். ஆனால், நான் முதலிற் சொன்ன விதிகளைத் தங்கள் வாழ்க்கையில் அனுஷ்டித்துக்கொண்டு வருவார்களானால், இவர்கள் எந்தவிதமான சட்டத்தின் துணையையும் நாடவேண்டியதில்லை. அப்படி எந்தவிதமான வரன் முறைகளையும் அனுஷ்டியாமல் வாழ்க்கையை நடத்துவார்களானால், இவர்கள், தங்கள் வாழ்நாள் முழுவதையும், சட்டங்களியற்றுவதிலே கழித்துக் கொண்டிருக்க வேண்டியதுதான் எப்படி ஒருசிலர், தங்களுக்கு நோய்வந்த பிறகுகூட, பழைய மாதிரி வாழ்க்கையை நடத்திக் கொண்டு செல்கிறார்களோ அதைப் போல இவர்களுடைய வாழ்க்கையும் நடைபெறுகிறது.

அடீ: உண்மைதான்.

ஸாக்: இப்படிப்பட்டவர்கள், எந்த விதமான சிகிச்சை செய்துகொண்டும் குணமடையாமலே இருக்கிறார்கள். யாராவது ஒரு வைத்தியன் வந்து தங்களைக் குணப்படுத்திவிடுவான் என்ற நம்பிக்கையுடனேயே இவர்கள் வாழ்கிறார்கள். இவர்கள் எந்தவிதமான புத்திமதிகளைச் சொன்னாலும் கேட்கமாட்டார்கள். இவர்களுடைய உண்மையான நிலையை எடுத்துக்காட்டி குடிப்பழக்கம் கூடாது, மிதமான ஆகாரத்தைச் சாப்பிட வேண்டும், வீட்டுக்குள்ளேயே உட்கார்ந்துகொண்டு சோம்பேறித்தனமாகக் காலத்தைக் கழிக்கக் கூடாது. எதற்கெடுத்தாலும் மருந்து சாப்பிடுவது என்றா வழக்கத்தை விட்டுவிட வேண்டும், அர்த்தமில்லாமல் மந்திரங்களை முணுமுணுத்துக் கொண்டிருக்க வேண்டாம் என்றெல்லாம் நல்ல வார்த்தைகளைச் சொன்னால், இப்படிச் சொல்லுகிறவர்களை இவர்கள் பரம விரோதிகளாகக் கருதுவார்கள்.

அடீ: நல்ல புத்திமதிகளைச் சொல்லுகிறவர்களைப் பார்த்துக் கோபித்துக் கொள்ளலாமா?

ஸாக்: கூடாதென்று நீ ஒப்புக்கொள்கிறாயல்லவா? சரி; தனி மனிதர்கள் மேலே சொன்ன மாதிரி நடந்து கொள்வதைப் போல் ஒரு ராஜ்யம் பூராவுமே நடந்துகொண்டால், அந்த ராஜ்யத்தை நீ பாராட்டுவாயா? பாராட்ட மாட்டாயல்லவா? இப்படிப்பட்ட ராஜ்யத்தை நோய் பிடித்த ராஜ்யம் என்றுதான் சொல்லவேண்டும். இந்த ராஜ்யத்தின் குறைகளை எடுத்துச் சொல்லிப் பரிகாரந்தேட முயல்வோர் மரண தண்டனை விதிக்கப் பெறுவர். "உங்களுடைய ராஜ்ய விவகாரங்களெல்லாம் மிகவும் நன்றாக இருக்கின்றன" என்று முகஸ்துதி செய்கிறவர்களும், பல்லிளித்தும், ஆள்வோருடைய இச்சையை எதிர்பார்த்து அதன்படி நடந்தும் காலம் தள்ளுகிறார்களே அவர்களும் நல்லவர்களென்றும் புத்திசாலிகளென்றும் கௌரவிக்கப்பட்டுவார்கள்!

அடீ: உண்மை தான். இப்படிப்பட்டவர்களைக் கௌரவிக்கக் கூடாது.

ஸாக்: ஆனால் இவர்கள், எவ்வித பொறுப்பு மில்லாமல், அதாவது ராஜ்யத்தின் க்ஷேத்தைச் சிறிதுகூடக் கருதாமல் தங்களுடைய காரியங்களைச் செய்துகொண்டு போகிறார்களே அந்தத் தைரியத்தை நாம் பாராட்ட வேண்டாமா?

அடீ: பாராட்டுகிறேன் தான். ஆனால், பாமர ஜனங்களின் பாராட்டுதலுக்கு முக்கியத்துவம் கொடுத்து, அது காரணமாகத் தங்களைப் போன்ற ராஜ தந்திரிகள் கிடையாதென்று கற்பனை செய்துகொண்டு வாழ்கிறார்களே அதைத்தான் என்னால் பாராட்ட முடியவில்லை.

ஸாக்: பாராட்டாமற் போனால் போகிறது; மன்னித்தாவது விடு. அது கிடக்கட்டும்; அடீமாண்ட்டஸ், நீட்டலளவை தெரியாத ஒருவன் இருக்கிறானென்று வைத்துக்கொள். அவனைப் பார்த்து, அவனைப்போல் நீட்டளவை தெரியாத சிலர் சேர்ந்து, "நீ ஆறடி உயரம் இருக்கிறாய்" என்று சொன்னால் அதை அவன் ஏன் ஒப்புக்கொள்ளக் கூடாது?

அடீ: அது முடியாத காரியம்.

ஸாக்: இருக்கட்டும்; அவர்களைக் கோபித்துக்கொள்வது இரு. அனாவசியமான விஷயங்களைப் பற்றி எல்லாம், கெடுதல் பயக்கும் என்று தெரிந்திருந்தும் விஷயங்களுக்கெல்லாம், சட்டங்கள் செய்துகொண்டு போவதில் யார் திருப்தி அடைகிறார்களோ அவர்களைப் பார்த்து நாம் உண்மையில் ஆச்சரியமே கொள்ள வேண்டும். இப்படிச் சட்டங்கள்

செய்துகொண்டு போனால், என்றைக்காவது ஒருநாள் மோசடிகள், குற்றங்கள் முதலியவற்றை நிறுத்திவிடலாம் அல்லது அவை தாமே நின்றுவிடும் என்று இவர்கள் நம்புகிறார்கள். அந்த நம்பிக்கையில் தான் இவர்கள் சட்டங்கள் செய்கிறார்கள்!

அடீ: ஆம்; அப்படி நம்பித்தான் செய்கிறார்கள்.

ஸாக்: ஒரு நல்ல ராஜ்யத்திலாகட்டும், கெட்ட ராஜ்யத்திலாகட்டும், இந்த மாதிரி அர்த்தமில்லாத விஷயங்களுக்கெல்லாம் சட்டங்கள் செய்துகொண்டு போவதில், அறிஞர்கள் தங்கள் காலத்தை வீணாக்கக்கூடாது. இந்த அற்ப விஷயங்களுக்கெல்லாம் சட்டம் செய்துகொண்டு போவது எவ்வித பயனையும் உண்டு பண்ணாது.

அடீ: அப்படியானால் எந்தெந்த விஷயங்களைப் பற்றிச் சட்டங்கள் செய்யவேண்டும்?

ஸாக்: கோயில்கள் கட்டுதல், பூஜைகள் போடுதல், தேவர்களையும் வீரர்களையும் வழிபடுதல், இறந்தவர்களுக்கு ஈமக்கடன்கள் நிறைவேற்றுதல், நமது மூதாதையர்களைத் திருப்தி செய்தல் முதலிய விஷயங்களைப் பற்றி நாம் சட்டங்கள் செய்ய வேண்டும். ஏனென்றால் இந்த விஷயங்களைப் பற்றி நமக்கு ஒன்றும் தெரியாது. நாம் புதிதாக ஒரு ராஜ்யத்தை ஸ்தாபிக்கிற வரை இந்த மாதிரியான விஷயங்களில் சட்டங்கள் இயற்றிட வேண்டும். ஏனென்றால் நமக்கு வழியாய் இருக்கிற அப்போலோ[1]வை நாம் திருப்தி செய்ய வேண்டுமல்லவா?

அடீ: வாஸ்தவந்தான்; நீ சொல்கிறபடியே செய்யட்டும்.

ஸாக்: சரி; நம்முடைய ராஜ்யம் இப்பொழுது ஸ்தாபிதமாகிவிட்டது. இதில் நீதி எங்கே இருக்கிறது. அநீதி எங்கே இருக்கிறது என்று முதலில் நாம் கண்டுபிடிக்கவேண்டும். இவை, ஒன்றுக்கொன்று எப்படி வித்தியாசப்படுகின்றன. சந்தோஷமாக இருக்க விரும்புகிறவன் இவ்விரண்டில் எதைத் தனது துணையாகக் கொள்ளவேண்டும் அப்படி ஏதோ ஒன்றைத் துணையாகக் கொண்டு சந்தோஷமாக இருக்கிறானே அவனுடைய காரியங்களைத் தேவர்களும் மனிதர்களும் அறியும்படி செய்யலாமா அல்லது ஒளித்து வைக்கலாமா முதலியவைகளைப் பற்றி நாம் விசாரித்துத் தெரிந்துகொள்ள வேண்டுமல்லவா?

இங்கிருந்து கிளாக்கோன் வாதத்தை நடத்துகிறான்.

கிளா: நீதான் விசாரணை நடத்தி எங்களுக்கு வழிகாட்ட வேண்டும்.

ஸாக்: நல்லது; நாம் இப்பொழுது ஒரு ராஜ்யத்தை ஸ்தாபிக்கிறோமே

அஃது எல்லாவித நன்மைகளையுமுடைய ராஜ்யமாகத்தானே இருக்கும்?

கிளா: ஆம்; அப்படித்தானிருக்கும்.

ஸாக்: அந்த ராஜ்யத்தில் ஞானம், வீரம், நிதானம், நீதி ஆகிய நல்லொழுக்கங்களும் அடங்கியிருக்குமல்லவா?

கிளா: இருக்கலாம்.

ஸாக்: நமது ராஜ்யத்தில் இந்த நான்கு நல்லொழுக்கங்களில் ஏதேனும் ஒன்று இருந்தாலும், மற்ற மூன்றும் தாமே ஏற்பட்டுவிடுமல்லவா? ஒன்றைக் கண்டுபிடித்து விட்டால் மற்ற மூன்றும் தாமே நமக்குப் புலனுகிவிடும்; அல்லது மற்ற மூன்றும் நமக்குத் தெரிந்தால் மிகுதியான ஒன்றை நாம் சுலபமாக அறிந்து கொண்டு விடுவோம்.

கிளா: நிச்சயமாக.

ஸாக்: முதலில் நமக்குப் பிரத்தியட்சமாகத் தெரிவது ஞானம்; அதாவது அறிவு. ஆனால் எடுக்கிஅ போதே அஃதொரு முரண்பாடுடையதாக வல்லவோ தென்படுகிறது?

கிளா: எப்படி?

ஸாக்: விளக்குகிறேன். ஜாக்கிரதையுடன் விவகாரங்களை நடந்துவதென்பது ஒருவித புத்திசாலித் தனந்தானே? அறியாமையின் காரணமாக இந்த மாதிரி விவகாரங்களை நடத்த முடியாதல்லவா?

கிளா: வாஸ்தவம்.

ஸாக்: ஒரு ராஜ்யத்தில் பலவிதமான, பலதிறப்பட்ட அறிவுகள் இருக்கின்றனவல்லவா?

கிளா: நிச்சயமாக.

ஸாக்: ஒரு ராஜ்யத்தில் வசிக்கும் தச்சர்களுக்குள்ள தொழில் அறிவைக்கொண்டு, அந்த ராஜ்யமே அறிவுடையதும் ஜாக்கிரதையுடையதுமான ராஜ்யம் என்று சொல்லிட முடியுமா?

கிளா: முடியாது.

ஸாக்: அப்படியே கன்னார், விவசாயிகள் முதலியோருக்குத் தனித்தனியாக உள்ள தொழில் சம்பந்தமான அறிவைக் கொண்டு, அந்த ராஜ்யத்தினுடைய அறிவுத்திறமையை நிர்ணயித்துவிட முடியுமா?

கிளா: முடியாதுதான்.

ஸாக்: அப்படியானால், நாம் இப்பொழுது ஸ்தாபித்திருக்கிற ராஜ்யத்தில்,

ஒவ்வொரு பிரிவாருக்கும் தனித்தனியே நன்மை பயப்பதா யிராமல், எல்லாருக்கும் பொதுப்படையாக நன்மை பயப்பதாய் இருக்கக் கூடிய அறிவு எது? ஒரு ராஜ்யம் தன் உள் விவகாரங்களையும் வெளி விவகாரங்களையும் எப்படி நடத்தினால், அதனை புத்திசாலித்தனமான ராஜ்யமென்று அழைப்போம்? அந்த புத்திசாலித்தனம், அந்த அறிவு, யாரிடத்திலே காணப்பெறும்?

கிளா: ஒரு ராஜ்யம் எப்படிப் பாதுகாவல் செய்யப்படுகிறது. அஃது எப்படி ஆளப்படுகிறது என்பதைக் கொன்டுதான் அந்த ராஜ்யத்தின் அறிவை நாம் கணித்துப் பார்க்கிறோம். இந்த அறிவுள்ள ராஜ்யந்தான், தன் விவகாரங்களை ஜாக்கிரதையுடனும் புத்திசாலித்தனமாகவும் நடத்திக்கொண்டு போகும்.

ஸாக்: சரி, இப்படி புத்திசாலித்தனமாகத் தன் விவகாரங்களை நடத்திக்கொண்டு செல்கிற ஒரு ராஜ்யத்தில் பாதுகாவல் செய்யும், ஆட்சி புரியும் அறிவுள்ளவர்கள் பெரும்பான்மையோராக இருப்பார்களா, அல்லது மேலே சொன்ன தொழிலறிவுடையவர்கள் பெரும்பான்மையோராக இருப்பார்களா?

கிளா: தொழிலறிவுடையவர்கள்தான் பெரும்பான்மையோராக இருப்பர். ஆளும் அறிவு பெற்றவர் சிலராகவே இருப்பர்.

ஸாக்: இயற்கையை யொட்டி ஸ்தாபிக்கப்படுகிற ஒரு ராஜ்யத்தின் சிறு அம்சமாயுள்ள சிறுபான்மையோரைக் கொண்டுதான் அதாவது சிறுபான்மையோராயுள்ள ஆளும் வர்க்கத்தினருடைய அறிவைக் கொண்டுதான், அந்த ராஜ்யத்தினுடைய அறிவை அளந்து பார்க்கிறோம்; இல்லையா?

கிளா: ஆமாம்.

ஸாக்: எனவே, ஆளுந்தொழிலைப் பற்றிய அறிவு, ஒரு ராஜ்யத்தில் சிறிய அளவினதாகத்தான் இருக்குமென்பதை நாம் ஒப்புக்கொள்ள வேண்டியதுதானே?

கிளா: உண்மை.

ஸாக்: ஒரு ராஜ்யத்தில், அறிவு அல்லது ஞானம் என்பதன் ஸ்தானம் எங்கே யென்பதை இப்பொழுது நாம் தெரிந்துகொண்டு விட்டோம்.

கிளா: ஆமாம்.

ஸாக்: சரி; அடுத்தது வீரம். இதனுடைய ஸ்தானம் எங்கே யென்று நாம் கண்டுபிடிக்க வேண்டுமல்லவா? ஒரு ராஜ்யத்தைப் பொதுப்படையாக வீரமுள்ள ராஜ்யம், தைரியமுள்ள ராஜ்யம் என்று அழைக்கிறோமே, அஃது எந்த ஆதாரத்தைக் கொண்டு? அந்த வீரத்தை நாம் எங்கே கண்டுபிடிப்பது?

கிளா: எனக்குத் தெரியவில்லையே.

ஸாக்: ஒரு ராஜ்யத்திலுள்ள எந்தப் பாகத்தினர், அந்த ராஜ்யத்தின் சார்பாக யுத்தஞ் செய்தும், வெற்றியடைந்தும், அந்த ராஜ்யத்தைப் பாதுகாக்கிறார்களோ அவர்களைக் கொண்டுதான் அந்த ராஜ்யத்தை வீரமுள்ள ராஜ்யம், தைரியமுள்ள ராஜ்யம் என்று அழைக்கிறோம்.

கிளா: இப்பொழுது தெரிகிறது.

ஸாக்: ஒரு ராஜ்யத்திலுள்ள மற்றவர்கள் கோழைகளாயிருந்தாலும், தைரியமுடையவர்களாயிருந்தாலும் அதைப் பற்றி யாரும் சிந்திப்பதில்லை. அந்த ராஜ்யத்திலுள்ள போர் வீரர்கள் எப்படிச் சண்டை போடுகிறார்கள், எத்தனை யுத்தங்களில் வெற்றி பெற்றிருக்கிறார்கள் என்பவற்றைக் கொண்டுதான், அந்த ராஜ்யத்தின் வீரத்தை நாம் நிதானித்துப் பார்க்கிறோம்.

கிளா: வாஸ்தவம்.

ஸாக்: ஒரு ராஜ்யம், அதற்குட்பட்டிருக்கும் ஓர் அம்சத்தைக்கொண்டு, வீரமுள்ளதென்றோ கோழையானதென்றோ அழைக்கப்படுகிறது. அந்த ஓர் அம்சமாயுள்ள போர் வீரர்கள், எந்தெந்த விஷயங்களைக் குறித்துப் பயப்பட வேண்டும். அந்த விஷயங்களின் தன்மை யென்ன என்பவற்றைப் பற்றிய அறிவுடையவர்களாய் இருக்க வேண்டும். இந்த அறிவு அவர்களுக்கு எப்படி உண்டாகிறது? அவர்களுக்களிக்கப்படும் கல்விப் பயிற்சியினால். எனவே, ஒரு நாட்டின் போர் வீரர்களுக்கு இன்னின்ன முறையில் கல்வி போதிக்கவேண்டுமென்று நாம் சட்டரீதியாக நிர்ணயம் செய்துவிடவேண்டும்.

கிளா: நீ சொல்வது எனக்கு ஒன்றும் விளங்கவே இல்லை.

ஸாக்: ஓர் உதாரணத்தினால் விளக்குகிறேன்; அப்பொழுது விளங்கும். உன்னிடத்திலே கம்பள நூல் இருக்கிறது. அதற்குச் சாயமேற்ற வேண்டுமென்று நீ விரும்புகிறாய். அப்படியானால், முதலில் என்ன செய்ய வேண்டும்? வெண்மையாயுள்ள கம்பள நூலை மட்டும் தனியாகப் பொறுக்கியெடுத்துக்கொள்ள வேண்டும். பிறகு அதனை நன்றாகப் பக்குவம் செய்ய வேண்டும். சரியான பக்குவத்திற்கு வந்தபிறகு அதனைச் சாயத்தில் தோய்க்க வேண்டும். அப்பொழுதுதான் அதில் சாயம் கெட்டியாகப் பிடிக்கும். பிறகு அதனை வேறு எந்தவிதமான மாற்றுத் திராவகம் போட்டுக் கழுவினாலும், சாயம் போகவே போகாது. அதைப் போல நமது ராஜ்யத்தின் போர் வீரர்களைச் சரியான கல்விமுறை என்னும் சாயத்தில் தோய்த்தெடுக்க வேண்டும். முன்னே சொன்ன மாதிரி அவர்களை எல்லாவிதமான பரிசோதனைகளுக்கும் உட்படுத்த வேண்டும். அப்பொழுதுதான் அவர்களுக்கு

உண்மையான தைரியம் உண்டாகும். அப்படி உண்டாகி விட்டபிறகு அவர்களை எந்தச் சக்திகளாலும் மாற்ற முடியாது. சுகமோ, துக்கமோ எதுவும் அவர்களை ஒன்றுஞ் செய்யாது. அப்படிப்பட்டவர்களைத் தான் வீரர்களென்று நாம் அழைக்கவேண்டும்.

கிளா: வீரத்தின் லட்சணத்தை இப்பொழுது தெரிந்துகொண்டேன்.

ஸாக்: அடுத்தது நிதானம். இதனைத் தன்னடக்க மென்றுஞ் சொல்லலாம். சில சுகங்களையும் சில ஆசைகளையும் ஒழுங்குபடுத்தித் தன் சுவாதீனத்தில் வைத்துக் கொள்வதைத்தான் நிதானம் என்றும், தன்னடக்க மென்றும் சொல்கிறோம். ஒருவன், தனக்குத் தானே எஜமானனாயிருக்கிறானென்று சொல்கிறோம். இந்த மாதிரி பரிபாஷைகளைக் கொண்டுதான் இந்தத் தன்னடக்கத்தைக் கூறுகிறோம்; இல்லையா?

கிளா: ஆம்.

ஸாக்: ஆனால், தனக்குத்தான் எஜமானன் என்று சொல்வதெல்லாம் வெறும் பரிகாசந்தான். ஏனென்றால் எவனொருவன், தனக்குத் தானே எஜமானனாய் இருக்கிறானோ அவன், தனக்குத் தானே அடிமையாகவும் இருக்கிறான். அப்படியே, எவனொருவன் தனக்குத் தானே அடிமையாயிருக்கிறானோ அவன், தனக்குத் தானே எஜமானனாகவும் இருக்கிறான். இந்தப் பதப் பிரயோகங்களெல்லாம். ஒரு மனிதனைக் குறித்துத்தானே பிரயோகிக்கப்படுகின்றன?

கிளா: வாஸ்தவம்.

ஸாக்: மேலே சொன்ன பதப் பிரயோகத்தினுடைய தாத்பரியம் என்னவென்றால், ஒரு மனிதனிடத்திலேயே மேலான சுபாவமும் கீழான சுபாவமும் குடிகொண்டிருக்கின்றன. இவற்றை முறையே மனித சுபாவமென்றும், மிருக சுபாவமென்றும் சொல்கிறோம். எப்பொழுது ஒரு மனிதன், தனது மிருக சுபாவத்தை, மனித சுபாவத்தினால் அடக்கி வைத்துக் கொண்டிருக்கிறானோ அப்பொழுது அவனை, தனக்குத் தானே எஜமானனாய் இருக்கிறானென்று சொல்கிறோம். அதாவது, அப்படி அவன் இருப்பதுதான் சரியானது, நல்லது என்று நமது அங்கீகாரத்தைத் தெரிவிக்கிறோம். அப்படிக் கில்லாமல் நேர்மாறாக இருபானாகில், அதாவது அவனுடைய மிருக சுபாவமே மேலோங்கி நிற்குமானால், அவனை அடிமை யென்றும், நிதானமிழந்தவன் என்றும் அழைக்கிறோம்.

கிளா: நீ சொல்வதுதான் சரியான வியாக்கியானமாய் இருக்கலாம்.

ஸாக்: நமது ராஜ்யத்திற்கும் இதே லட்சணத்தைப் பொருத்தி

வைத்துப் பார்க்கவேண்டும். ஒரு ராஜ்யம் நிதானமாயிருக்கிறது, அல்லது தன்னடக்கமுடையதாய் இருக்கிறது. அதாவது தன்னைத்தானே ஆண்டு கொள்கிறது என்று சொன்னால் என்ன அர்த்தம்? அந்த ராஜ்யத்திலுள்ள மேலான சக்திகள், கீழான சக்திகளை ஆண்டு கொண்டிருக்கின்றன என்றுதானே அர்த்தம்?

கிளா: ஆமாம்.

ஸாக்: கீழான சுபாவங்கள் பெரும்பாலோரிடத்திலும், மேலான சுபாவங்கள் சிறுபாலோரிடத்திலும் முறையே இருக்குமல்லவா? அதாவது, பாமர ஜனங்களிடத்தில் கீழான தன்மைகளும், நியாய புத்தியும் உயர்ந்த நம்பிக்கைகளும் உடையவர்களிடத்தில் மேலான தன்மைகளும் இருக்கும் இல்லையா?

கிளா: வாஸ்தவம்.

ஸாக்: சிறுபான்மையோராய் இருக்கப்பட்ட அறிஞர்கள், பெரும்பான்மையோராய் இருக்கப்பட்ட பாமர ஜனங்களை ஆள்கிறார்களென்று சொன்னால், அந்தச் சிறுபான்மையோர் தன்னடக்கம் உடையவர்களாகத் தானே இருக்க வேண்டும்? அதாவது, தங்களுக்குத் தாங்களே எஜமானர்களாய் இருக்கப்பட்டவர்கள்தானே, மற்றவர்களுக்கு எஜமானர்களாக இருந்து ஆள முடியும்? அப்படியிருந்து ஆள்கிறவர்களைக் கொண்ட ராஜ்யத்தை, தன்னடக்கமுள்ள ராஜ்யமென்றுநாம் அழைக்கலாமா?

கிளா: ஆமாம்.

ஸாக்: இந்தத் தன்னடக்கமுள்ள ராஜ்யத்தில், ஆள்வோர், தங்களுடைய ஆளுந்தகுதியையும், ஆளப்படுவோர் ஆளப்படுந்தகுதியையும் பரஸ்பரம் உணர்ந்து நடந்துகொள்கிறார்கள். இருசாராரிடத்திலும் தன்னடக்கம் இருக்கிறது. அதாவது, இருவரும் தங்கள் தங்கள் கடமைகளை உணர்ந்து நடந்து கொள்கின்றனர். இதனால், என்ன தெரிகிறதென்றால், ஞானத்தைப் போலவோ வீரத்தைப் போலவோ இந்தத் தன்னடக்கம் அல்லது நிதானம் ஒரு சாராரிடத்தில் மட்டும் இருப்பதில்லை என்பதும் இஃது எல்லோரிடத்திலும் ஊடுருவிப் பரந்திருக்கும் தன்மையதென்பதும் தெளிவாகின்றன. இந்த நிதானம் ஒரு ராஜ்யத்தில் இருக்குமானால், இது, பலசாலிகளையும் பலவீனர்களையும், பணக்காரர்களையும் ஏழைகளையும் சமன்வயப் படுத்திக்கொண்டு செல்லும்; அதாவது, சமுதாயத்தைச் சேர்ந்த பலரும் ஒற்றுமையுடனிருப்பர்.

கிளா: உன்னுடைய அபிப்பிராயத்தை நான் பரிபூரணமாக ஏற்றுக்கொள்கிறேன்.

ஸாக்: ஒரு ராஜ்யத்தில், நிதானத்தினுடைய ஸ்தானம் எங்கேயென்று இப்பொழுது நாம் கண்டுபிடித்து விட்டோம். இனி, கண்டுபிடிக்க வேண்டியது நீதி, இது விஷயத்தில் நாம் ஜாக்கிரதையுடனிருக்க வேண்டும்.

கிளா: உன்னுடைய ஆராய்ச்சிக்குத் துணையாயிருக்க நான் முற்றிலும் தயார்.

ஸாக்: சரி; நாம் ஸ்தாபித்திருக்கிற ராஜ்யத்தில் வசிக்கும் ஜனங்கள், தங்கள் தங்கள் சக்திக்கும் சுபாவத்திற்கும் ஏற்ப, தங்கள் தங்கள் கடமைகளைச் செய்து கொண்டு போகவேண்டுமென்று ஏற்கனவே நாம் பேசி முடிவு கட்டியிருக்கிறோமல்லவா?

கிளா: ஆமாம்.

ஸாக்: அவரவரும் அவரவர் கடமைகளைச்செய்துகொண்டு போகிறபோது, மற்றவர்களுடைய வேலைகளில் தலையிடக் கூடாதல்லவா?

கிளா: கூடாதுதான்.

ஸாக்: அப்படிப் பிறருடைய வேலைகளில் தலையிடாமல் அவரவரும் அவரவர் வேலைகளைக் கவனித்துக்கொண்டு போவதிருக்கிறதே அதுதான் நீதி. அதனைச் சுயதருமம் என்றுஞ் சொல்லலாம்.

கிளா: வாஸ்தவம்.

ஸாக்: இந்த நான்கு லட்சணங்களிலும், அதாவது, ஞானம், வீரம், நிதானம், நீதி என்ற நான்கிலும் எது, ஒரு ராஜ்யத்திற்குள் அதிகமாகப் பரவியிருந்தால் அந்த ராஜ்யத்திற்கு அதிகமான நன்மையுண்டாகும்?

கிளா: இந்தக் கேள்விக்குப் பதில் அளிப்பது கடினந்தான்.

ஸாக்: ஒவ்வொருவரும் அவரவருடைய கடமைகளைச் செய்துகொண்டு போய், அப்படிக் கடமைகளைச் செய்துகொண்டு போவதன் மூலம் ராஜ்யத்தின் க்ஷேமத்தைப் போட்டி போட்டு அபிவிருத்தி செய்துகொண்டு போவதில்தான் நீதி இருக்கிறது. அஃதிருக்கட்டும்; இன்னொரு கோணத்திலிருந்து இந்த நீதியைக் கவனிப்போம். அரசர்களே நீதிபதிகளாக இருந்து வழக்குகளை விசாரித்துத் தீர்ப்புக் கூறுவதை நீ அங்கீகரிக்கிறாயா?

கிளா: ஏன் அங்கீகரியாமல்?

ஸாக்: அப்படி அவர்கள் தீர்ப்பளிக்கிறபோது, ஒருவருடைய சொத்துக்கள் மற்றொருவருக்குப் போய்ச் சேராமல் பாதுகாப்பார்களல்லவா?

கிளா: அந்த நோக்கத்தோடுதான் அவர்கள் தீர்ப்பளிப்பார்கள்.

ஸாக்: அப்படித் தீர்ப்புச் செய்வதுதான் நியாயம், அதுதான் நீதியென்ற நோக்கத்துடன் தானே அவர்கள் அப்படிச் செய்கிறார்கள்?

கிளா: ஆம்.

ஸாக்: எனவே, நம்முடையது என்று எது இருக்கிறதோ அதனை நம் வசத்திலே இருத்திக்கொண்டு அனுபவிப்பதும், அதனை அனுஷ்டானத்திற்குக் கொண்டு வருவதுந்தானே நியாயம்? அதுதானே நீதி?

கிளா: உண்மை.

ஸாக்: ஒரு ராஜ்யத்திலுள்ள ஒரு சக்கிலியன், தன்னுடைய தொழிலைச் செய்யாமல் கொத்தனுடைய தொழிலைச் செய்கிறான்; அல்லது கொத்தன், சக்கிலியனுடைய தொழிலைச் செய்கிறான்; அல்லது இரண்டு தொழில்களையும் ஒருவனே செய்கிறான். இதனால் அந்த ராஜ்யத்திற்கு அதிகமான பாதகம் உண்டாகுமா?

கிளா: அதிகமான பாதகம் உண்டாகாது.

ஸாக்: சரி; மேலே சொன்ன ஒரு தொழிலாளியோ அல்லது வேறுவித தொழில் நடத்திப் பணம் சம்பாதிக்கிறவனோ, தன்னுடைய பண பலத்தினால் அல்லது துணைவர்களின் பலத்தினால் அல்லது தனது சொந்த தேக பலத்தினால் போர் வீரனுடைய தொழிலை நடத்துகிறான் என்று வைத்துக்கொள்வோம். அல்லது, ஒரு போர் வீரன், அமைச்சன் தொழிலையோ அரசன் தொழிலையோ நடத்துகிறான் என்று வைத்துக்கொள்வோம். அல்லது, இந்த எல்லாத் தொழில்களையும் ஒன்றுபடுத்திக்கொண்டு ஒருவனே நடத்துகிறான் என்று வைத்துக்கொள்வோம். இந்த மாதிரியான தொழில்மாற்றங்களினால் ஒரு ராஜ்யம் சீரழியும் என்பதை நீ ஒப்புக்கொள்கிறாய் அல்லவா?

கிளா: நிச்சயமாக அழிவுதான் ஏற்படும்.

ஸாக்: அப்படித் தன்னுடைய ராஜ்யத்திற்கு அழிவு தேடித் தருவது அநீதிதானே?

கிளா: ஆமாம்.

ஸாக்: அப்படியே, ராஜ்யத்திலுள்ள ஒவ்வொரு பிரிவினரும், அதாவது தொழிலாளிகள், போர் வீரர்கள், அரசர்கள் முதலாயினோரும், அவரவர் தொழிலை அவரவர் கவனித்துக்கொண்டு சென்றால் அதுதானே நீதி? அப்படிப்பட்டவர்ளையுடைய ராஜ்யத்தைத்தானே நீதியுள்ள ராஜ்யம் என்று அழைக்க வேண்டும்?

கிளா: ஆமாம்.

ஸாக்: சரி; இப்பொழுது ஒரு ராஜ்யத்தில் நீதியினுடைய ஸ்தானம் என்ன என்பதை ஒருவிதமாக நிர்ணயித்துக்கொண்டு விட்டோம். இதனை இனி ஒரு தனி மனிதனிடத்திலும் பொருத்திப் பார்க்கலாமா? அப்பொழுதுதானே நீதியினுடைய பலவித தோற்றங்களும் நமக்குத் தெரியும். இந்த நீதியை, ஒரு தனி மனிதனிடத்தில் கண்டுபிடிப்பதென்னவோ கடினந்தான். ஆனால், இதனைக் கண்டு பிடித்தேயாக வேண்டுமல்லவா? அப்பொழுதுதானே நமது ஆராய்ச்சி முற்றுப் பெற்றதாகும். நீதியென்பது ஒரு ராஜ்யத்தில் பெரிய அளவினதாக இருந்தால், ஒரு தனி மனிதனிடத்தில் சிறிய அளவினதாக இருக்கப் போகிறது; அவ்வளவு தானே வித்தியாசம்?

கிளா: வாஸ்தவம் ஸாக்ரட்டீஸ். இதனையும் நாம் ஆராய்ச்சி செய்தே பார்க்க வேண்டும்.

ஸாக்: சரி; ஒரு ராஜ்யத்தில் எப்படி மூன்று விதமான பிரிவினர் இருக்கின்றனரென்று நாம் நிர்த்தாரணம் செய்துகொண்டோமோ அதைப் போல் ஒரு தனி மனிதனிடத்திலும் மூன்று விதமான சக்திகள் அல்லது தத்துவங்கள் இருக்கின்றன என்பதையும் நாம் ஒப்புக்கொள்ள வேண்டும். தனி மனிதர்களிடத்திலே காணப்படுகிற இந்தச் சக்திகள்தான், ஒரு ராஜ்யத்தில் பெரிய அளவினதாகப் பரிணமிக்கின்றன. இதை நாம் மறுக்க முடியாதல்லவா?

கிளா: ஆம்; அது வாஸ்தவம்.

ஸாக்: நாம் செய்கிற காரியங்கள் யாவும், ஆத்மாவின் ஏதோ ஒரு தத்துவத்தையே பிரதானமாகக் கொண்டு செய்கிறோமா, அல்லது மேலே சொன்ன மூன்று தத்துவங்களில் ஒவ்வொன்றும் ஒவ்வொரு காரியத்தைச் செய்வதற்குக் காரணமாயிருக்கின்றதா? உதாரணமாக, ஒரு தத்துவத்தைக் கொண்டு கல்வி பயிலுவதும், மற்றொரு தத்துவத்தைக் கொன்டு கோபம் கொள்வதும், இன்னொரு தத்துவத்தைக் கொண்டு இன்பம் துய்ப்பதும் ஆக இந்த மாதிரி நடைபெறுகிறதா? அல்லது நாம் செய்கிற எந்த ஒரு காரியத்திற்கும் ஆத்மா முழுவதையும், அதாவது ஆத்மாவின் முழுச் சக்தியையும் உபயோகிக்கிறோமா? இவை யாவும் கடினமான பிரச்சனைகள்.

கிளா: ஆம்; கடினமான பிரச்ச்னைகள்தான்.

ஸாக்: இந்த மூன்று தத்துவங்களும் ஒன்றேயா, வெவேறேயா என்பதை முதலில் தெரிந்துகொள்ள வேண்டுமில்லையா? இதற்காகக் பின்கண்ட முறையை அனுசரித்து ஆராய்ச்சி செய்வோம்.

கிளா: உனது முறை என்ன?

ஸாக்: ஒரு பொருளே, ஒரே இடத்தில் ஒரே சமயத்தில் நேருக்கு நேர் விரோதமான இரண்டு காரியங்களைச் செய்யாது; எதிருக்கெதிரான நிலைமைகளில் இராது இது தெரிந்த விஷயம். அப்படி ஒரே இடத்தில் ஒரே சமயத்தில் நேருக்கு நேர் விரோதமான காரியங்கள் நிகழ்ந்தால், அந்தக் காரியங்களை நிகழ்த்துவது ஒரு பொருளல்ல, பல பொருள்கள்; அதாவது ஒரு தத்துவமல்ல பல தத்துவங்கள் என்று ஏற்படுகிறது.

கிளா: சரி.

ஸாக்: நான் சொல்வதைக் கவனமாகக் கேள். ஒரே பொருள், ஒரே இடத்தில் அசையாமலும் அதே சமயத்தில் அசைந்து கொண்டும் இருக்குமா?

கிளா: இராது.

ஸாக்: ஒருவன் ஓரிடத்தில் அசையாமல் நின்று கொண்டிருக்கிறான். ஆனால், அதே சமயத்தில் தனது தலையையும் கைகளையும் அப்படியும் இப்படியுமாக ஆட்டுகிறான். அவன் ஒரே சமயத்தில் அசைந்தும் அசையாமலும் இருக்கிறான் என்று சொல்லலாமா? அப்படிச் சொல்ல முடியாது. அவனுடைய ஒரு பாகம் அசைவற்று இருந்தது, மற்றொரு பாகம் அசைந்து கொண்டிருந்தது என்றே சொல்ல வேண்டும். அப்படிச் சொல்வதுதான் சரி. இல்லையா?

கிளா: ஆம்.

ஸாக்: ஒருவனுக்கு தாகமெடுக்கிறது என்று வைத்துக்கொள்வோம். ஏதோ ஒன்றைக் குடிக்க வேண்டுமென்ற இச்சையே அவனுக்கு மிகுந்திருக்கிறது. அந்த இச்சையைப் பூர்த்தி செய்துகொள்வதில் அவனுடைய ஆத்மா முனைந்து நிற்கிறது.

கிளா: வாஸ்தவம்.

ஸாக்: இப்படி முனைந்து நிற்கும் அந்த ஆத்மாவை ஏதேனும் ஒன்று பின்னுக்கு இழுக்குமானால், பின்னுக்கு இழுக்கின்ற அந்ட ஒன்று, தாகமெடுக்கச் செய்கிறது எதுவோ அதனின்று வேறுபட்டதாகவே இருக்க வேண்டும். ஏனென்றால், ஒன்றே, நேருக்கு நேர் விரோதமான இரண்டு காரியங்களைச் செய்யாதென்று தான் நாம் தெரிந்து கொண்டிருக்கிறோமே?

கிளா: ஆமாம்.

ஸாக்: அம்பு எய்கிற ஒருவன், தன் அம்பைப் பின்னுக்கு இழுத்து, பிறகு முன்னுக்கு விடுகிறான். அப்படியானால், அவனுடைய கைகள் ஒரே சமயத்தில் இரண்டு காரியங்களைச் செய்கின்றன என்று அர்த்தமா? இல்லை; அவனுடைய ஒரு கை பின்னுக்கு இழுக்கிறது; மற்றொரு கை முன்னுக்குத் தள்ளுகிறது. அப்படித்தானே அர்த்தம் செய்துகொள்ள வேண்டும்?

கிளா: அப்படித்தான்.

ஸாக்: ஒருவனுக்குத் தாகமெடுக்கிறது; ஆனாலும் அவன் குடிக்க விரும்புவதில்லை.

கிளா: ஆம்; பலருக்கு அப்படித்தான் ஏற்படுகிறது.

ஸாக்: இதற்கு என்ன காரணஞ் சொல்வது? அவர்களுடைய ஆத்மாவின் ஒரு தத்துவம், குடிக்குமாறு கட்டளையிடுகிறது; மற்றொரு தத்துவம் வேண்டாமென்று தடை செய்கிறது. வேண்டாமென்று தடுக்கிற இந்தத் தத்துவம், முந்தியதைக் காட்டிலும் வேறானதாகவும், அதிக வல்லமை பொருந்தியதாகவும் இருக்கிறதென்று ஏற்படுகிறதல்லவா?

கிளா: அப்படித்தான் தோன்றுகிறது.

ஸாக்: ஆத்மாவில் இத்தகைய இச்சைகள் உண்டாகிறபோது அதனைத் தடுத்து நிற்பது எதுவோ அது விவேகத்தினின்று பிறப்பது; மனத்தை இச்சையின் பக்கம் இழுத்துச் செல்கிற சக்திகள், செயல் திறனற்ற, நோயுள்ள நிலைமை காரணமாக ஏற்படுவன என்று தீர்மானிக்க வேண்டியிருக்கிறது இல்லையா?

கிளா: ஆம்.

ஸாக்: எனவே ஒன்றுக்கொன்று வேறான இரண்டு தத்துவங்கள் இருக்கின்றனவென்றும், ஆத்மாவோடு வாதஞ் செய்து நியாயத்தை ஏற்றுக்கொள்ளுமாறு செய்கிற தத்துவத்திற்கு விவேகமென்றும், ஆசைப்படுவது, பசியெடுப்பது, தாகமெடுப்பது முதலிய விருப்பங்கள் உண்டுபண்ணுவது எதுவோ அதற்கு அவிவேகமும் மோகமும் நிறைந்த ஒரு தத்துவமென்றும் முறையே இரண்டுக்கும் பெயர் கொடுக்கலாமென்றும் தோன்றுகிறதில்லையா?

கிளா: அப்படி எண்ணுவது சரி.

ஸாக்: ஆத்மாவில் இந்த இரண்டுவித அம்சங்கள் இருக்கின்றனவென்று தீர்மானித்துக் கொண்டோம். இனி நம்மிடத்திலே மனவெழுச்சி அல்லது உணர்ச்சி என்பதொன்றிருக்கிறதே, அதாவது எதன் காரணமாக நாம் கோபத்தை அடைகிறோமோ அது மூன்றாவதான தனி அம்சமா? அல்லது மேலே சொன்ன இரண்டு அம்சங்களில் ஏதேனும் ஒன்றுடன் சம்பந்தப்பட்டிருக்கிறதா?

கிளா: மோகம் என்கிற தத்துவத்துடன் சம்பந்தப்பட்டு இருக்கிறதென்று சொல்லவேண்டும்.

ஸாக்: அப்படியில்லை. நான் கேள்விப்பட்ட ஒரு கதையைச் சொல்கிறேன்.

கேள். லியோண்ட்டியஸ்[1] என்ற ஒருவன் பீரேயஸ் என்கிற கடற்கரைப் பகுதிப் பக்கமாக வந்து கொண்டிருந்தான். வடக்குப் பக்கத்தில் வந்து கொண்டிருந்தபோது சில பிணங்கள் குவிந்து கிடப்பதையும், பக்கத்தில் கொலையாளி நிற்பதையும் பார்த்தான். அந்தப் பிணங்களைக் கிட்டச்சென்று பார்க்கவேண்டுமென்று அவனுக்கு ஆவல் உண்டாயிற்று. ஆனால், பார்க்கவோ மனங்கூசியது. திரும்பிவிட முயன்றான். என்றாலும் மனத்துக்குள் ஒரு பெரிய போராட்டம் நடைபெற்றது. கண்களை இறுக மூடிக்கொண்டு சிறிது நேரம் நின்றான். கடைசியில் அவனுடைய ஆசையே மேலோங்கி நின்றது. உடனே கண்களை நன்றாகத் திறந்து வைத்துக் கொண்டு, "பாழாய்ப்போன கண்களே! பாருங்கள் இந்தக் காட்சியை நன்றாக!" என்று கத்தியவண்ணம் அந்தப் பிணங்களருகே சென்றான். இதனால், என்ன தெரிகிறதென்றால், கோபம் என்பது சில சமயங்களில் மோசம் அல்லது ஆசை யென்பதை எதிர்த்துப் போராடுகிறதென்றும், எனவே கோபம் வேறு, ஆசை வேறு, இவை யிரண்டும் தனித் தனியான தத்துவங்கள் என்றும் ஏற்படுகின்றன.

கிளா: ஆம்; அப்படித்தான் ஏற்படுகிறது.

ஸாக்: ஒருவனிடத்தில், அவனுடைய விவேகத்திற்கு விரோதமாக ஆசையானது மேலோங்கிவிடும் பட்சத்தில், அவன் அப்பொழுது தன்னையே தான் நிந்தித்துக்கொள்வதையும், தன் மீதே தான் கோபங்கொள்வதையும் பார்க்கிறோமில்லையா? அப்பொழுது ஆத்மாவானது விவேகத்தின் சார்பு பற்றியே நிற்கிறது. சிலர், அதாவது பெருந்தன்மையுடைய சிலர், தங்களுக்குத் தீங்கிழைத்தவர் மீது கோபங்கொள்வதில்லை. வேறு சிலர், தீங்கிழைத்தவர் மீது கோபங்கொண்டு நியாயம் எதுவோ அதற்காகப் பாடுபடுகின்றனர்; அந்த நியாயத்திற்காக எல்லாக் கஷ்ட நிஷ்டூரங்களையும் அனுபவிக்கின்றனர் வெற்றி காண்கிற வரையிலோ அல்லது மடிந்துபோகிற வரையிலோ அல்லது எப்படி ஓர் ஆட்டிடையனுடைய உத்தரவுக்கிணங்க அவனுடைய காவல் நாயானது சாந்தமாகத் திரும்பி வந்துவிடுகிறதோ அப்படி, உள்ளேயிருக்கப்பட்ட விவேகமானது, போதும் என்று சொல்ல, அதன் காரணமாகச் சாந்தமடைகிற வரையிலோ போராடியே தீர்க்கின்றனர். தங்களுடைய முயற்சியிலிருந்து சிறிதுகூடப் பின் வாங்குவதில்லை.

கிளா: நீ சொல்வது மிகவும் பொருத்தமாயிருக்கிறது. நமது ராஜ்யத்தின் அரசர்களை இடையர்களுக்கும், அவர்களுடைய போர் வீரர்களைக் காவல் நாய்களுக்கும் ஒப்பிட்டுப் பேசினோமில்லையா?

ஸாக்: நான் சொல்லிக்கொண்டு வருவதை நீ சரியாகப் புரிந்துகொண்டு வருகிறாய்; மேலும் சொல்வதைக் கவனி. மனவெழுச்சி என்பது மோகம் என்கிற தத்துவத்துடன் சம்பந்தப்பட்டிருக்கிறதென்று சொன்னோமே அதை

இப்பொழுது மாற்றிக்கொள்ள வேண்டியிருக்கிறதில்லையா? ஆத்மாவுக்குள்ளே நடைபெறுகிற போராட்டத்தில் இந்த மனவெழுச்சியானது விவேகத்துடன் சேர்ந்துகொள்கிறதென்பதை இப்பொழுது தெரிந்து கொண்டிருக்கிறோம்.

கிளா: ஆம்.

ஸாக்: எனவே, இந்த மனவெழுச்சி யென்பது மூன்றாவது ஒரு தத்துவமாக, விவேகம், மோகம் என்ற இரண்டு தத்துவங்களினின்று வேறுபட்ட ஒரு தத்துவமாக இருக்கிறது.

கிளா: நீ சொல்வது மிகச் சரி.

ஸாக்: கடைசியில் மிகுந்த சிரமப்பட்டு ஆராய்ச்சி நடத்தியதின் பேரில், ஒரு ராஜ்யத்தில் எப்படி மூன்று பிரிவினர் இருக்கின்றனரோ அப்படியே பிரதியொரு மனிதனுடைய ஆத்மாவிலும் மூன்றுவிதமான பிரிவுகள் இருக்கின்றன என்ற முடிவுக்கு வந்தோம்.[1]

கிளா: வாஸ்தவம்.

ஸாக்: எதனால், எந்தக் காரணத்தினால் ஒரு ராஜ்யம் விவேகமுடையதாய் இருக்கிறதோ அதனாலேயே, அந்தக் காரணத்தினாலேயே ஒரு தனி மனிதனும் விவேகியாயிருப்பான். அப்படியே ஒரு தனிமனிதன் எதனால் தைரியமுடையவனாய் இருக்கிறானோ, வீரமுடையவனாய் இருக்கிறானோ அதனாலேயே ஒரு ராஜ்யமும் தைரியமுடையதாக, வீரமுடையதாக இருக்கிறது. ஒன்றிலே உள்ள நல்ல தன்மைகள் மற்றொன்றிலும் பிரதிபலிக்கின்றன.

கிளா: ஆமாம்.

ஸாக்: ஒரு ராஜ்யம் எப்படி நீதியுள்ள ராஜ்யமாய் இருக்கிறதோ அப்படியே ஒரு மனிதனும் நீதியுள்ள மனிதனாயிருக்கிறான். இல்லையா?

கிளா: ஆம்.

ஸாக்: ஒரு ராஜ்யத்தை எப்பொழுது நீதியுள்ள ராஜ்யமென்று அழைக்கிறோம்? அந்த ராஜ்யத்திலுள்ள மூன்று பிரிவினரும் அவரவர்களுடைய காரியத்தை முறையே செய்துகொண்டு போகிறபோது அப்படியே எந்த மனிதனிடத்தில் மேலே சொன்ன மூன்று தத்துவங்களும் முறையே தங்கள் தங்கள் கடமைகளைச் செய்துகொண்டு போகின்றனவோ அவனை நீதியுள்ள மனிதனென்று, தன் கடமையைச் செய்துகொண்டு போகிறவனென்று சொல்கிறோம்.

கிளா: வாஸ்தவம். இதை ஞாபகத்தில் வைத்துக்கொள்ள வேண்டும்.

ஸாக்: விவேகமென்கிற தத்துவமானது புத்திசாலித்தனமான தத்துவமாய் இருக்கிறபடியாலும் ஆத்மா முழுமைக்கும் பிரதிநிதியாயிருந்து முன்யோசனையுடன் நடக்க வேண்டியிருப்பதாலும், ஆள்வது அதன் கடமையாகவும், மனவெழுச்சி என்று சொல்லப்படுகிற அதாவது ஊக்கமுள்ள, தைரியமுடைய காரியத்தைச் செய்ய வேண்டுமென்கிற தத்துவம் இருக்கிறதே, காரிய தத்துவம், அது மேற்சொன்ன விவேக தத்துவத்திற்கு ஆட்பட்டும், கூட்டாளியாகவும் இருப்பது அதன் கடமையாகவும் இருக்கிறதென்று சொல்வது பொருத்தமாயிருக்கும் அல்லவா?

கிளா: நிரம்பப் பொருத்தமாய் இருக்கும்.

ஸாக்: இந்த இரண்டு தத்துவங்களும் ஒரு மனிதனிடத்தில் ஒன்றுபட்டு வேலை செய்யவேண்டுமானால், அவனுக்குக் கலைப்பயிற்சியும் தேகப்பயிற்சியும் சேர்ந்துக் கொடுக்க வேண்டியது அவசியமில்லையா? உயர்ந்த போதனைகளினாலும், சாஸ்திரீயப் படிப்பினாலும் விவேகம் என்கிற ஞான தத்துவமானது அல்லது ஞான சக்தியானது வளர்ச்சியடைந்து மேல் நிலைக்கு வருகிறது; மற்றொன்றாகிய ஊக்கம் மிகுந்த காரிய தத்துவமானது அல்லது கிரியா சக்தியானது இசைப்பயிற்சி முதலியவைகளினால் சாந்தமடைந்து ஒழுங்கு நிலையையடைகிறது.

கிளா: வாஸ்தவம்.

ஸாக்: இங்ஙனம் பயிற்சி பெற்ற இரண்டு தத்துவங்களும், தங்கள் தங்கள் கடமைகளை உணர்ந்து கொண்டதன் காரணமாக, மூன்றாவதாகிற ஆசைப்படுகிற தத்துவம் என்று சொன்னோமே அதாவது இச்சிக்கிற தத்துவம் அல்து இச்சா சக்தி அதனை அடக்கியாளும். இந்த இச்சா சக்திதான் ஒரு மனிதனுடைய ஆத்மாவில் பெரும் பாகமாக இருக்கிறது. இதனுடைய சுபாவம் அடங்காத ஆசையுடையது. இதனை மேலே சொன்ன இரண்டு சக்திகளும் அடக்கியாண்டும் ஜாகிரதையாகப் பாதுகாத்தும் வரவேண்டும். இல்லாவிட்டால் இந்த இச்சா சக்தியானது உடல் சம்பந்தப்பட்ட இன்பங்களைத் துய்ப்பதிலே ஈடுபட்டுக் கொழுத்தும் போய்விடும்; அப்பொழுது, தனக்குரிய வேலையைச் செய்ய மறுக்கும்; மற்றச் சக்திகளை ஆட்கொள்ளப் பார்க்கும்; இதன் விளைவாக வாழ்க்கையே தலைகீழாக மாறிவிடும்.

கிளா: நிச்சயமாக அப்படித்தான் மாறிவிடும்.

ஸாக்: விவேக தத்துவமும் காரிய தத்துவமும் (ஞானசக்தியும் கிரியாசக்தியும்) ஒற்றுமைப்பட்டு இயங்குமானால், இவை ஆத்மாவையும் தேகத்தையும் வெளிச் சத்துருக்களினால் ஏற்படக்கூடிய ஆபத்துக்களினின்று காப்பாற்றும். எப்படியென்றால், ஞானசக்தியானது நல்ல வழியைக் காட்டிக்கொண்டே

செல்கிறது; கிரியா சக்தியானது வழியில் ஏற்படும் இடையூறுகளையெல்லாம் சமாளித்துக்கொண்டு ஞானசக்தியைப் பின்பற்றிச் செல்கிறது. ஒருவனை விவேகியென்று எப்பொழுது சொல்கிறோம்? அவனிடத்திலே விவேக தத்துவம் அதாவது ஞானசக்தி பிரதானமாக இருக்கிறபோது, அப்படியே மற்றொருவனை தைரியமுடையவன், வீரன் என்று எப்பொழுது சொல்கிறோம்? அவனிடத்தில் ஊக்கம் மிகுந்த தத்துவம் அதாவது காரிய தத்துவம் என்கிற கிரியா சக்தி முக்கியத்துவம் பெற்றிருக்கிறபோது, அப்படியே ஒருவனை நிதானஸ்தன் அல்லது சமசித்தமுடையவன் என்று எப்பொழுது அழைக்கிறோம்? ஞான சக்தியானது ஆள, கிரியா சக்தியும் இச்சா சக்தியும் ஆட்பட்டிருக்கிறபோது; ஞான சக்திக்கு விரோதமாக இவ்விரண்டு சக்திகளும் கலகம் செய்யாதபோது.

கிளா: நிரம்ப சரி. ஒரு ராஜ்யத்தினிடத்திலோ தனி மனிதனிடத்திலோ நிதானம் என்பது இப்படித் தான் இருக்கவேண்டும்.

ஸாக்: கடைசியாக ஒரு நீதிமான், நாம் இதுகாறும் திருப்பித் திருப்பிச் சொன்னமாதிரியான லட்சணங்களோடு கூடி இருப்பானென்பது பெறப்படுகிறது.

கிளா: ஆம்.

ஸாக்: ஒரு ராஜ்யத்திலே காணப்படுகிற நீதியே தனி மனிதனிடத்திலும் காணப்படுகிறதென்பதில் எவ்வித சந்தேகமும் இல்லை.

கிளா: இல்லை.

ஸாக்: இதை நன்றாக நிச்சயப்படுத்திக் கொள்வதற்காகச் சில உதாரணங்களைச் சொல்கிறேன். கேள்.

கிளா: என்ன உதாரணங்கள்?

ஸாக்: நீதியுள்ள ராஜ்யத்தைப் போலிருக்கிற நீதியுள்ள ஒரு மனிதனிடத்தில், தங்கம் வெள்ளி முதலியவைகளைப் பத்திரப்படுத்தி வைக்குமாறு சொன்னால், அவன், அவற்றைத் தன்னுடைய சொத்துக்களாக்கிக் கொன்டு விடுவான் என்று நாம் சொன்னால் அதை யாராவது நம்புவார்களா?

கிளா: யாரும் நம்பமாட்டார்கள்; அவன் அப்படிச் செய்யமாட்டான் என்றுதான் சொல்வார்கள்.

ஸாக்: அவன் தெய்வ விரோதமான காரியங்களைச் செய்யமாட்டான்; திருடமாட்டான்; தனது நண்பர்களுக்கோ, தேசத்திற்கோ துரோகம் செய்யமாட்டான்; ஒப்பந்தம் செய்துகொள்வது முதலியவற்றில் மனச்சாட்சிக்கு

விரோதமாக நடந்துகொள்ள மாட்டான்; விபசாரஞ் செய்யமாட்டான்; பெற்றோர்களுக்கும் தெய்வங்களுக்கும் செய்யவேண்டிய கடமைகளினின்று தவறமாட்டான். இவற்றுக்கெல்லாம் என்ன காரணம்? அவனிடத்திலே உள்ள மேலே சொன்ன தத்துவங்கள் யாவும், அதனதன் கடமைகளைச் செய்துகொண்டு, அதாவது ஆளவேண்டிய தத்துவம் ஆண்டுகொண்டும், ஆட்படவேண்டிய தத்துவங்கள் ஆட்பட்டும் ஒழுங்குபட இயங்குவதே ஆகும்.

கிளா: வாஸ்தவம்.

ஸாக்: இப்படிப்பட்ட ராஜ்யங்களையும் மனிதர்களையும் சிருஷ்டிக்கும் சக்தியில்தான் நீதி இருக்கிறதென்று சொல்லலாமே தவிர, வேறெங்கேனும் இருப்பதாகச் சொல்ல முடியுமா?

கிளா: நிச்சயமாகச் சொல்லமுடியாது.

ஸாக்: சக்கிலியன் சக்கிலித் தொழிலையே செய்யவேண்டும். தச்சன் தச்சுத் தொழிலையே செய்யவேண்டும். இப்படி அவரவரும் அவரவருக்கு இயற்கையாயமைந்த தொழிலைச் செய்யவேண்டும் என்கிற நியமத்தில்தான் நீதியின் உருவம் காணப்படுகிறது; அதாவது சுய தருமத்தை அனுஷ்டிப்பதுதான் நீதி.

கிளா: அதுதான் சரி.

ஸாக்: உண்மையாகப் பார்க்கப்போனால் நீதியென்பது பின்வருமாறு காட்சியளிக்கிறது. அது மனிதனுடைய வெளி விவகாரங்களில் தலையிடுவதில்லை; அவனுடைய உள் விவகாரங்களை, அதாவது அவனையும் தத்துவங்கள், ஒன்றிலே மற்றொன்று தலையிடாமல் அதனதன் விவகாரங்களைக் கவனித்துக் கொள்ளுமாறு நடந்துகொள்வான். இதன் மூலமாகத் தன் ஆத்மாவை ஒழுங்குபட அமைத்துக்கொள்வான். இங்ஙனம் தனக்குத்தானே எஜமானனாகிவிட்ட பிறாகு, தனது நடவடிக்கைகளையும் அதற்குத் தகுந்தபடி ஒழுங்குபடுத்திக் கொள்வான்; மேலே சொன்ன இச்சை, கிரியை, ஞானம் என்கிற மூன்று தத்துவங்களையும் அல்லது சக்திகளையும், இவற்றுக்கு நடுவே வேறேதேனும் தத்துவங்களிருந்தால் அவற்றையும், எல்லாவற்றையும் ஐக்கியப்படுத்தி ஒன்றாக்கிக்கொண்டு செல்வான். இந்த நிலையிலே இருந்துகொண்டு செல்வான். இந்ட நிலையிலே இருந்துகொண்டு அவன், பணம் சம்பாதித்தல், உடலைப் பேணுதல், அரசியலிலோ வியாபாரத்திலோ கலந்துகொள்ளல் முதலிய சகல விவகாரங்களையும் நடத்துவான். எந்த விவகாரங்களை நடத்தினாலும் அவை, மேற்சொன்ன மனோநிலைக்குத் துணை செய்வனவாகவும்,

அதனை வளர்க்குந் தன்மையனவாகவுமே இருக்கும். அவனுடைய இந்த விவகாரங்களுக்குத் தலைமையாயிருந்து நடத்துவது அவனுடைய ஞானம். மேற்சொன்ன மனோ நிலையைப் பாழ்படுத்தக்கூடிய காரியங்கள் எவையோ அவை யாவும் அநீதமான காரியங்களென்று அவன் கருதுவான். இந்த அநீத காரியங்களுக்குத் தலைமையாயிருந்து நடத்துவதுதன் அஞ்ஞானம்.

கிளா: நீ சொல்வது முற்றிலும் உண்மை.

ஸாக்: இனி அநீதியைப் பற்றி விசாரணை செய்வோம். மேலே சொன்ன மூன்று தத்துவங்களும், அதாவது இச்சை, கிரியை, ஞானம் என்ற மூன்று தத்துவங்களும் அதனதன் கடமைகளைச் செய்து கொண்டும், அதே சமயத்தில் ஐக்கியப்பட்டுக் கொண்டும் போகாமல் ஒன்றுக்கொன்று முரண்டுபட்டுக் கொள்ளுமானால், ஒன்றையொன்று அடக்கியாளப் பார்க்குமானால், அதுவே ஆத்மாவைப் பொறுத்தமட்டில் அநீதி அல்லது அதருமம். அதனைப் புலனடக்கமின்மை, கோழைத்தனம், அறியாமை யென்றும் சொல்லலாம்.

கிளா: சரி.

ஸாக்: எப்படி தேகத்திற்கு ஏற்படுகிற நிலைமையை ஆரோக்கியமென்றும் நோயென்றும் முறையே அழைக்கிறோமோ அதைப்போல் ஆத்மாவுக்கு ஏற்படுகிற நிலைமையை நீதியென்றும் அநீதியென்றும் முறையே அழைக்கிறோம். எப்படி ஆரோக்கியமான நிலைமை ஆரோக்கியத்தையும், நோயான நிலைமை நோயையும் முறையே உண்டுபண்ணுகின்றனவோ அதைப்போல் நீதியான காரியங்கள் நீதியையும் அநீதியான காரியங்கள் அநீதியையும் முறையே உண்டு பண்ணுகின்றன.

கிளா: வாஸ்தவம்.

ஸாக்: தேகத்திலுள்ள பல உறுப்புக்களும் இயற்கைக்கேற்றபடி அவ்வவற்றின் வேலைகளை ஒழுங்காகச் செய்துகொண்டு போனால் ஆரோக்கியம் உண்டாகிறது. இயற்கையை விரோதித்துக்கொண்டு, உறுப்புக்கள் ஒன்றுக்கொண்று முரண்டிக் கொண்டால் வியாதி உண்டாகிறது. இப்படியேதான் ஆத்மாவைப் பொறுத்தமட்டில் நீதியும் அநீதியும் முறையே உண்டாகின்றன.

கிளா: உண்மை.

ஸாக்: எனவே, நீதி அல்லது தருமம் என்பது, ஆத்மாவின் ஆரோக்கியம், அழகு, நல்லதன்மை எல்லாமுமாகிறது. அநீதி அல்லது அதருமம் என்பது ஆத்மாவின் நோய், விகாரம் எல்லாமுமாகிறது.

கிளா: நிஜம்.

ஸாக்: இனி, அநீதி அல்லது அதருமம் என்பதில் எத்தனை வகை யுண்டென்பதைப் பற்றி ஆராய்வோம். நீதி அல்லது தருமம் என்பது ஒன்று. அநீதி அல்லது அதருமம் என்பது பல, சிறப்பாக நான்கு வகையான அநீதிகளைக் குறிப்பிட்டுச் சொல்லலாம்.

கிளா: அவை என்னென்ன?

ஸாக்: ஆட்சி முறைகளில் அதாவது அரசாங்க அமைப்புக்களில் எத்தனை வகையுண்டோ அத்தனை வகையான மனித சுபாவங்களும் உண்டு.

கிளா: அவை எத்தனை வகை?

ஸாக்: ஐந்து விதமான ஆட்சி முறைகளும் ஐந்து விதமான மனித சுபாவங்களும்.

கிளா: அவை என்னென்ன?

ஸாக்: நாம் இதுவரையில் வருணித்து வந்திருக்கிற ஆட்சி முறை ஒன்று. இதனை பெயர்களிட்டு அழைக்கலாம். ஆளும் வர்க்கத்தைச் சேர்ந்தவரில் ஒருவனே எல்லோருக்கும் மேம்பட்டவனாயிருந்து நிருவாகத்தை ஏற்று நடத்துவானாகில் அதனை முடியாட்சி அல்லது மன்னராட்சி யென்று சொல்லலாம்; அல்லது ஒருவருக்கு மேற்பட்டவர் சேர்ந்து ஆட்சி கடத்துவார்களானால் அதனை மேன்மக்களாட்சி யென்று சொல்லலாம். ஒருவனே இருந்து ஆட்சி புரிந்தாலென்ன, சிலர் சேர்ந்து ஆட்சி புரிந்தாலென்ன, அவனோ, அவர்களோ நாம் வகுத்த கல்வி முறைப்படி பயிற்சி பெற்றிருப்பார்களானால், ராஜ்யத்தின் அடிப்படையான சட்ட திட்டங்களுக்குப் பாதகம் உண்டு பண்ணக் கூடியமாதிரி நடந்து கொள்ளமாட்டார்கள். ஆகவே, இந்த முடியாட்சி அல்லது மன்னராட்சி என்பது ஒரு வகை.

ஐந்தாவது புத்தகம்

முந்தின அத்தியாயத்தின் கடைசியில் சொன்ன ஆட்சி முறைதான் நல்லது, நியாயமானது, மற்றவையெல்லாம் கெட்டவை, நியாயமற்றவை யென்றும், இந்த நியாயமற்ற ஆட்சி முறைகளை நான்கு வகையாகப் பிரிக்கலாமென்றும் ஸாக்ரட்டீஸ் விஸ்தரித்துச் சொல்லத் தொடங்குகிறான். அப்பொழுது எதிரில் உட்கார்ந்து உற்சாகத்துடன் வாதம் நடத்திக்கொண்டும், கவனத்துடன் கேட்டுக்கொண்டும் வருகிறவர்களில் ஒருவனான பாலிமார்க்கஸ் என்பவன், தன் பக்கத்திலிருக்கும் அடீமாண்ட்டஸிடம் ரகசியமாக "அப்படியே விட்டுவிடலாமா? அல்லது வேறென்ன செய்யலாம்? என்று கேட்கிறான். இதற்கு அடீமாண்ட்டஸ், "ஏன் விட்டுவிட வேண்டும்? அது முடியவே முடியாது" என்று உரத்துப் பதில் சொல்கிறான் இதைக் கேட்ட ஸாக்ரட்டீஸ் "எதை விட்டுவிடக் கூடாதென்கிறாய், அடீமாண்ட்டஸ்" என்கிறான். அப்பொழுது அடீமாண்ட்டஸ், "அநீதியைப் பற்றிய வியாக்கியானம் அப்புறம் நடக்கட்டும். மனைவிமார்களை வைத்துக் கொண்டிருத்தல், விவாக விஷயங்கள், பிள்ளைப்பேறு முதலியவை யாவும் பொது உடைமைகளாகக் கருதப்பட வேண்டுமென்று சொன்னாயே[1] அதைப்பற்றி எங்களுக்கு விஸ்தரித்துச் சொல். அதைச் சொல்லாத வரை உன்னை நாங்கள் விடப் போவதில்லை" என்கிறன். இதற்கு மேல் ஸாக்ரட்டீஸ், தான் அமைத்திருக்கிற ராஜ்யத்தில், ஸ்திரீகளின் ஸ்தானம் என்ன, அவர்களுடைய கடமைகள் என்ன என்பவற்றைப் பற்றி விவரிக்கிறான். இதற்குப் பிறகு ஞானிகளே அரசர்களாயிருக்க முடியும் என்பதைச் சித்தாந்தப்படுத்துகிறான். முதலில் ஸாக்ரட்டீஸுக்கும் கிளாக்கோனுக்கும் சம்பாஷணை நடக்கிறது.

ஸாக்ரட்டீஸ்: ஒரு தேசத்தைப் பாதுகாவல் செய்கிற வீரர்கள், ஓர் ஆட்டு மந்தையைக் காவல் புரியும் நாய்கள் மாதிரி இருக்க வேண்டுமென்று ஏற்கனவே நாம் முடிவு கட்டியிருப்பது உனக்கு ஞாபகமிருக்கிறதா கிளாக்கோன்?

கிளா: ஆமாம்; நன்றாக ஞாபகமிருக்கிறது.

ஸாக்: காவல் புரிகிற அந்த நாய்களிலே, பெண் நாய்கள், ஆண் நாய்களைப் போல காவல் புரிதல், வேட்டை யாடுதல் முதலிய தொழில்களைச் செய்ய வேண்டுமென்று நீ நினைக்கிறாயா? அல்லது ஆண் நாய்கள் மட்டும் காவல் செய்யட்டுமென்று சொல்லி அவைகளுக்குக் கடினமான வேலையைக் கொடுத்து விட்டு, பெண் நாய்கள், குட்டிகள் போட வேண்டியிருக்கிறது, அவற்றைக் காப்பாற்ற வேண்டியிருக்கிறது. இதனால் அவற்றுக்குத் தேகபல

மிராது என்றெல்லாம் சொல்லி அவற்றைக் கொட்டிலிலேயே போட்டு அடைத்துவைக்க விரும்புகிறாயா?

கிளா: ஆண் நாய்களும் பெண் நாய்களும் எல்லா விதமான தொழில்களிலும் பங்கு போட்டுக்கொள்ள வேண்டியதுதான். ஆண் நாய்கள் பலமுடையவையென்றும், பெண் நாய்கள் பலமற்றவை யென்றும் பாகுபடுத்திச் சொல்கிறோம்; அவ்வளவுதான்.

ஸாக்: எந்த ஒரு ஜீவ ஜந்துவும் மற்றொரு ஜீவ ஜந்துவைப் போல் வேலை செய்ய வேண்டுமானால் அதனை, அந்த மற்றொரு ஜீவ ஜந்துவைப் போல் வளர்த்து, அதற்குப் பயிற்சி யளிக்க வேண்டுமல்லவா? அப்பொழுது தானே அந்த ஜந்துக்கள் ஒரே மாதிரியான வேலையைச் செய்ய முடியும்?

கிளா: ஆமாம்.

ஸாக்: அப்படியே ஆண்களைப் போலவே பெண்களும் வேலை செய்ய வேண்டுமானால், அந்ட ஆண்களுக்கு அளிக்கப்படுகிற பயிற்சியைப் பெண்களுக்கும் அளிக்க வேண்டாமா?

கிளா: அளிக்கத்தான் வேண்டும்.

ஸாக்: ஆண்களுக்குத் தேகப் பயிற்சியும், கலைப் பயிற்சியும் அளித்தோ மல்லவா?

கிளா: ஆமாம்.

ஸாக்: அது போலவே, பெண்களுக்கும் இந்த இரண்டு பயிற்சிகளையும் அளிக்க வேண்டும். இவற்றுடன், யுத்தப் பயிற்சியும் அவர்களுக்கு அளிக்க வேண்டும். இங்ஙனம் எல்லாப் பயிற்சிகளையும் அளித்து, ஆண்களைப் போலவே பெண்களையும் நடத்த வேண்டும்.

கிளா: நீ சொல்வது அந்த முடிவுக்குத் தான் கொண்டுபோய் விடுகிறது.

ஸாக்: இந்தமாதிரி நான் சொல்வதை அனுஷ்டானத்திற்குக் கொண்டு வருவோமானால், இப்பொழுது நம்மிடையே நிலவி வரும் அநேகவித சம்பிரதாயங்கள், மரியாதைகள் முதலியவற்றை யெல்லாம் உடைத்தெறிய வேண்டியிருக்கும். அப்பொழுது நம்மைப் பார்த்து எல்லோரும் பரிகசிப்பார்களல்லவா?

கிளா: நிச்சயமாக.

ஸாக்: எதைப் பார்த்து அதிகமாகப் பரிகசிப்பார்கள் என்று நீ கருதுகிறாய்? காடிகானா என்று அழைக்கப்படுகிற தேகப்பயிற்சிசாலையில், ஆண்களைப் போலவே பெண்களும் நிர்வாணமாக இருந்து தேகப்பயிற்சி செய்து

கொண்டிருப்பார்களானால் அதைப் பார்த்து எல்லோரும் அதிகமாகப் பரிகசிப்பார்கள் இல்லையா?

கிளா: நிரம்பக் கேவலமாகவும் பேசுவார்கள்.

ஸாக்: சரி; தேகப் பயிற்சிக்கு முக்கியத்துவம் கொடுத்து அதனை அனுஷ்டானத்திற்குக் கொண்டு வந்தவர்கள் கிரேக்கர்கள். அவர்கள், அதாவது, கிரேக்க ஆண்கள், முதலில் நிர்வாணமாக இருந்து தேகப் பயிற்சியின் ஆரம்ப பாடத்தைக் கற்றுக்கொண்டபோது, அவர்களைப் பார்த்து எல்லோரும் பரிகசித்தார்களல்லவா? பிறகு நாளா வட்டத்தில் அது சகஜமாகிவிட்டதா இல்லையா?

கிளா: ஆமாம்.

ஸாக்: எதுவும் ஆரம்பத்தில் பரிகசிக்கப்படுந்தானே? அலட்சியப்படுத்தப் படுந்தானே?

கிளா: வாஸ்தவம்.

ஸாக்: பரிகாசத்தைப் பொருட்படுத்திக் கொன்டிருந்தோமானால், நல்லதை அனுஷ்டானத்திற்குக் கொண்டுவர முடியுமா?

கிளா: முடியாதுதான்.

ஸாக்: இந்த மட்டும் ஒப்புக்கொண்டாயே; நிரம்ப சரி. இன்னொரு விஷயம். சற்று முன் நாம் பேசினோமே, அதாவது, அவரவரும் அவரவருடைய தன்மைகளுக்கேற்பத் தொழில் செய்யவேண்டுமென்று அப்படியானால், ஆண்கள், அவர்களுடைய தன்மைகளுக்கேற்பத் தொழில் செய்யவேண்டும்; பெண்கள், அவர்களுடைய தன்மைகளுக்கேற்பத் தொழில் செய்ய வேண்டும். இல்லையா?

கிளா: ஆமாம்.

ஸாக்: அப்படியானால், ஆண்களைப் போலவே பெண்களும் பயிற்சி பெறவேண்டும், அவர்களைப் போலவே தொழில் செய்ய வேண்டும் என்று இப்பொழுது பேசி வந்ததற்கும், முன்னே பேசியதற்கும் அதாவது அவரவரும் அவரவருடைய தன்மைகளுக்கேற்பத் தொழில் செய்ய வேண்டும் என்பதற்கும் முரண் ஏற்படவில்லையா?

கிளா: வாஸ்தவம், வாஸ்தவம். இப்படி முன்னுக்குப் பின் முரணாக நாம் முடிவு கட்டினோமானால் நம்மைப் பார்த்து எல்லோரும் பரிகசிக்கவல்லவோ செய்வார்கள்.

ஸாக்: அப்படியானால், இந்த முரண்பாட்டிலிருந்து தப்பித்துக்கொள்ள

ஒரு மார்க்கத்தைத் தேடுவோம் வா. முதலாவது, அவரவருடைய தன்மைகளுக்கேற்ப அவரவரும் தொழில் செய்ய வேண்டுமென்று மேலே சொன்னோமல்லவா? தன்மைகளென்றால், வெளியிலே காணப்படுகிற உருவத் தோற்றங்களல்ல; உள்ளேயிருக்கப்பட்ட சுபாவங்கள். உதாரணமாக, ஒருவனுக்குத் தலையில் மயிர் அடர்த்தியாயிருக்கிறது. இன்னொருவனுக்கு வழுக்கை விழுந்திருக்கிறது. வித்தியாசமான இந்தத் தோற்றத்தினால் இரண்டு பேருடைய தன்மைகளும் வேறுபட்டவையென்று சொல்லிவிட முடியுமா? மயிர்த் தலையன் செய்கிற தொழிலை வழுக்கைத் தலையன் செய்யக்கூடாதென்று நாம் கண்டிப்புச் செய்ய முடியுமா?

கிளா: முடியாது.

ஸாக்: சரி; ஒருவனைப் பார்த்து, அவன் இயற்கையாகவே சாமர்த்தியசாலி யென்கிறோம்; இன்னொருவனைப் பார்த்து, அப்படியில்லை யென்கிறோம். இதற்கு அர்த்தமென்ன? முதலிற் சொல்லப்பட்டவன், எந்த விஷயத்தையும் சுலபமாகக் கற்றுக்கொள்கிறான், பிந்தியவன் கஷ்டப்பட்டுக் கற்றுக்கொள்கிறான் என்று அர்த்தமா? அல்லது முந்தியவன், ஆரம்பத்தில் சிறிது வழிகாட்டி விட்டுவிட்டால், பிறகு தானே எல்லா விஷயங்களையும் தெரிந்துகொண்டு விடுகிறான், பிந்தியவன் எவ்வளவு முயன்று உழைத்தாலும் கற்றதைகூட மறந்துவிடுகிறான் என்று அர்த்தமா? அல்லது முந்தியவனிடத்திலுள்ள தேக பலத்தின் அளவுக்கு அவனுடைய மனோ பலம் விருத்தியாகும், பிந்தியவனுக்கு அப்படியில்லையென்று அர்த்தமா? எந்த அர்த்தத்திலே ஒருவனை, இயற்கையான சாமர்த்தியசாலி யென்றும், மற்றொருவனை அப்படியில்லாதவன் என்றும் கூறுகிறோம்?

கிளா: நீ எடுத்துச் சொன்ன பல அர்த்தங்களில் ஏதோ ஓர் அர்த்தத்தில்தான் சொல்ல முடியும்.

ஸாக்: சரி; மேலே சொன்ன அர்த்தங்களில் ஏதோ ஒன்றின்படி. ஆண்களைவிடத் திறமையாகப் பெண்களால் செய்யக் கூடிய காரியங்கள் எத்தனையோ உலகத்தில் இருக்கின்றனவல்லவா? உதாரணமாக, நெசவுத் தொழில், அடை அப்பம் முதலியன சுடுதல், வற்றல் ஊறுகாய் முதலியன தயாரித்தல் இந்த வேலைகளில், ஆண்களைவிட பெண்கள் சாமர்த்தியசாலிகளாய் இருக்கிறார்கள். ஆயினும் பெண்களைச் சாமர்த்திய சாலிகளில்லை யென்று இழிவு செய்கிறோம். இல்லையா?

கிளா: வாஸ்தவம். ஆயினும் நீ சொல்கிறமாதிரி, அநேக வேலைகளில் ஆண்களைவிட பெண்கள் திறமைசாலிகளாய் இருக்கிறார்கள் என்பதை நாம் பார்த்துக்கொண்டுதான் இருக்கிறோம்.

ஸாக்: எனவே, ஒரு ராஜ்யத்தில் ஆண்கள் இன்ன தொழில்கள்தான் செய்ய வேண்டும், பெண்கள் இன்ன தொழில்கள்தான் செய்ய வேண்டும் என்று நாம் எவ்விதமாகவும் வரையறுக்க முடியாதல்லவா? இயற்கையான சக்திகள், இருபாலாரிடத்திலும் ஒரே விதமாகவே அமைந்திருக்கின்றன. ஆண்களைப் போலவே பெண்களும் எல்லா வேலைகளையும் செய்ய முடியும். ஆனால், ஆண்களைவிட பெண்கள் பலவீனர்களாய் இருக்கிறார்கள் அவ்வளவுதானே?

கிளா: ஆமாம்.

ஸாக்: அப்படியானால், அதாவது அந்தப் பலவீனத்தின் காரணமாகப் பெண்கள் எந்தத் தொழிலையும் செய்யக்கூடாது, ஆண்கள்தான் எல்லாத் தொழில்களையும் செய்ய வேண்டும் என்று நாம் நிர்ணயித்து விடலாமா?

கிளா: அஃதெப்படி முடியும்?

ஸாக்: ஒரு ஸ்திரீ, இயற்கையிலேயே வைத்தியத் தொழிலுக்குத் தகுதியுடையவளாயிருக்கிறாள்; இன்னொருத்தி அப்படி இல்லை. ஒருத்திக்குச் சுபாவத்திலேயே சங்கீத ஞானம் அல்லது ருசி இருக்கிறது; இன்னொருத்திக்கு இல்லை.

கிளா: ஆமாம்.

ஸாக்: அப்படியே ஒரு ஸ்திரீக்கு தேகப்பயிற்சி விஷயத்திலும் யுத்தக் கலையிலும் அதிகமான ஆர்வம் இருக்கலாம்; இன்னொருத்திக்கு இல்லாமலிருக்கலாம்.

கிளா: ஆமாம்.

ஸாக்: அப்படியே ஒரு ஸ்திரீ, ராஜ்யத்தைப் பாதுகாவல் செய்வதிலே ஆர்வமும், சக்தியும், திறமையும் உடையவளாய் இருக்கலாம்; இன்னொருத்தி அப்படி இல்லாமல் இருக்கலாம்.

கிளா: ஆமாம்.

ஸாக்: ராஜ்யத்தைப் பாதுகாவல் செய்கிற விஷயத்தைப் பொறுத்தமட்டில், ஆண்களுடைய தன்மையும் பெண்களுடைய தன்மையும் ஒன்றுதான். வித்தியாசமென்னவென்றால், ஆண்களைப் போல் பெண்கள் பலசாலிகளாயில்லை. அவ்வளவுதானே?

கிளா: ஆமாம்.

ஸாக்: அப்படியானால் ஒரு ராஜ்யத்தைப் பாதுகாவல் செய்வதற்கு என்னென்ன தன்மைகள் அல்லது தகுதிகள் வேண்டுமோ அந்தத் தன்மைகள்

வெ.சாமிநாத சர்மா

அல்லது தகுதிகளுடைய பெண்களை, ஆண்களைப் போலவே பாதுகாவலர்களாக நியமிக்கலாமல்லவா? ஏனென்றால், ஒரு தொழிலுக்கு எந்தத் தன்மைகள் இருக்கவேண்டுமோ அந்தத் தன்மைகளுடையவர்களை அந்தத் தொழிலில் நியமிக்கிற விஷயத்தில்தான் நமக்கு ஆட்சேபமில்லையே?

கிளா: வாஸ்தவம்.

ஸாக்: எனவே, நமது ராஜ்யத்தின் பாதுகாவலர்களுக்கு அளிக்கப்படுகிற தேகப்பயிற்சியும், கலைப் பயிற்சியும், அவர்களுடைய மனைவி மார்களுக்கும் அளிக்கப்பட்டால் அதில் யாருக்கும் ஆட்சேபம் இருக்க முடியாதே?

கிளா: இருக்கவே முடியாது.

ஸாக்: அப்படியானால், ஒரு ராஜ்ய நிர்வாகத்தைக் குறித்து நாம் போட்டுவருகிற திட்டங்கள் யாவும் வெறும் கனவுகள் என்று சொல்ல முடியாது. இயற்கையை அனுசரித்துத்தான் நாம் திட்டங்கள் போட்டுக் கொண்டு வருகிறோம்.

கிளா: அப்படித்தான் தோன்றுகிறது.

ஸாக்: எனவே நாம் போடுகிற திட்டங்கள் யாவும் அனுஷ்டான சாத்தியமானவையாகவும் இருக்க வேண்டும்; தேவையைப் பூர்த்தி செய்வதாகவும் இருக்க வேண்டும். இல்லையா?

கிளா: ஆமாம்.

ஸாக்: நமது ராஜ்யத்தின் க்ஷேமத்தை முன்னிட்டு, ராஜ்யப் பாதுகாவலர்களை எப்படிச் சிறந்தவர்களாக்க வேண்டுமென்று நாம் விரும்புகிறோமோ அப்படியே பெண்களையும் சிறந்தவர்களாக்க வேண்டுமென்று நாம் விரும்பலாமல்லவா?

கிளா: நமது விருப்பம் அப்படித்தானிருக்க வேண்டும்.

ஸாக்: அப்படியானால் ஆண்களுக்கு அளிக்கப்படுகிற தேகப் பயிற்சி, கல்விப் பயிற்சி முதலியன பெண்களுக்கும் அளிக்கப்பட வேண்டும்.

கிளா: அவசியம்.

ஸாக்: ஆதலின் ஒரே விதமான தன்மைகளும் தகுதிகளுமுடைய ஆண்களையும் பெண்களையும் நாம் ராஜ்யப் பாதுகாவலர்களாக நியமிப்போமாக. இந்தத் தகுதிகளைப் பெற முயற்சிசெய்யும், அதாவது நிர்வாணமாக இருந்து தேகப்பயிற்சி முதலியன செய்யும் பெண்களைப் பார்த்து யாரும் பரிகசிக்காதிருப்பார்களாக "பிரயோஜனமுடையதுதான்

அழகுடையது" என்று ஒரு வாசகம் உண்டு. அதைப்போல பெண்கள் பிரயோஜனமா யிருக்கிறபோதுதான் அழகுடையவர்களாயிருக்கிறார்கள்.

கிளா: நீ சொல்வது உண்மைதான்.

ஸாக்: சரி; இனி அடுத்த விஷயத்திற்கு வருவோம். இங்ஙனம் ராஜ்யப் பாதுகாவல் தொழிலில் ஈடுபட்டிருக்கும் எல்லா ஸ்திரீகளும், அதே ராஜ்யப் பாதுகாவல் தொழிலில் ஈடுபட்டிருயிருக்க வேண்டும். ஒரு ஸ்திரீ ஒரு புருஷனுடன் தனிப்பட்டு வசித்தல் என்பது கூடாது. இவர்களுக்குப் பிறக்கிற குழந்தைகள், எல்லோருக்கும் பொதுவான குழந்தைகளா யிருக்கவேண்டும். பெற்றோர்களுக்குத் தங்கள் குழந்தைகள் இன்னவை யென்று தெரியக்கூடாது. அப்படியே குழந்தைகளுக்கும், தங்களுடைய பெற்றோர் இன்னொரென்று தெரியக் கூடாது.

கிளா: இது மிகவும் கஷ்டமான விஷயம். இதனை அனுஷ்டானத்திற்குக் கொண்டுவரவும் முடியாது; இதனால் சாதகமும் உண்டாகாது.

ஸாக்: சாதகமில்லை யென்று சொல்லமுடியாது. மனைவிமார்களையும் குழந்தைகளையும் பொது உடைமைகளாக வைத்துக்கொண்டிருப்பதுதான் மானிட ஜாதிக்கு அதிகமான நன்மையை உண்டுபண்ணும் என்பது என்னுடைய உறுதியான அபிப்பிராயம். இதைப்பற்றி அதிகமான கருத்து வேற்றுமைகள் இருக்கமுடியாது. ஆனால், இஃது (அதாவது மனைவிமார்களையும் குழந்தைகளையும் பொதுச் சொத்துக்களாகக் கருதுவது) அனுஷ்டான சாத்தியமா வென்னும் விஷயத்தில் அதிகமான அபிப்பிராய பேதங்கள் இருக்கலாம்.

கிளா: இரண்டு விஷயங்களுந்தான் ஆட்சேபிக்கப்படலாம்.

ஸாக்: அப்படியானால் இந்த ஆட்சேபங்களுக்குச் சமாதானம் தேடுவோம். நமது ராஜ்யத்து அரசர்களும் போர் வீரர்களும் அவரவர்களுடைய பெயருக்கேற்ப நடந்துகொள்ள வேண்டுமென்றும், அரசர்கள் இடுகிற கட்டளைக்குப் போர் வீரர்கள் கீழ்ப்படிந்து நடக்க வேண்டுமென்றும், அப்படியே தாங்கள் இடுகிற கட்டளைகளைத் தாங்களே அனுஷ்டிக்கவேண்டும் என்பதில் அரசர்கள் சிரத்தை காட்டவேண்டும் என்றும் ஒரு நல்ல ராஜ்யத்தில் நாம் எதிர்பார்க்கலாமல்லவா? அப்படித் திட்டமான ஒரு வரன் முறையை விதிக்காமல் அவரவரும் அவரவர்ர் இஷ்டப்படி நடந்துகொள்ளட்டுமென்று சொன்னால், ஒரு நல்ல ராஜ்யத்திலுள்ள எல்லாப் பிரஜைகளும் சட்டத்தின் துணையில்லாமலேயே சட்டப்படி நடந்துகொள்வார்கள் அல்லவா? அதாவது ராஜ்ய க்ஷேமத்திற்கு, சட்டம் ஒரு துணை. அந்தத் துணையில்லாமலும் ராஜ்யத்தின் க்ஷேமத்தை நாடமுடியும். இப்படியும் எதிர்பார்க்கலாந்தானே?

கிளா: எதிர்பார்க்கலாந்தான்.

ஸாக்: அப்படியானால், ஒரு ராஜ்யத்தின் சட்ட நிர்மாண கர்த்தர்கள், தங்களுடைய ராஜ்யம் நீதியுடையதாகவும் க்ஷேமமுடையதாகவும் இருக்கவேண்டுமென்று விரும்புவார்களானால், அதிலுள்ள ஒரே தன்மையும் தகுதியுமுள்ள ஆண்களும் பெண்களும் ஒரே இடத்தில் வசிக்கும்படி செய்வார்களாக இருபாலாரும் பொதுவான வீட்டிலேயே வசிக்கவேண்டும்; பொதுவான உணவையே உண்ணவேண்டும். யாரும், தங்களுக்கென்று சொந்தமாக எந்தவித சொத்துக்களையும் வைத்திருக்கக் கூடாது. இவர்கள், தங்களுடைய அன்றாட விவகாரங்களைப் பொதுவான முறையிலேயே நடத்தவேண்டும். இப்படி ஒன்றாக இருந்து பழகுவதன் காரணமாகவும், அவசியத்தை முன்னிட்டும், இருபாலாரிடையிலும் சம்பந்தம் ஏற்படாதென்று நீ கருதுகிறாயா?

கிளா: ஏன் ஏற்படாது? அவசியம் ஏற்படத்தான் செய்யும். எல்லா மனிதர்களையும் தனது ஆதிக்கத்திற்கு உட்படுத்திக்கொள்ளும் சக்தி, காதலுக்கு இருக்கிறதல்லவா?

ஸாக்: சரி; ஆனால், சந்தோஷகரமான ராஜ்யத்தில் கண்டவரும் கண்டவரோடு சேர்க்கை வைத்துக்கொள்ளலாம் என்பது அனுமதிக்கப்படாது. ராஜ்யப் பாதுகாவலர்கள் இது விஷயத்தில் சர்வ ஜாக்கிரதையுடன் இருப்பார்களல்லவா?

கிளா: அப்படித்தான் இருப்பார்கள்.

ஸாக்: அப்படியானால் விவாகத்தை ஒரு புனிதமான சடங்காக நாம் ஏற்படுத்த வேண்டும். அதிகமான சாதகத்தை உண்டுபண்ணக்கூடியதாக இந்த விவாக சம்பந்தம் இருக்கவேண்டும்.

கிளா: அவசியம்.

ஸாக்: எப்படிச் சாதகமாக இருக்கமுடியும், சொல் பார்ப்போம். உன்வீட்டில் வேட்டைநாய்களும் நல்லபட்சிகளும் இருக்கின்றனவென்று வைத்துக்கொள். நாய்கள் நல்ல குட்டிகளைப் போடவேண்டுமென்பதைப் பற்றியோ, பறவைகள் நல்ல குஞ்சுகள் பொரிக்க வேண்டும் என்பதைப் பற்றியோ நீ ஏதேனும் கவனம் செலுத்தியிருக்கிறாயா?

கிளா: எந்த அர்த்தத்தில் நீ சொல்லுகிறாயென்பது எனக்கு விளங்கவில்லையே.

ஸாக்: நல்ல நாயை நல்ல நாயோடும், அப்படியே நல்ல பறவையை நல்ல பறவையோடுந்தானே நீ சேரவிடுவாய்? அதாவது பலமும் நல்ல

யௌவனமுமுடைய ஜந்துக்களைத்தானே சேர வைப்பாய்? கிழ நாயைக் கொண்டு, பாலிய நாயுடன் சேர்த்துவைக்க மாட்டாயே?

கிளா: நிச்சயமாக மாட்டேன்.

ஸாக்: இப்படியே குதிரைகள் முதலிய எல்லா மிருகங்களின் விஷயத்திலும் நடந்துகொள்வாயல்லவா?

கிளா: ஆமாம்.

ஸாக்: இதே முறையை, மனிதர்களின் விஷயத்தில் அனுஷ்டிக்க வேண்டுமானால், நமது அரசர்களுக்கு எவ்வளவு திறமை வேண்டும்!

கிளா: இந்த முறையை அனுசரிக்க வேண்டியதுதான். ஆனால், இதற்குத் திறமையென்ன வேண்டியிருக்கிறது?

ஸாக்: எப்படியென்றால், நமது அரசர்கள் வைத்தியர்களைப் போன்றவர்கள். தனி மனிதனுடைய தேகத்திற்கு வைத்தியர்கள் அவ்வப்பொழுது எப்படி மருந்து கொடுக்கிறார்களோ அதைப்போல அரசர்கள், சமுதாயத்திற்கு அவ்வப்பொழுது மருந்து எதுவும் சாப்பிடவேண்டிய அவசியமில்லாமல் பத்திய உணவு மட்டும் சாப்பிட்டுக்கொண்டு இருப்பார்களானால், அவர்களுக்கு ஒரு சாதாரண வைத்தியன்போதும். அப்படிக்கின்றி, அவர்கள் ஒழுங்காக மருந்து சாப்பிட்டுக் கொண்டிருக்க வேண்டுமென்று சொன்னால் திறமையான ஒரு வைத்தியன் தேவை இல்லையா?

கிளா: வாஸ்தவந்தான். ஆனால், எதற்காக இந்த உதாரணத்தை நீ எடுத்துக் காட்டுகிறாய்?

ஸாக்: சொல்கிறேன். அரசர்கள், பிரஜைகளின் நன்மைக்காக, அவ்வப்பொழுது தங்களுடைய ஆட்சி முறையில் பொய்யையும் ஏமாற்றத்தையும் கலந்துதான் நிர்வாகம் செய்யவேண்டும். ஒரு நன்மையான காரியத்தை முன்னிட்டு, பொய்யை மருந்து மாதிரி உபயோகிக்கலாம் என்று ஏற்கனவே நாம் சொல்லியிருக்கிறோம்; ஞாபகமிருக்கிறதா உனக்கு?[1]

கிளா: ஆமாம்.

ஸாக்: விவாக விஷயத்திலும், பிள்ளைப்பேறு விஷயத்திலும் பொய்யை மருந்துமாதிரி உபயோகித்தால் அதன்மூலம் அதிகமான நன்மை உண்டாகுமென்பதை நீ ஒப்புக்கொள்கிறாயா?[2]

கிளா: எப்படி?

ஸாக்: தேக பலம், மனோ பலம், அறிவு பலம் முதலிய எல்லா வகைகளிலும்

சிறந்தவர்களை நாம் ஒன்று சேர்த்துவைக்க வேண்டுமென்றும், இவற்றில் குறைந்தவர்களைக் கூடுமானவரையில் அதிகமாகச் சேரவிடக் கூடாதென்றும் நாம் ஒப்புக்கொண்டிருக்கிறோம். அப்படியே, முன்னையவர்களுடைய குழந்தைகளைப் போஷித்துக் காப்பாற்றுதல் நாம் அதிகமான சிரத்தை எடுத்துக்கொள்ள வேண்டும். பிந்தியவர்களின் சந்தான விஷயத்தில் அவ்வளவு அக்கரை செலுத்தவேண்டியதில்லை. நம்முடைய சமுதாயம் ஓர் உயர்ந்த நிலையையடைய வேண்டுமானால் இந்த மாதிரிதான் நாம் நடந்துகொள்ள வேண்டும். இதற்கான ஏற்பாடுகள் அனைத்தையும் ரகசியமாகச் செய்து அவற்றை அனுஷ்டானத்திற்குக் கொண்டுவர வேண்டும். இந்த ஏற்பாடுகள் யாவும், ஏன் எதற்காக என்ற கேள்விகளுக்கெல்லாம் சமாதானஞ் சொல்லிக்கொண்டிராமல், இவற்றை நடைமுறையில் கண்டிப்பாகக் கொண்டுவந்துவிட வேண்டும். ஏனென்றால் நம்முடைய நோக்கம் ஜன சமுதாயம் சௌக்கியமாகவும் ஒற்றுமையுடனும் இருக்க வேண்டுமென்பது தானே?

கிளா: நீ சொல்வது நிரம்ப சரி.

ஸாக்: அப்படியானால் ஜனங்கள் இன்னின்ன திருவிழாக்களைக் கொண்டாடவேண்டுமென்று அரசர்கள் சட்டத்தின் மூலம் நிர்ணயஞ் செய்து, அந்தத் திருவிழா காலங்களில் கல்யாணங்கள் நடைபெறுமாறு ஏற்பாடு செய்யவேண்டும். திருமணச் சடங்கின்போது, பூஜை, பலி முதலியன நடைபெற வேண்டும். மண வினையைப் பாராட்டியும், தம்பதிகளை வாழ்த்தியும் கவிஞர்கள் பாட்டிசைக்கவேண்டும். ஆனால், ஒவ்வொரு திருவிழாவின்போதும் இதனை இத்தனை விவாகங்கள்தான் நடைபெற வேண்டுமென்று அரசர்கள் விதி ஏற்படுத்திவிட வேண்டும். இந்த விதியை அனுஷ்டானத்திற்குக் கொண்டுவருகிற அதிகாரம், அரசர்களிடத்திலேயே இருக்க வேண்டும். பஞ்சம், பிணி, யுத்தம் முதலியவற்றினால் அவ்வப்பொழுது ராஜ்யத்தில் ஜனத்தொகை குறைகிறதல்லவா? அதனை ஈடுபடுத்துகிற வகையிலும், எவ்வளவு ஜனத்தொகை இருந்தால் ஒரு ராஜ்யம் அதிக பெரிதாகவும் அதிக சிறிதாகவும் இராமல் ஓர் அளவுக்குட்பட்டு இருக்குமோ அந்த அளவை மனத்தில் வைத்துக்கொண்டும் அரசர்கள், விவாகங்களின் எண்ணிக்கையை நிர்ணயிப்பார்களாக.

கிளா: உன்னுடைய ஏற்பாடு மிகவும் நல்ல ஏற்பாடு.

ஸாக்: தகுதியற்றவர்கல் விவாகம் செய்துகொள்ள வேண்டுமென்று ஆசைப்பட்டால் அவர்களை வெகு சாமர்த்தியமாக அரசன் நிராகரித்துவிடவேண்டும். எப்படியென்றால், ஏதோ ஒருவிதமான சீட்டுக் குலுக்கிப் போடும் முறையை அனுஷ்டானத்திற்குக் கொண்டு வந்து,

சீட்டு விழுந்தவர்கள் விவாகம் செய்துகொள்ளட்டும் என்கிற மாதிரியான ஒரு ரகசிய ஏற்பாட்டைச் செய்துவிடலாம். விவாகம் செய்துகொள்ளத் தகுதுயற்றவர்களென்று நிராகரிக்கப்பட்டவர்கள், அப்பொழுது அரசனைப்பற்றியோ அவன் செய்திருக்கின்ற ஏற்பாட்டைப் பற்றியோ ஒன்றுங் குறை சொல்ல மாட்டார்கள்; எல்லாம் தலைவிதியென்றும், விவாகம் செய்துகொள்ளத் தங்களுக்கு அதிருஷ்டமில்லையென்றும் தங்களையே நொந்துகொள்வார்கள்.

கிளா: வாஸ்தவந்தான்.

ஸாக்: யுத்தத்திலே வெற்றிபெற்றவர்கள், ராஜ்யக்கடமைகளை ஒழுங்காக நிறைவேற்றுகிறவர்கள் முதலிய யௌவன புருஷர்களுக்கு அரசர்கள் சில விசேஷசலுகைகள் காட்டவேண்டும். அவர்களுக்கு ஏற்கனவே நாம் சிலசன் மானங்களையும், கௌரவங்களையும் வழங்கியிருக்கிறோமல்லவா,1 அவற்றுடன் ஸ்திரிகளோடு எத்தனை தரம் வேண்டுமானாலும் சேர்க்கை வைத்துக்கொள்ளலாம் என்ற உரிமையையும் அளிக்கவேண்டும். அப்படிப்பட்டவர்களுக்கு அதிகமான சந்தானங்கள் உண்டாவது நல்லதுதானே?

கிளா: நிரம்ப நல்லது.

ஸாக்: குழந்தைகளைப் போஷித்து வளர்ப்பதற்கென்று அரசாங்கத்தார் சில உத்தியோகஸ்தர்களை நியமிக்க வேண்டும். ஆண்களும் பெண்களும் இந்த மாதிரியான உத்தியோகஸ்தர்கள் வசத்தில், பிறக்கிற குழந்தைகள் – அனைத்தையும் ஒப்புவித்துவிடவேண்டும், இங்ஙனம் தங்களிடம் ஒப்புவிக்கப்பட்ட குழந்தைகளில் எந்தெந்தக் குழந்தைகள், ராஜ்யத்தின் பிற்கால க்ஷேமத்திற்கு எல்லாவகையிலும் தகுதியுடையனவா யிருக்கின்றனவென்று இந்த உத்தியோகஸ்தர்கள் பரிசோதனை செய்துபார்த்து அவற்றைத் தனியாகப் பிரித்து, தனியான சில தாதிமார்களிடம் ஒப்படைக்கவேண்டும். இந்தத் தாதிமார்கள், ராஜ்யத்தின் (நகரத்தின்) குறிப்பிட்டதோரிடத்தில் தனியாக வசிக்கவேண்டும். நல்லவையென்று பொறுக்கி யெடுக்கப்பட்ட குழந்தைகளை நல்லவிதமாக வளர்ப்பது இவர்களுடைய பொறுப்பு. இங்ஙனம் பொறுக்கி யெடுக்கப்பட்ட குழந்தைகள் போக, மற்றக் குழந்தைகளை, அதாவது குறைபாடுடைய குழந்தைகளை, ஜனங்களுடைய கண்ணுக்குப்படாத ஏதேனும் ஓரிடத்தில் ரகசியமாகக் கொண்டு போய் விட்டுவிடவேண்டும்.

கிளா: நமது ராஜ்யத்தின் போர் வீரர்களுடைய சந்ததி சிறந்ததாய் இருக்கவேண்டுமானால் இப்படித்தான் செய்யவேண்டும்.

ஸாக்: குழந்தைகளைப் பொறுக்கியெடுத்து தாதிமார்களிடம்

ஒப்படைப்பதற்காக நியமிக்கப்படும் உத்தியோகஸ்தர்களைப் பற்றி மேலே சொன்னோமல்லவா அந்த உத்தியோகஸ்தர்கள், குழந்தைகள் சரியான போஷணையில் இருக்கின்றனவா என்பதை மேற்பார்வை செய்யவேண்டும். அவ்வப்பொழுது தாய்மார்களை அழைத்துவரச் செய்து, குழந்தைகளுக்குப் பாலூட்டுவிக்கவேண்டும். ஆனால், எந்தத் தாயும், குழந்தைகளுக்குப் பால் கொடுக்கிற விஷயத்தில் அதிக நேரஞ் செலவழிக்கக் கூடாதென்று கண்டிப்பான விதி ஏற்படுத்தவேண்டும். குழந்தைகளை இரவிலும் பகலிலும் அவ்வப்பொழுது தாதிமார்களும் மற்ற வேலையாட்களும் கவனித்துவரச் செய்ய வேண்டும்.

கிளா: நீ சொல்கிறமாதிரி இருந்தால், போர் வீரர்களுடைய மனைவிமார்களுக்குப் பிள்ளை பெறுவது சுலபமான விஷயமாகவே இருக்கும்.

ஸாக்: அப்படித் தானிருக்க வேண்டும். இனி அடுத்த திட்டத்தைப் பற்றி ஆராய்வோம் யௌவனபருவத்திலுள்ளவர்களுக்குத்தான் குழந்தைகள் பிறக்கவேண்டுமென்று நாம் பேசினோமல்லவா?

கிளா: ஆமாம்.

ஸாக்: அப்படியானால் எந்த வயதை யௌவன பருவத்தின் ஆரம்பமென்று சொல்லலாம்? பெண்களுக்கு இருபது வயதிலும், ஆண்களுக்கு முப்பது வயதிலும் யௌவன பருவம் ஆரம்பிக்கிறதென்று சொல்லலாமா?

கிளா: சிறிது விளக்கிச் சொன்னால் நன்றாயிருக்கும்.

ஸாக்: பெண்கள், இருபது வயதிலிருந்து நாற்பது வயதுவரை ராஜ்யத்தின் க்ஷேமத்திற்காகப் பிள்ளைகளைப் பெறவேண்டும். அப்படியே ஆண்கள், முப்பது வயதிலிருந்து ஐம்பத்தைந்து வயதுவரை குழந்தைகளை உற்பத்தி செய்யத் தகுதியுடையவர்கள்.

கிளா: வாஸ்தவந்தான். இந்த வயதுகளில்தான் இருபாலாருடைய தேக பலமும் மனோ பலமும் சரியான நிலையில் இருக்கும்.

ஸாக்: எனவே, மேலே வரையறுக்கப்பட்ட வயதுக்குக் குறைந்தவர்களோ மேலானவர்களோ ராஜ்யத்திற்காகக் குழந்தைகளைப் பெற்றுக்கொடுப்பார்களானால், அவர்கள் அசுத்தமும் அநீதியுமான காரியங்களைச் செய்தவர்களாகக் கருதப்படுவார்கள். மேற்படி வயதெல்லையைக் கடந்து பிறக்கிற குழந்தைகள், பூஜைகளினாலும், பிரார்த்தனைகளினாலும் புனிதமடைந்த குழந்தைகளாகக் கருதப்படமாட்டா. தங்களுடைய பெற்றோர்களைக் காட்டிலும் எந்தவிதத்திலும் மேலான ஸ்திதிக்கு

அவைகளால் வரமுடியாது. மனிதர்களுடைய காம இச்சைகளிலிருந்தும், அஞ்ஞான அந்த காரத்திலிருந்தும் பிறக்கிற குழந்தைகளாகவே அவைகள் கருதப்பெறும்.

கிளா: நிரம்ப சரி.

ஸாக்: அப்படியே விவாக வயதடையாத ஒரு புருஷன், விவாக வயதடையாத ஒரு புருஷன், விவாக வயதடைந்த ஒரு ஸ்திரீ விஷயத்தில் அரசாங்க அங்கீகாரமில்லாமல் அதிகப் பிரசங்கித்தனமாக நடந்துகொண்டு அதன் பயனாகக் குழந்தைகள் பிறக்குமானால், அவன் முறைகேடான, களங்கமுடைய குழந்தைகளை ராஜ்யத்திற்காகப் பெற்றுக்கொடுத்த குற்றத்தைச் செய்தவனாகக் கருதப்படுவான்.

கிளா: இதுவும் சரியான விஷயந்தான்.

ஸாக்: ஆண்களோ பெண்களோ மேலே சொன்ன விவாக வயதை யடைந்துவிட்டதும், அவரவரும் அவரவரிஷ்டப்படி யாருடனும் சேர்க்கை வைத்துக்கொள்ளலாம். ஒரு விதி விலக்கு மட்டும் இருக்கவேண்டும். அஃதென்னவென்றால், ஓர் ஆண் மகன், தனது தாய், மகள், பேர்த்தி, பாட்டி ஆகிய இவர்களுடன் சம்பந்தம் வைத்துக்கொள்ளலாகாது. அப்படியே ஒரு பெண் மகள், தனது மகன், தந்தை, பேரன், பாட்டன் ஆகிய இவர்களுடன் சம்பந்தம் வைத்துக்கொள்ளலாகாது. இந்த விஷயத்தில் மிகவும் எச்சரிக்கையுடனிருக்க வேண்டுமென்று எல்லோருக்கும் கண்டிப்பான உத்தரவு போட வேண்டும். இந்த உத்தரவையும் மீறி ஏதேனும் குழந்தைகள் பிறந்துவிட்டால். அவைகளைச் சரியானபடி போஷிக்காமல் புறக்கணித்து விடவேண்டும்.

கிளா: வாஸ்தவந்தான். இவையெல்லாம் நியாயமாகவே தோன்றுகின்றன. இன்னாருக்குத்தான் இன்ன குழந்தைகள் பிறக்கின்றன என்று தெரியாமலிருக்கும் போது, தகப்பனென்றும், பாட்டனென்றும் உறவு முறையை அறிந்து கொள்வது எப்படி?

ஸாக்: இந்த விஷயத்தில் யாருக்கும் எந்தவிதமான திகைப்பும் உண்டாகாது. ஒரு ஸ்திரீயும் புருஷனும் எந்த நாளில் விவாக சம்பந்தம் வைத்துக் கொள்கிறார்களோ அந்த நாள் தொடங்கி ஏழாவது மாதத்திலிருந்து பத்தாவது மாதத்திற்குள் குழந்தைகள் பிறந்தால், அந்த ஸ்திரீயும் புருஷனும் அந்தக் குழந்தைகளுக்குத் தாயும் தந்தையும் ஆவார்கள். அவர்களும், அந்த குழந்தைகளை "எங்களுடைய ஆண்மகன்; எங்களுடைய பெண் மகள்" என்று பெற்றோர் உரிமையோடு சொல்லிக் கொள்ளலாம். அப்படியே அந்தக் குழந்தைகளுக்குப் பிறக்கிற குழந்தைகளை, "எங்களுடைய பேரப்

பிள்ளைகள்" என்று அழைத்துக்கொள்ளலாம். தவிர, ஒரு ஸ்திரீ ஒரு புருஷனுடன் அல்லது ஒரு புருஷனுடன் அல்லது ஒரு புருஷன் ஒரு ஸ்திரீயுடன் பரஸ்பர சம்பந்தம் வைத்துக் கொண்டு அதன் பயனாகச் சில குழந்தைகள் பிறக்கின்றன என்று வைத்துக் கொள்வோம். இந்தக் குழந்தைகள் இருக்கிறபோதே, அந்த ஸ்திரீயுடனோ பரஸ்பர சம்பந்தம் வைத்துக்கொண்டு அதன் பயனாகக் குழந்தைகள் பிறந்தால், அந்தக் குழந்தைகள், முதலிற் சொன்ன குழந்தைகளோடு என்ன பாத்தியம் கொண்டாடுவது?

கிளா: நியாயமான சந்தேகந்தான்.

ஸாக்: சகோதர பாத்தியம் கொண்டாட வேண்டும். ஆனால் இந்தக் குழந்தைகள் தங்களுக்குள் எந்த விதமான சம்பந்தமும் வைத்துக் கொள்ளக்கூடாது. இது பொதுவான விதி. சில சந்தர்ப்படங்களில், புரோகிதர்கள் அனுமதித்தாலோ, ஏற்கனவே சீட்டுக் குலுக்குப் போடுகிற விஷயத்தைப் பற்றிச் சொன்னோமே அந்த மாதிரி சீட்டு விழுந்தாலோ, மேலே சொன்ன பாத்தியதையுடைய சகோதரர்களும் சகோதிகளும் முறையே விவாகம் செய்து கொள்ளலாம்.

கிளா: நிரம்ப சரி.

ஸாக்: மனைவிமார்களும் குழந்தைகளும் பொதுச் சொத்துக்களாயிருக்க வேண்டுமென்று முதலிற் சொன்னோமே, அதனுடைய அர்த்தம் இப்பொழுது விளங்குகிறதா?

கிளா: விளங்குகிறது.

ஸாக்: ஒரு ராஜ்யத்தின் மற்ற அமிசங்களோடு, இந்தப் பொது உடைமைத் தத்துவம் எப்படிப் பொருந்துகிறது என்பதைப்பற்றி இனி விசாரணை செய்வோம். ஒரு ராஜ்யத்திற்கு அதிகமான நன்மையை அளிப்பது எது, அதிகமான தீமை பயப்பது எது என்பதை மனத்தில் வைத்துக்கொண்டுதானே சட்ட நிர்மாணகர்த்தன் சட்டம் செய்யவேண்டும்?

கிளா: ஆமாம்.

ஸாக்: ஒரு ராஜ்யத்தைப் பல துண்டுகளாகப் பிரித்து அதனை அல்லற்படுத்துவது தீமை; அதனை ஒன்றுபடுத்துவது நன்மை அதாவது, ஒரு ராஜ்யத்திற்குள் பல ராஜ்யங்களிராமல், ஒரு ராஜ்யம் ஒரே ராஜ்யமக இருக்க வேண்டுமென்பதுதானே சட்ட நிர்மாணமாக இருக்கவேண்டும் என்பதுதானே சட்ட நிர்மாண கர்த்தனுடைய சிறந்த நோக்கமாயிருக்க வேண்டும்?

கிளா: ஆமாம்.

ஸாக்: ஒரு தேசத்து ஜனங்கள், ஒரே விதமான சுகத்தையோ,

துக்கத்தையோ அனுபவிப்பார்களானால் அந்தச் சுகமும் துக்கமுமே அவர்களை ஒற்றுமைப்படுத்திவிடுகின்றன அல்லவா? பிறக்கிற குழந்தைகள் யாவும் ராஜ்யத்தின் பொதுச் சொத்துக்களாகிவிட்டால், அந்தக் குழந்தைகளின் பிறப்பிலே எல்லோருக்கும் மகிழ்ச்சி உண்டாகிறது; மரணத்திலே எல்லோருக்கும் துக்கம் உண்டாகிறது. இல்லையா?

கிளா: வாஸ்தவம்.

ஸாக்: இதை விடுத்து, இந்த இன்ப துன்பங்களை ஜனங்கள் தனித்தனியாக இருந்து அனுபவித்தால், அந்த அனுபவமே அவர்களைத் தனித்தனியாக பிரித்துவிடுகிறது; அவர்களுடைய ஒற்றுமை குலைந்து போகிறது. எப்படியென்றால் ஒரு சிலர், தங்களுக்குக் குழந்தைகள் பிறந்துவிட்டது பற்றிச் சந்தோஷப்படுகிறார்கள். இன்னுஞ் சிலர், தங்கள் குழந்தைகள் இறந்துவிட்டது பற்றித் துக்கப்படுகிறார்கள். இப்படி ஒரே ராஜ்யத்தில் துக்கப்படவும் இருந்தால் இவை ஜனங்களிடத்தில் ஒருவிதமான வேற்றுமையை உண்டுபண்ணி விடுகின்றன அல்லவா?

கிளா: ஆமாம்.

ஸாக்: இந்த மனவேற்றுமையை அகற்றுவது எப்படி? ஜனங்களிடத்திலே ஒற்றுமையான எண்ணமும் உணர்ச்சியும் வளர்வதெப்படி?

கிளா: நீ சொன்ன பிறகுதான் அது புரியும் போலிருக்கிறது.

ஸாக்: ஜனங்களிடத்தில் "உனது" "எனது" என்ற எண்ணம் எப்பொழுது இல்லாமல் போய்விடுகிறதோ அப்பொழுது அந்த ராஜ்யத்தில் எல்லாவித ஒற்றுமைகளும் ஏற்பட்டுவிடும்.

கிளா: உண்மைதான்; உண்மைதான்.

ஸாக்: "உனது" "எனது" என்ற எண்ணம் எந்த ராஜ்யத்தில் இல்லையோ, அதாவது ஒரு சிலருடைய சுகத்தையோ, துக்கத்தையோ எல்லோரும் எந்த ராஜ்யத்தில் பங்கிட்டுக் கொள்கிறார்களோ, அந்த ராஜ்யத்தைத்தானே நல்ல முறையில் ஆளப்படுகிற ராஜ்யம் என்று நாம் அழைக்க வேண்டும்?

கிளா: ஆமாம்; ஆனால், அதற்கு நல்ல சட்டங்களும் இருக்க வேண்டுமல்லவா?

ஸாக்: அந்த விஷயத்திற்கு வருவோம். நம்முடைய ராஜ்யத்தில், அரசர்களென்றும் ஜனங்களென்றும் இரு பிரிவினர்கள் இருக்கிறார்களல்லவா?

கிளா: ஆமாம்.

ஸாக்: இவர்கள், தங்களை பரஸ்பரம் எப்படி அழைத்துக் கொள்ளுகிறார்கள்? ஒரு ராஜ்யத்தின் பிரஜைகள் என்று தானே?

கிளா: ஆமாம்.

ஸாக்: மற்ற ராஜ்யங்களில் ஜனங்கள் தங்கள் அரசர்கலை எப்படி அழைக்கிறார்கள்?

கிளா: பெரும்பாலான ராஜ்யங்களில் அரசர்களை ஜனங்கள், "எஜமானர்கள்" என்று அழைக்கிறார்கள். ஒரு சில ஜன ஆட்சி நாடுகளில்தான், அரசர்களை "ஆள்வோர்" என்று அழைக்கிறார்கள்.

ஸாக்: சரி; நமது ராஜ்யத்து ஜனங்கள் அரசர்களை வேறு ஏதேனும் பெயரிட்டு அழைக்கிறார்களா?

கிளா: "ஜன ரட்சகர்கள்" என்றும் "ஜனங்களுக்கு உதவி செய்வோர்' என்றும் அழைக்கிறார்கள்.

ஸாக்: அரசர்கள், ஜனங்களை எப்படி அழைக்கிறார்கள்?

கிளா: தங்களுக்கு, "ஊதியம் கொடுப்பவர்கள்" என்றும், தங்களுக்கு உதவி செய்கிறவர்கள்" என்றும் அழைக்கிறார்கள்.

ஸாக்: மற்ற ராஜ்யங்களில் அரசர்கள், ஜனங்களை எப்படிக் கருதுகிறார்கள்?

கிளா: "அடிமைகள்" என்று.

ஸாக்: மற்ற ராஜ்யங்களில் அரசர்கள், தங்களுக்குள் ஒருவரை யொருவர் எப்படி அழைத்துக் கொள்வார்கள்?

கிளா: "சகோதர அரசர்கள்" என்று.

ஸாக்: நமது ராஜ்யத்தில்?

கிளா: "சகோதர ரட்சகர்கள்" என்று.

ஸாக்: சரி; மற்ற ராஜ்யங்களில், ஆள்வோர், ஆளப்படுவோரை அந்நியர்களாகக் கருதுவார்களென்று இதனால் ஏற்படுகிறதல்லவா?

கிளா: ஆமாம்.

ஸாக்: அப்படியானால், ஆள்வோரெல்லோரும் ஒரு பிரிவினராகவும் ஆளப்படுவோரெல்லாரும் வேறு பிரிவினராகவும் ஆகிவிடுகிறார்கள்.

கிளா: ஆமாம்.

ஸாக்: நமது ரஜயத்தில் அப்படியிருக்க முடியாதல்லவா?

பிரஜைகளெல்லோரும் ஏதோ ஒருவித உறவு முறையிலேயே ஒற்றுமையுடன் வாழ்வார்கள். இல்லையா?

கிளா: நிச்சயமாக.

ஸாக்: நிரம்ப சரி; ஆனால், இதற்கும் நீ பதில் சொல்ல வேண்டும். அதாவது, இவர்கள் ஒருவரை யொருவர் அழைத்துக்கொள்கிறபோது, உறவு முறை வைத்து அழைத்தால் மட்டும் போதுமா? அல்லது இவர்களுடைய செயல்களும் உறவு முறையை அனுசரித்ததாக இருக்கவேண்டுமா?

கிளா: பின் சொன்னதுதான் சரி.

ஸாக்: பெற்றோர்கள் விஷயத்தில் பிள்ளைகள் எப்படி நடந்துகொள்ள வேண்டும், உறவின் முறையார் ஒருவருக்கொருவர் எப்படி நடந்துகொள்ள வேண்டும் என்பவற்றைப் பற்றிச் சட்டம் என்ன விதிக்கிறதோ இந்த மாதிரியான விஷயங்களில் நாம் சட்ட நிரூபணம் செய்தேயாக வேண்டும் – அதன்படியே எல்லோரும் நடந்துகொள்ள வேண்டுமல்லவா? இந்த மாதிரியான விஷயங்களில் சட்டத்தை மீறி நடக்கிறவன், கடவுளுக்கும் மனிதர்களுக்கும் துரோகம் செய்தவனாகிறான்.

கிளா, நிச்சயமாக, உதட்டளவில் பாத்தியம் கொண்டாடுவதில் என்ன பயன்? செய்கையிலன்றோ காட்டவேண்டும்.

ஸாக்: இந்த மாதிரி உறவு கொண்டாடி ஜனங்கள் வாழ்வார்களானால், அவர்களிடத்தில் ஏற்படுகிற செல்வச் செழிப்பை எல்லோரும் சேர்ந்து அனுபவிப்பார்கள். அப்படியே வறுமையையும் எனக்கு நல்ல காலமென்றும் அவனுக்குக் கெட்ட காலமென்றும் சொல்லிக்கொண்டிருக்க மாட்டார்கள்.

கிளா: வாஸ்தவம்.

ஸாக்: இவற்றுக்கெல்லாம் மூல காரணாயிருப்பது எது? பெண்டு பிள்ளைகளைப் பொதுவுடைமைகளாக ஆக்கிவிட்டது தானே?

கிளா: ஆமாம்.

ஸாக்: நமது காவலர்களுக்கு, தனிச்சொத்துரிமை இருக்கக் கூடாது; அவர்களெல்லோரும் ஒன்று சேர்ந்தே உண்ணவேண்டும், இருக்கவேண்டும் என்றெல்லாம் மேலே நாம் நிர்ணயம் செய்துகொண்டது சரியென்று இப்பொழுது புலப்படுகிறதா?

கிளா: மிகவும் நன்றாக.

ஸாக்: எந்த ராஜ்யத்தில் ஜனங்கள், தங்களுடைய தேகத்தைத் தவிர, மற்றெல்லாவற்றையும் பொதுவுடைமையாகக் கருதிக்கொண்டு அதன்படி

வாழ்க்கையை நடத்துகிறார்களே அந்த ராஜ்யத்தில், வழக்குகள், விசாரணைகள் ஒன்றும் இரா. எங்களுடைய பணம், எங்களுடைய குழந்தைகள், எங்களுடைய உறவினர் என்று எந்த இடத்தில் பேசப்படுகிறதோ அந்த இடத்தில் ஏதாவது ஒரு விதமான சச்சரவு இருந்துகொண்டு தானிருக்கும்.

கிளா: இருக்கத்தானே செய்யும்.

ஸாக்: பொதுவுடைமை நிலவுகிற இடத்தில் எல்லோரும் சம அந்தஸ்துடனேயே வாழ்வார்கள். சம அந்தஸ்துடையவர்களுக்கு இடையில் சச்சரவுகள் நிகழாதல்லவா?

கிளா: ஆமாம்.

ஸாக்: தவிர, மூத்தவர்கள்தான் ஆளவேண்டுமென்றும், அவர்கள், இளைஞர்களைக் கண்டிப்பான தோரணையில் நடத்தி வரவேண்டுமென்றும் நாம் சட்டம் விதித்து விடுவோமல்லவா? அப்படியே இளைஞர்களும், மூத்தவர்களை எதிர்த்து நடக்கக் கூடாதென்றும் விதி செய்து விடுவோமல்லவா? இந்தச் சட்டங்களை மீறி நடக்கிறவர்கள், அரசர்களால் தண்டிக்கப்படுவார்கள்; சகோதரப் பிரஜைகளினால் அவமானப் படுத்தப் படுவார்கள். தவிர, உறவு முறை ஒன்றிருக்கிறதல்லவா? எல்லோரும் சகோதரர்கள், எல்லோருக்கும் எல்லோரும் பெற்றோர்கள் என்ற எண்ணம் வந்துவிட்டால், யாரும் யாருடனும் போராட மாட்டார்கள்.

கிளா: வாஸ்தவம்.

ஸாக்: இன்னும் எத்தனையோ தீமைகளிலிந்து இவர்கள் விலகிகொண்டு விடுவார்கள். உதாரணமாக ஏழைகள், பணக்காரர்களை முகஸ்துதி செய்யமாக ஏழைகள், பணக்காரர்களை முகஸ்துதி செய்ய வேண்டியிராது. குடும்ப விசாரம் யாருக்கும் ஏற்படாது. இந்த மாதிரி பலவித சங்கடங்களை யளிக்கிற விவகாரங்களிலிருந்து ஜனங்கள் தப்பித்துக்கொண்டு விடுவார்கள்.

கிளா: ஆமாம்.

ஸாக்: இதுகாறும் நாம் பேசியவற்றிலிருந்து ஆண்களுக்கும் பெண்களுக்கும் ஒரேவிதமான தேகப்பயிற்சி, கல்விப் பயிற்சி முதலியன இருக்கவேண்டுமென்று, ஆணாயிருந்தாலும் பெண்ணாயிருந்தாலும் ஒரேவிதமான தன்மை அல்லது சக்தியிருந்தால், அந்தத் தன்மை அல்லது சக்தியுடையவர்கள் அனைவரையும் ஒரு தொழிலேயே ஈடுபடுத்த வேண்டுமென்றும், இப்படிச் செய்வதன் மூலமாகத்தான் ராஜ்யத்தின் க்ஷேமத்தைப் பாதுகாக்க முடியுமென்று தெரிகிறதல்லவா?

கிளா: உண்மை

ஸாக்: நம்முடைய ராஜ்யத்தில் இருபாலாரும், அதாவது ஆண்களும் பெண்களும் யுத்த களத்திற்குச் செல்வார்கள். அப்படிச் செல்கிற போதோ, கூடவே தேகபலமும் மனோதிடமும் உடைய தங்கள் குழந்தைகளையும் அழைத்துக்கொண்டு செல்வார்கள். எதற்காகத் தெரியுமா? பெற்றோர்களுக்கு உதவி செய்வதற்காக; தங்களுடைய பிற்கால வாழ்க்கை எப்படியிருக்கும் என்பதை அல்லது எப்படியிருக்க வேண்டும் என்பதை அந்தக் குழந்தைகள் அனுபவித்துத் தெரிந்து கொள்வதற்காக. எல்லாவித தொழிலாளர்களிடத்திலும் இதை நீ கவனித்திருக்கலாமே? அதாவது தச்சன், கருமான், கொத்தன் முதலிய தொழிலாளிகள், தங்கள் தங்கள் வேலையைச் செய்துகொண்டிருக்கிற போது, அவர்களுடைய குழந்தைகளும் உடனிருந்து வேடிக்கை பார்ப்பதுபோல் விஷயங்களையும் கவனித்துக்கொண்டு வருகின்றன வல்லவா? கூடவே பெற்றோர்களுக்கு உதவியும் செய்கின்றனவல்லவா?

கிளா: ஆமாம்.

ஸாக்: தவிர, உலகத்திலே தோன்றுகின்ற எல்லா ஜீவ ஜந்துக்களும், தங்களுடைய சந்தானங்களுக்கெதிரே மிகவும் தைரியமாகப் போர் புரிகின்றன என்ற நுணுக்கமான உண்மையை நீ தெரிந்து கொண்டிருக்கிறாயா?

கிளா: அது சரிதான். ஆனால் ஸாக்ரட்டீஸ், யுத்தத்தில் வெற்றி தோல்விகள் ஏற்படுவது சகஜமல்லவா? தோல்வி ஏற்பட்டால், பெற்றோர்களோடு சேர்ந்து அவர்களுடைய சந்தானங்களும் யுத்த களத்தில் மடியவேண்டி யிருக்குமே? இதனால் ராஜ்யத்திற்கு மகத்தான கஷ்டம் ஏற்படுமே? இதற்கு நீ என்ன சமாதானம் சொல்கிறாய்?

ஸாக்: நீ சொல்வது சரிதான். ஆனால், ஆபத்தை எதிர்பாராமலே நாம் வாழ்க்கையை நடத்த முடியுமா? ஆபத்தைச் சமாளித்து வெற்றி பெறுவோமானால் நாம் வாழ்க்கையில் முன்னேற்ற மடைந்தவர்களாக மாட்டோமா?

கிளா: அது சரிதான்.

ஸாக்: அப்படியாயின், நமது பிற்கால சந்ததியார் சிறந்த போர் வீரர்களாக இருக்கவேண்டுமானால், அவர்கள் சிறு பிராயத்திலேயே யுத்தத்தின் சுவையை அனுபவிக்க வேண்டாமா? அப்படி அனுபவிப்பதிலே சிறிது ஆபத்து ஏற்பட்டால்தான் என்ன?

கிளா: நீ குறிப்பிடுகிற நோக்கத்திற்காக ஓரளவு ஆபத்தை அனுபவிப்பது நல்லதுதான் என்று தோன்றுகிறது.

ஸாக்: சிறுவர்கள் சிறு வயதில் யுத்த ரங்கத்தில் யுத்த அனுபவத்தைப் பெற்றுக்கொண்டிருக்கிறபோது, அதிகமான ஆபத்தில் சிக்கிக்கொள்ளாமல் தக்க சமயத்தில் தப்பியோடி வந்து விடவும் நாம் ஏற்பாடு செய்யவேண்டும். இதற்காக, நமது இளைஞர்களுக்குச் சிறுவயதிலிருந்தே குதிரையேற்றம் முதலிய வித்தைகளைக் கற்றுக்கொடுக்க வேண்டும்.

கிளா: உன்னுடைய யோசனை நிரம்ப நல்லது.

ஸாக்: யுத்த விதிகளைப்பற்றிச் சிறிது கவனிப்போம். யுத்த களத்தில் ஒரு கட்சிப் போர் வீரர்கள், தங்களுக்குள் பரஸ்பரம் எப்படி நடந்துகொள்ள வேண்டும், எதிரிகளிடத்தில் எப்படி நடந்துகொள்ள வேண்டும் என்பவைகளைப் பற்றிச் சில கண்டிப்பான விதிகளை நாம் ஏற்படுத்திக்கொள்ள வேண்டாமா? உன்னுடைய அபிப்பிராயமென்ன?

கிளா: அவசியம் ஏற்படுத்திக்கொள்ள வேண்டியதுதான்.

ஸாக்: எந்த ஒரு போர் வீரனாவது யுத்த களத்தில் தன்னுடைய ஆயுதத்தைக் கீழே போட்டுவிட்டுத் தப்பியோட முயன்றாலும், அல்லது அதைப்போன்ற வேறுவித கோழைத்தனமான காரியங்களைச் செய்தாலும் அவனை ஒருவித தொழிலாளியாகவோ, விவசாயியாகவோ ஆக்கிவிட வேண்டும்; அதாவது, அவனுடைய மேலான அந்தஸ்திலிருந்து கிழே இறக்கிவிட வேண்டும்.

கிளா: நிச்சயமாக.

ஸாக்: எவனொருவன், உயிரோடு சத்துருக்களின் வசத்தில் சிக்கிக் கொள்ளுகிறானோ அவனை, அந்தச் சத்துருக்களுக்கே சன்மானமாக அளித்துவிட வேண்டும். எதற்காக? அவர்கள் இஷ்டப்படி அவனைச் செய்வதற்காக.

கிளா: சரி.

ஸாக்: ஒரு போர் வீரன் யுத்தகளத்தில் மகத்தான வீரச்செயல்கள் பல புரிந்து சத்துருக்களைச் சிதற அடிப்பானாகில், அவனை என்ன செய்யவேண்டும்? யுத்த களத்திலுள்ள மற்ற வீரர்கள் அவனுக்கு அந்த யுத்த களத்திலேயே மகுடஞ் சூட்டிப் பாராட்ட வேண்டும். அவனைப்போல் எல்லோரும் ஆகவேண்டுமென்று யுத்த களத்திற்கு வந்திருக்கும் சிறுவர் சிறுமியர் முதலாயினோர் அனைவரும் உற்சாகம் கொள்ளுமாறு செய்யவேண்டும்.

கிளா: நிரம்ப சரி.

ஸாக்: தவிர, அவனை எல்லோரும் கை குலுக்கிப் பாராட்டவேண்டும்.

கிளா: அது செய்யவேண்டியதுதான்.

ஸாக்: இன்னொரு விஷயத்தை மட்டும் நீ அங்கீகரிக்கமாட்டா யென்று அஞ்சுகிறேன்.

கிளா: அஃதென்ன?

ஸாக்: அவன், அதாவது யுத்த களத்திலே வெற்றிகண்ட அந்த வீரன், மற்றப் போர் வீரர்களுக்கு முத்தம் கொடுக்க வேண்டும்; மற்றவர்களும் அவனுக்கு முத்தம் கொடுக்க வேண்டும்.

கிளா: அந்த யோசனைக்கு நான் நிரம்பவும் உடன்படுகிறேன். அதனோடு என்னுடைய யோசனையும் ஒன்றுண்டு போராட்டம் நடைபெறுகிற காலத்தில் ஒரு போர் வீரன், ஒரு ஸ்தீயையோ புருஷனையோ முத்தங்கொடுக்க வேண்டுமென்று விரும்பினால், அந்த ஸ்திரீயோ புருஷனோ அதற்கு மறுக்கக்கூடாது. ஏனென்றால் இந்த மாதிரியெல்லாம் ஒரு போர் வீரனுடைய விருப்பம் பூர்த்தி செய்யப்பட்டால்தான், அவன் வீரமுள்ள காரியங்களைச் செய்வதில் முனைந்து நிற்பான்.

ஸாக்: உன்னுடைய யோசனை மிகவும் நல்ல யோசனை. சிறந்த ஒரு போர் வீரனுக்குத்தான் அதிகமான ஸ்திரீகளுடன் சேர்க்கை வைத்துக்கொள்ளச் சந்தர்ப்பங்கள் கொடுக்க வேண்டும். ஏனென்றால் அப்படிப்பட்ட போர் வீரனுக்கு அதிகமான குழந்தைகள் பிறக்க் வேண்டுமென்பது நமது விருப்பமல்லவா?

கிளா: ஆமாம்.

ஸாக்: தவிர, மேற்படி உத்தமமான போர் வீரர்களுக்கு, விவாகம் முதலிய விசேஷ காலங்களில் உயர்ந்த ஸ்தானம் கொடுத்து விசேஷ மரியாதைகள் செய்ய வேண்டும். தவிர, அவர்கள் இறந்தபிறகு, அவர்களுக்கு உருவச்சிலைகள் முதலியன அமைத்து வழிபாடு முதலியன செய்யவேண்டும். அவர்களுடைய மெய்க்கீர்த்தியை அடிக்கடி பாராட்டிப் பேசவேண்டும். யாராவது சீல வாழ்க்கையை நடத்திவிட்டு இறந்துபோனால் அவர்களுக்கு நாம் என்ன மரியாதை செய்வோமோ அதேமாதிரி மேலே சொன்ன வீரர்களுக்கு நாம் மரியாதை செய்யவேண்டும்.

கிளா: அப்படிச் செய்ய வேண்டியதுதான்.

ஸாக்: சரி, இனி, நமது ராஜ்யத்துப் போர் வீரர்கள், சத்துருக்களின் விஷயத்தில் எப்படி நடந்துகொள்ள வேண்டுமென்பதைப் பற்றி ஒரு திட்டம் வகுப்போமா?

கிளா: அதைப் பற்றியும் நாம் ஒரு முடிவு செய்யவேண்டியதுதான்.

ஸாக்: யுத்ததில் தோல்வியுற்றவர்கள், கிரேக்கர்களாக இருந்தால் அவர்களை அடிமைப்படுத்தக் கூடாது. யுத்த களத்தில் உயிரிழந்தவர்களுடைய

ஆடை, ஆயுதம் முதலியவற்றை அபகரிக்கக் கூடாது. அப்படிச் செய்வது, இறந்துபோனவர்களை அவமானப்படுத்துவதாகும். தவிர, போர்க் களத்தில் விழுந்து கிடக்கிற கிரேக்கர்களின் ஆயுதங்களை ஒன்று குவித்து, கோயில்களுக்குக் கொணர்ந்து, அவற்றைத் தேவதைகளுக்கு அர்ப்பணஞ் செய்யக்கூடாது. சத்துருக்கள், கிரேக்கர்களாய் இருந்தால் அவர்களுடைய வீடு வாசல்களையும், நில புலங்களையும் தீயிட்டு அழிக்கக்கூடாது. தேவையானால் ஒரு வருஷத்து மகசூலை மட்டும், வெற்றி கொண்டவர்கள் உபயோகித்துக் கொள்ளலாம்.

கிளா: இந்த மாதிரி வரையறுப்பதற்கு என்ன காரணம்?

ஸாக்: சொல்கிறேன். ஒரு நாட்டில் வசிக்கும் பிரஜைகள், தங்களுக்குள்ளே சண்டையிட்டுக் கொள்வார்களானால், கட்சிப் பிரதி கட்சிகளாகப் பிரிந்து பாஸ்பர சேதத்தை உண்டுபண்ணிக் கொள்வார்களானால், அதற்கு அராஜகம் என்று பெயர். ஒரு நாட்டார் மற்றொரு நாட்டாருடன் சண்டை செய்வார்களானால் அதற்கு யுத்தம் என்று பெயர். உன் நாட்டாருக்குள் சண்டை ஏற்படுகிறபோது, ஒரு சாரார் மற்றொரு சாராருடைய வீடு வாசல்களையும் நில புலங்களையும் அழிப்பார்களானால், அவர்கள் தங்களுடைய தாய் நாட்டையே அழித்துக்கொண்டவர்கள் ஆகிறார்கள். இதற்காகத்தான், வெற்றிகொண்டவர்கள், தோல்வியடைந்தவர்களுடைய ஒரு வருஷ சாகுபடியை மட்டும் உபயோகித்துக் கொள்ளவேண்டுமென்று நாம் சொல்கிறோம்.

கிளா: இப்படிச்செய்வதுதான் நாகரிகம்.

ஸாக்: மற்றும், ஒரு ராஜ்யத்திலுள்ள எல்லோரையும் நாம் சத்துருக்களாகக் கருதக்கூடாது. நம்மோடு நேர்முகமாக யாரார் யுத்தஞ் செய்கின்றனரோ அவர்களைத்தான், அந்தப் போர் வீரர்களைத்தான் சத்துருக்களாக கருதவேண்டும். அந்தப் போர் வீரர்களைத்தான் சத்துருக்களாகக் கருத வேண்டும். அந்தப் போர் வீரர்கள், எந்தக் காரணத்திற்காகச் சத்துருக்களா யிருக்கிறார்களோ அந்தக் காரணம் இருக்கிற வரையில்தான் போரை நடத்தவேண்டும்; அதற்குமேல் நடத்தக்கூடாது.

கிளா: ஸாக்ரட்டீஸ், உன்னுடைய திட்டங்களெல்லாம் மிகவும் நன்றாகவே இருக்கின்றன. ஆனால், இந்தத் திட்டங்கள்படி ஒரு ராஜ்யத்தை அமைப்பதென்பது முடியுமா? அப்படி முடியுமென்று சொன்னால் அஃதெப்படி இதைப் பற்றி நீ ஒன்றும் விஸ்தரித்துச் சொல்லவில்லையே.

ஸாக்: ஒரு ராஜ்யம் இப்படித்தானிருக்க வேண்டுமென்று திட்டமாக வர்ணிக்க நமக்குத் தெரிந்திருக்கிறது என்பதை நீ அங்கீகரித்துக்

கொள்கிறாயல்லவா? அப்படியானால், சொன்னதை ஏன் செயலில் கொண்டு வரமுடியாது? சொல்லுக்கு நாம் கொடுக்கிற முக்கியத்துவத்தைச் செயலுக்கும் கொடுத்தால் காரியம் நிறைவேறுகிறது; அவ்வளவுதானே?

கிளா: அது வாஸ்தவம்.

ஸாக்: இப்பொழுதுள்ள ராஜ்யங்களில் பெரும்பாலான, நாம் மேலே சொன்ன லட்சணங்களுடன் பொருந்தவில்லை யென்பதை நீ அங்கீகரிக்கிறாயல்லவா? அப்படிப் பொருந்தவில்லையென்று சொன்னால் இந்த ராஜ்யங்களில் ஏதோ கோளாறுகள் இருக்கின்றன என்பதுதானே அர்த்தம்? ஆகையால் இந்தக் கோளாறுகள் என்ன இவற்றை அகற்றி ஒரு நல்ல ராஜ்யத்தை அமைப்பது எப்படி என்பதைப் பற்றி ஆராய்வோம். இதே சந்தர்ப்பத்தில் ஒரு ராஜ்ய அமைப்பில் எந்த ஒரு சிறு மாற்றத்தை ஏற்படுத்தினால் அந்த ராஜ்யம், ஒரு லட்சியம் வாய்ந்த ராஜ்யமாக இருக்குமென்பதையும் ஆராய்வோம்.

கிளா: ஆம்; அப்படித்தான் செய்யவேண்டும்.

ஸாக்: எந்த ராஜ்யத்தில் ஞானிகள் சிறந்த அரசர்களாகவும், அரசர்கள் உயர்ந்த ஞானிகளாகவும் இருக்கிறார்களோ, எந்த ராஜ்யத்தில் அரசியல் ஆதிக்கமும் தத்துவ ஞானாதிக்கமும் ஒன்றுபட்டு இயங்குகின்றனவோ, எந்த ராஜ்யத்தில் அரசியல் வேறே, தத்துவ ஞானம் வேறேயென்று தனித் தனியாகப் பிரிக்கக் கூடாதென்று கண்டிப்பான கட்டளையிடப்பட்டு, அஃது அனுஷ்டானத்திற்குக் க்கொண்டு வரப்படுகிறதோ அந்த ராஜ்யத்தில் தான் தீமைகள் இல்லாமலிருக்கும். இப்படிப்பட்ட நிலைமை ஏற்பட்டால் உலகத்திற்கே க்ஷேமமுண்டு.

கிளா: உன்னுடைய இந்தக் கருத்தைப் பலர் ஆட்சேபிப்பார்கள் என்று நான் அஞ்சுகிறேன்.

ஸாக்: அப்படியெல்லாம் ஒன்றுமில்லை. ஞானிகள் என்றால் யார், அவர்கள் அரசாள வேண்டுமென்று சொன்னால் அதன் அர்த்தமென்ன என்பவைகளை நான் சிறிது விளக்கிச் சொல்லி விட்டோனாகில், இந்த ஆட்சேபங்களெல்லாம் அடங்கிப் போகும்.

கிளா: அப்படியானால் உன்னுடைய வியாக்கியானம் நடக்கட்டும்.

ஸாக்: ஒரு பொருளை நாம் நேசிக்கிறோமென்று சொன்னால் அதன் அர்த்தமென்ன என்பவைகளை நான் சிறிது விளக்கிச் சொல்லி விட்டோனாகில், இந்த ஆட்சேபங்களெல்லாம் அடங்கிப் போகும்.

கிளா: அப்படியானால் உன்னுடைய வியாக்கியானம் நடக்கட்டும்.

ஸாக்: ஒரு பொருளை நாம் நேசிக்கிறோமென்று சொன்னால், அந்தப் பொருள் முழுவதையும் நேசிக்கிறோமென்றுதான் அர்த்தம்? அதில் ஒரு பாகத்தை விடுத்து, மற்றொரு பாகத்தை நேசிக்கிறோமென்று அர்த்தமில்லையே?

கிளா: ஆமாம்.

ஸாக்: நாம் நேசிக்கிற ஒரு பொருளை எப்படியாவது அடைய வேண்டுமென்றுதானே இச்சை கொள்கிறோம்?

கிளா: ஆமாம்.

ஸாக்: அப்படி அடைவதற்கு ஏதேனும் தடைகள் ஏற்பட்டால் அவற்றை நாம் லட்சியம் செய்வதில்லையே?

கிளா: இல்லை.

ஸாக்: சாராயத்தில் விருப்பமுள்ள ஒருவனுக்கு நீ ஒரு கோப்பை சாராயம் கொடுப்பாயானால், அதை அவன், ஏதோ சில சமாதானங்கள் சொல்லிவிட்டு வாங்கிக் குடித்துவிடுகிறான்; இல்லையா?

கிளா: வாஸ்தவம்.

ஸாக்: ஒரு பொருளை நாம் விரும்பிவிட்டால், அதிலுள்ள குற்றம் குறைகள் நமக்குப் புலப்படுவதில்லையல்லவா?

கிளா: உண்மை.

ஸாக்: பதவி, கௌரவம் முதலியவைகளின் மீது மோகங் கொண்டுள்ளவர்களுடைய நிலைமையும் இப்படித்தான். இவர்கள் ஏதாவது ஒருவித கௌரவத்தைப் பெற வேண்டுமென்பதில்தான் முனைந்து நிற்கிறார்கள். ராணுவத்தில் உயர் பதவி கிடைக்காவிட்டால் தாழ்ந்த பதவியாவது கிடைக்க வேண்டும்; அப்பொழுதுதன் இவர்கலுக்குத் திருப்தி. பதவிதான் முக்கியமே தவிர, அஃது உயர்ந்ததா, தாழ்ந்ததா என்பதைப் பற்றி இவர்கள் கவலை கொள்வதில்லை. பெரிய மனிதர்களாலும் நல்லவர்களாலும் கௌரவிக்கப்பட வேண்டும் என்பதைப் பற்றி இவர்கள் அக்கரை கொள்வதில்லை, கீழ் மக்களால் கௌரவிக்கப்பட்டாலும் போதும். அது தான் இவர்களுக்குத் திருதி. வேண்டியது கௌரவம்தானே?

கிளா: உலக அனுபவத்தில் இதை நன்றாக நாம் பார்க்கிறோம்.

ஸாக்: சரி; முன்னே சொன்ன ஒரு விஷயத்தை மறுபடியும் ஊர்ஜிதப்படுத்திக் கொள்கிறேன். அதாவது, ஒருவன் ஒரு பொருளை விரும்புகிறானென்று சொன்னால், அதன் பூராவையுந்தான் அவன் விரும்புகிறானென்று அர்த்தம்?

கிளா: ஆமாம்.

ஸாக்: ஞான இச்சைகொண்ட ஒருவன், அதாவது ஒரு ஞானி, ஞானம் முழுவதையுந்தான் விரும்புவானே தவிர, அதனைப் பகுதி பகுதியாகப் பிரித்து ஒன்றை விரும்பியும், மற்றொன்றை நிராகரித்தும் விடமாட்டானல்லவா?

கிளா: உண்மை.

ஸாக்: எவனொருவன் சிறுவயதில் படிப்பிலே அக்கரை செலுத்தாமலும், எது பயனுள்ள படிப்பு எது பயனில்லாத படிப்பு என்பதைப் பாகுபடுத்திக்கொள்ளாமலும் படிக்கிறானோ அவனை அறிவுப் பசியுடையவன். ஞானியென்று நீ சொல்வாயா? அப்படிப்பட்டவன். பசியில்லாமல் ஆகாரத்தைச் சாப்பிடுகிறவனுக்குச் சமானமானவனில்லையா?

கிளா: ஆமாம்.

ஸாக்: ஆனால் எவனொருவன், எந்த விதமான அறிவையும் ஆவலோடு கிரகித்துக் கொள்கிறானோ, எவ்வளவு படித்தாலும் அதிலே ஒரு திருப்தி கொள்ளாதவனாய் இருக்கிறானோ அவனைத்தான் ஞானியென்று சொல்லவேண்டும்.

கிளா: அப்படிப்பட்டவர்கள் நிறைய இருக்கிறார்களே. கூர்மையான பார்வையுடையவர்கள், கையிலெடுத்த எல்லா நூல்களையும் சீக்கிரத்தில் படித்து முடித்துவிடுகிறார்கள். அப்படியே நல்ல காதுடையவர்கள், இனிமையான பிரசங்கங்கள் எங்கே நடக்கின்றன. நல்ல சங்கீதக் கச்சேரிகள் எங்கே நடக்கின்றன என்று தேடிக்கொண்டு ஓடுகிறார்கள். இவர்களெல்லோரையுங் கூட நாம் ஞானிகளென்று சொல்ல வேண்டியதுதானே?

ஸாக்: இல்லை, இல்லை. இவர்களெல்லோரையும் போலி ஞானிகள் என்று சொல்ல வேண்டும்.

கிளா: அப்படியானால் உண்மையான ஞானிகள் யார்?

ஸாக்: உண்மையைக் காணவேண்டுமென்பதிலே ஆவலுடையவர்கள்.

கிளா: அப்படியென்றால் என்ன அர்த்தம்?

ஸாக்: மேலே சொன்ன மாதிரி சிலர், அழகான பொருள்களைப் பார்க்கிறார்கள்; அழகான ஓசைகளைக் கேட்கிறார்கள். ஆனால் அந்தப் பொருள்களிலே, அந்த ஓசைகளிலேயுள்ள உண்மையான அழகை அவர்களால் அனுபவிக்க முடிவதில்லை. இதை நீ கவனித்திருக்கிறாயா?

கிளா: வாஸ்தவம்.

ஸாக்: இப்படி உண்மையான அழகை அனுபவிக்கக் கூடியவர்கள் சிறுபான்மையோராகத்தானே இருப்பார்கள்?

கிளா: ஆமாம்.

ஸாக்: ஒருவன், அழகான பொருள்கள் உலகத்திலே உண்டு என்பதை ஒப்புக்கொள்கிறான். ஆனால், அவற்றில் உண்மையான அழகுடையவை இன்னவை யென்பது அவனுக்குத் தெரிவதில்லை. உண்மை அழகைப் பற்றிய அறிவை அவனுக்கு வேறு யாரேனும் புகட்டினால் அதனையும் அவனால் பின்பற்ற முடிவதில்லை. அப்படிப்பட்டவனுடைய வாழ்க்கை கனவு வாழ்க்கையா? நனவு வாழ்க்கையா? ஒரு பொருளின் பிரதிபிம்பத்தைக் கொண்டு, அந்தப் பொருளின் உண்மையை உணராதவன் எப்படிப்பட்டவனாயிருக்க வேண்டும்?

கிளா: கனவு காண்கிறவனாகத்தான் இருக்க வேண்டும்.

ஸாக்: அப்படியே உண்மையான அழகு இன்னதென்று கண்டுபிடித்து அனுபவிக்குஞ் சக்தியுள்ளவனை?

கிளா: நனவு உலகத்தில் வாழ்கிறவன் என்ரு சொல்லவேண்டும்.

ஸாக்: இவன்தான் உண்மையான அழகை அறிந்தவன்; மெய்ஞ்ஞானி. மற்றவன், அதாவது கனவு உலகத்தில் வாழ்கிறவன் என்று சொன்னோமே அவன், உண்மையான அழகு ஒன்று இருக்கிறதென்று நம்புகிறவன்; அவ்வளவுதான்.

கிளா: நிரம்ப சரி.

ஸாக்: இந்த நம்புகிறவனைப் பார்த்து "அப்பா, நீ உண்மையான அழகைப் பற்றி நம்பிக்கைதான் கொண்டிருக்கிறாயே தவிர, அதைப் பற்றிய அறிவு உனக்கு இல்லை"யென்று சொன்னால், அவன் நம்மைப் பார்த்துக் கோபித்துக் கொள்கிறான் என்று வைத்துக்கொள். அவனுக்கு நாம் என்ன பதில் சொல்வது? அவனைச் சாந்தப்படுத்தி அறிவு புகட்ட வேண்டும்.

கிளா: ஆம்; அப்படித்தான் செய்யவேண்டும்.

ஸாக்: சரி; மேலே அறிந்தவன் என்று சொன்னோமே, அவன் சிலவற்றை அறிந்தவனா? அல்லது ஒன்றையுமே அறியாதவனா?

கிளா: சிலவற்றை அறிந்தவன்.

ஸாக்: எந்த சிலவற்றை? இருக்கிற சிலவற்றையா? இல்லாத சிலவற்றையா?

கிளா: இருக்கிற சிலவற்றைத்தான். இல்லாததைப் பற்றி எப்படி அறியமுடியும்?

ஸாக்: எனவே, உள்ள ஒரு பொருளைப் பற்றிப் பூரணமாகத் தெரிந்து கொள்வதுதான் அறிவு; அப்படி இல்லாத வரையில் அறியாமை. அதாவது, எதுவரையில் நாம் ஒரு பொருளைப் பற்றித் தெரிந்துகொண்டிருக்கிறோமோ அதுவரையில்தானே நமக்கு அறிவு உண்டு. அதற்குமேல் தெரியாத விஷயங்கள் இருந்தால் அவைகளைப் பொறுத்தமட்டில் நாம் அறியாதவர்களென்று தானே சொல்லவேண்டும்.

கிளா: ஆமாம்.

ஸாக்: அப்படியானால், ஒரு பொருளிலேயே, நம்மால் அறியப்பட்டனவும் உண்டு; அறியப்படாதனவும் உண்டு.

கிளா: ஆமாம்.

ஸாக்: முதலாவதற்கு அறிவு என்றும், இரண்டாவதற்கு அறியாமை என்றும் பெயர்.

கிளா: ஆமாம்.

ஸாக்: சில பொருள்கள் இருக்கின்றன. ஆனால், அவை இருப்பதாக நமக்குப் புலனாவதில்லை. அதாவது இருந்தும் இல்லாமலே இருக்கின்றன. அப்படியே சில பொருள்கள் உண்மையில் இருப்பதில்லை. ஆனால், அவை இருப்பனபோல் நமக்குத் தெரிகின்றன. இத்தகைய பொருள்களை, இருக்கும் பொருள்களுக்கும் இல்லாத பொருள்களுக்கும் மத்தியில் வைக்கலாமல்லவா?

கிளா: சரி.

ஸாக்: உள்ள பொருளுக்கும் இல்லாத பொருளுக்கும் மத்தியில் ஒரு பொருள் இருப்பதுபோல், உள்ள பொருளைப் பற்றிய அறிவுக்கும் இல்லாத பொருளைப் பற்றிய அறியாமைக்கும் மத்தியில் ஏதேனும் ஒன்று இருக்குமா?

கிளா: இருக்கத்தான் வேண்டும்.

ஸாக: இருக்கிறது; அதற்கு நம்பிக்கை அல்லது அபிப்பிராயம் என்று பெயர் கொடுக்கலாம். அஃதிருக்கட்டும். என்னுடைய இன்னொரு கேள்விக்குப் பதில் சொல்லிவிடு. அறிவுக்குச் சக்தி உண்டா?

கிளா: ஏன் இல்லாமல்? அதற்குத்தான் அதிகமான சக்தி உண்டு.

ஸாக்: நம்பிக்கை அல்லது அபிப்பிராயம் என்று மேலே சொன்னோமே அதற்கும் ஒரு சக்தியுண்டா?

கிளா: உண்டு.

ஸாக்: இரண்டுக்கும் இரண்டு விதமான சக்திகளுண்டு. இரண்டும் இருவிதமான பொருள்களின் மீது தத்தம் சக்திகளைப் பிரயோகிக்கின்றன. அதாவது, உள்ள பொருள்களின் மீது அறிவு ஆதிக்கஞ் செலுத்துகிறது. அப்படியே, இல்லாமல் இருந்தும், இருந்து இல்லாமலும் உள்ள பொருள்களின்மீது நம்பிக்கை அல்லது அபிப்பிராயம் ஆதிக்கஞ் செலுத்துகிறது. அறிவு சம்பந்தப்பட்ட விஷயங்கள் வேறே, நம்பிக்கை அல்லது அபிப்பிராயம் சம்பந்தப்பட்ட விஷயங்கள் வேறே என்பது இதனால் தெரிகிறதல்லவா?

கிளா: வாஸ்தவம்.

ஸாக்: அப்படியானால், இந்த நம்பிக்கையை அல்லது அபிப்பிராயத்தை அறிவு என்றுஞ் சொல்ல முடியாது; அறியாமை யென்றுஞ் சொல்ல முடியாது.

கிளா: ஆமாம்.

ஸாக்: அப்படியே ஒரு பொருளைப் பற்றி அறிவும் உண்டு; அபிப்பிராயமும் உண்டு.

கிளா: ஆமாம்.

ஸாக்: எனவே, ஒரு பொருளிலேயே பல பாகங்கள் அல்லது பல அம்சங்கள் இருக்கின்றன. இங்ஙனம் ஒரு பொருளைப் பூரணமாகப் பாராமல் பகுதி பகுதியாக, அம்சம் அம்சமாகப் பிரித்துப் பார்க்கிறவர்களைப் போலி ஞானிகள் என்று சொல்லவேண்டும். ஏனென்றால் இவர்களுக்குத்தான் அந்தப் பொருளின் முழு உண்மையும் தெரியாதே? உண்மையைப் பற்றிய, அழகைப் பற்றிய, நீதியைப் பற்றிய நம்பிக்கையை அல்லது அபிப்பிராயத்தை அறிவாகக் கருதாமல், அவற்றைப் பற்றிய அறிவையே உண்மையான அறிவென்று கருதுவோர் யாரோ அவர்களைத்தான் உண்மையான ஞானிகள் என்று அழைக்க வேண்டும்.

கிளா: நிரம்ப சரி.

ஆறாவது புத்தகம்

ராஜ்ய நிர்வாகத்தை ஏற்று நடத்தக்கூடிய ஞானிகளின் லட்சணங்களென்ன, அவர்களுக்கு எத்தகைய பயிற்சி அளிக்கவேண்டும் என்பவைகளைப் பற்றி ஸாக்ரட்டீஸ் இந்தப் பாகத்தில் விஸ்தரிக்கின்றன.

ஸாக்ரட்டீஸ்: கடைசியில் கிளாக்கோன் நீண்ட விசாரணைக்குப் பிறகு, மிகுந்த கஷ்டத்தின் பேரில், உண்மையான ஞானிகள் யார், போலி ஞானிகள் யார் என்பதைக் கண்டுபிடித்தோம்.

கிளா: வாஸ்தவம்; வேறு சுருக்கமான வழி என்ன இருக்கிறது?

ஸாக்: இல்லைதான். ஆனால் இந்த ஒரு விஷயத்தைப் பற்றி மட்டும் நாம் ஆராய்ச்சி செய்திருந்தோமானால் இன்னும் தெளிவாக (உண்மையான ஞானிகளைப் பற்றியும் போலி ஞானிகளைப் பற்றியும்) தெரிந்து கொண்டிருக்கலாம். நமக்குத்தான் இன்னும் அநேக விஷயங்களைப் பற்றி ஆராய வேண்டியிருக்கிறதே; அநீதியான வாழ்க்கையைக் காட்டிலும் நீதியான வாழ்க்கை எந்த விதத்தில் சிறந்ததென்பதைக் கண்டுபிடிக்க வேண்டியிருக்கிறதே?

கிளா: ஆமாம். அடுத்த பிரச்சனை என்ன?

ஸாக்: நித்தியமாயுள்ளது எதுவோ, மாற்றமடையாதது எதுவோ அதனை அறியும் சக்திவாய்ந்தவர்கள் தான் ஞானிகள்; மாற்றமடையக் கூடிய பலவற்றில் (அறிவு) சஞ்சாரம் செய்கிறார்களே அவர்கள் ஞானிகளல்லர். இவ்விரு பிரிவாரில் யார் நமது ராஜ்யத்தின் அதிகாரிகளாக இருக்கவேண்டும், சொல் பார்ப்போம்?

கிளா: இந்தக் கேள்விக்கு நான் என்ன பதில் சொல்வது?

ஸாக்: நமது ராஜ்யத்தின் சட்டதிட்டங்களையும் (சமுதாய) ஸ்தாபனங்களையும் இவ்விரு பிரிவாரில் யார் செம்மையாகப் பாதுகாகிறார்களோ அவர்கள்தான் கவலர்களாக இருக்க வேண்டும்.

கிளா: நீ சொல்வது சரி.

ஸாக்: கண்ணுள்ளவனா, கண்ணில்லாதவனா யார் ஒரு பொருளைப் பாதுகாக்கத் தகுதியுடையவன்?

கிளா: இதில் என்ன சந்தேகம் வந்துவிட்டது?

ஸாக்: எந்தப் பொருளைப் பற்றியும் உண்மையான அறிவு இல்லாமல், ஆத்மதனித்துவம் இல்லாமல் சித்திரக்காரன் மாதிரி பூரண உண்மையையே லட்சியமாகக் கொண்டு அதன்மீது நாட்டம் செலுத்தாமல், யார் அழகைப் பற்றியும், நல்லதைப் பற்றியும், நீதியைப் பற்றியும் சட்டதிட்டங்கள் செய்ய முன் வருகிறார்களோ, ஏற்கனவே அவற்றைப் பற்றிச் சட்டதிட்டங்கள் இருந்தால் அவற்றைப் பாதுகாக்க முன் வருகிறார்களோ அவர்களுக்கும், கன்னில்லாத குருடர்களுக்கும் ஏதேனும் வித்தியாசம் உண்டா?

கிளா: வித்தியாசமில்லைதான்.

ஸாக்: அப்படியானால், ஒவ்வொரு பொருளின் நிஜத் தன்மையை அறிந்திருப்பதோடு அனுபவ ஞானம் உடையவர்களாக யார் இருக்கிறார்களோ அவர்களைப் புறக்கணித்துவிட்டு, மேலே சொன்ன குருடர்களை ராஜ்யாதிகாரிகளாக நியமிக்கலாமா?

கிளா: அஃதெப்படி? மெய்யறிவும் அனுபவ அறிவும் உடையவர்களைத்தான் நியமிக்க வேண்டும்.

ஸாக்: ஒருவனிடத்திலேயே இவ்விரண்டும் பொருந்தியிருக்குமாறு என்ன செய்ய வேண்டுமென்பதைப் பற்றி ஆராயலாமா?

கிளா: அவசியம்.

ஸாக்: அப்படியானால், ஆரம்பத்தில் சொன்னது போல், ஞானிகளின் தன்மைகளென்ன வென்பதைப் பற்றி நாம் தெரிந்துகொள்ள வேண்டும். மாற்றத்திற்கும் அழிவுக்கும் உட்படாமல் நித்தியாமாயுள்ள மெய்ப்பொருள் எதுவோ அதனை அறியவேண்டும், அதற்கான கல்விப் பயிற்சிபெற வேண்டும் என்பதிலே ஆவலுடையவர்கள் ஞானிகள். இவர்கள், அந்த மெய்ப்பொருள் முழுவதையும் அறிய வேண்டுமென்று ஆவல் கொள்வார்கள். அதிலே ஒரு பகுதியைக்கூடத் தெரிந்துகொள்ளாமல் விட்டுவிட மாட்டார்கள். தவிர, உண்மையைக் கடைப்பிடிக்கிற தன்மை இவர்கள் சுபாவத்திலேயே அமைந்திருக்கும். அதாவது, எது பொய்யோ அதை இவர்கள் மனமறிந்து ஏற்றுக்கொள்ள மாட்டார்கள்; அப்படி ஏற்றுக்கொள்ளாமல் இருப்பதோடு அதனைத் துவேஷிக்கவும் செய்வார்கள்; மெய்யை மனப்பூர்வமாகக் காதலிக்கவும் செய்வார்கள்.

கிளா: இருக்கலாம்.

ஸாக்: இருக்கலாம் என்ன, இருக்கவே செய்வார்கள். எந்தப் பொருளை ஒருவன் காதலிக்கிறானோ அந்தப் பொருளுடன் சம்பந்தப்பட்டிருக்கிற மற்றப் பொருள்களையும் அவன் காதலிக்கவே செய்வானல்லவா?

கிளா: ஆமாம்.

ஸாக்: ஞானமும் சத்தியமும் நெருங்கிய சம்பந்தமுடையன வல்லவா?

கிளா: வாஸ்தவம்.

ஸாக்: ஒரே மனிதன் ஞானத்தின் மீதும் பொய்யின் மீதும் காதலுடையவனாக இருப்பானா?

கிளா: மாட்டான்.

ஸாக்: ஆகவே, எவனொருவன் ஞானத்தின் மீது காதல் கொள்கிறானோ அவன் சிறு பிராயத்திலிருந்து சத்தியத்தையும் மனப்பூர்வமாகக் கடைப்பிடிக்க வேண்டும்.

கிளா: ஒப்புக்கொள்கிறேன்.

ஸாக்: குறித்த ஒரு பொருளின் மீது மனப்பூர்வமாகக் காதல் கொண்டுவிடுகிறான் என்று வைத்துக்கொள். அந்த ஒரு பொருளின் மீது தான் அவனுடைய ஆசையனைத்தும் பிரவாகம் போல் முழு மூச்சோடு சென்றுகொண்டிருக்குமே தவிர, மற்றப் பொருள்களின் மீதுவெகு சொற்பமாகவே, ஒரு சிறு கால்வாய் போல்தான் சென்று கொண்டிருக்கும்.

கிளா: வாஸ்தவம்.

ஸாக்: ஞானம் முதலிய வித்தைகளின் மீது எவனொருவன் பரிபூரணமாகக் காதல் கொண்டு விடுகிறானோ அவன், தன் மனத்துக்கு ஏற்படக்கூடிய ஒரு சுகத்தைத் தான் முக்கியமாகக் கருதுவானே தவிர, தேகத்திற்கு உண்டாகக் கூடிய ஒரு சுகத்தைப் பெரிதாகக் கருதமாட்டான்.

கிளா: அது நிச்சயம்.

ஸாக்: அப்படிப்பட்டவன் நிதானமாக இருப்பான்; எந்தப் பொருளையும் தனதாக்கிக்கொள்ள வேண்டுமென்று ஆசைப்பட மாட்டான். எந்த நோக்கங்களுக்காக ஜனங்கள் பணத்தைச் சம்பாதிக்கிறார்களோ, அப்படியே செலவழிக்கிறார்களோ அந்த நோக்கங்களின்மீது அவன் மனம் செல்லாது.

கிளா: உண்மை.

ஸாக்: தவிர, ஞானிகள் அற்பத்தனமான விஷயங்களின்மீது மனஞ் செலுத்த மாட்டார்கள் தெய்வத் தன்மையையும் மனிதத தன்மையையும் பூரணமாகக்காண வேண்டுமென்ற ஆவலும் நோக்கமுமுடையவர்கள், தங்கள் மனத்தில் அற்பத்தனத்திற்குச் சிறிது கூட இடங் கொடுக்கமாட்டார்கள்.

கிளா: மிகவும் உண்மை.

ஸாக்: இப்படிப்பட்ட விசால மனமுடையவர்கள், முக்காலத்தையும் பார்க்கக்கூடியவர்கள், எல்லா ஜீவராசிகளையும் ஒன்றென மதிக்கிறவர்கள், சாதாரண மனிதர்களுடைய இந்த இகலோக வாழ்க்கைக்கு முக்கியத்துவம் கொடுத்துக் கொண்டிருப்பார்களா?

கிளா: மாட்டார்கள்.

ஸாக்: மரணத்தைக் கண்டு பயப்படுவார்களா?

கிளா: மாட்டார்கள்.

ஸாக்: எனவே ஞானிகள், கோழைகளாகவும், அற்பமான முடையவர்களாகவும் இருக்க மாட்டார்களென்று ஏற்படுகிறதல்லவா?

கிளா: ஆம்.

ஸாக்: எவன் ஸ்திர புத்தியுடையவனோ, எவன் பேராசைக்காரனாகவோ அல்லது அற்பத்தன முடையவனாகவோ அல்லது தற்பெருமை யுடையவனாகவோ அல்லது கோழையாகவோ இல்லாமலிருக்கறானோ அவன், தனது நடவடிக்கைகளில் அநியாயமாகவும் கடுமையாகவும் நடந்துகொள்வானா?

கிளா: மாட்டான்.

ஸாக்: எனவே ஒருவன் பாலியத்தில் எப்படி நடந்துகொள்கிறான், நியாயமாகவும் நிதானமாகவும் நடந்துகொள்கிறனா அல்லது நாலு பேரோடு கலந்து பழகாதவனாகவும் அல்லது முரட்டுத்தன முடையவனாகவும் இருக்கிறனா என்பதைக் கொண்டு அவன் பிற்காலத்தில் ஞானியாவானா, மாட்டானா வென்று தீர்மானித்து விடலாமல்லவா?

கிளா: வாஸ்தவம்.

ஸாக்: இன்னொன்றையும் நீ கவனிக்கவேண்டும்.

கிளா: என்ன அது?

ஸாக்: அவன் சிறுவயதில் எதையும் சுலபமாகக் கற்றுக் கொள்கிறானா அல்லது மெதுவாகக் கற்றுக் கொள்கிறானா என்பதையும் கவனிக்கவேண்டும். எவனொருவன் அதிகமான முயற்சி எடுத்து, குறைவான விஷயத்தைக் கற்றுக்கொள்கிறானோ அவன், அந்த விஷயத்தின்மீது அதிகமான பற்றுள்ளங்கொண்டு அதனை உறுதியுடன் கடைசிவரை கடைப்பிடிப்பானென்று நீ கருதுகிறாயா?

கிளா: அது முடியாத காரியந்தான்.

ஸாக்: அவன் கடைசியில் தன்னையேதான் வெறுத்துக்கொண்டு

தன்னுடைய முயற்சிகளையும் கைவிட்டு விடுவானில்லையா?

கிளா: நிச்சயமாக.

ஸாக்: எனவே அதிகமான ஞாபக சக்தியுடையவர்களையும் ஞானிகளாகக் கொள்வோமாக.

கிளா: சரி.

ஸாக்: தவிர, கலை உணர்ச்சி இல்லாதவர்களும் பெருந்தன்மையான சுபாவமில்லாதவர்களும் எப்பொழுதுமே நிதானந் தவறி விடுகிறார்களென்பதை நீ ஒப்புக்கொள்கிறாயல்லவா?

கிளா: ஆம்.

ஸாக்: மேலே சொன்ன குணங்களெல்லாம், ஆத்மாவின் வளர்ச்சிக்கு அனாவசியமென்று நீ கருதுகிறாயா? தவிர, அந்த ஆத்மாவானது, உண்மைப் பொருளெதுவோ அதனோடு ஐக்கியப் படுவதற்கு இந்தக் குணங்களெல்லாம் தேவையில்லையா?

கிளா: அவசியம் தேவை,

ஸாக்: ஆகவே, அதிகமான ஞாபசக்தி, சீக்கிரமாகக் கற்றுணரும் ஆற்றல், உயர்ந்த மனப்பான்மை, சரள சுபாவம், சத்தியம், நீதி, வீரம், நிதானம் ஆகிய இவைகளிடத்தில் உறுதியான பற்று முதலிய இந்த மாதிரியான குணங்களெல்லாமுமுடைய ஒருவன், ஒரு தொழிலை அனுஷ்டிப்பானாகில் அந்தத் தொழிலில் ஏதேனும் குற்றங் குறைகள் இருக்க முடியுமா?

கிளா: இருக்கவே முடியாது.

ஸாக்: இப்படிப்பட்டவர்கள் போதிய கல்வி பெற்று, பக்குவ வயதும் அடைந்துவிடுவார்களானால் அவர்களிடத்தில் ராஜ்ய நிருவாகத்தை ஒப்படைப்பதில் உனக்கு ஒன்றும் ஆட்சேபமிராதே?

இங்கு அடீமாண்ட்டஸ் வாதத்தில் தலையிடுகிறான்.

அடீ: ஸாக்ரட்டீஸ், நீ சொல்வதை ஆட்சேபிக்க முடியாதுதான். ஆனால் உன்னோடு வாதம் செய்கிறவர்களுடைய அனுபவம் என்னவென்றால், உன்னைப் போல் கேள்விகள் கேட்டுப் பதில் சொல்லக்கூடிய சாமர்த்தியம் அவர்களுக்கு இருப்பதில்லை. அவர்கள் அபிப்பிரயாம், முதலில் வேறொன்றாக இருந்தபோதிலும், நீ கேள்விகள் கேட்டு மடக்குவதில் அவர்கள் மெதுமெதுவாக உன்னுடைய அபிப்பிராயத்திற்கே இணங்க வேண்டியவர்களாகி விடுகிறார்கள். எப்படி ஒரு சதுரங்க ஆட்டத்தில், ஆடத் தெரியாத ஒருவனை, சாமர்த்தியமாக ஆடுஞ்சக்தி உடையவன் மடக்கி,

திணறும்படி செய்துவிடுகிறானோ அதுபோல, நீ உன்னுடைய வாதத் திறமையினால் எதிர்க்கட்சியினனை மடக்கி அடக்கிவிடுகிறாய் அஃதிருக்கட்டும், சிறந்த தத்துவ ஞானிகளாக வேண்டுமென்று பாலியத்திலிருந்து பயிற்சி பெற்று அதற்காகத் தங்கள் வாழ்நாள் முழுவதையும் செலவிடுகிறார்கள் அவர்கள், உலக விவகார ரீதியில் பார்க்கிறபோது, பிரயோஜன மற்றவர்களாகவும் விநோத ஜந்துக்களாகவும் இருப்பதைப் பார்க்கிறோமில்லையா? இப்படிப்பட்டவர்களால், இவர்கள் எந்த ராஜ்யத்தைச் சேர்ந்தவர்களோ அந்த ராஜ்யத்திற்கே எவ்வித நன்மையும் உண்டாவதில்லை என்பதையும் நாம் கண்டு கொண்டிருக்கிறோமில்லையா?

ஸாக்: நீ சொல்வதெல்லாம் உண்மையென்பதை நான் ஒப்புக்கொள்கிறேன். யென்றால், இவர்கள் ஒரு ராஜ்யத்தை ஆளத் தகுதி உடையவர்களென்று எப்படிச் சொல்லமுடியும்?

ஸாக்: உன்னுடைய கேள்வி சரியானதுதான். ஆனால், இதற்கு ஓர் உபமானத்தின்மூலம் பதிலளிக்கிறேன். ஒரு கப்பல் சமுத்திரத்தில் பிரயாணஞ் செய்து கொண்டிருக்கிறதென்று வைத்துக்கொள் அந்தக் கப்பலின் தலைமை மாலுமியா யிருக்கப்பட்டவன், மற்றவர்களைவிடப் பெரியவனாகவும் பலசாலியாகவும் இருக்கிறான். ஆனால், காது கொஞ்சம் செவிடு; கண் பார்வை சிறிது மங்கல். இதே பிரகாரம் அவனுடைய கப்பலோட்டும் திறமையும் குறைவாயிருக்கிறது. மற்ற மாலுமிகள், கப்பல் எப்படித் திறமையாகச் செலுத்துவதென்பதைப் பற்றித் தங்களுக்குள் சண்டை போட்டுக் கொள்கிறார்கள். இப்படிச் சண்டை போடுகிற எந்த மாலுமியும், கப்பலோட்டுந் தொழிலைப் பற்றி எங்கும் கற்றுக்கொள்ள வில்லை; எந்த விதமான பாடத்தையும் படிக்கவில்லை. ஆனால், ஒவ்வொருவரும், தான்தான் கப்பலோட்ட வேண்டுமென்று முன்னுக்கு வந்து சண்டை போடுகிறார்கள். அது மட்டுமல்ல; கப்பலோட்டுந் தொழிலானது, பிறர் சொல்லிக் கற்றுக்கொள்ளக்கூடிய தொழிலல்லவென்று சாதிக்கிறார்கள். இதற்கு விரோதமாக யாராவது சொன்னால் அவர்களோடு சண்டையும் போடுகிறார்கள். இவர்கள் தலைமை மாலுமியிடம் சென்று, கப்பலோட்டும் பொறுப்பைத் தங்களிடமே ஒப்படைக்க வேண்டுமென்று முறையிடுகிறார்கள். அவனுக்குப் பலவித ஆசை வார்த்தைகள் காட்டுகிறார்கள். ஒன்றும் பலிக்காமற் போகவே, கடைசியில் அவனுக்கு மயக்கங் கொடுத்து, அவனுடைய கையையும் காலையும் கட்டிப் போடுகிறார்கள். தாங்களே கப்பலோட்டும் பொறுப்பை ஏற்றுக்கொண்டு, இருக்கப்பட்ட உணவுப் பொருள்களை யெல்லாம் தங்களிஷ்டப்படி உபயோகித்து ஆட்டமும் பாட்டமுமாகக் காலத்தைக் கழிக்கிறார்கள். கப்பலும் எப்படியோ ஓடுகிறது.

தலைமை மாலுமியை அடக்கியாள்கிறவந்தான் திறமைசாலியென்றும், மற்றவர்களெல்லோரும் பிரயோஜனமற்றாவர்களென்றும், இவர்களே ஒருவருக்கொருவர் சொல்லிக்கொள்கிறார்கள். உண்மையான ஒரு மாலுமி, ஒவ்வொரு காலத்திலும் சீதோஷ்ண நிலைமை எப்படி மாறுபடுகிறதென்பதைப் பற்றியும், ஆகாயம், நட்சத்திரம், காற்று இவற்றைப் பற்றியும் பரிபூரணமாகத் தெரிந்து கொண்டிருக்க வேண்டும். இவையெல்லாம் ஒன்றும் வேண்டாமென்று நினைத்துக் கொண்டு, தங்களிஷ்டப்படி கப்பலோட்டுகிறவர்கள் மத்தியில், உண்மையான மாலுமி, அதாவது கப்பலோட்டுத் தொழிலை முறையாகக் கற்றுக்கொண்டிருக்கிற ஒருவன் எப்படிக் கருதப்படுவான்? வெறும் வானம் பார்த்தான் என்றும் பினத்தல்காரன் என்றும் கருதப்படுவான் இல்லையா?

அடீ: வாஸ்தவம்

ஸாக்: இதே பிரகாரந்தான், ஞானிகள், ராஜ்ய நிர்வாகத்தை நடத்துகிற விஷயமும் இருக்கிறது ஞானிகள் அவர்களுடைய ராஜ்யத்தில் கௌரவிக்கப்படுவதில்லை. அப்படிக் கௌரவிக்கப்பட்டால் அஃது ஆச்சரியப்படத் தக்கதே.

அடீ: வாஸ்தவந்தான்.

ஸாக்: சாதாரணமாகவே, உலக விவகாரங்களைப் பொறுத்தமட்டில் ஞானிகள் பிரயோஜன முடையவர்களாய் இருப்பதில்லை. அப்படி இவர்கள் பிரயோஜனம் இல்லாதவர்களாய் இருப்பது, இவர்களுடைய குற்றமல்ல; இவர்களைச் சரியாகப் பயன்படுத்திக் கொள்ளாமல் இருக்கிறார்களே அவர்களுடைய குற்றம். நன்றாகக் கப்பலோட்டத் தெரிந்த ஒருவன், மற்ற மாலுமிகளிடம் சென்று தன்னையே கப்பலோட்டுந் தலைவனாக நியமிக்குமாறு கேட்டுக்கொள்வதும், அறிஞர்கள், பணக்காரர்களுடைய வீட்டு வாசற்படியில் சென்று காத்துக்கொண்டிருப்பதும் இயற்கைக்கு விரோதமாகும் இயற்கையினால் ஸ்தாபிக்கப்பட்ட உண்மை யென்னவென்றால், நோய்வாய்ப்பட்டவர்கள், அவர்கள் பணக்காரர்களாய் இருந்தாலும் சரி, ஏழைகளாய் இருந்தாலும் சரி, வைத்தியர்களுடைய வீட்டுவாசற்படியில் சென்று காத்துக்கொண்டிருக்க வேண்டும். அதுபோலவே, ஆளப்படவேண்டிய அவசியத்தை உணர்ந்தார்கள், யாரொருவர் தகுந்தபடி ஆளக்கூடியவரோ அவரிடம் சென்று, தங்களை ஆளுமாறு கேட்டுக்கொள்ள வேண்டும். அரசனாய் இருக்கப்பட்டவன், தன்னுடைய பிரஜைகளுக்கு ஏதாவது பிரயோஜனமுள்ளவனாயிருக்க வேண்டுமானால், அந்தப் பிரஜைகளைப் பார்த்து "உங்களை நான் ஆளவேண்டியவன்" என்று சொல்லக்கூடாது. ஆனால், இப்பொழுதுள்ள அரசியல் நிலைமையில், அரசர்கள் மேலே

சொன்ன மாலுமிகளைப் போன்றவர்களே கப்பலோட்டும் தொழிலில் நன்கு தேர்ச்சி பெற்றவர்களைப் பார்த்து, "ஓ! இவர்களெல்லோரும் வெறும் வாய்ப்பினாத்தல்காரர்கள்" என்று சொல்கிறார்களல்லவா அதைப்போல் உண்மையான ஞானிகளைப் பார்த்து இவர்கள் சொல்கிறார்கள்.

அடீ: நீ சொல்வது வாஸ்தவந்தான்.

ஸாக்: இந்த மாதிரியான நிலைமையில், உயர்வான தொழில்களைச் செய்து கொண்டிருக்கிறவர்கள்கூட அந்தத் தொழில்களுக்குப் புறம்பான மார்க்கங்களைப் பின்பற்றுபவர்களுடைய அங்கீகாரத்தைப் பெறுவது கடினம் ஞான மார்க்கத்தை யார் பின்பற்றுகிறார்களோ அவர்களாலேயே அந்த ஞானத்திற்கு ஊறு உண்டாகிறது. இதனால், பொதுவாக ஞானிகள், ஆஷாடபூதிகளென்றும், அப்படி ஓரிரண்டு பேர் உண்மையானவர்களாய் இருந்தால் அவர்கள் பிரயோஜனம் அற்றவர்களாய் இருக்கிறார்களென்றும் உலகம் சொல்லுகிறது. இங்ஙனம் ஞானிகள், ஆஷாடபூதிகளாகவோ அல்லது உலகத்திற்குப் பிரயோஜன மற்றவர்களாகவோ இருக்கிறார்களென்பதை நான் ஏற்கனவே ஒப்புக்கொண்டிருக்கிறேன்.

அடீ: ஆமாம்.

ஸாக்: ஞானிகளிற் பெரும்பாலோர், ஆஷாடபூதிகளாக அல்லது போக்கிரிகளாக இருக்கிறார்களென்று சொன்னால், அது ஞானத்தின் குற்றமாகுமா?

அடீ: ஆகாது.

ஸாக்: சரி, பெருந்தன்மையுள்ளவனாகவும் நல்லவனாகவும் ஒருவன் ஆகவேண்டுமானால், அவனுக்கு இயற்கையாய் அமைந்திருக்கவேண்டிய சுபாவம் என்னவென்பதைப் பற்றி ஏற்கனவே நாம் பேசியதை மறுபடியும் ஞாபகத்திற்குக் கொண்டுவந்து பார்ப்போம். முதன் முதலாக அவன் உண்மையைக் கடைப்பிடிக்க வேண்டும்; எந்தக் காலத்திலும் எந்த நிலையிலும் அதனை உறுதியுடன் பின்பற்ற வேண்டும். இல்லாவிட்டால் அவன் ஒரு போலி; உண்மையான ஞானத்தை அடைவதற்குத் தகுதியற்றவன்.

அடீ: ஆம்; இப்படித்தான் நாம் பேசினோம்.

ஸாக்: இந்த ஒரு விஷயமே, உண்மையான ஞானிகளைப் பற்றி இப்பொழுது நாம் கொண்டிருக்கிற அபிப்பிராயத்திற்கு முரணாய் இருக்கிறதல்லவா?

அடீ: ஆம்.

ஸாக்: உண்மையான ஞானி யொருவன், மெய்ப்பொருள் எதுவோ அதனையே நாடுவான்; அந்த மெய்ப்பொருளைப் பற்றிப் பலவித அபிப்பிராயங்கள் உலவுகின்றனவே அவற்றின் மீது தன் கருத்தைச் செலுத்தமாட்டான். தன்னுடைய ஆத்மாவில் குடி கொண்டிருக்கும் அநுதாப உணர்ச்சியினால் உந்தப்பட்டு அவன் ஒவ்வொரு பொருளின் உண்மைத் தன்மையையும் அறிய முனைவான்; அறியும் வகையில் ஏதேனும் சோர்வு ஏற்பட்டால் அதனைப் பொருட்படுத்தமாட்டான். இங்ஙனம் முயன்று பாடுபட்டுக் கடைசியில் மேலே சொன்ன மெய்ப்பொருளோடு கலந்து நிற்பான். அப்பொழுது அவனிடமிருந்து விவேகமும் சத்தியமும் பிறக்கின்றன. இந்த இரண்டையும் பெற்ற பிறகுதான் அவன் உண்மையான வாழ்க்கை எது, அதனை எப்படி அனுபவிக்க வேண்டும் என்பவைகளைப் பற்றித் தெரிந்துகொள்வான்; அந்த வாழ்க்கையிலே வளர்ச்சியும் அடைவான்; அதுவரையில் அவன் அனுபவித்து வந்த துன்பங்களும் நீங்கும்.

அடீ: நீ சொல்வது நிரம்ப சரி.

ஸாக்: இப்படிப்பட்டவன் பொய்யை விரும்புவானா அல்லது அதனை வெறுப்பானா?

அடீ: வெறுக்கத்தான் செய்வான்.

ஸக்: சத்தியத்திற்குப் பின்னால் தீய தன்மைகள் வரமாட்டா வல்லவா?

அடீ: வரமாட்டா.

ஸாக்: அதற்கு மாறாக அந்தச் சத்தியத்தோடு நியாய புத்தியும் ஸ்திர மனமும் கூடவே செல்லுமென்றும், பின்னால் நிதானம் அல்லது தன்னடக்கம் என்பது செல்லுமென்றும் நாம் சொல்லலாமா?

அடீ: நீ சொல்வது நிரம்ப சரி.

ஸாக்: ஞானிகளின் தன்மைகளைப் பற்றி இனியும் நாம் விஸ்தரித்துக் கொண்டுபோக வேண்டியதில்லை. வீரம், உயர்ந்த மனப்பான்மை, நுண்ணறிவு, ஞாபக சக்தி முதலியவை ஞானிகளுக்கு இயற்கையிலேயே அமைந்திருக்குமென்று ஏற்கனவேதஆன் நாம் தெரிந்து கொண்டிருக்கிறோமே? இந்த ஞானிகளிற் பெரும்பாலோர் (உலக விவகாரங்களில் ஈடுபடுகிறபோது) இழிந்தவர்களாகி விடுகிறார்கள். சிறுபாலோர் பிரயோஜன மற்றவர்களாகி விடுகிறார்களென்று நீ சொன்னாய். அதை நான் ஒப்புக்கொண்டேன். அப்படி ஒப்புக்கொண்டதன் காரணமாகத்தான், ஞானிகளின் தன்மைகளைப் பற்றி மறுபடியும் வலியுறுத்திச் சொல்ல வேண்டியதாயிற்று. இருக்கட்டும்; என்ன காரணங்களினால் பெரும்பான்மையோர் இழிஞர்களாகவும் சிறுபான்மையோர் பிரயோஜன மற்றவர்களாகவும் ஆகிவிடுகின்றனர் என்பதைப் பற்றி இனி

ஆராய்வோம். இதனோடு, போலி ஞானிகளின் தன்மைகளைப் பற்றியும் ஆராய்வோம். ஏனென்றால் இவர்கள், தங்களுடைய தகுதிக்கு மேலானதான ஒரு நிலையை அடைய ஆசைப்படுகிறார்கள்; அதனை அடையப்பெறாமல் முன்னுக்குப்பின் முரணான பல வாதங்களைக் கிளப்பியும், செயல்களைப் புரிந்தும், ஞானத்திற்கே களங்கத்தை உண்டுபண்ணி விடுகிறார்கள்.

அடீ: என்னவிதமான களங்கம் என்பதைக் கொஞ்சம் விரிவாகச் சொல்.

ஸாக்: முடிந்தவரையில் சொல்லுகிறேன். ஏற்கனவே நாம் கூறிய தன்மைகளுடன் கூடிய ஞானிகள், சாதாரண மனிதர்களுக்கு மத்தியில் மிகவும் அபூர்வமாகத்தான் இருப்பார்கள்?

அடீ: ஆமாம்.

ஸாக்: இந்த அபூர்வ ஆத்மாக்களுக்கு அழிவு உண்டுபண்ணக்கூடிய அநேக காரணங்கள் தோன்றுகின்றன.

அடீ: அவை யென்ன?

ஸாக்: எந்த நற்குணங்கள், அதாவது மேலே சொன்ன வீரம், தன்னடக்கம் முதலியன, ஞானிகளுடைய லட்சணங்களென்று நாம் சொன்னோமோ அந்த நற்குணங்களே அந்த ஞானிகளை இழிநிலைக்குக் கொண்டு வந்து விடுகின்றன.

அடீ: நீ சொல்வது ஆச்சரியமாய் இருக்கிறது.

ஸாக்: இவை மட்டுமல்ல, நல்லவையென்று எவை எவைகளைச் சொல்லுகிறோமோ அவை யாவும், அதாவது அழகு, செல்வம், தேகபலம், உயர்பதவி, இந்த உயர் பதவியினால் உண்டாகிற அனுகூலங்கள் முதலிய பலவும், ஞானிகளை இழிநிலைக்குக் கொண்டுவந்து விடுகின்றன.

அடீ: இதனை நீ கொஞ்சம் விஸ்தரித்துச் சொல்லவேண்டும்.

ஸாக்: தாவர வர்க்கத்திலாகட்டும், பிராணி வர்க்கத்திலாகட்டும் வளர்ச்சியடையக்கூடிய யாவும் சரியான ஊட்டம், சீதோஷ்ணம், மண்வளம் முதலிய இல்லாமற் போனால் சரியாக வளர்ச்சி பெறா என்பது நமக்குத் தெரியுமே. நல்ல வளர்ச்சி பெறா என்பது நமக்குத் தெரியுமே. நல்ல வளர்ச்சி இல்லாதனவற்றிற்கு நல்ல சூழ்நிலை அவ்வளவு அவசியமில்லை. தீமைக்குத் தீமை விரோதியாயிருப்பதைக் காட்டிலும் நன்மைக்குத் தான் தீமை அதிக விரோதியாயிருக்கிறது.

அடீ: வாஸ்தவம்.

ஸாக்: சரியான சூழல் இல்லாமற்போனால், கெட்டவற்றைக் காட்டிலும் நல்லவைதான் அதிகமாகச் சீரழிந்து போகின்றன; இல்லயா?

அடீ: ஆம்.

ஸாக்: அதைப்போல் நல்ல சுபாவங்கள், சரியான பயிற்சி பெறாமற் போனால், ஆச்சரியப்படத்தக்க விதமான கெடுதலை அடைந்து விடுகின்றன அல்லவா? உலகத்திலே நிகழ்கிற பல குற்றங்கள், தீமைகள் முதலியன எங்கிருந்து தோன்றுகின்றன என்று நீ நினைக்கிறாய்? சரியான பயிற்சிபெறாத நல்ல சுபாவத்திலிருந்து, பலவீனமான சுபாவத்திற்கு அதிக நன்மையைச் செய்யும் சக்தி இல்லை; அதிக தீமையைச் செய்யும் சக்தி இல்லை.

அடீ: நீ சொல்வது சரிதான்.

ஸாக்: எனவே, நாம் மேலே சொன்னோமல்லவா ஞானிகளின் சுபாவம் அல்லது தன்மை இன்னதென்று, அந்தச் சுபாவத்திற்குச் சரியான பயிற்சி கொடுத்தோமானால் அது நன்றாக வளர்ந்து அநேக நன்மைகளைச் செய்யும் அதற்கு மாறாக அதனைச் சரியானபடி வளர்க்காவிட்டால் நன்மைக்கு விரோதமான பலனையே அளிக்கும். கடவுள்தான் அதனைக் காப்பாற்ற வேண்டும்! நமது இளைஞர்களை ஸோபிஸ்ட்டுகள் கெடுத்துவிடுகிறார்களென்று பொதுஜனங்கள் சொல்கிறாக்ரளே,[1] அதைப்பற்றி நீ என்ன நினைக்கிறாய்? இப்படிச் சொல்கிற பொதுஜனங்களே, பெரிய ஸோபிஸ்ட்டுகளாய் இருக்கிறார்களில்லையா? இளைஞர், முதியோர், ஆண், பெண், எல்லோரையும் தங்கள் இஷ்டத்திற்குப் பயிலுவித்தும் திருத்தியும் கொண்டுவந்து விடுகிறார்களில்லையா?

அடீ: எப்படி?

ஸாக்: இவர்கள் – இந்தப் பொதுஜனங்கள் – பொதுஜன சபை அல்லது நீதிஸ்தலம் அல்லது நாடக சாலை இப்படிப் பலர் வந்து கூடுகிற இடங்களில் அமர்ந்து கூச்சலும் குழப்பமும் செய்துகொண்டு, யாரோ ஒரு மனிதனைப் பற்றி அல்லது ஏதோ ஒரு விஷயத்தைப் பற்றி அனாவசியமாக அளவு கடந்து தூஷிக்கிறார்கள்; அல்லது பூஷிக்கிறார்கள். இவர்கள் செய்கிற ஆரவாரம், இவர்கள் உட்கார்ந்திருக்கிற இடத்தையே அதிரச் செய்கிறது. இப்படிப்பட்ட காட்சியின் மத்தியில் ஓர் இளைஞனுடைய மனம் எந்த நிலையில் இருக்குமென்று நீ கருதுகிறாய்? எத்தகைய கல்விப் பயிற்சி பெற்றவனாயினும் அவனுடைய மனம் இந்தப் பூஷணையும் தூஷணையும் கலந்த ஆரவாரத்திலேதான் ஈடுபடும். இவர்கள் சொல்கிறபடி சொல்வான்; செய்கிறபடி செய்வான். இவர்களைப் போல் அவனும் ஆகிவிடுவான்; அவ்வளவுதான்.

அடீ: வாஸ்தவம் ஸாக்ரட்டீஸ்.

ஸாக்: இவர்களைப்போல் அவன் ஆகாவிட்டாலோ அவனுக்குத் தண்டனை வேறே கிடைக்கிறது. தங்களோடு இணங்கி வராத காரணத்தினால் இவர்கள் அவனை அவமரியாதை செய்கிறார்கள். அவனுக்கு அபராதம் விதிக்கிறார்கள்; மரண தண்டனையும் அளிக்கிறார்கள்.

அடீ: அப்படித்தான் செய்கிறார்கள்.

ஸாக்: இவர்களை எதிர்த்துக்கொண்டு வேறுவிதமான பயிற்சி அளித்தால் அது நிலைத்து நிற்குமா?

அடீ: நிற்காதுதான்.

ஸாக்: அதற்குப் பிரயத்தனப்படுவதுகூட தவறு. பொதுஜன அபிப்பிராயத்தைத் தழுவி அளிக்கப்பெறும் கல்விப் பயிற்சி, வேறுவிதமான சுபாவத்தை உண்டுபண்ண முடியாது; இதுவரை உண்டு பண்ணியதுமில்லை; இனி உண்டுபண்ணப் போவதுமில்லை. மனித யத்தனத்தைப் பொறுத்தமட்டில் உண்டுபண்ண முடியாதென்று சொல்கிறேன் தெய்வ யத்தனம் வேறே இருக்கிறது. இப்பொழுதுள்ள ராஜ்யங்களின் அமைப்பில் ஏதேனும் நல்லது இருக்கிறதென்று சொன்னால் அது கடவுளின் கருணை யென்றுதான் சொல்ல வேண்டும்.

அடீ: நான்கூட அப்படித்தான் அபிப்பிராயப் படுகிறேன்.

ஸாக்: ஸோபிஸ்ட்டுகள் பணம் பெற்றுக்கொன்டு என்ன போதிக்கிறார்கள்? பொதுஜனங்கள், தங்கள் கூட்டங்களில் என்னென்ன அபிப்பிராயங்களைத் தெரிவிக்கிறார்களோ அவற்றையே திரட்டி ஞானம் என்று போதிக்கிறார்கள். இஃது எப்படி இருக்கிறதென்றால், பலமுள்ள ஒரு மிருகத்தைப் பழக்குகிற ஒரு மனிதன், அதனுடைய சுபாவமென்ன, அதற்கென்ன தேவை, அதனை எப்படித் தனக்குக் கீழ்ப்படியச் செய்வது, எப்பொழுது அது சாந்தமாயிருக்கும். எப்பொழுது கோபமாயிருக்கும், எப்பொழுது எப்படிக் கத்தும், அப்படிக் கத்தினால் அதற்கு என்ன அர்த்தம் என்பவைகளைப் பற்றித் தனது நீண்ட அனுபவத்தினால் அறிந்து கொண்டு, அதனையே ஞானமாகக் கருதிப் பிறருக்கு உபதேசிக்க வந்துவிட்டால் எப்படி இருக்குமோ அப்படி இருக்கிறது. அந்த மிருகத்தினுடைய தேவைகளில் அல்லது கோபதாபங்களில் எது சரியானது, எது நல்லது. எது நியாயமானது என்பவற்றைப் பற்றியெல்லாம் இவனுக்கு ஒன்றும் தெரியாது. அந்த மிருகத்திற்கு எது பிடித்தமோ அதை நல்லதென்கிறான்; பிடிக்காததைக் கெடுதல் என்கிறான். அவ்வளவுதான். இப்படிப்பட்டவனை ஒரு விநோதமான வாத்தியார் என்றல்லவோ நீ கருதுவாய்?

அடீ: ஆமாம்.

ஸாக்: ஓவியக் கலையைப் பற்றி அல்லது சங்கீத சாஸ்திரத்தைப் பற்றி அல்லது அரசியலைப் பற்றிப் பல்வகையினர் அடங்கிய ஒரு ஜனக்கும்பல், என்ன அபிப்பிராயப் படுகிறதோ அதன்மீது அதிகமான கவனஞ் செலுத்துவதுதான் ஞானம் என்று கருதுகிறவனுக்கும், மேலே சொன்ன மிருகத்தை வைத்துக் கொண்டிருக்கிறவனுக்கும் ஏதேனும் வித்தியாசம் இருக்கிறதா? இல்லவே இல்லை. ஒன்று மட்டும் நிச்சயம் ஒருவன் பலரோடு பழகி அதன் பயனாக ஒரு கவிதையைப் பற்றியோ அல்லது ஒரு சித்திரத்தைப் பற்றியோ அல்லது ராஜ்யத்திற்குச் செய்யப்பட்ட ஒரு சேவையைப் பற்றியோ பொதுஜன அபிப்பிராயத்தை எந்த அளவுக்கு எதிர்பார்க்க வேண்டுமோ அந்த அளவுக்கு அதிகமாக எதிர்பார்ப்பானாகில், அவன் அந்தப் பொது ஜனங்கள் என்ன சொல்கிறார்களோ அதன் பிரகாரமே நடக்கும்படியாக வந்துவிடும் பொதுஜனங்கள் சொல்வதெல்லாம் சரியானது, நியாயமானது என்று நீ சொல்லமுடியுமா?

அடீ: முடியாது.

ஸாக்: பல பொருள்களைக் கொண்டு அழகைக் காணாமல், அழகை அழகாகவே காணவேண்டுமென்று சொன்னால் அல்லது பல பொருள்களைக் காணாமல் மெய்ப்பொருள் ஒன்றையே காணவேண்டுமென்று சொன்னால் அதை மேலே சொன்ன பொதுஜனக் கும்பல் அங்கீகரிக்குமென்று நீ எதிர்பார்க்கிறாயா?

அடீ: அது முடியாததுதான்.

ஸாக்: சரி; ஒரு ஜனக்கூட்டத்தை ஞானிகளின் கூட்டமென்று சொல்ல முடியுமா?

அடீ: முடியாது.

ஸாக்: எனவே ஞானிகள், உலகத்தின் கண்டனத்திற்குள்ளாவது சகஜந்தானே?

அடீ: ஆம்.

ஸாக்: அப்படியே அந்த ஜனக் கூட்டத்தோடு சேர்ந்துகொண்டு அதனைத் திருப்திப்படுத்தப் பார்க்கிற தனிநபர்களுடைய கண்டனத்தையும் பெறுவார்களல்லவா?

அடீ: ஆம்.

ஸாக்: அப்படியானால், தனக்குரித்தான ஞான மார்க்கத்தைக் கடைப்பிடித்து

லட்சியத்தை அடைய விரும்புகிறவனுக்கு ஏதேனும் விமோசனம் உண்டு என்று நீ நினைக்கிறாயா? ஏற்கனவே நாம் சில விஷயங்களைப் பற்றி ஒரு முடிவுக்கு வந்திருக்கிறோமென்பது உன் ஞாபகத்தில் இருக்கட்டும். அதாவது ஞான மார்க்கத்தில் செல்லக்கூடியவன், எதையும் கற்றுக்கொள்ள வேண்டுமென்ற ஆவலுடையவனாகவும், நல்ல ஞாபக சக்தி உடையவனாகவும், வீரமுடையவனாகவும், உயர்ந்த ஆத்ம பரிசுத்தம் உடையவனாகவும் இருப்பானென்பது உனது நினைவிலிருக்கட்டும்.

அடீ: வாஸ்தவம்.

ஸாக்: அப்படிப்பட்டவன், பாலியத்திலிருந்தே சிறப்பாகத் தேக பலமும் மனோ பலமும் ஒன்றுபட்டிருந்தால், எல்லா விஷயங்களிலும் முதன்மையாயிருப்பானல்லவா?

அடீ: ஆமாம்.

ஸாக: அப்படிப்பட்டவனை, அவனுடைய ஜாதியார், தங்களுடைய விவகாரங்களை நடத்திக்கொண்டு செல்வதற்கு நியமித்துக்கொள்ள வேண்டுமென்று விரும்புவார்களல்லவா?

அடீ: ஆமாம்.

ஸாக்: எதிர்காலத்தில் அவனுடைய ஆதிக்கத்தைப் பெறவேண்டுமென்பதற்காக, அவனை முகஸ்துதி செய்தும், அவனுக்கு எல்லாவித கௌரவங்களை அளித்தும் அவனை உயர்த்தி வைப்பார்களில்லையா?

அடீ: பொதுவாக நடைபெறுவது இப்படித்தான்.

ஸாக்: இங்ஙனம் உயர்த்தி வைக்கப்பட்டவன், ஒரு பெரிய ராஜ்யத்தைச் சேர்ந்தவனாகவும், அந்த ராஜ்யத்திலுள்ள ஒரு பெருந்தன்மையான குடும்பத்தில் பிறந்தவனாகவும், அழகுடையவனாகவும், ஆஜானுபாகுவாகவும் இருப்பானாகில் அவன், மேலே சொல்லப்பட்ட நிலைமையில், அதாவது உயர்த்திப் போற்றி வைக்கப்படுகிற நிலைமையில் என்ன செய்வான்? நிறைவேற்ற முடியாத ஆசைகள் அவனிடத்தில் வந்து குடிகொண்டு விடும். கிரேக்கர்களையும் அந்நியர்களையும் ஆலக்கூடிய சக்தி தனக்கு இருக்கிறதென்று நினைத்துக் கொண்டு விடுவான். தானில்லாவிட்டால் எதுவுமே நடைபெறாதென்னும்படியான அவ்வளவு முக்கியத்துவம் தனக்குக் கொடுத்துக்கொண்டு, தன்னைப் பற்றி மிகவும் உயர்வாக நினைத்துக்கொண்டு விடுவான்.

அடீ: ஆமாம்.

ஸாக்: இந்த மாதிரி தன்னைப் பற்றிப் பிரமாதமாக நினைத்துக் கொண்டிருக்கிற சமயத்தில் அவனிடம் யாரேனும் வந்து உண்மையை எடுத்துச் சொல்வார்களானால், அதாவது ‘உன்னிடம் உண்மையான ஞானமில்லை; அதனை நீ பாடுபட்டுச் சம்பாதித்து விருத்தி செய்துகொள்ள வேண்டும்” என்கிற மாதிரியான போதனைகளை எடுத்துச் சொல்வார்களானால், அவன் சுலபமாகக் கவனிப்பான் என்று நீ நினைக்கிறாயா?

அடீ: அவனால் எப்படிக் கவனிக்க முடியும்?

ஸாக்: அப்படி ஒருகால் அவன் இந்த உபதேசங்களைக் கேட்டு நிலை பிறழாமல் ஞான மார்க்கத்தைக் கடைப்பிடித்து நடப்பானாகில், மற்றவர்கள், அவனுடைய உதவியும் துணையும் இனிக் கிடைக்காதென்று நினைத்துக் கொண்டு, அவனிடம் எப்படி நடந்துகொள்வார்கள்? அவனை ஞான மார்க்கத்திலே செல்லாதபடி ரகசியமாகவும் பகிரங்கமாகவும் சூழ்ச்சி செய்து தடுப்பார்களல்லவா?

அடீ: அப்படித்தான் செய்வார்கள்.

ஸாக்: அப்பொழுது அவன் ஞானியாக முடியுமா?

அடீ: முடியாது.

ஸாக்: எனவே, ஞான மார்க்கத்தைக் கடைப்பிடிப்பதற்கு என்னென்ன சக்திகள் துணை செய்கின்றனவோ அதே சக்திகள், சரியான பயிற்சியின்மை காரணமாக, ஞான மார்க்கத்தில் செல்லாதபடி தடைப்படுத்தி விடுகின்றனவல்லவா?

அடீ: ஆமாம்.

ஸாக்: இதனால், நல்ல சுபாவங்கள்கூட நல்ல சூழல் இல்லாத காரணத்தினால் கெட்டுப்போய் விடுகின்றனவென்பது தெரிகிறது இப்படிக் கெட்ட சூழல் காரணமாகக் கெட்டுப் போனவர்கள்தான் பெரிய ராஜ்யங்களின் விஷயத்திலும், தனிப்பட்ட நபர்களின் விஷயத்திலும் கடுமையான குற்றங்களிழைக்கிறார்கள். அல்லது சரியான சூழல் இருக்கும் பட்சத்தில் அவர்களே சிறந்த பரோபகாரிகளாகவும் ஆகிவிடுகிறார்கள். ஆனால், இந்தமாதிரி நடைபெறுவதெல்லாம் ஏதோ ஏக தேசமாகத்தான்.

அடீ: வாஸ்தவம்.

ஸாக்: எனவே, யாருக்கு ஞான மார்க்கம் உரித்தானதோ அவர்கள் பெரும்பாலும் பொய்யான வாழ்க்கையைத்தான் நடத்துகிறார்கள். இதனால் ஞானமானது தனித்து நின்று போய்விடுகிறது. இப்படித் தனித்து நிற்பதைப்

பார்த்து, உபயோகமற்றவர்கள் பலரும் இதனைக் கைப் பிடிக்கிறார்கள்; இதற்குக் களங்கத்தையும் உண்டுபண்ணி விடுகிறார்கள். இப்படிப் பட்டவர்களைக் கடுமையான தணனைக்குட்படுத்த வேண்டுமென்பதை நான் ஒப்புக்கொள்கிறேன்.

அடீ: வாஸ்தவம்.

ஸாக்: ஞானம் என்ற இந்தப் பிரதேசத்தில், ஜனவாசமில்லாமல் இருப்பதையும் ஆனால் இதற்குப் பெயரும் புகழும் இருப்பதையும் பார்க்கிற மனோதிடமில்லாத சிலர் தங்களுக்கு இயற்கையா யமைந்துள்ள தொழிலை விட்டுவிட்டு எப்படிச் சிறையிலிருந்து வெளிவந்தவர்கள் கோயிலுக்குச் சென்று ஆறுதலையப் பார்க்கிறார்களோ அதைப் போல், இந்த ஞானப் பிரதேசத்தில் வந்து குடியேறுகிறார்கள். சிறப்பாகத் தங்கள் தொழிலில் நுட்ப புத்தியைச் செலுத்துகிறவர்கள், இந்த ஞான மார்க்கத்தைச் சுலபமாகக் கைப்பற்றிக் கொண்டுவிடுகிறார்கள். ஞானமென்பது இந்த மாதிரி ஒரு பரிதாபநிலையை அடைந்திருக்கிறதென்பது உண்மையானாலும், அதற்கு மற்றக் கலைகளைவிட விசேஷமானதொரு கீர்த்தியிருக்கிறது. இந்தக் கீர்த்தியை உத்தேசித்துத் தான் மனித சுபாவத்தில் பூரண வளர்ச்சி பெறாத பலர், ஞான மார்க்கத்தைக் கடைப்பிடித்து, தங்கள் ஆத்மாவுக்கு அழிவு உண்டாக்கிக் கொள்கிறார்கள்.

அடீ: வாஸ்தவந்தான்.

ஸாக்: இதனால் நான் சொல்வதென்னவென்றால், தத்துவ ஞானத்தைக் கடைப்பிடிக்கிறவர்கள் வெகு சொற்பம் பேராயிருக்கின்றனர். இவர்கள், தீய சூழல்களின் மத்தியில் இருக்க முடியாதவர்களாகி, ஒதுக்குப் புறமாக இருந்து வாழ்க்கையை நடத்துகிறார்கள். அப்படி ஒதுக்குப்புறமாக இருப்பதன் மூலந்தான் இவர்கள் ஞான மார்க்கத்தை விடாமல் பிடித்துக்கொண்டு செல்ல முடிகிறது. அல்லது ஏகதேசமாக யாரோ ஒரு மகாத்மா, ஒரு சிறு ராஜ்யத்தில் பிறந்து, அரசியல் முதலியவைகளைத் துச்சமாகக் கருதி மேலான போக்கில் செல்லக் கூடியவராயிருக்கிறார். அல்லது யாரோ ஓரிரண்டு பேர், தாங்கள் பின்பற்றிவந்த தொழில்களைப் புறக்கணித்து விட்டு, தங்களுடைய பண்பட்ட சுபாவத்தினால் ஞான மார்க்கத்தைக் கடைப்பிடிக்கிறார்கள். இங்ஙனம் சிறுபான்மையோரா யிருக்கப்பட்ட இவர்கள், தாங்கள் பெற்றுள்ள ஞானத்தின் இனிமையையும், ஆசீர்வாத பலனையும் நன்றாகச் சுவைத்திருக்கிறார்களாதலினால், பெரும்பாலான ஜனங்களின் பைத்தியக்காரத்தனத்தையும், மற்ற அரசியல் விவகாரங்களின் கேவலத்தன்மையையும், மற்ற அரசியல் விவகாரங்களின் கேவலத்தன்மையையும் சுலபமாகப் பார்க்கிறார்கள். நியாயத்திற்காகப் பாடுபட வேண்டுமென்று இவர்கள் பெரிதும் பிரயத்தனப்படுகிறார்கள். ஆனால், இவர்களுக்குத் துணையாக யாரும் இருப்பதில்லை. கொடிய

மிருகங்கள் வாழும் ஒரு காட்டிலே அகப்பட்டுக்கொண்ட மனிதனைப்போல் இவர்களுடைய நிலைமை இருக்கிறது. மற்றவர்களுடைய அநீதச் செயல்களில் இவர்களால் பங்குகொள்ள முடிவதில்லை. அவர்களை எதிர்த்துப் போராடக்கூடிய சக்தியும் இவர்களுக்கு இருப்பதில்லை. ஏனென்றால் எல்லோருமே காட்டுமிருகங்களாய் இருக்கிறபோது, இவர்கள் ஒண்டியாய் இருந்து என்ன செய்யமுடியும்? தங்களுடைய ராஜ்யத்திற்கோ அல்லது தங்களுடைய நண்பர்களுக்கோ ஏதேனும் நன்மை செய்வதற்கு முன்னரேயே இவர்கள், தங்கள் உயிரை இழந்துவிட வேண்டியவர்களாய் இருக்கிறார்கள். இதனால், இவர்கள் தங்களுக்காகட்டும், உலகத்திற்காகட்டும் பிரயோஜனமற்றவர்களாகப் போய்விடுகிறார்கள். இவற்றையெல்லாம் உத்தேசித்துத்தான், இவர்கள், மன அமைதியுடன் தங்களுடைய வேலையை மட்டும் கவனித்துக்கொண்டு செல்கிறார்கள். மண் காற்றாடிக்கிறபோது, எப்படி ஒருவன் சுவருக்குப் பின்புறமாக ஒதுங்கிக் கொள்வானோ அதைப்போல் இவர்கள் ஒதுங்கியிருந்து வாழ்க்கையை நடத்துகிறார்கள். மற்றவர்களுடைய அநீதச் செயல்களை இவர்கள் நன்றாகப் பார்க்கிறார்கள். அந்த அநீதச் செயல்களின் கறை தங்கள் மீது படாமல் தங்கள் வாழ்க்கை நடைபெற்றுவிட்டால் அஃதொன்றே போதுமென்று இவர்கள் கருதி, அதன் பிரகாரமே நடந்து, கடைசியில் மனச்சாந்தியுடன் உலகத்தினின்று அகன்று விடுகிறார்கள்.

அடீ: அப்படி இவர்கள் இறந்துவிடுகிற போது பார்த்தால், இவர்கள் சாதித்திருக்கிற சிறிய காரியங்கள் ஒன்றுகூட இராதா என்ன? ஏதாவது இருக்கத்தான் செய்யும்.

ஸாக்: ஆனால், தகுந்த ஒரு சாதனம் அல்லது ராஜ்ய அமைப்பு இல்லாவிட்டால் இவர்களால் பெரிய காரியம் ஒன்றையும் சாதிக்க முடியாதல்லவா? இப்படி ஒரு சாதனம் இருக்கும்பட்சத்தில் இவர்கள் அதிகமான வளர்ச்சி பெறுவார்கள்; தங்களுடைய நலனையாகட்டும் பொதுநலனையாகட்டும் அதிகமாக அபிவிருத்தி செய்து கொடுப்பார்கள். சரி; இதுவரையில் ஞானமார்க்கத்தில் தூற்றப்படுகிற தென்பதைப் பற்றியும் அதேபோல தூற்றப்படுவது அநீதமென்பதைப் பற்றியும், நாம் விவாதித்து விட்டோம். இன்ம்னும் நீ ஏதாவது செய்ய வேண்டியிருக்கிறதா?

அடீ: இப்பொழுதுள்ள ராஜ்ய அமைப்பானது எது, ஞான மார்க்கத்திற்கு உகந்ததாய் இருக்கிறதா?

ஸாக்: ஒன்றுகூட இல்லை என்பதுதான் என்னுடைய குறை. இப்பொழுதுள்ள எந்த ராஜ்யத்திலும் ஞானத்தன்மை கொண்டதாயில்லை. இதனால் இவை – இந்த ராஜ்யங்கள் – சீரழிந்து கிடக்கின்றன. எப்படி ஓரிடத்தில்

உற்பத்தியான விதையை மற்றோரிடத்தில் கொண்டுபோய் நட்டால், அதன் இயற்கைத்தன்மை. புதிய மண்ணுக்குத் தகுந்தாற்போல் மாறி புதிய இடத்துச் செடி கொடிகளில் ஒன்றாகிவிடுகிறதோ அதைப் போல், சுத்த ஞானமானது தற்போதைய ராஜ்ய அமைப்புக்களிலே கல்ந்திருப்பதன் காரணமாகத் தனது தனித்துவத்தை இழந்து நிற்கிறது; இழிநிலையையும் அடைந்திருக்கிறது. அது நல்லதொரு ராஜ்ய அமைப்பிலே கலந்துவிடுமானால் அதைத் தெய்வீக ராஜ்யமென்று சொல்லவேண்டும். அப்படி அமைவது கடினந்தான் ஆனால் பெரிய காரியங்களைச் சாதிக்க வேண்டுமானால் கஷ்டப்பட்டுத்தானே ஆகவேண்டும்? "அழகிய பொருள்கள் கடினமானவை" என்பது பழமொழி அல்லவா?

அடீ: இருந்தாலும் நீ தெளிவாக எடுத்துச் சொல்ல வேண்டும்.

ஸாக்: எனது சக்திக்கு எட்டின மட்டில் சொல்கிறேன். இப்பொழுதுள்ள ராஜ்யங்கள் ஞான மார்க்கத்திலே செல்ல வேண்டுமானால் அவை இப்பொழுது அடிக்கிற முறைக்கு நேர்மாறான முறையை அனுஷ்டிக்க வேண்டும்.

அடீ: எப்படி?

ஸாக்: இப்பொழுது ஞான ஆராயச்சியிலே ஈடுபடுகிறவர்கள் யாரென்று கேட்டால், குழந்தைப் பருவத்தைக் கடந்த வாலிபர்கள்தான். இவர்கள், வீட்டு விவகாரங்கள், தொழில் சம்பந்தப்பட்டவைகள் முதலியவற்றைக் கவனித்துக்கொண்டு, இடையிடையே ஓய்வு கிடைக்கிற நேரங்களில் ஞானமார்க்கத்திலே ஈருபடுகிறார்கள். அப்படி ஈடுபட்டு கடினமான பாகத்திற்கு வருகிறபோது – அதாவது தர்க்கசாஸ்திரத்திற்கு வருகிறபோது – அந்த ஆராய்ச்சியையே கைவிட்டு விடுகிறாகள். இப்படிப்பட்டவர்கள் தான் தீவிர ஞானிகளாகக் கருதப்படுகிறார்கள். இவர்கள் எப்பொழுதாவது, ஞான ஆராய்ச்சிலேயே தங்கள் முழுக் கவனத்தையும் செலுத்துகிறவர்களுடைய பேச்சைக் கேட்குமாறு அழைக்கப்பட்டு வந்தால் அஃது – அந்த வருகை – தாங்கள் காட்டும் ஒரு கருணையென்று கருதுகிறார்கள் ஞான ஆராய்ச்சியென்பது ஓர் உப தொழிலாகக் கருதப்பட வேணும் என்பது இவர்கள் எண்ணம். இவர்களில் ஒரு சிலர் தவிர பெரும்பாலோர் வயோதிகத்தை அடைந்ததும் ஹெராக்ளீட்டஸின் சூரியனைக் காட்டிலும் கேவலமாக அணைந்து போய்விடுகிறார்கள்.[1]

அடீ: அப்படியானால் வேறு வழியென்ன?

ஸாக்: இவர்கள் – இந்த ஞானிகளாக வரவேண்டியவர்கள் – சிறு குழந்தைப் பருவத்திலேயே சரியான பண்பாட்டில் பயிற்சி பெறவேண்டும். கொஞ்சம் வயதானதும் சரியான தேகப்பயிற்சி பெறவேண்டும். அப்பொழுதுதான்

இவர்கள் ஞான ஆராய்ச்சியில் ஈடுபடமுடியும். வயது ஆக ஆக, அறிவு விருத்தி அடைய அடைய, இவர்களுடைய மனப் பயிற்சியும் அதிகமாக வேண்டும். கடைசியில் இவர்கள், தங்களுடைய தேக பலம் குறைய, பொது விவகாரங்களிலிருந்தும் ராணுவ விவகாரங்களிலிருந்தும் விடுதலை பெற்றா பிறகு, தங்கள் வாழ்க்கையைப் பொது நலத்திற்காக அர்ப்பணம் செய்துவிட வேண்டும். ஞான ஆராய்ச்சியிலேயே தங்கள் முழுக் கவனத்தையும் செலுத்த வேண்டும். அப்பொழுதுதான் இவர்களுக்கு இகலோகத்திலும் பரலோகத்திலும் சுகமுண்டு.

அடீ: வாஸ்தவம் ஸாக்ரட்டீஸ்! நீ உற்சாகத்தோடுதான் பேசுகிறாய். ஆனால் இதே உற்சாகத்தோடு உன்னுடைய இந்தக் கருத்தை எதிர்க்கிறவர்களும் இருக்கிறார்களே?

ஸாக்: இருக்கத்தான் செய்வார்கள். ஏனென்றால் நான் சொல்வது எங்கும் அனுஷ்டானத்தில் இல்லையல்லவா? நான் சொல்லுகிற மாதிரியான ஒரு சீலபுருஷன், சொல்லிலும் செயலிலும் ஸ்திரபுத்தியுடையவன், அவனைப்போல் எல்லா நற்குணங்களும் வாய்ந்த ஒரு ராஜ்யத்தில் ஆள்வதை யாரும் பார்த்ததில்லை யல்லவா? இல்லை. அப்படி யாராவது பார்த்திருக்கிறார்களா?

அடீ: இல்லை.

ஸாக்: தவிர, உண்மையை உள்ளபடி அறிய வேண்டும் என்ற நோக்கத்துடன் உயர்ந்த மனப்போக்கில் வாதம் நடைபெற்றதைச் சாதாரண ஜனங்கள் இதுவரை கேட்டதில்லையல்லவா? வாதத்தை நீடிக்கச் செய்யவேண்டும், ஜனங்களின் கரகோஷத்தைப் பெறவேண்டும் என்ற நோக்கத்துடன்தானே இப்பொழுதெல்லாம் வாதங்கள் நடைபெறுகின்றன?

அடீ: நீ சொல்வது நிரம்ப சரி.

ஸாக்: இப்படியெல்லாம் எதிர்ப்பு இருக்கும் என்று தெரியும் இருந்தும் நான் வலியுறுத்திச் சொல்வதென்ன வென்றால், பிரயோஜனமற்றவர்கள் என்று இப்பொழுது சொல்லப்படுகிறார்களே, அவர்கள் – அந்தச் சில ஞானிகள் – ராஜ்யத்தின் ஆளும் பொறுப்பை ஏற்றுக்கொள்ளுமாறு கட்டாயப்படுத்தப் பட்டாலன்றி எந்த ராஜ்யமும் அல்லது எந்தச் சட்டதிட்டமும் அல்லது எந்தத் தனி மனிதனும் ஒழுங்காக இருக்க முடியாது. இந்த மாதிரியான ஞானிகளின் ஆளுகைக்கு உட்பட்டிருக்கும் ராஜ்யங்களும் இந்த ஞானிகளின் ஆக்ஞைகளுக்குக் கட்டுப்பட்டு நடக்கும். அல்லது இப்பொழுது அரசர்களாயிருக்கப் பட்டவர்கள். இன்றேல் அவர்களுடைய சந்ததியார், உணமையான ஞானத்தை யடைய வேண்டுமென்ற உண்மையான

ஞானத்தையடைய வேண்டுமென்ற உண்மையான ஆசையுடையவர்களாக இருக்கவேண்டும் இவ்விரண்டும் சாத்தியப்படாது என்று சொன்னால் அதை என்னால் ஏற்றுக்கொள்ள முடியாது. அப்படிச் சாத்தியப்படாததா யிருந்தால் நம்மை எல்லோரும் கனவு காண்கிறவர்கள் என்றல்லவோ பரிகசிப்பார்கள்? சாத்தியப்படும்; ஆனால் கடினம், அதை நாம் ஒப்புக்கொள்ள வேண்டும்.

அடீ: உன்னுடைய அபிப்பிராயந்தான் எனக்கும்.

ஸாக்: அப்படியானால் பொது ஜனங்களுடைய அபிப்பிராயம் இப்படியில்லையென்று நீ சொல்கிறாயா?

அடீ: ஆமாம்.

ஸாக்: ஏன் இப்படிப் பொதுஜனங்கள் மீது பழி சுமத்துகிறாய்? ஞானத்தின் லட்சணமென்ன, உண்மையான ஞானிகள் யார் என்பவற்றைப் பற்றி அன்பாக அவர்களுக்கு எடுத்துச் சொல்வாயாகில், இப்பொழுது ஞானிகளைப் பற்றி அவர்கள் என்ன அபிப்பிராயங் கொண்டிருக்கிறார்கள் ஞானிகளாக நடிப்பதைப் பார்த்தே ஜனங்களுக்கு அந்த ஞானத்தின் மீது ஒருவித வெறுப்பு ஏற்பட்டிருக்கிறது.

அடீ: நீ சொல்வது உண்மை.

ஸாக்: மெய்ப்பொருளின் மீது நாட்டஞ் செலுத்துகிறவர்களுக்கு சாதாரண ஜனங்களுடைய விவகாரங்களைக் கவனிப்பதற்குக்கூட அவகாசமில்லை. மாற்ற மடையாத, நிலையாயுள்ள பொருள்கள் நிறைந்த உலகத்தைத்தான் அவர்கள் பார்க்கிறார்கள் அங்கு, தீமைக்கு உட்படுவதோ, உட்படுத்துவதோ கிடையாது. அங்கு, எல்லாம் அறிவைக்கொண்டு ஒழுங்காக இயங்குகின்றன. இந்த ஞானிகளும் அப்படியே நடந்துகொள்கிறார்கள்; அப்படியே ஆகிறார்கள். ஒரு மனிதன் எதனைக் காதலிக்கிறானோ அதன்படி நடந்துகொள்வானல்லவா?

அடீ: ஆம்.

ஸாக்: எனவே, எது தெய்விகத்தன்மை யுடையதோ, எது ஒழுங்காக இயங்குகின்றதோ அதனோடு கலந்து உறவாடுகின்ற ஒருவன் கூடியமட்டில் அந்தத் தெய்விகத் தன்மையுடையவனாகவும் ஒழுங்காக இயங்குகின்றவனாகவும் ஆவான். அப்படி ஆனாலும் அவனையும் சிலர் குறை கூறுவார்கள்.

அடீ: நிச்சயமாக.

ஸாக்: அப்படிப்பட்டவன், தன்னை மட்டுமல்ல மனித சுபாவத்தையே

திருத்தி யமைக்க வேண்டுமென்ற நிர்ப்பந்தத்திற்குட்பட்டு, அதன்படி அந்தத் தெய்விகத் தன்மையை ஜனங்களுடைய சொந்த வாழ்க்கையிலும், சமுதாய வாழ்க்கையிலும் புகுத்தி அனுஷ்டானத்திற்குக் கொண்டுவரப் பார்ப்பானாகில் அவன், தன்னடக்கம், நீதி முதலிய சமுதாய சீலங்களை உண்டுபண்ணுவதில் திறமையற்றவனாக இருப்பான் என்றா நீ நினைக்கிறாய்?

அடீ: இல்லை, இல்லை; திறமையுள்ளவனாகத்தான் இருப்பான்.

ஸாக்: இப்படிப்பட்ட ஞானிகளைப் பற்றி நாம் கூறுகின்ற யாவும் உண்மை யென்று ஜனங்கள் தெரிந்து கொண்டுவிடுவார்களானால் அவர்கள் என் ஞானிகளை வெறுக்கிறார்கள்? அந்த ஞானிகளுக்குட்பட்ட ராஜ்யங்கள்தான் உண்மையான ஆனந்தத்தோடு இருக்குமென்று நாம் சொன்னால் அதை ஏன் மறுத்துப் பேசுகிறார்கள்?

அடீ: தெரிந்து கொண்டுவிட்டால் ஏன் வெறுக்கிறார்கள்? ஏன் மறுக்கிறார்கள்? மாட்டார்கள். ஆனால் அந்த ஞானிகள், தங்களுடைய நோக்கத்தை எப்படி அனுஷ்டானத்திற்குக் கொண்டு வருவார்கள்?

ஸாக்: அவர்கள் முதலில், இப்பொழுதுள்ள ராஜ்ய அமைப்பு, மனித சுபாவம் முதலியவைகளையெல்லாம் தங்கள் மனத்திரையினின்று அகற்றிக் கொண்டு விடுவார்கள். அப்படி அகற்றிக்கொண்டு விடுவது சுலபமான காரியமல்ல. அங்ஙனம் அகலாத வரையில் அவர்கள் புதிய (ராஜ்ய அமைப்பு) சித்திரம் ஒன்றும் வரைய மாட்டார்கள். பழமையனவெல்லாம் மறைந்து சுத்தமான (மனத்) திரை ஏற்பட்ட பிறகு அதில், தங்களுடைய ராஜ்ய அமைப்பு இப்படித்தான் இருக்கவேண்டுமென்று மேல் வாரியாகச் சில கோடுகளை இழுத்துக் கொள்வார்கள்; பின்னர் இந்தக் கோடுகளைப் பூர்த்தி செய்வார்கள். அப்படிப் பூர்த்தி செய்கிறபோது, நீதி, அழகு, தன்னடக்கம் ஆகிய இவைகளின் லட்சியத் தன்மையென்ன, அதாவது நிஜத்தன்மையென்ன என்பதையும், இவைகளைப்பற்றி ஜனங்கள் கொண்டிருக்கிற கருத்தென்ன என்பதையும் ஒப்பு நோக்கிப் பார்பார்கள். இந்த நிஜத் தன்மையையும், இதனைப்பற்றிய கருத்தையும் கூடிய மட்டில் இணைந்து அனுஷ்டான சாத்தியத்திற்குக் கொண்டு வருவார்கள். இந்த அனுஷ்டானத்தில் தெய்விகத் தன்மையைக் காண்பார்கள். மனிதர்களிடத்தில் தெய்விகத் தன்மை குடிகொள்கிறவரை அவர்கள் இங்ஙனமே பூர்த்தி செய்து கொண்டு போவார்கள். இப்படிப்பட்ட ஞானிகளிடத்தில் ராஜ்ய நிருவாகத்தை ஒப்புவிக்க வேண்டுமென்று நாம் சொன்னால், நம்மீது ஜனங்கள் கோபித்துக் கொள்வார்களா என்ன?

அடீ: மாட்டார்கள்.

ஸாக்: இங்ஙனம் ஞானிகளிடத்தில் ராஜ்யத்தை ஒப்படைக்காத வரையில்

அந்த ராஜ்யம் தீமைகளின்று விலகியீராது நாம் வகுக்கிற ராஜ்ய அமைப்பை அனுஷ்டானத்தில் கொண்டுவர முடியாது என்று சொன்னால். அப்பொழுதும் ஜனங்களுக்குக் கோபம் வருமா என்ன?

அடீ: அவ்வளவாகக் கோபிக்க மாட்டார்கள்.

ஸாக்: அவ்வளவாக என்ன? கோபத்திற்குப் பதிலாக சந்தோஷப்படுவார்கள்; சம்மதம் தெரிவிப்பார்கள்.

அடீ: நிரம்ப சரி.

ஸாக்: அடுத்த ஒரு விஷயத்திற்கு வருவோம். இப்பொழுது அரசர்களாகவோ, ஆள்கிறவர்களாகவோ இருக்கிறவர்களுக்கு ஞானிகளாகவுள்ள பிள்ளைகள் பிறக்கமாட்டார்களென்பது உண்டா என்ன?

அடீ: பிறக்க மாட்டார்களென்று எப்படிச் சொல்ல முடியும்?

ஸாக்: அப்படிப் பிறக்கிறவர்கள் பின்னர் கெட்டுப்போய் விடலாம். கெட்டுப் போனால் அவர்களுக்கு விமோசனமே இல்லையென்பதையும் நாம் ஒப்புக்கொள்வோம். ஆனால், அவர்களிலே ஒருவர்கூட நல்லவராக வரமுடியாது என்று சொல்லமுடியுமா?

அடீ: அஃதெப்படிச் சொல்ல முடியும்?

ஸாக்: அப்படி ஒருவன் உதித்தாலும் அவனுக்கு ஒரு ராஜ்யம் அடங்கி நடக்கும். அவன் வகுக்கிற சட்ட திட்டங்களை மற்ற நாட்டுப் பிரஜைகளும் விரும்புவார்களல்லவா?

அடீ: விரும்புவார்கள்.

ஸாக்: எனவே ஞானிகள் வகுக்கிற சட்டதிட்டங்களை அனுஷ்டானத்திற்குக் கொண்டுவருவோமானால் அவையே சிறந்தவை, அவைகளை அனுஷ்டானத்திற்குக் கொண்டுவருவதுதான் கடினம், ஆனால் முடியாததல்ல என்ற முடிவுக்கு வருவோம்.

அடீ: சரி.

ஸாக்: இனி, அரசர்களுக்கு எந்தெந்த மாதியான பயிற்சிகளைக் கொடுக்க வேண்டும். அதற்காக என்னென்ன ஸ்தாபனங்களை ஏற்படுத்த வேண்டும், எந்ட வயதில் மேற்படி பயிற்சிகளைப் பெறவேண்டும் என்பன போன்ற விஷயங்களைப் பற்றி வாதஞ்செய்து ஒரு முடிவுக்கு வருவோமா?

அடீ: அவசியம் முடிவுக்கு வரவேண்டும்.

ஸாக்: சரி; ஏற்கனவே நாம், மனைவிமார்களும் குழந்தைகளும்

பொதுவுடைமைப் பொருள்களாயிருக்க வேண்டும் என்பதைப் பற்றி ஒரு முடிவுக்கு வந்திருக்கிறோம்.[1] இனி, அரசர்களுடைய வாழ்க்கையைப் பற்றி ஆரம்பத்திலிருந்து ஆராய்ந்து ஒரு முடிவுக்கு வருவோம். இவர்கள் சிறந்த தேசபக்தர்களாயிருக்க வேண்டும். சுகதுக்கங்களிலும், கஷ்டநிஷ்டூரங்களிலும், இவை போன்ற பல நெருக்கடியான சந்தர்ப்பங்களிலும் இவர்களுடைய தேச பக்தியைப் பரிசோதனை செய்து பார்க்கவேண்டும். இந்தப் பரிசோதனைகளில் வெற்றி பெறாதவர்களை நிராகரித்துவிட வேண்டும். யார் நெருப்பிலே காய்ச்சப்பெற்ற பொன்னைப்போல், இந்தப் பரிசோதனைகளிலிருந்து பரிசுத்தமாக வெளிவருகிறார்களோ அவர்களையே அரசர்களாக நியமிக்க வேண்டும், அப்படிப்பட்ட அரசர்களை, உயிரோடிருக்கிற போதும், இறந்த பிறகும் கௌரவிக்க வேண்டும். இப்படியெல்லாம் நாம் ஒரு முடிவு கட்டினோமில்லையா?

அடீ: வாஸ்தவம்; எனக்கு நன்றாக ஞாபகமிருக்கிறது.

ஸாக்: உத்தமமான அரசர்கள், சிறந்த ஞானிகளாகவும் இருக்க வேண்டுமென்பதை நான் மீண்டும் வலியுறுத்திச் சொல்கிறேன்.

அடீ: சரி.

ஸாக்: ஆனால் அப்படிப்பட்டவர்கள் ஒரு சிலராகவே இருப்பர். அவர்களுக்கு என்னென்ன தன்மைகள் இருக்க வேண்டுமென்று நாம் மேலே சொன்னோமோ அந்தத் தன்மைகள் ஒன்று சேர்ந்திருப்பது அரிது. அவை தனித்தனியாகவே காணப்படுகின்றன.

அடீ: கொஞ்சம் விளக்கமாகச் சொல்லவேண்டும்.

ஸாக்: எதையும் விரைவிலே கற்றுக்கொள்ள வேண்டுமென்ற ஆசை ஞாபகசக்தி, தீர்க்காலோசனை, சுறுசுறுப்பு முதலிய தன்மைகளோடு உயர்ந்த மனப்பான்மையும் உடையவர்கள், நிதானமானதும் ஒழுங்கானதுமான வாழ்க்கையை நடத்த முடியாதவர்களாய் இருக்கிறார்கள். இவர்கள், தங்களுக்கு இருக்கப்பட்ட கூரிய அறிவின் காரணமாக, அங்குமிங்கும் அலைபாய்வது போல் காரியங்களைச் செய்கிறார்கள். இவர்களிடத்தில் நிதானம் என்பது அடியோடு இல்லாமற் போய்விடுகிறது.

அடீ: அஃது உண்மை.

ஸாக்: இவர்களுக்கு மாறாக நிதானமான சுபாவமுடையவர்களும், சீக்கிரத்தில் மாறுபடாமல் உறுதியாயிருக்கக் கூடியவர்களும், நம்பிக்கையோடு நடந்து கொள்ளக் கூடியவர்களும், யுத்த காலங்களில் கொஞ்சம்கூடப் பயப்படாதவர்களும், தங்களுடைய பயிற்சி விஷயத்திலும் நிதான புத்தியுடையவர்களாக இருக்கிறார்கள். இவர்கள் சதா தூங்கி

வழிந்துகொண்டும், கொட்டாவி விட்டுக்கொண்டும், சிறப்பாக ஒரு வேலை வருகிறபோது இருக்கிறார்கள்.

அடீ: அப்படித்தான் இருக்கிறார்கள்.

ஸாக்: அரசர்கள், மேலே சொன்ன இரண்டுபட்ட தன்மைகள், அதாவது சுறுசுறுப்பும் நிதானமும் ஒரே சமயத்தில் உடையவர்களாய் இருக்கவேண்டும்.

அடீ: நீ சொல்வது சரி.

ஸாக்: யாரோ ஒரு சிலர் தான் இப்படி இருப்பர் என்று நீ நினைக்கிறாயல்லவா?

அடீ: ஆம்; ஒரு சிலர்தான் இருக்க முடியும்.

ஸாக்: இந்த ஒரு சிலரை, நாம் ஏற்கனவே பேசிய மாதிரி, பலவித பரிசோதனைகளுக்குட்படுத்த வேண்டும். அதாவது சுக துக்கங்கள், கஷ்ட நிஷ்டூரங்கள் முதலியவைகளில் இவர்களைப் பரிசோதிக்க வேண்டும். இது தவிர, இவர்களை இன்னொரு விதமாகவும் பரிசோதிக்கவேண்டும். இதைப் பற்றி நம் பேசாமல் இருந்துவிட்டோம். அதை இப்பொழுது கூறுகிறேன். அதாவது இவர்களுக்குப் பலகை அறிவுத் துறைகளிலும் பயிற்சி கொடுக்கவேண்டும். அப்படிக் கொடுத்து, மேலான அறிவு எதுவோ அதனை அடைய முடிகிறதா, அல்லது மற்ற விஷயங்களில் பின்தங்கி விடுவதைப் போல் அதிலும் பிந்தங்கி விடுகிறார்களா என்று பார்க்கவேண்டும்.

அடீ: நீ சொல்கிற மாதிரி பரிசோதனை செய்ய வேண்டியதுதான். ஆனால், மேலான அறிவு என்று சொன்னாயே, அஃதென்ன?

ஸாக்: நம்மிடத்தில் எல்லாப் பொருள்களும் இருக்கின்றன; ஆனால், நல்லது மட்டுமில்லை. அப்பொழுது அந்த எல்லாப் பொருள்களுக்கும் ஏதேனும் மதிப்புண்டா? அப்படியே நமக்கு எல்லாப் பொருள்களைப் பற்றிய அறிவு இருக்கிறது. ஆனால் அழகு, நன்மை இவற்றைப் பற்றிய அறிவு மட்டும் இல்லை. அப்பொழுது அந்த எல்லாப் பொருள்களைப் பற்றிய அறிவுக்கு ஏதேனும் மதிப்புண்டா?

அடீ: இல்லை.

ஸாக்: பெரும்பான்மையோராயுள்ள ஜனங்கள், சந்தோஷமே நல்லதென்றும், சிறுபான்மையோராயுள்ள அறிஞர்கள் (அனுபவ) அறிவே நல்லதென்றும் கருதுகிறார்களென்பது உனக்குத் தெரியுமா?

அடீ: அது தெரிந்துதானே இருக்கிறது.

ஸாக்: அறிவே நல்லதென்று சொல்கிற இந்தச் சிறுபான்மையோரைப் பார்த்து "ஐயா, அறிவு என்று சொல்கிறீர்களே, அதனைக் கொஞ்சம் விளக்கிச் சொல்லுங்கள்" என்று கேட்டால் சரியாக விளக்கிச் சொல்ல முடியாதவர்களாய் இருக்கிறார்கள். இன்னும் கொஞ்சம் அழுத்திக் கேட்டால், "நல்லதைப் பற்றிய அறிவே அறிவு" என்று சொல்கிறார்கள்.

அடீ: வாஸ்தவம்; அவர்கள் பாடு கஷ்டந்தான்.

ஸாக்: நல்லதைப் பற்றிய அறிவு நமக்கு இல்லையென்று அவர்கள் முதலில் நம்மைக் கண்டிக்கிறார்கள். பிறகு அடுத்த நிமிஷமே, அந்த அறிவைப் பற்றி நாம் தெரிந்துகொண்டிருக்கிறோம் என்கிற மாதிரி (அந்த அறிவைப் பற்றி) நம்மிடம் பேசுகிறார்கள். நல்லது என்று சொன்னவுடன் அதன் அர்த்தத்தை நாம் தெரிந்துகொண்டு விட்டோமென்று கருதிக்கொண்டு விடுகிறார்கள் போலும்!

அடீ: உண்மை.

ஸாக்: சந்தோஷமே நல்லது என்று சொல்கிறார்களே அவர்களும் இந்த மாதிரியே தவறு செய்கிறார்கள். அவர்களைக் கொஞ்சம் மடக்கிக் கேட்டால், கெடுதலான சந்தோஷங்களும் இருக்கின்றன என்பதை ஒப்புக்கொள்கிறார்கள்.

அடீ: ஆமாம்.

ஸாக்: ஒரே பொருள் கெட்டதாகவும் இருக்கும், நல்லதாகவும் இருக்கும் என்று ஒப்புக்கொள்கிற மாதிரி இருக்கிறதல்லவா இது?

அடீ: நிச்சயமாக.

ஸாக்: அப்படியானால் இது மிகவும் சிக்கலான பிரச்சனை என்பதை ஒப்புக்கொள்கிறாயல்லவா?

அடீ: இது மிகவும் சிக்கலான பிரச்சனைதான்.

ஸாக்: உலகத்திலே பெரும்பாலோர், எது நீதியாகவும் அழகாகவும் காணப்படுகிறதோ அதனை அடைய விரும்புகிறார்கள்; அல்லது அதன்படி நடக்க விரும்புகிறார்கள். ஆனால் இந்த நீதி உண்மையான நீதியா, அழகு உண்மையான அழகா என்பதைப் பற்றிக் கவனிப்பதில்லை. ஆனால், நல்லது என்பதைப் பொறுத்தமட்டில் இப்படி இல்லை. உண்மையான நல்லதைத்தான் எல்லோரும் அடைய விரும்புகிறார்களே தவிர நல்லதாகத் தோன்றுவதை யாரும் விரும்புவதில்லை.

அடீ: மிகவும் உண்மை.

ஸாக்: இந்த உண்மையான நல்லதைத்தான் பிரதியொரு மனிதனுடைய ஆத்மாவும் நாடுகிறது உண்மையான நல்லது என்று ஒன்று இருக்கிறதென்பதை ஆத்மா உணர்கிறது. ஆனால், அஃது எப்படி இருக்கிறது. அஃது எத்தன்மையது என்கிற விஷயத்தில் தடுமாற்றமடைகிறது. இந்தத் தடுமாற்றத்திற்குக் காரணம், மற்ற விஷயங்களில் அதற்கு இருக்கும் நம்பிக்கையைப் போல் இந்த விஷயத்திலும் நம்பிக்கை இல்லாததுதான். இங்ஙனம் உண்மையான நல்லது இன்னது என்பதைத் தெரிந்து கொள்ளாதவர்களிடம் ராஜ்ய நிர்வாகத்தை ஒப்படைக்கலாமா?

அடீ: நிச்சயமாகக் கூடாது.

ஸாக்: நீதி, அழகு, நன்மை ஆகிய மூன்றும் ஒன்றே என்பதை அறியாதவர்கள், இந்த மூன்றையும் எப்படி வைத்துக் காப்பாற்றுவார்கள்? ஆகவே இவர்களுக்கு இந்த மூன்றைப் பற்றிய அறிவு தேவை.

அடீ: நிரம்ப சரி.

ஸாக்: இந்த அறிவுள்ளவர்கள் ராஜ்யப் பொறுப்பை ஏற்றுக்கொண்டால் அந்த ராஜ்யம் ஒழுங்காக இருக்குமல்லவா?

அடீ: நிச்சயமாக, அஃதிருக்கட்டும் ஸாக்ரட்டீஸ். உன்னைப் பொறுத்தமட்டில் நல்லதே அறிவு என்று சொல்கிறாயா, அல்லது சந்தோஷம் என்று சொல்கிறாயா, அல்ல வேறொன்று என்று சொல்கிறாயா?

ஸாக்: உன்னுடைய கேள்வி சரியான கேள்வி. இந்த மாதிரி விஷயங்களில் மற்றவர்களுடைய அபிப்பிராயத்தைக் கொண்டு நீ திருப்தி அடைகிறவனில்லையே?

அடீ: ஆமாம் ஸாக்ரட்டீஸ். இந்த விஷயங்களைப் பற்றி இவ்வளவு தூரம் சர்ச்சை செய்துவிட்டு நமக்கென்று சொந்தமான அபிப்பிராயங் கொள்ளாமல் மற்றவர்களுடைய அபிப்பிராயங்களைத் திருப்பிச் சொல்வது அவ்வளவு சரியில்லையென்றுதான் தோன்றுகிறது.

ஸாக்: அறிவு இல்லாதபோது அறிவு இருப்பதாகப் பாசாங்கு செய்வது நல்லதா?

அடீ: நிரம்பத் தவறு, ஆனால் நாம் என்ன நினைக்கிறோமோ அதைச் சொல்லுவதுதான் சரியென்று எனக்குத் தோன்றுகிறது.

ஸாக்: அறிவை அஸ்திவாரமாகக் கொள்ளாத அபிப்பிராயங்கள் சரியில்லை யென்பதை நீ ஒப்புக்கொள்கிறாயல்லவா? ஒரு விஷயத்தைப் பற்றிய உண்மையை அறியாமலே அந்த விஷயத்தை நம்புகிறவர்களுக்கும்,

பாதையில் நேராக நடந்து செல்கிற குருடர்களுக்கும் ஏதேனும் வித்தியாசம் உண்டா?

அடீ: வித்தியாசமில்லைதான்.

ஸாக்: அப்பபடியானால் பிரகாசமான, அழகுள்ள பொருள்களைப் பற்றி மற்றவர்களிடமிருந்து கேட்கிற சக்தி உனக்கு இருக்கிறபோது, அழகில்லாத, நேர்மையற்ற பொருள்களைப் பார்த்துக் கொண்டிருக்க வேண்டுமென்று சொல்கிறாயா?

இனி கிளாக்கோன் வாதத்டைத் தொடர்ந்து நடத்துகிறான்.

கிளா: ஸாக்ரட்டீஸ், நீ போகிற போக்கைப் பார்த்தால் வாதத்தை இதனோடு முடித்துவிடுவாய் போலிருக்கிறது. நீதி, நிதானம் முதலிய நற்குணங்களைப் பற்றி எப்படி வியாக்கியானம் செய்து காட்டினாயோ அப்படியே நல்லது என்பதற்கும் வியாக்கியானம் செய்து காட்டவேண்டும். அப்பொழுதுதான் எங்களுக்குத் திருப்தி உண்டாகும்.

ஸாக்: எனக்குக் கூட அப்படித்தான். இருக்கட்டும்; பொருள்களிலே அழகான பொருள்கள் இருக்கின்றன. நல்ல பொருள்கள் இருக்கின்றன என்றெல்லாம் இதுவரை நாம் பேசி வந்தோமில்லையா?

கிளா: ஆம்.

ஸாக்: அப்படியே இந்தப் பல அழகான, நல்ல பொருள்களுக்கு அடிப்படையாக நிஜமான அழகு, நிஜமான நல்லது என்று ஒன்றிருக்கிறதென்றும் நாம் தீர்மானித்துக் கொண்டோம்?

கிளா: ஆம்.

ஸாக்: முதலிற் சொன்ன பல அழகான நல்ல பொருள்களைக் கண்ணால் பார்க்கிறோம்; ஆனால், அறிவினால் உணர்வதில்லை, பிந்திச் சொன்ன ஒன்றாயுள்ள நிஜ அழகு, நிஜ நல்லது முதலியவைகளை அறிவினால் உணர்கிறோம்; ஆனால், கண்ணால் பார்ப்பதில்லை.

கிளா: வாஸ்தவம்.

ஸாக்: நாம் காணும் பொருள்களை நம்மால் காணச் செய்வது நம்மிலே எது?

கிளா: கண்.

ஸாக்: அப்படியே காதினால் சப்தத்தைக் கேட்கிறோம். இங்ஙனமே ஒவ்வொரு புலனும் அதனதன் வேலையைச் செய்கின்றது.

கிளா: ஆமாம்.

ஸாக்: இந்த ஐம்புலன்களைப் படைத்தவன், இவற்றில் கண்ணையே பிரதானமாகவும் சிக்கலுடையதாகவும் சிருஷ்டித்து வைத்திருக்கிறான் என்று நீ எப்பொழுதாவது சொல்லியிருக்கிறாயா?

கிளா: அப்படி நான் ஒன்றும் சொல்லவில்லையே.

ஸாக்: இருக்கட்டும். காதுக்கோ வாய்க்கோ முறையே கேட்பதற்கும் பேசுவதற்கும் வேறொன்றின் துணை தேவையாய் இருக்கிறதா?

கிளா: அப்படி ஒன்றும் தேவையில்லையே.

ஸாக்: எல்லாப் புலன்களுக்கும் தேவையில்லையென்று சொல்லிவிடாதே; பெரும்பாலான புலன்களுக்குத் தேவையில்லையென்று சொல். மற்றொன்றின் துணையில்லாமல் தன் தொழிலைச் செய்ய முடியாத ஒரு புலனைச் சொல்.

கிளா: எனக்குத் தெரியாது.

ஸாக்: நான் சொல்கிறேன் கேள். பார்க்கிற கண் இருக்கிறது; பார்க்கப்ப்டும் பொருள்களும் இருக்கின்றன. இவையிரண்டும் இருந்தாலும் மூன்றாவதொன்று இல்லாமல் மேற்படி கண், பொருள்களைப் பார்க்க முடியுமா?

கிளா: அந்த மூன்றாவது என்ன?

ஸாக்: அதுதான் வெளிச்சம்.

கிளா: உண்மை, உண்மை.

ஸாக்: பார்க்கிற கண்ணையும் பார்க்கப்படும் பொருள்களையும் பெருமை வாய்ந்ததல்லவா? இதனை நாம் அலட்சியப்படுத்திவிட முடியுமா?

கிளா: முடியாது. இதனைப் போற்ற வல்லவோ வேண்டும்?

ஸாக்: இந்த வெளிச்சத்தின் அதிதேவதை யார்? யாருடைய சக்தியினால் கண் பார்க்கிறது? பொருள்கள் பார்க்கப்படுகின்றன?

கிளா: சூரியனைத்தானே நீ குறிப்பிடுகிறாய்?

ஸாக்: ஆம்; இந்தச் சூரியனுக்கும் நமது பார்க்கிற சக்திக்கும் உள்ள சம்பந்தத்தைப் பின்வருமாறு வர்ணிக்கலா மல்லவா?

கிளா: எப்படி?

ஸாக்: பார்வையோ, அந்தப் பார்வையையுடைய கண்ணோ, சூரியன் இல்லை.

கிளா: இல்லைதான்.

ஸாக்: ஆனால் மற்றப் புலன்களைக் காட்டிலும் இந்தக் கண் ஒன்றுதான் சூரியனைப் போலிருக்கிறது.

கிளா: அப்படித்தான் இருக்கிறது.

ஸாக்: இந்தக் கண்ணுக்குப் பார்க்கும் சக்தி, சூரிய ஒளியிடமிருந்து கிடைக்கிறதில்லையா?

கிளா: ஆமாம்.

ஸாக்: எனவே பார்வையே சூரியனல்ல; ஆனால் பார்வைக்குக் காரணமாயுள்ளது சூரியன். இதனால் அது பார்வையினால் பார்க்கப்படுகிறது.

கிளா: சரி.

ஸாக்: இந்தச் சூரியனைப் போன்றதுதான், நல்லதுஎன்று நன சொல்கிறேனே அதுவும்.

கிளா: எப்படி? கொஞ்சம் விளக்கமாகச் சொல்ல வேண்டும்.

ஸாக்: ஒருவன், சூரிய வெளிச்சம் படாத பொருள்களின் மீது தன் பார்வையைச் செலுத்துகிறான் என்று வைத்துக்கொள். அப்பொழுது அந்தப் பொருள்கள் அவனுக்குச் சரியாகப் புலப்படுவதில்லை; மங்கலாகத் தான் தெரிகிறது இல்லையா?

கிளா: வாஸ்தவம்.

ஸாக்: சூரிய வெளிச்சம் படுகிற பொருள்களின் மீது பார்வையைத் திருப்பினாலே, எல்லாப் பொருள்களும் நன்றாகப் புலனாகின்றன.

கிளா: உண்மை.

ஸாக்: ஆத்மா என்பது கண்ணைப்போல, எந்தப் பொருளின் மீது சத்தியத் தன்மையு நித்தியத்தன்மையும் பிரகாசித்துக் கொண்டிருக்கிறதோ அந்தப் பொருளை ஆத்மாவானது அறிவினால் பற்றிக்கொள்கிறது; அறிந்து கொள்கிறது. அந்த ஆத்மாவே அறிவு மயமாக விளங்குகிறது பிறப்பு, இறப்பு என்கிற அந்த காரத்தினால் சூழப்பட்ட பொருள்களின் மீது அந்த்த ஆத்மா நாட்டஞ் செலுத்துமானால், அந்தப் பொருள்கள் மங்கலாகவே அதற்குப் படுகின்றன. அப்பொழுது அதற்கு – அந்த ஆத்மாவுக்கு – அபிப்பிராயம் என்பதுதான் உண்டே தவிர அறிவு இல்லையென்று ஏற்படுகிறது. இந்த அபிப்பிராயமும் அடிக்கடி மாறுபாடடைகின்றது.

கிளா: வாஸ்தவம்.

ஸாக்: பொருள்களைப் பற்றிய உண்மையான அறிவைப் புகட்டுவது எதுவோ, அறிவுள்ளவனுக்கு அறியுஞ் சக்தியை அளிப்பது எதுவோ அதுதான் நல்லது (அல்லது நன்மை) எனப்படுவது. அறிவுக்கும் உண்மைக்கும் காரணமாயிருப்பது அது. இந்த அறிவும் உண்மையும் அழகுள்ளனவா இருந்தபோதிலும், இவற்றைவிட அழகுள்ளது இந்த நன்மையென்பது வெளிச்சமும் பார்வையும் சூரியனைப் போலிருக்கின்றனவே தவிர அவை சூரியனல்ல என்று எப்படி நாம் முன்னே தெரிந்து கொண்டோமோ அதைப் போல் (விஞ்ஞான) அறிவும் உண்மையும் நல்லதைப் போன்றிருக்கின்றன என்று சொல்லலாமே தவிர, இவைகளே நல்லவையல்ல. இந்த நல்லது (அல்லது நன்மை) என்பதை மிகவும் உயர்ந்த ஸ்தானத்திலேயே வைக்க வேண்டும்.

கிளா: அப்படியானால் இந்த நன்மை யென்பது எவ்வளவு அழகுடையதாய் இருக்க வேண்டும்? ஆனால், இந்த நன்மையே சந்தோஷமென்று நீ சொல்லவில்லையென்றே கருதுகிறேன்.

ஸாக்: அப்படியெல்லாம் சொல்லவே கூடாது. இந்த நல்லதை வேறொரு திருஷ்டியில் உனக்குக் காட்டுகிறேன், பார்.

கிளா: எப்படி?

ஸாக்: சூரியன், பொருள்களைப் பார்ப்பதற்கான சக்தியாக மட்டும் இல்லை; அவை உண்டாவதற்கும் வளர்வதற்கும், வாழ்வதற்குமான சக்தியாகவும் இருக்கிறான். ஆனால், ஆனே எந்தப் பொருள்களையும் உண்டு பண்ணுவதில்லை.

கிளா: இல்லைதான்.

ஸாக்: அதுபோலவே, நன்மை என்பது, பொருள்களைப் பற்றிய அறிவுக்குக் காரணமாய் இருப்பதோடு அந்தப் பொருள்களின் உண்மைக்கும் காரணமாயிருக்கிறது. ஆனால், அந்த நன்மையே உண்மையாகாது. இருந்தாலும் உண்மையைக் காட்டிலும் நன்மைக்குத்தான் அதிக மதிப்பும் சக்தியும் உண்டு.

கிளா: மிகவும் விநோதமாயிருக்கிறதே இந்த மதிப்பும் சக்தியும்!

ஸாக்: ஆம் அஃதிருக்கட்டும்; பார்க்கப்படும் உலகம் ஒன்று; அறியப்படும் உலகம் ஒன்று. இப்படி இரண்டு பிரிவாகச் செய்துகொள். இதில் ஒவ்வொன்றையும் இரண்டு பிரிவாக்கு. ஆகமொத்தம் நான்கு பிரிவுகள் ஏற்படுகின்றன அல்லவா? பார்க்கப்படும் உலகத்து இரண்டு பிரிவுகளில் ஒன்றில் பொருள்களின் நிழல்கள் தெரிகின்றன; மற்றொன்றில் வளர்ச்சியடையக்

கூடிய உயிருள்ள பிராணிகள் முதலியன காணப்படுகின்றன. இந்த இரண்டு பிரிவுகளும், அசலுக்கும் நகலுக்கும், மெய்க்கும் பொய்க்கும் என்ன வித்தியாசம் உண்டோ அந்த வித்தியாசம் உடையனவாய் இருக்கின்றன. இங்ஙனமே அறியப்படும் உலகத்தை இரண்டு பிரிவாக்கு ஒன்றில், மேற்சொன்ன நிழல்கள் அடங்கிய பாகத்தின் துணை கொண்டு, உண்மை இன்னபடிதான் இருக்குமோ என்று ஊகிக்கிற சக்தி இருக்கிறது; மற்றொன்றில் உண்மையான அறிவு துலங்குகிறது. ஆகவே, பிரதியொரு மனிதனுக்கும் நான்கு விதமான நிலைகள் உண்டாகின்றன. முதலாவது ஊகம், இரண்டவது நம்பிக்கை; மூன்றாவது தெளிவு, நான்காவது சுத்த அறிவு. ஒரு பொருளை அறிய வேண்டுமானால் இத்தனை படிகளை நாம் கடக்கவேண்டும்.

கிளா: நீ சொல்வதை ஒப்புக்கொள்கிறேன்.

ஏழாவது புத்தகம்

உண்மையான கல்வியின் லட்சணமென்ன என்பதைப் பற்றி ஸாக்ரட்டீஸ் இந்த அத்தியாயத்தில் விஸ்தரித்துக் கூறுகிறான்.

ஸாக்ரட்டீஸ்: நம்மிடத்தில் எந்த அளவுக்கு அறிவும் அறியாமையும் குடி கொண்டிருக்கின்றன என்பதை ஓர் உதாரணத்தின் மூலம் விளக்குகிறேன், கேள். பூமிக்குள்ளே ஒரு குகை. இதற்கு, பூமிக்கு மேலே வெளிச்சத்திற்குச் செல்லக் கூடிய மாதிரி ஒரு துவாரம் மட்டும் உண்டு. இந்தக் குகையில் சிலர், சிறு வயது முதற்கொண்டு இருந்து வருகிறார்கள். இவர்களைக் கால் முதல் கழுத்து வரையில் அப்படியும் இப்படியும் திருப்ப முடியாமல் கட்டிப்போட்டிருக்கிறது. தங்களுக்கு எதிரே என்ன நடக்கிறதோ அதைத்தான் இவர்களால் பார்க்க முடியும். இவர்களுக்குக்குப் பின்னால் கொஞ்சம் தூரத்தில் ஒரு நெருப்பு எரிகிறது. இந்த நெருப்புக்கும் இவர்களுக்கும் மத்தியில் கொஞ்சம் உயர்ந்தாற்போல் ஒரு வழி போகிறது. இந்த வழியில் சிலர் அநேகவகைப் பொருள்களைத் தூக்கிக்கொண்டு செல்கிறார்களென்று வைத்துக்கொள். இப்படிப் போகிறவர்களிற் சிலர் பேசுகிறார்கள்; சிலர் மௌனமாயிருக்கிறார்கள். ஆனால் இவர்களுடைய நிழல் உருவங்கள், நெருப்பு வெளிச்சத்தின் காரணமாக மேற்சொன்ன கட்டிப் போடப்பட்டவர்கள், மேற்படி சுவரின்மீது எதைப் பார்க்கிறார்கள்? நிழலைமட்டும் பார்க்கிறார்கள்; தங்களையோ, தங்கள் பக்கத்திலிருப்பவர்களையோ கூடப் பார்த்துக் கொள்வதில்லை, ஏனென்றால் இவர்கள்தான் ஆயுள் முழுதும் அப்படியும் இப்படியும் திரும்ப முடியாமல் கட்டிப் போடப்பட்டிருக்கிறார்களே? இந்த நிழல் உருவங்களை உண்மையான உருவங்கள், உண்மையான மனிதர்கள் என்று இவர்கள் நினைத்துக் கொண்டிருப்பார்களில்லையா? மேற்படி வழியில் பலவகைப் பொருள்களைத் தூக்கிக்கொண்டு சென்றார்களென்று சொன்னோ, அந்தப் பொருள்களைப் பற்றி இவர்கள் தெரிந்து கொண்டிருப்பது, மேற்படி நிழலைப் பற்றித் தெரிந்து கொண்டிருக்கிற அளவுக்குத்தான் இருக்குமில்லையா? அப்படியே இவர்களுக்கு முன்னாலிருக்கிற சுவரிலிருந்து ஓர் எதிரொலி கேட்கிறதென்று வைத்துக்கொள்வோம். அப்பொழுது இந்தக் கைதிகள் என்று நினைப்பார்கள்? மேற்படி சப்தம், தங்களுக்கு முன்னால் செல்கிற நிழல் உருவங்களிலிமிருந்துதான் வருகிறதென்று நினைத்துக் கொள்வார்களில்லையா?

கிளா: ஆச்சரியமான காட்சியாய் இருக்கிறது நீ சொல்வது!

ஸாக்: இன்னும் கேள், இவர்களில் ஒருவனைக் கட்டினின்று அவிழ்த்து மேலே வெளிச்சத்திற்கு அழைத்துக்கொண்டு செல்வோம் இவையெல்லாம், அதாவது கட்டினின்று அவிழ்த்துவிடுவது, வெளிச்சத்தைப் பார்க்கச் செய்வது இவையெல்லாம், அவனுக்குக் கஷ்டமாகத்தான் இருக்கும்; வெளிச்சத்தைப் பார்க்கிற போதே அவன் கண் கூசும். அவனைப் பார்த்து, "அப்பா, இதுகாறும் நீ வெறும் நிழல்களைப் பார்த்துக் கொண்டிருந்தாய்; இப்பொழுது நிஜமான பொருள்களையே பார்க்கிறாய், இவை தான் உண்மை; இவற்றைப் பார்ப்பதுதான் சரி" என்று சொன்னால் அவன் என்ன பதில் சொல்வான்? அவன் திகைத்துப் போய், தான் இதுகாறும் பார்த்து வந்த நிழல்களே நிஜமானவையென்று கூறுவான். "வெளிச்சத்தைப் பார்" என்று சொல்லி அவன் முகத்தை (சூரிய) வெளிச்சத்தின் பக்கம் கட்டாயப்படுத்தித் திருப்பினால் அவன் கண்கள் வலிக்கும்; இஃதென்ன அவஸ்தையென்று சொல்லி, தான் முதலில் நிழல்களைப் பார்த்துக் கொண்டிருந்தானே அந்த இடத்திற்கே தப்பித்துக்கொண்டு ஓடிவிடுவான்.

கிளா: வாஸ்தவம்; அப்படித்தான் செய்வான்.

ஸாக்: திரும்பவும் அவனை வலுக்கட்டாயப்படுத்தி மேலுக்கு அழைத்துக்கொண்டு வந்து சூரிய வெளிச்சத்தைப் பார்க்கும்படி செய்தால் அவனுக்குத் தொந்தரவாயிருக்கும் நிஜமான வஸ்துக்கள் என்று நாம் எவற்றைச் சொல்கிறோமோ அவற்றில் ஒன்றைக்கூட அவனால் பார்க்க முடியாது; கண் கூசும்.

கிளா: ஆம்.

ஸாக்: ஆனால் இப்படி மெது மெதுவாக அவனைப் பழக்கப்படுத்தி வெளிச்சத்தைப் பார்க்கும்படி செய்ய வேண்டுமல்லவா? முதலில், நிழல்களைச் சுலபமாகப் பார்ப்பான். பிறகு, அதாவது வெளிச்சத்திற்கு வந்தபிறகு, நீரில் விழுகிற மனிதர்கள், மற்றப் பொருள்கள் முதலியவற்றின் நிழல்களைப் பார்ப்பான்; கடைசியில் நிஜப்பொருள்களையே பார்ப்பான். இதற்குப் பிறகு அவன், தன் பார்வையையே மேலுக்குச் செலுத்தி, சந்திரன், நட்சத்திரங்கள் முதலியவைகளைத் தாராளமாகப் பார்ப்பான். பகற்காலத்தில் சூரியனையும் சூரிய வெளிச்சத்தையும் பார்ப்பதைக் காட்டிலும் சுலபமாக இராக்காலத்தில் வானமண்டலத்து கிரகங்களைப் பார்ப்பான்.

கிளா: நிச்சயமாக.

ஸாக்: கடைசியில் சூரியனையே நேரில் பார்த்து, அதன் தன்மைகளை ஆராயத் தொடங்குவான். எப்படி ஆராயத் தொடங்குவான்? ஜலத்திலேயோ நிலத்திலேயோ அஃதெப்படி காணப்படுகிறதோ அப்படியல்ல; அதனை அதுவாகவே ஆராய்வான்.

வெ.சாமிநாத சர்மா | 245

கிளா: வாஸ்தவம்.

ஸாக்: அப்படி ஆராய்ந்து அவன் என்ன முடிவுக்கு வருவானென்றால், சூரியன் தான் ருதுக்கள், வருஷங்கள் முதலியவைகளுக்கெல்லாம் காரணகர்த்தா, கண்ணினால் காணப்பெறும் பொருள்களனைத்திற்கும் காவலனாகவும் காரணனாகவும் இருக்கப்பட்டவன் என்று தீர்மானிப்பான்.

கிளா: ஆம்; இந்த முடிவுக்குத்தான் வருவான்.

ஸாக்: அடுத்தது என்ன? தான் முதலில் வசித்துக் கொண்டிருந்தது. அப்பொழுது தனக்கும் தன்னோடு கைதிகள் போலிருந்தவர்களுக்கும் இருந்த அறிவு, இவற்றையெல்லாம் பற்றி அவன் ஆலோசித்துப் பார்ப்பான். இப்பொழுது, தான் அடைந்திருக்கிற மாறுதலைக் கண்டு திருப்தியடைவான்; தன்னைப்போல் விடுதலை பெறாமல் இன்னும் குகையில் கட்டப்பட்டிருக்கிறார்களே அவர்களை நினைத்து இரங்குவான்.

கிளா: நிச்சயமாக இரங்குவான்.

ஸாக்: அந்தக் குகையிலே உள்ளவர்கள், தங்களுக்கு முன்னால் காணப்பெறும் நிழல்களை யார் சீக்கிரமாகக் கண்டுபிடிக்கிறார்கள். எந்த நிழல் முன்னே சென்றது, எந்த நிழல் பின்னே சென்றது, எது இனிவரும் என்பவைகளை யார் ஊகித்துச் சீக்கிரமாகச் சொல்கிறார்கள், இந்த மாதிரி தங்களுக்குள் போட்டா போட்டி போடுவார்களானால், அதில் அவன் – முன் சொன்ன வெளிச்சத்தைக் கண்டவன் – கலந்துகொள்வானா? அல்லது போட்டியில் வெற்றி பெறுகிறவர்களைக் கண்டு பொறாமைப்படுவானா? மாட்டவே மாட்டான். அவர்களைப் போலிருப்பதைக் காட்டிலும், "ஏழை எஜமானனிடத்தில் ஏழை வேலையாளாக இருப்பதே நல்லது" என்று கருதுவான்.

கிளா: அப்படித்தான் கருதுவான்.

ஸாக்: அவனைச் சூரிய வெளிச்சத்திலிருந்து இழுத்துக் கொண்டுபோய் பழைய மாதிரி குகையிலேயே கொண்டுபோய் விட்டுவிடுவோம். அப்பொழுது அவன் கண்களுக்கு இருட்டைத் தவிர வேறேதேனும் தெரியுமா?

கிளா: வேறென்ன தெரியப் போகிறது?

ஸாக்: அப்பொழுது அவனுடைய உடன்கைதிகள் மேற்சொன்ன விதமாகப் போட்டா போட்டி போட்டுக் கொண்டிருப்பார்களானால், அதில் கலந்துகொள்ள முடியாமல் பரிகசிக்கப்படக்கூடிய நிலையில் இருப்பான். ஏனென்றால் அவனுடைய கண்கள், இருட்டைப் பார்த்துப் பழக்கமடைய நீண்டகாலம் பிடிக்குமல்லவா? அப்பொழுது அவனைப் பார்த்து மற்றக் கைதிகள் என்ன

சொல்வார்கள்? "மேலுக்குப் போனாலும் போனாள்; கண் பார்வையைப் போக்கடித்துக்கொண்டு வந்துவிட்டான்" என்று சொல்வார்கள்! தாங்களும் இனி, மேலே போகக்கூடாதென்று தீர்மானித்துக் கொள்வார்கள். அப்படி யாராவது ஒருவன் துணிந்து வேறொருவனை மேலுக்கு அழைத்துப் போவானாகில் அவனைக் குற்றவாளியென்று பிடித்துக் கொன்றுவிடுவார்கள்.

கிளா: அதில் சந்தேகமென்ன?

ஸாக்: இந்த உபமானத்தை, எனதன்புள்ள கிளாக்கோன், நான் முன்சொன்ன கருத்துக்களோடு ஒப்பிட்டுப்பார் கண்ணினால் பார்க்கப்படுகிற உலகந்தான் குகை. அந்தக் குகையிலே எரிகிற நெருப்புதான் சூரியன்; வழியில் சில பிரயாணிகள் போகிறார்களென்று சொன்னோமே அதுதான், ஆத்மா, அறிவு உலகத்தை, அதாவது அறிவினால் அறியப்பட வேண்டிய உலகத்தை நாடிச் செல்லும் பிரயாணம். சரியோ, தவறோ இதுவே என்னுடைய அபிப்பிராயம். அறிவு உலகத்தில் நன்மையென்பது கடைசியாகக் காணப்படுவது. முயற்சியின் பேரில்தான் அதனைக் காணவேண்டும். அப்படிக் கண்டுவிட்டால், அதுவே, எல்லாப் பொருள்களிடத்திலிருக்கும் அழகு, நீதி முதலியவைகளுக்கெல்லாம் மூலகாரணமாய் இருப்பதென்றும், இந்தஃ உலகத்திலே வெளிச்சத்தை உண்டுபண்ணி அதனைக் காத்துவரும் சக்தியாய் இருப்பதென்றும், அப்படியே அறிவு உலகத்தில், விவேகத்திற்கும் சத்தியத்திற்கும் மூலகாரணமாயிருப்பதென்றும் தெரிந்துகொள்ள வேண்டும். தனி வாழ்க்கையிலோ, பொது வாழ்க்கையிலோ புத்திசாலித்தனமாக நடந்துகொள்ள வேண்டுமென்று விரும்புகிறவன், இந்த நன்மையென்பதன் மீதுதான் தன் பார்வையைச் செலுத்த வேண்டும்:

கிளா: எனக்குத் தெரிந்த வரையில் இதை நான் ஒப்புக்கொள்கிறேன்.

ஸாக்: இன்னொரு விஷயத்தையும் நீ ஒப்புக்கொள்ள வேண்டும். அதாவது இந்த மேல்நிலைக்கு வந்துவிட்டவர்கள், சாதாரண மனிதர்களுடைய விவகாரங்களில் தலையிட விரும்பமாட்டார்கள். ஏனென்றால் அவர்களுடைய ஆத்மா அந்த மேல்நிலையை விட்டுப் பிரிய விரும்புவதில்லை. நான் மேலே சொன்ன உபமானத்தை ஒப்புக்கொள்ளும்பட்சத்தில், அவர்களுடைய ஆத்மா அப்படி விரும்பாமலிருப்பது சகஜந்தானே?

கிளா: சகஜந்தான்.

ஸாக்: அப்படி மேல் நிலையிலிருந்து ஒருவன் கீழிறங்கிவந்து சாதாரண மனிதர்களுடைய குறைபாடுகளில் கலந்துகொள்வானாகில் அவனை எல்லோரும் பரிகசிக்கவே செய்வார்கள். ஏனென்றால் அப்பொழுதுதான் அவன் வெளிச்சத்திலிருந்து இருட்டுக்கு வந்தவனல்லவா? இருட்டிலே

பார்ப்பதற்கு அவன் இன்னும் பழக்கப்படவில்லை அல்லவா?

கிளா: வாஸ்தவம்.

ஸாக்: இரண்டு வகைகளில், இரண்டு காரணங்களினால் பார்வையில் மயக்கம் ஏற்படலாம். திடீரென்று இருட்டிலிருந்து வெளிச்சத்திற்கு வந்ததனாலேயோ அல்லது வெளிச்சத்திலிருந்து இருட்டிற்கு வந்ததனாலேயோ திகைப்பு ஏற்படலாம். இதையே ஆத்மாவின் விஷயத்திலும் பொருத்தி வைத்துப் பார்க்கவேண்டும். ஒருவன் உலக விவகாரங்களில் திகைப்புக் கொள்கிறானென்று சொன்னால் அவனைப்பார்த்து நாம் பரிகசிக்கக் கூடாது அவன் வெளிச்சத்திலிருந்து இருட்டுக்கு வந்திருக்கிறானா, அதாவது மேல் நிலையிலிருந்து கீழ்நிலைக்கு வந்திருக்கிறானா அல்லது கீழ் நிலையிலிருந்து மேல் நிலைக்கு வந்திருக்கிறானா என்பதை முதலில் பார்க்க வேண்டும்.

கிளா: நீ சொல்வது நிரம்ப சரி.

ஸாக்: நமது அறிஞர்களிற் சிலர், சில மனிதர்களைப் பார்த்து, ‘உங்களுக்கு அறிவு இல்லை, நாங்கள் அதை உண்டு பண்ணித்தருகிறோம்” என்று சொல்கிறார்களே அஃதெவ்வளவு தவறு? கண்ணில்லாதவனுக்குப் பார்வையைத் தருகிறோம் என்று சொல்வது போல் இல்லையா இது?

கிளா: அப்படித்தானிருக்கிறது.

ஸாக்: நம்முடைய வாதப் போக்கின்படி, பிரதியொரு மனிதனுடைய ஆத்மாவிலும் அறிவு பெறக்கூடிய சக்தியிருக்கிறாது. எப்படிக் கண் பார்வையை இருட்டிலிருந்து வெளிச்சத்திற்குத் திருப்பவேண்டுமானால் உடல் முழுவதையும் திருப்ப வேண்டுமோ அப்படியே, ஆத்மாவின் அறிவு பெறும் சக்தியை விருத்தி செய்ய வேண்டுமானால், ஆத்மா முழுவதையுமே, மாற்றமடையக் கூடிய இந்த நிலவுலகத்திலிருந்து மாற்ற மடையாத மேலுலகத்திற்குத் திருப்ப வேண்டும். அந்த மேலுலகட்த்தில் அறிவானது ஸ்திரப்பட்டிருக்கிற வரையில் அந்த அறிவை நாம் விருத்தி செய்துகொண்டு போக வேண்டும்.

கிளா: நிரம்ப சரி.

ஸாக்: இந்த மாறுதலைச் சுலபமாகவும் திறம்படவும் உண்டு பண்ணக்கூடிய மாதிரி நமது கல்விமுறை இருக்கவேண்டும். பார்வை யில்லாதவனுக்குப் பார்வையை உண்டுபண்ணுவது என்பது இதன் நோக்கமாய் இருக்கக்கூடாது. பார்வை ஏற்கனவே இருக்கிறது, ஆனால் அது தவறான வழியில் திரும்பியிருக்கிறது, சரியானபடி அதனைத் திருப்பவேண்டும் என்பதே நமது நோக்கமாய் இருக்கவேண்டும்.

கிளா: ஆம்; அப்படித்தானிருக்க வேண்டும்.

ஸாக்: அறிவு இருக்கிறதே அது தெய்வீகத்தன்மை வாய்ந்தது. அது, தன் சக்தியை இழப்பதேயில்லை. அஃது ஒழுங்கான நிலையிலிருந்தால் எல்லோருக்கும் உபயோகமுள்ளதாகவும் நன்மைபயப்பதாகவும் இருக்கிறது; ஒழுங்கு தவறி விட்டால் பிரயோஜனமில்லாமலும் தீமை பயப்பதாகவும் ஆகிவிடுகிறது.; நீ பார்க்கலாமே தீமை செய்கிறவர்கள் அதிக புத்திசாலிகளாய் இருப்பதை?

கிளா: வாஸ்தவம்.

ஸாக்: இப்படிப்பட்டவர்களே, சிறு வயதில் கெட்ட பழக்கங்களினின்று தடுத்து, உண்மையைக் காணுமாறு தூண்டியிருந்தால் இவர்களே தீயவர்களாயிருப்பதில் இருந்து மாறி நல்லவர்களாக வந்திருப்பார்கள்.

கிளா: ஆம்.

ஸாக்: படிப்பில்லாதவர்களையோ அல்லது உண்மையை அறியாதவர்களையோ அல்லது வாழ்நாள் முழுவதும் படிப்பிலே மட்டும் கழிக்கிறவர்கலையோ, இவர்களில் யாரையும் ராஜ்யாதிகாரிகளாக நியமிக்கக் கூடாது.

கிளா: நிரம்ப உண்மை.

ஸாக்: எனவே ராஜ்யத்தை ஸ்தாபிக்கிற தொழிலில் இறங்கியிருக்கிற நமது கடமை யென்னவென்றால் மேலான சுபாவங்கள் யாரிடத்தில் குடிகொண்டிருக்கின்றன என்று நமக்குத் தெரிகிறதோ, அவர்களை, எல்லாவற்றிற்கும் மேலான அறிவென்று நாம் நிர்த்தாரணம் செய்திருக்கிற நன்மையை நாடுகின்ற அறிவை அடையுமாறு கட்டாயப்படுத்த வேண்டும். அந்த அறிவை அடைகிற வரையில் அவர்கள் மேலும் மேலும் முனைந்து உழைக்க வேண்டும். ஆனால், அந்த மேல்நிலையை அடைந்த பிறகு அவர்களை அங்கேயே வைத்திருக்கக் கூடாது.

கிளா: நீ சொல்வதன் அர்த்தமென்ன?

ஸாக்: அவர்கள் அங்கேயே இருக்கும்படி விடக்கூடாதென்று சொல்கிறேன். மறுபடியும் அவர்கள் கீழிறங்கி, குகையில் கைதிகளாய் இருக்கிறார்களென்று சொன்னோமே அப்படிப்பட்ட சாதாரண ஜனங்களிடத்தில் வந்து அவர்களுடைய உழைப்பிலும், அந்த உழைப்பினின்று கிடைக்கிற சன்மானங்களிலும் கலந்துகொள்ள வேண்டும். அவை உயர்ந்தவையா, இழிந்தவையா என்பதைக் கவனிக்கக் கூடாது.

கிளா: இஃது அநியாயமில்லையா? நல்வாழ்வு நடத்தக்கூடிய நிலையில் இருக்கிற அவர்களைக் கீழான வாழ்வு நடத்துமாறு கட்டாயப்படுத்தலாமா?

ஸாக்: நமது ராஜ்யத்தில் ஒரு பிரிவினர் மட்டுமல்ல; எல்லாப் பிரிவினரும் சந்தோஷமாயிருக்க வேண்டும் என்பது நமது நோக்கமென்பதை நீ மறந்து விட்டாயே? ராஜ்யம் முழுவதிலும் சந்தோஷம் பரவியிருக்க வேண்டும். இதற்காக ராஜ்யத்தின் சகல பிரஜைகளும் ஒன்று பட்டிருக்குமாறு செய்ய வேண்டும். பிரஜைகள் ஒன்றுபட்டிருந்தால் அவர்கள் ராஜ்யத்திற்கும் நன்மை செய்தவர்களாவார்கள்; தங்களுக்கும் நன்மை செய்து கொண்டவர்களாவார்கள். பிரஜைகளுக்குள் ஒற்றுமையை உண்டுபண்ணி அவர்களைச் சந்தோஷத்துடன் இருக்கச் செய்வதுதான் ஞானிகளின் வேலை. இதற்காகவே அவர்களுக்கு நமது ராஜ்ய அமைப்பில் ஒரு முக்கிய ஸ்தானம் கொடுத்திருக்கிறோம். அவர்களுடைய சந்தோஷத்திற்காக அவர்கள் இல்லையா?

கிளா: வாஸ்தவம்; நன் மறந்துவிட்டேந்தான்.

ஸாக்: மற்றவர்களுடைய க்ஷேமத்தை நாடவேண்டுமென்று நமது ராஜ்யத்து ஞானிகளைக் கட்டாயப்படுத்துவது எவ்விதத்திலும் அநியாயமில்லை. "மற்ற ராஜ்யங்களில் உங்களைப் போன்ற ஞானிகள் அரசியல் விவகாரங்களில் கலந்துகொள்ளவில்லை என்பது வாஸ்தவம். ஆனால், அவர்கள் பெற்ற கல்விப் பயிற்சி ராஜ்யத்தினிடமிருந்து பெற்றதல்ல; தாங்களே சுயமாகப் பெற்றது. இதனால் தங்களுடைய பயிற்சிக்கும் வளர்ச்சிக்கும் துணை செய்யாத ராஜ்யத்திற்கு நாம் ஏன் நன்றி காட்டவேண்டுமென்று அவர்கள் ஒதுங்கியிருக்கிறார்கள். ஆனால், உங்கள் விஷயம் அப்படியல்ல சமுதாயத்தின் தலைவர்களாய் இருக்கவேண்டும் என்பதற்காகவே உங்களைச் சிருஷ்டித்திருக்கிறோம்; உங்களுக்கு நீங்களே அரசர்களாயிருக்க வேண்டும் என்பதற்காகவே உங்களைச் சிருஷ்டித்திருக்கிறோம்; உங்களுக்கு நீங்களே அரசர்களாயிருக்குமாறும் அப்படியே மற்றவர்களுக்கு அரசர்களாயிருக்குமாறும் உங்களுக்குப் பயிற்சி அளித்திருக்கிறோம். மற்றவர்களைக் காட்டிலும் உங்களுக்கு விசேஷமான பயிற்சி அளித்ததன் நோக்கம் இதுதான்; இந்த இரண்டு கடமைகளையும், அதாவது தன்னையே ஆண்டு கொள்ளல், பிறரை ஆளல்[1] என்ற இரண்டு கடமைகளையும் செய்ய வேண்டுமென்பதற்குத்தான். ஆதலின் உங்களிலே ஒவ்வொருவரும் அவரவருடைய முறை வருகிறபோது, கீழே குகைக்குச் சென்று இருட்டில் பார்க்கப் பழக்கப்படுத்திக் கொள்ள வேண்டும். அப்பொழுது குகை வாசிகளைக் காட்டிலும் பதினாயிரம் மடங்கு தீட்சண்யமாகப் பார்க்குஞ் சக்தியைப் பெறுவீர்கள். அவர்கள் பார்க்கிற நிழல்களின்

தன்மைகளைப் பற்றி நன்றாக அறிவீர்கள். ஏனென்றால் நீங்கள்தான் அழகான பொருள்களை, அவற்றின் நிஜ ஸ்வரூபத்தில் பார்த்திருக்கிறீர்களே? அப்பொழுது நமது ராஜ்யம் – நாம் சிருஷ்டிக்கிற இந்த ராஜ்யம் உங்களுடைய ராஜ்யந்தானே? உண்மையான ராஜ்யமாயிருக்கும்; வெறுங் கனவு ராஜ்யமாக இராது. மற்ற ராஜ்யங்களில் அதிகார பதவிகளுக்காக ஒருவருக்கொருவர் சண்டை போட்டுக்கொள்கிறார்கள். அதுவே நல்லதென்று அவர்களுக்குப்படுகிறது. ஆனால், நமது ராஜ்யம் இப்படிப் பட்ட சண்டைகள் இல்லாமல் நிர்வகிக்கப்பெறும். உண்மை யென்னவென்றால், எந்த ராஜ்யத்தில் ஆள்வோர், ஆளவேண்டுமென்று குறைவாக ஆசைப்படுகிறார்களோ அந்த ராஜ்யந்தான் திறமையுடையதாகவும் அமைதியுடையதாகவும் இருக்கும். எங்கே ஆள்வோரிடத்தில் ஆளவேண்டுமென்ற ஆசை அதிகரிக்கிறதோ அங்கே குழப்பந்தான் விளையும்." இப்படியெல்லாம் நாம் அவர்களுக்கு எடுத்துச் சொல்ல மாட்டோமா?

கிளா: நிஜம்.

ஸாக்: இதைக் கேட்டபிறகு நமது சிஷ்யர்கள் ராஜ்யத்திற்காக உழைக்க மறுப்பார்களா என்ன? நாம்தான் அவர்களை அறிவு வெளிச்சத்திலே இருந்து ஒருவருக்கொருவர் பழகிக்கொள்ளுமாறு நீண்டகாலம் விட்டு வைத்திருந்தோமே?

கிளா: மறுக்கமாட்டார்கள். அவர்கள் நியாய புருஷர்களல்லவா? நாம் அவர்களுக்கிடுகிற கட்டளையும் நியாயமான கட்டளைதானே? அவர்களில் ஒவ்வொருவரும் அவசியத்தை முன்னிட்டு உத்தியோகப் பொறுப்பை ஏற்றுக்கொள்வார்கள்.

ஸாக்: நிரம்ப சரி. நண்பா, இப்பொழுது நாம் செய்யவேண்டிய தென்ன வென்றால், ஆள்வோராக நாம் யாரைத் தேர்ந்தெடுக்கிறோமோ அவர்களுக்கு, சாதாரணமாக மற்ற ராஜ்யங்களில் ஆள்வோர் எந்த விதமான வாழ்க்கையை நடத்துகிறார்களோ அந்த வாழ்க்கையைக் காட்டிலும் மேலான வாழ்க்கையை நடத்தக்கூடிய வகையில் ஏற்பாடு செய்யவேண்டும். அப்பொழுதுதான் நமக்கு ஒழுங்கான ராஜ்யம் அமையும். இப்படிப்பட்ட ராஜ்யத்தில்தான் உண்மையான செல்வர்கள், – பொன்னையும் வெள்ளியையும் படைத்த செல்வர்கள் அல்ல, சீலமும் அறிவும் படைத்த செல்வர்கள் – ஆட்சி புரிவார்கள். இப்படிக்கில்லாமல், சொந்த நலத்தை நாடி நிர்வாகம் செய்வார்களானால் ராஜ்யத்தில் ஒழுங்கு என்பது இராது. இவர்கள் உத்தியோகத்திற்காகச் சண்டை போடுவார்கள்; உள்நாட்டுக் குழப்பம் உண்டாகும்; இவர்களும் அழிந்து ராஜ்யமும் அழிந்துவிடும்.

கிளா: மிக உண்மை.

ஸாக்: உண்மையான ஞானிகளைத் தவிர வேறு யாராவது அரசியல் பதவிகளைத் துச்சமாகக் கருதுகிறார்களா?

கிளா: யாரும் இல்லை.

ஸாக்: ஆள்கிறவர்கள், ஆள வேண்டுமென்ற ஆசையில்லாதவர்களாய் இருக்கவேண்டும். அப்படி ஆசைப்படுவார்களானால் அவர்களுக்குப் போட்டியாக வேறு சிலர் தோன்றுவார்கள்.

கிளா: இதில் சந்தேகமே இல்லை.

ஸாக்: எனவே யாரை காவலர் (அரசர்)களாக இருக்குமாறு கட்டாயப்படுத்த வேண்டுமென்று ஏற்படுகிறது? யார் ராஜ்ய விவகாரங்களில் புத்திசாலிகளாய் இருக்கிறார்களோ, யாரால் ராஜ்யம் திறாமையாக நிர்வாகம் செய்யப்படுமோ, யாருக்கு இந்தப் புத்திசாலித்தனமும் திறமையும் தவிர வேறுவித நற்குணங்களும் இருக்கின்றனவோ, யார் சாதாரண ராஜதந்திரிகளின் வாழ்க்கையைக் காட்டிலும் மேலான வாழ்க்கையை நடத்துகிறார்களோ அவர்களே ஆள்வோராயிருக்க வேண்டுமென்று வற்புறுத்த வேண்டும்.

கிளா: இப்படிப் பட்டவர்கள்தான் நானும் தெரிந்தெடுப்பேன்.

ஸாக்: இப்படிப்பட்டவர்களை எப்படி நமது ராஜ்யத்தில் சிருஷ்டிப்பது? இவர்கலை எப்படி இருட்டிலிருந்து வெளிச்சத்திற்குக் கொண்டுவருவது?

கிளா: இவற்றைப் பற்றி நீதான் விஸ்தரித்துச் சொல்ல வேண்டும்.

ஸாக்: ஒரு நாணயத்தை மேலே தூக்கிப்போட்டு பூவா தலையா என்று பார்ப்பது போலல்லவே இந்த விஷயம்? மங்கலான வெளிச்சத்திலிருந்து நல்ல வெளிச்சத்திற்கு ஓர் ஆத்மாவையே திருப்புகின்ற விஷயமல்லவோ இது? இந்த நல்ல வெளிச்சத்திற்குச் செல்வதைத்தானே ஞான மார்க்கமென்று நாம் சொல்கிறோம்.

கிளா: வாஸ்தவம்.

ஸாக்: இப்படி ஆத்மாவைத் திருப்பக்கூடிய கல்வி எது என்பதை நாம் விசாரிக்க வேண்டாமா?

கிளா நிச்சயமாக விசாரிக்க வேண்டும்.

ஸாக்: ஒரு விஷயம் இப்பொழுது ஞாபகத்திற்கு வருகிறது. நமது ராஜ்யத்து இளைஞர்கள் யுத்த வீரர்களாக இருக்க வேண்டுமென்று தீர்மானித்தோம் இல்லையா?

ஸாக்: நாம் வகுக்கிற இந்தப் புதிய கல்வி முறையானது, இளைஞர்களை, யுத்த களத்தில் பிரயோஜனம் உடையவர்களாகவு செய்ய வேண்டும்.

கிளா: முடிந்தால் செய்ய வேண்டும்.

ஸாக்: ஏற்கனவே நாம், சாதாரணமாக எல்லா இளைஞர்களுக்கும் தேகப்பயிற்சியும் கலைப்பயிற்சியும் கொடுக்க வேண்டுமென்று முடிவு கட்டினோமில்லையா? ஆனால், இவை இரண்டும், மாற்றமடையக் கூடியதும், அழியக்கூடியதுமான பொருள்களைப் பற்றிய அறிவையே அளிக்கின்றன. இவை, ஆத்மாவை ஞானமார்க்கத்திலே திருப்பக் கூடியனவல்ல. ஆனால், இப்பொழுது நாம் வகுக்கிற கல்விமுறை, இப்படித் திருப்பக் கூடிய கல்வியாகவல்லவோ இருக்க வேண்டும்?

கிளா: நிச்சயமாக.

ஸாக்: நாம் வகுக்கிற இந்த கல்விமுறை, எல்லாவித விஞ்ஞான சாஸ்திரங்களுக்கும், எல்லாக் கலைகளுக்கும், எல்லாவித அறிவுத் துறைகளுக்கும், பொதுவானதாயிருக்க வேண்டும், எல்லோரும் அவசியம் கற்றுக்கொள்ள வேண்டியதாகவும் இருக்க வேண்டும்.

கிளா: அஃதென்ன?

ஸாக்: ஒன்று, இரண்டு, மூன்று என்று எண்ணிக்கை போடுகிறோமே அதை முதலாவதாகக் குறிப்பிடுகிறேன்; அதாவது கணித சாஸ்திரம். இந்தக் கணித ஞானம் ஒரு போர் வீரனுக்கு மிகவும் இன்றியமையாதது அப்பொழுதுதான் அவன் தன் துருப்புகளை அணிவகுத்து அழைத்துச் செல்ல முடியும். இப்படிப் போர் வீரனுக்கு உபயோகமாய் இருப்பதோடு இந்தக் கணக்கறிவானது, ஒரு மெய்ஞ்ஞானிக்கும் உபயோகமாயிருக்கிறது. எவன் மெய்ப்பொருளைக் காணவேண்டுமென்று விழைகிறானோ அவன் கணக்கறிஞனாகவும் இருக்க வேண்டும்.

கிளா: வாஸ்தவம்.

ஸாக்: நமது காவலர் (அரசர்)கள் போர் வீரர்களாகவும் ஞானிகளாவும் இருக்க வேண்டுமல்லவா?

கிளா: நிச்சயமாக.

ஸாக்: அப்படியானால் இவர்களை, கணித சாஸ்திரத்தில் பயிற்சி பெறுமாறு செய்ய வேண்டும். ஏதோ பொழுது போக்குக்காக இதைப் பயிலக் கூடாது; லாபத்தைக் கருதியும் பயிலக்கூடாது. ராணுவத் தேவைக்காகவும், ஆத்ம நலனுக்காகவும் பயிலவேண்டும். தவிர, இன்னொரு விசேஷம்

பார்த்திருக்கிறாயா? கணக்கிலே வல்லவர்கள் மற்ற சாஸ்திரங்களைச் சீக்கிரமாகக் கற்றுக்கொண்டு விடுகிறார்கள்.

கிளா: ஆமாம்.

ஸாக்: ஆனால், கணித சாஸ்திரந்தான் அதிக தொந்தரவைக் கொடுக்கிறது; அதிக உழைப்பையும் பெற்றுக்கொள்கிறது.

கிளா: வாஸ்தவம்.

ஸாக்: இத்தகைய காரணங்களினால், உயர்ந்த தன்மையுடையவர்களுக்கு, முதலாவதாக, இந்தக் கணித சாஸ்திரப் பயிற்சி அளிக்க வேண்டும். இரண்டாவதாக, ஜயாமிதி அல்லது ரேகா கணிதம் எனப்படுகிற க்ஷேத்திர கணித அறிவானது யுத்தத்திற்கு மிகவும் பிரயோஜனமுடையது. ராணுவத்தை ஓரிடத்தில் நிறுத்தி வைப்பதற்கோ, வேறு இடத்திற்குப் பெயர்த்துக் கொண்டு போவதற்கோ, வியூகங்கள் வகுப்பதற்கோ, இப்படிப் பலவித யுத்த தந்திரங்களுக்கு இந்த க்ஷேத்திர கணித அறிவு இன்றியமையாதது தவிர இந்த அறிவானது, ஆத்மாவை மெய்ப்பொருளின் பக்கம் இழுக்குஞ் சக்தியுடையது. மற்றும், இந்த க்ஷேத்திர கணிதத்திலே வல்லுநர்கள் மற்ற விஷயங்களைச் சீக்கிரமாகக் கிரகித்துக்கொண்டு விடுகிறார்கள். ஆகையால் நமது இளைஞர் ஒவ்வொருவரும் இந்த க்ஷேத்திர கணிதத்தில் பயிற்சி பெறுமாறு செய்ய வேண்டும்.

கிளா: அப்படியே செய்வோம்.

ஸாக்: மூன்றாவதாக, க்ஷேத்திர கணிதத்தின் மற்றொரு பிரிவாகிய கன பரிமாணத்தைப் பற்றிய கணித சாஸ்திரத்திலே பயிற்சி அளிக்கவேண்டும். இந்த சாஸ்திரத்திற்கு எந்த அரசாங்கத்தினரும் சரியான ஆதரவு அளிக்கவில்லை. ஆனால், இந்த சாஸ்திர அறிவு அவசியம் வேண்டும். நான்காவதாக, நமது இளைஞர்களுக்கு வான சாஸ்திரம் பயிலுவிக்க வேண்டும். ஐந்தாவதாக தர்க்க சாஸ்திரம் என்கிற நியாயசாஸ்திரம் புலன்களின் துணையில்லாமல் அறிவைக்கொண்டே மெய்ப் பொருளைக் காணும் முயற்சியிலே ஈடுபடுகிற ஒருவன் கடைசியில் அந்த முயற்சியின் பயனாகத் தனது சுத்த அறிவினால் சுத்தமான அல்லது பூரணமான நன்மையைக் காணும் நிலையை அடைகிறான். அதுவே அறிவு உலகத்தின் எல்லையாயிருக்கிறது. இதற்குத் தர்க்க சாஸ்திரப் பயிற்சி அவசியம். சுருக்கமாக, முதலிற் சொன்ன சாஸ்திரங்கள் ஜட உலகத்தைப் பற்றித் தெரிந்துகொள்வதற்கும், கடைசியில் சொன்ன நியாய சாஸ்திர மானது மெய்ப் பொருளைக் காண்பதற்கும் தேவையாயிருக்கின்றன. ஒரு பொருள் இன்னபடிதான் இருக்கும் என்று ஊகிப்பதற்கு இடங்கொடுப்பதில்லை இந்த நியாய சாஸ்திரம் இஃது ஆத்மாவின் கண்ணை மெய்ப்பொருள் பக்கம்

திருப்புகிறது. இந்த வேலையைச் செய்வதற்காக இது மேலே சொன்ன மற்றச் சாஸ்திரங்களைத் தனக்குத் தாதிகளாக உபயோகித்துக் கொள்கிறது.

கிளா: நீ சொன்னவற்றை நான் ஒப்புக்கொள்கிறேன்.

ஸாக்: அப்படியானால் முன்னே சொன்ன நான்கு பிரிவினைகளையும் ஒப்புக்கொள்வோம். இரண்டு பிரிவுகள் அறிவு உலகத்தைச் சேர்ந்தவை. மற்ற இரண்டுபிரிவுகள் அபிப்பிராய உலகத்தைச் சேர்ந்தவை. முதல் பிரிவு சுத்த அறிவு; இரண்டாவது பிரிவு தெளிவு; மூன்றாவது பிரிவு நம்பிக்கை; நான்காவது பிரிவு ஊகம்.[1]

கிளா: ஒப்புக்கொண்டேன்.

ஸாக்: சரி; நமது ராஜ்யத்தின் அரசர்களாக நியமிக்கப்பட வேண்டியவர்கள், அறிவில்லாத வெறும் தூண்களாக இருப்பதை நீ அனுமதிக்கமாட்டா பல்லவா?

கிளா: நிச்சயமாக மாட்டேன்.

ஸாக்: அப்படியானால், கேள்வி கேட்பதற்கும் பதில் சொல்வதற்கும் அதிகமான சாமர்த்தியம் இருக்கும்படியான ஒரு கல்விப் பயிற்சியை அவர்களுக்கு அளிக்க வேண்டுமென்று நீ ஒரு சட்டம் ஏற்படுத்துவாயல்லவா?

கிளா: நாமிரண்டு பேரும் சேர்ந்தே அந்தச் சட்டத்தைச் செய்வோம்.

ஸாக்: மேலே சொன்ன நியாய சாஸ்திரம் இருக்கிறதே அதனை மற்றச் சாஸ்திரங்களென்றும் கற்களால் கட்டப்பெற்ற கட்டடத்திற்கு முகட்டுக் கல்லாக வைப்போம். ஏனென்றால் அதைவிட மேலான சாஸ்திரம் வேறொன்றில்லை. அறிவின் எல்லையை அது கண்டுவிடுகிறது.

கிளா: வாஸ்தவம்.

ஸாக்: இந்த மாதிரியான கல்விப் பயிற்சியை யாருக்கு அளிக்க வேண்டும், எப்படி அளிக்கவேண்டும் என்பவற்றைப் பற்றி யோசிக்க வேண்டுமல்லவா?

கிளா: ஆம்.

ஸாக்: ஆளும் வர்க்கத்தினரை எப்படித் தெரிந்தெடுப்பதென்பதைப் பற்றி ஏற்கனவே நான் கூறியது உனக்கு ஞாபகம் இருக்கிறதில்லையா?

கிளா: ஞாபகமிருக்கிறது.

ஸாக்: அந்தமாதிரி சுபாவமுள்ளவர்களையே மேற்சொன்ன கல்வி முறையைப் பயில்வதற்கு தெரிந்தெடுக்கவேண்டும். இவர்களிலே உறுதியுடையவர்கள், வீரமுள்ளவர்கள், அழகானவர்கள் இப்படிப்பட்டவர்களையே தெரிந்தெடுக்க

வேண்டும். இவர்களை பெருந்தன்மை உடையவர்களாகவும் தாராள மனப்பான்மை உடையவர்களாகவும் இருக்கவேண்டும். இன்னும் இந்தக் கல்விப் பயிற்சியில் சுலபமாக ஈடுபடக்கூடிய மற்ற தன்மைகளும் இருக்கவேண்டும். உடல் பயிற்சியினால் உடல், விரைவில் சோர்ந்து போய்விடுவதைக் காட்டிலும் அதிக விரைவில் மனம், படிப்பினால் சோர்ந்து போய்விடுகிறது. இந்தச் சோர்வுக்கு இடமே கொடுக்கக் கூடாது. தவிர நல்ல ஞாபகசக்தி, எந்த வேலையானாலும் அதில் ஊக்கத்துடன் ஈடுபடுகிற மனப்பான்மை முதலியனவும் இருக்கவேண்டும். இப்பொழுது தத்துவ விசாரணையில் இறங்குகிற பெரும்பாலோர், தங்களுடைய குறைபாடுகளை உணராமலே இறங்குகிறார்கள். இப்படிப்பட்டவர்களால்தான் அந்தத் தத்துவஞானத்திற்கே ஒரு களங்கம் ஏற்படுகிறது. அதில் இறங்கவேண்டியவர்கள் கீழ் மக்களல்ல மேன்மக்களே.

கிளா: உனது இந்தக் கருத்தைக் கொஞ்சம் விளக்கிச்சொல்ல வேண்டும்.

ஸாக்: அதாவது உடற்பயிற்சி, அறிவுப் பயிற்சி இவையிரண்டிலும் ஒரே மாதிரியான உற்சகம் காட்டவேண்டும். ஒன்றிலே மட்டும் ஊக்கமாயிருந்துவிட்டு மற்றொன்றில் சோம்பேறியாய் இருக்கக் கூடாது. மற்றும், தெரிந்து சொல்லப்படுகிற பொய்யினிடம் பொறுமை காட்டவேண்டும். இன்னும் நிதானம் தைரியம், உயர் நோக்கம் முதலிய சீலங்களைக் கொண்டு மேன்மக்களின்னார், கீழ்மக்களின்னாரென்று நம் தெரிந்தெடுக்க வேண்டும். இவற்றாயெல்லாம் கவனியாமல் சாதாரண மக்களை, ஓர் அரசாங்கம் அதிகாரிகளாக நியமித்தாலோ அல்லது தனி மனிதர்கள், தங்களுடைய நண்பர்களாக்கிக் கொண்டாலோ அந்த அரசாங்கத்திற்கும் கெடுதல்; அந்தத் தனி மனிதர்களுக்கும் கெடுதல்.

கிளா: மிகவும் உண்மை.

ஸாக்: எனவே மேலே சொன்ன கல்விப் பயிற்சியில் இத்தகைய உடலுறுதியும் மனோ உறுதியும் வாய்ந்தவர்களை ஈடுபடுத்துவோமானால், நீதியே உருவெடுத்து வந்தால் கூட நம்மீது குறை கூற முடியாது. ராஜ்யத்தையும் அதன் சட்ட திட்டங்களையும் நாம் காப்பாற்றினவர்களாவோம். அப்படிக்கில்லாமல் கீழ் மக்களே, அதாவது மேற்சொன்ன மேலான சுபவங்களில்லாதவர்களை இந்தக் கல்விப் பயிற்சியில் நாம் ஈடுபடுத்துவோமானால், தத்துவஞானம் என்பது இன்னும் அதிகமாகப் பரிகசிக்கப்படும்.

கிளா: ஆம்; அப்படிச் செய்வது சரியில்லைதான்.

ஸாக்: ஒரு விஷயம் – நானே இப்பொழுது பரிகாசத்திற்கு ஆளாகிவிட்டேன் பார்த்தாயா? பேச்சு உற்சாகத்திலே, தத்துவ ஞானத்தை எல்லோரும்

இழிவுபடுத்திப் பேசுகிறார்களே என்ற ஆத்திரத்திலே ஒரு முக்கியமான விஷயத்தைச் சொல்ல மறந்துவிட்டேன்.

கிளா: அப்படியா? என்ன விஷயம் அது?

ஸாக்: முந்தி நாம் பேசியதில் வயதானவர்களையே ஆள்வோராகத் தேர்ந்தெடுக்க வேண்டுமென்று சொன்னோமில்லையா? ஆனால், இந்தப் படிப்பு விஷயத்தில் அதே முறையைப் பின்பற்றக்கூடாது. வயதானவர்களை இந்தப் படிப்பிலே ஈடுபடுத்தக் கூடாது; இளைஞர்களைத்தான் ஈடுபடுத்த வேண்டும். விசேஷப் பயிற்சி பெறுவதற்கு இளமைப் பருவந்தான் ஏற்றது.

கிளா: வாஸ்தவம்.

ஸாக்: எனவே, கடைசியில் போதிக்கப்படவேண்டிய தர்க்க சாஸ்திரத்திற்குச் சோபானமாயுள்ள கணிதம் க்ஷேத்திர கணிதம் முதலிய சாஸ்திர பாடங்களை இளமையிலேயே போதிக்க வேண்டும்; ஆனால் கட்டாயப்படுத்திப் போதிக்கக் கூடாது.

ஸாக்: எனவே, கடைசியில் போதிக்கப்பட வேண்டிய தர்க்க சாஸ்திரத்திற்குச் சோபானமாயுள்ள கணிதம் க்ஷேத்திர கணிதம் முதலிய சாஸ்திர பாடங்களை இளமையிலேயே போதிக்க வேண்டும்; ஆனால் கட்டாயப்படுத்திப் போதிக்கக் கூடாது.

கிளா: ஏன்?

ஸாக்: ஒரு சுதந்திர புருஷன், அறிவைச் சம்பாதிப்பதிலே அடிமையாயிருக்கக் கூடாது. உடற் பயிற்சியைக் கட்டாயப்படுத்திப் போதித்தால் அதனால் தேகத்திற்குக் கெடுதல் உண்டாவதில்லை. ஆனால் அறிவைக் கட்டாயப்படுத்தி ஊட்டினால் அது ஞாபகத்தில் நிலைத்து நிற்பதே யில்லை.

கிளா: மிகவும் உண்மை.

ஸாக்: ஆகவே, சிறுவர்களுக்குக் கல்வியை விளையாட்டாகவே சொல்லிக் கொடுக்க வேண்டும். அப்பொழுது தான் அவர்களுடைய இயற்கையான சுபாவம் எப்படிப்பட்டதென்பது நமக்குத் தெரியும்.

கிளா: சரியான ஏற்பாடுதான்.

ஸாக்: சிறுவர்களைக் குதிரை மீதேற்றி யுத்தகளத்திற்கு அழைத்துச் சென்று அவர்களை யுத்தத்தைச் சமீபத்திலிருந்து பார்க்குமாறு செய்ய வேண்டுமென்றும், ரத்தத்தின் சுவையையும் அவர்கள் அறிந்திருக்க வேண்டுமென்றும் நாம் முன்னேயே பேசியது ஞாபகமிருக்கிறதா?[1]

கிளா: இருக்கிறது.

ஸாக்: இதேமாதிரி இளைஞர்களைத் தேகப்பயிற்சியிலும் படிப்பிலும் பழக்கப்படுத்த வேண்டும். இங்ஙனம் பழக்கப்படுத்தப் பெற்றவர்களில் யார் மேலாய் நிற்கிறார்களோ அவர்களைத் தனியாகப் பிரித்துவிட வேண்டும்.

கிளா: எந்த வயதில்?

ஸாக்: தேவையான தேகப் பயிற்சி பெற்று முடிந்த பிறகு, ஏறக்குறைய இரண்டு மூன்று வருஷகாலம் இந்தத் தேகப் பயிற்சியிலே செலவழிந்துவிடும் இந்தக் காலத்தில் வேறுவிதமான பயிற்சிகளைப் பெற முடியாது. ஏனென்றால் இந்தக் காலத்தில், உடற் சோர்வு உண்டாகும்; தூக்கம் வரும் இவையெல்லாம் படிப்புக்கு விரோதிகளல்லவா? தவிர, இந்தத் தேகப் பயிற்சி பெறுகிற காலத்தில் இளைஞர்கள் நடந்துகொள்கிற மாதிரியைக் கொண்டு அவர்கள் எப்படிப்பட்ட சுபாவமுடையவர்களாய் இருப்பார்களென்பதை நாம் தெரிந்து கொள்ளலாம்.

கிளா: வாஸ்தவந்தான்.

ஸாக்: இங்ஙனம் தனியாகப் பிரிக்கப்பட்டவர்களில் சுமார் இருபது வயதுக்கு மேற்பட்ட இளைஞர்களைப் பொறுக்கியெடுத்து அவர்களுக்கு உயர்தரப் படிப்புச் சொல்லிக் கொடுக்க வேண்டும். சிறுவயதில் எவ்வித ஒழுங்குமில்லாமல் அவர்கள் கற்ற வித்தைகளை இப்பொழுது ஒழுங்குபடுத்திக் கற்குமாறு செய்ய வேண்டும். அப்பொழுதுதான் ஒரு வித்தைக்கும் மற்றொரு வித்தைக்கும் உள்ள சம்பந்தம் அவர்களுக்குத் தெரியும்.

கிளா: இந்த ஏற்பாடு எனக்குப் பிடித்திருக்கிறது.

ஸாக்: இந்தமாதிரி படிப்பு விஷயத்திலும் யுத்தக் கலை முதலிய துறைகளிலும் யார் அதிகமான திறமையையும் உறுதியையும் காட்டுகிறார்களோ அவர்க்ளை விசேஷமாகக் கவனித்துக் கொண்டிருக்கவேண்டும். அவர்களில் முப்பது வயதுக்கு மேற்பட்டவர்களைத் தனியாகப் பிரித்தெடுத்து மேல் நிலைக்கு உயர்த்த வேண்டும்; உயர்த்தி, அவர்களுடைய தர்க்க சாஸ்திர அறிவைக் கொண்டு அவர்களைப் பரிசோதனை செய்ய வேண்டும். செய்து, அவர்களில் யார், புலன்களின் துணையில்லாமல் சத்தியத்தின் துணைகொண்டு பரம்பொருளை நோக்கிச் செல்லும் ஆற்றல் பெற்றிருக்கிறார்களென்று நிர்ணயிக்க வேண்டும். இங்குதான் நாம் மிகவும் எச்சரிக்கையுடன் இருக்கவேண்டும்.

கிளா: என்னவிதமான எச்சரிக்கை?

ஸாக்: தர்க்க சாஸ்திர அறிவினால் இப்பொழுது எவ்வளவு தீமை ஏற்பட்டிருக்கிறதென்பது உனக்குத் தெரியாதா என்ன?

கிளா: என்ன தீமை?

ஸாக்: கீழ்படியாமை, அதாவது அடக்கமின்மை, எப்படியென்றால், சிறுவயதிலிருந்தே நமக்கு, நியாயமானவை இவை, அழகானவை இவையென்று சில அபிப்பிரயங்கள் ஏற்பட்டுவிடுகின்றன. பெற்றோர்களுக்கு அடக்கி நடக்க வேண்டுமென்பது எப்படி நமக்குப் பழக்கமாகிவிட்டதோ அப்படியே, இந்த அபிப்பிராயங்களுக்கும் கௌரவம் கொடுத்து நடந்துகொள்வது பழக்கமாகி விட்டது. இந்த நிலையில் நமக்குத் தர்க்க சாஸ்திரப்பயிற்சி அளிக்கப்படுகிறதென்று வைத்துக் கொள்வோம். இந்தப் பயிற்சி, சீலத்தைப் பின்னணியாகக் கொள்ளாதிருக்குமானால் இந்தப் பயிற்சியின் பயனாக நியாயமென்பதைப் பற்றியும், அழகு என்பதைப் பற்றியும் விபரீத கருத்துக்கள் நமக்கு ஏற்பட்டு விடுகின்றன. அரசாங்கத்தினர் நியாயத்திற்கும் அழகுக்கும் என்ன வியாக்கியானம் செய்து கொடுத்திருக்கிறார்களோ அதனை நமது தர்க்க அறிவானது மறுக்கிறது. இவைகளைப்பற்றி, சிறுவயதில் நாம் என்ன அபிப்பிராயங்களுக்கும் நமது தர்க்க அறிவுக்கும் முரண்பாடு ஏற்படுகிறது. கடைசியில் நமது அறிவிலும் எண்ணத்திலும் ஒரே குழப்பம் உண்டாகிவிடுகிறது. அழகிலும் விகாரமிருக்கிறது, விகாரத்திலும் அழகிருக்கிறது. நியாயத்திலும் அநியாயம் உண்டு, அநியாயத்திலும் நியாயம் உண்டு என்றெல்லாம் பேச ஆரம்பித்து விடுகிறோம். இதனால் நமக்குப் பழைய அபிப்பிராயங்களிலும் நம்பிக்கை குன்றிவிடுகிறது; உண்மையானவை எவை என்பதையும் தெரிந்துகொள்வதில்லை. நமக்கிஷ்டமான படியெல்லாம் நடக்கத் துணிந்துவிடுகிறோம். இதனைத் தான் அடங்காத்தன்மை என்று கூறினேன். மேலே சொன்ன முப்பது வயதுக்கு மேற்பட்டவர்களுக்கு, அதாவது நமது ராஜ்யத்தின் வருங்கால அரசர்களுக்கு, அவர்கள் பெற்ற தாக்க ஞானத்தின் பயனாக இந்த அடங்காத்தன்மை ஏற்பட்டுவிடக் கூடாதென்கிற விஷயத்தில் நாம் எச்சரிக்கையுடனிருக்க வேண்டுமென்றுதான் கூறுகிறேன்.

கிளா: வாஸ்தவம்.

ஸாக்: சிறுவதிலேயே தர்க்க அறிவை நமது இளைஞர்களுக்குப் புகட்டகூடாது. இது விஷயத்திலும் நாம் எச்சரிக்கையிருக்க வேண்டும். ஏனென்றால் சிறுவர்களுக்குத் தர்க்க அறிவின் ருசி முதன் முதலாக ஏற்படுகிறபோது அதை அவர்கள் விளையாட்டாகக் கொணடுவிடுகிறார்கள்; பிறர் சொல்வதை மறுப்பதற்கே அந்த அறிவை உபயோகப்படுத்துகிறார்கள்; அதில் ஒரு சந்தோஷமும் அடைகிறார்கள். அவர்களுக்குச் சில சமயங்களில் வெற்றியும் சில சமயங்களில் தோல்வியும் மாறி மாறி ஏற்படுகின்றன. இவைகளின் பயனாக தங்களுடைய பழைய கொள்கைகளில் அடியோடு நம்பிக்கை இழந்துவிடுகிறார்கள். இதனால் தங்களுக்கும் தத்துவ ஞானத்திற்கு (தர்க்க ஞானத்திற்கும்) இழிவை உண்டு பண்ணுகிறார்கள்.

கிளா: நீ சொல்வது உண்மை.

ஸாக்: வயதானவர்கள், இந்த மாதிரி யெல்லாம் பைத்தியம் பிடித்து அலையமாட்டார்கள்; உண்மையைக் காண முயலும் தார்க்கிகர்களைப் பின்பற்றப் பார்ப்பார்கள். இதனால்தான் தத்துவஞானப் பயிற்சியிலே (அல்லது தர்க்கஞானப் பயிற்சியிலே) ஈடுபடுகிறவர்கள் உறுதியுடையவர்களாகவும் நீதானஸ்தர்களாகவும் இருக்கவேண்டுமென்று சொல்கிறேன்.

கிளா: வாஸ்தவம்.

ஸாக்: தேகப்பயிற்சிக்காக எவ்வளவு காலம் செலவழிக்கப் படுகிறதோ அதைவிட இரட்டிப்பான காலம் தத்துவ விசாரத்திற்குச் செலவழித்தால் போதுமென்று நினைக்கிறாயா?

கிளா: நான்கு வருஷமா? ஆறு வருஷமா? எவ்வளவு போதுமென்கிறாய்?

ஸாக்: ஐந்து வருஷம் போதுமென்று கருதுகிறேன். இந்த ஐந்து வருஷப் பயிற்சி முடிந்தபிறகு அவர்களை – அந்தத் தத்துவ ஞானிகளை – –மேலே உபமானமாகச் சொன்னோமே அந்தக் குகைக்கு அனுப்பவேண்டும்; அதாவது சாதாரண ஜனங்கள் மத்தியில் பழகி அனுபவம் பெறுமாறு அனுப்பவேண்டும் போர்களிலே தலைமை வகிக்குமாறும், யௌவன புருஷர்களுக்கு ஏற்றதான உத்தியோகங்களை ஏற்குமாறும் கட்டாயப்படுத்திவேண்டும். இந்த நிலைகளிலும் அவர்கள் உறுதியுடனிருக்கிறார்களா, ஒழுங்காக நடந்து கொள்கிறார்களா என்று பார்க்கவேண்டும்.

கிளா: இதற்காக எத்தனை வருஷம் செலவழிக்க வேண்டுமென்கிறாய்?

ஸாக்: பதினைந்து வருஷம், அவர்கள் ஐம்பது வயதடைந்தது, அவர்களில் யாரார் எந்தவிதமான ஆசாபாசங்களுக்கு, வசப்படாதவராகி, எந்தக் காரியத்தையும் திறமையுடன் செய்வதில் பிரசித்தி அடைந்தவர்களாய், எல்லாத் துறைகளிலும் அறிவுடையவராய் இருக்கின்றனரோ அவர்களை மட்டும் தனியாகப் பிரித்து எந்தக் காரியத்திற்காக அவர்களை மட்டும் தனியாகப் பிரித்து எந்தக் காரியத்திற்காக அவர்கள் இதுகாறும் பயிற்சி செய்விக்கப்பட்டார்களோ அந்தக் காரியத்தில் (அதாவது அரச பொறுப்பில்) அவர்களைப் பிரவேசிக்கச் செய்யவேண்டும். எது ஒளிமயமாய் விளங்குகிறதோ, எது எல்லாப் பொருள்களுக்கும் ஒளியை அளிக்கிறதோ அதன்மீது நாட்டஞ் செலுத்துமாறு செய்யவேண்டும். அப்பொழுது அவர்கள் கலப்பில்லாத, முழு நன்மையைப் பார்ப்பார்கள். அந்த முழு நல்லதையே முன் மாதிரியாக வைத்துக்கொண்டு, அவர்கள் ராஜ்ய நிருவாகம் செய்ய வேண்டும்; தனிமனிதர்களுடைய வாழ்க்கையை ஒழுங்குபடுத்த வேண்டும்; எஞ்சியுள்ள தங்கள் வாழ்நாளையும் கழிக்க வேண்டும். தத்துவ

விசாரணையில் ஈடுபட்டிருப்பதே அவர்களுடைய வேலையாயிருந்த போதிலும், தங்களுடைய முறை வருகிறபோது அவர்கள் தேசத்தின் அரசியலில் கலந்துழைக்கவேண்டும்; தேசத்தின் நன்மைக்காக அதிகார பதவியை ஏற்றுக்கொள்கிறபோது அதனை ஒரு கடமையாக ஏற்றுக்கொள்ளவேண்டும்; அப்படிக்கின்றி, தாங்கள் ஏதோ ஒரு பெரிய காரியத்தைச் சாதிப்பதாக நினைத்துக் கொண்டு ஏற்றுக்கொள்ளக்கூடாது. தங்களுக்குப் பின்னால் தங்களைப்போல் ராஜ்ய நிருவாகத்தை ஏற்று நடத்தக்கூடிய ஒரு சிலரைப் பழக்கப்படுத்துவிட்டுச் செல்வார்களானால் அவர்களுக்குச் சொர்க்கலோகம் கிடைக்கும்; அங்கேயே நிரந்தரமாக வசிப்பார்கள். எந்த ராஜ்யத்திற்கு அவர்கள் அதிகாரிகளா யிருந்தார்களோ அந்த ராஜ்யமானது, அதாவது அந்த ராஜ்யத்தின் ஜனங்கள், அவர்களுக்கு ஞாபகச் சின்னங்கள் எழுப்பியும், பூஜைகள் முதலியன நடத்தியும் கௌரவப்படுத்துவார்கள்; அவர்களைத் தெய்விக புருஷர்களாகக் கொண்டாடுவார்கள்.

கிளா: நீ ஒரு சிற்பிதான் ஸாக்ரட்டீஸ்! நமது அரசர்களின் உருவச் சிலைகளை மாசு மறுவில்லாமல் அழகாகச் சமைத்துவிட்டாய்.

ஸாக்: அரசர்களின் உருவச்சிலைகள் மட்டுமென்ன, அரசிகளின் உருவச் சிலைகளையுங்கூடச் சமைத்துவிட்டேன் என்று சொல்லலாமே, கிளாக்கோன், இதுகாறும் நான் சொன்னதெல்லாம் ஆண்களுக்கு மட்டுமல்ல, பெண்களுக்கும் பொருந்தும்.

கிளா: வாஸ்தவம் நீ சொல்வது. நாம்தான் ஏற்கனவே முடிவுகட்டியிருக்கிறோமே, ஆண்களைப்போலவே பெண்களும் சமபங்குடையவர்களென்று?

ஸாக்: இதுகாறும் நாம் ராஜ்யத்தைப்பற்றியும் அதன் அமைப்பைப்பற்றியும் பேசிவந்தோமே, அவையெல்லாம் வெறுங் கனவல்ல, அவைகளை அனஷ்டானத்திலே கொண்டுவரச் செய்வதென்பது கடினந்தான்; ஆனால் அசாத்தீயமானதல்ல என்று நீ ஒப்புக்கொள்கிறாயல்லவா? உண்மையான ஞானிகளில் ஒருவரோ அல்லது ஒரு சிலரோ ஒரு ராஜ்யத்திற்கு அரசர்களாக அமைவார்களானால் அவர்கள், இவ்வுலகத்திலேற்படக் கூடிய புகழ், கௌரவம் முதலியவற்றைத் துச்சமாகக் கருதுவார்கள்; நீதியையும் அல்லது தர்மத்தையும் அந்த நீதியிலிருந்து அல்லத் தர்மத்திலிருந்து உண்டாகிற கௌரவங்களையுமே பெரிதெனப் போற்றுவார்கள். அந்த நீதி அல்லது தர்மமே எல்லாவற்றிற்கும் மேலானது. அவசியமானது. அதனைப் பரிபாபாலிக்க வந்தவர்களே நாம் என்ற எண்ணத்தோடு ராஜ்யத்தைச் சீர்திருத்தி அமைப்பார்கள்.

கிளா: அவர்கள் எப்படித் தங்கள் சீர்திருத்த வேலையைத் தொடங்குவார்கள்?

ஸாக்: பத்து வயதுக்கு மேற்பட்ட பிரஜைகளை தலைநகரத்திலிருந்து கிராமாந்தரங்களுக்கு அனுப்பிவிட்டு அவர்களுடைய குழந்தைகளை அரசாங்கத்தின் பொறுப்புக்கு கொண்டுவந்து விடுவார்கள். அந்தக் குழந்தைகளினுடைய பெற்றோர்களின் பழக்கவழக்கங்கள் முதலியன அந்தக் குழந்தைகளுக்குப் படியாதவாறு பார்த்துக் கொள்வார்கள்.[1] பின்னர், தங்களுடைய, அதாவது ஞானிகளாயுள்ள அரசர்களுடைய பழக்கவழக்கங்கள், நீதி நியமங்கள் முதலியவற்றில் அந்தக் குழந்தைகளுக்குப் பயிற்சி அளிப்பார்கள். அந்தக் குழந்தைகளே பெரியவர்களாகி ராஜ்யப் பொறுப்பை ஏற்றுக்கொள்கிறபோது அந்த ராஜ்யமும் சீக்கிரமாகச் சந்தோஷ நிலையை அடைகிறது; அந்த ராஜ்யத்தின் சட்ட திட்டங்களும் ஜனங்களுக்கு அனுகூலமாய் அமைகின்றன.

கிளா: அதுதான் சிறந்த வழி. ஒரு ராஜ்ய அமைப்பு எப்படி இருக்கவேண்டும் என்பதைப் பற்றி நன்றாகச் சொல்லிவிட்டாய், ஸாக்ரட்டீஸ்.

ஸாக்: ஒரு ராஜ்யம் எப்படி இருக்கவேண்டும், அதனை யொத்த தனி மனிதன் எப்படி இருக்க வேண்டும் என்பவற்றைப் பற்றி நாம் போதுமான அளவுக்குப் பேசிவிட்டோமில்லையா?

கிளா: ஆம்; இதனோடு இந்த விஷயம் முற்றுப் பெற்றுவிட்டது.

எட்டாவது புத்தகம்

பலவித அரசியல் அமைப்புகள், அவற்றின் கீழ் வாழும் பலவகை மனிதர்களின் தன்மைகள் முதலியவற்றைப் பற்றி ஸாக்ரட்டீஸ் இந்தப் பாகத்தில் பிரஸ்தாபிக்கிறான்.

ஸாக்ரட்டீஸ்: என்ன கிளாக்கோன், இதுவரை நாம் பேசியதிலிருந்து பின்வரும் முடிவுகளுக்கு வந்திருக்கிறோம்; அதாவது, ஒரு ராஜ்யம் ஒழுங்காக அமைந்திருக்க வேண்டுமானால், மனைவிமார்கள், குழந்தைகள் ஆகியோர் பொதுவுடைமைகளாகக் கருதப்பட வேண்டும்; கல்வி முறை, யுத்தகாலத்திலும் சமாதான காலத்திலும் நடைபெற வேண்டிய தொழில்கள் முதலியன யாவும் எல்லோருக்கும் பொதுவானவையா யிருக்க வேண்டும்; உத்தமமான ஞானிகள், வீரம் மிகுந்த போர் வீரர்கள் ஆகியோர் அந்த ராஜ்யத்தின் நிர்வாகிகளாக இருக்க வேண்டும்; இவர்கள், தங்கள் பதவியை ஏற்றுக்கொண்டதும், சாதாரண போர் வீரர்களை ஒன்று திரட்டிப் பொதுவானதோர் இடத்தில் வாழச் செய்ய வேண்டும்; அவர்களுக்கென்று சொந்தமான தனியான சொத்துக்கள் எவையும் இருக்கக்கூடாது; அவர்களுடைய வாழ்க்கைத் தேவைகளை மற்றப் பிரஜைகள் தேடிக் கொடுக்க வேண்டும்; இதற்குப் பிரதியாக அந்தப் போர் வீரர்கள் தங்களையும் காப்பாற்றிக் கொண்டு, ராஜ்யத்தையும் காப்பாற்ற வேண்டும்; இப்படியெல்லாம் நாம் முடிவு கடினோமில்லையா?[1] இனி, முந்தி ஆரம்பித்து உடனே விட்டுவிட்ட விஷயத்தைப் பற்றிப் பேசுவோமா."

கிளா: ஆம்; அந்த விஷயத்தைப் பற்றி மறுபடியும் விளக்கமாக ஆராய்ச்சி செய்யவேண்டும். ஒரு ராஜ்யம் எப்படி இருக்க வேண்டும் என்பதைப் பற்றி ஏற்கனவே நன்றாகச் சொல்லிவிட்டாய்; அப்படியிருக்கிற ராஜ்யந்தான் நல்ல ராஜ்யம், அது போலிருக்கிற மனிதன்தான் நல்ல மனிதன், மற்ற ராஜ்யங்கள், மற்ற மனிதர்கள் எல்லோரும் போலிகள் என்பவற்றைப் பற்றியும் சொல்லிவிட்டாய். இந்தப் போலி ராஜ்யங்களில் நான்கு வகை உண்டென்று நீ கூறியதாக எனக்கு ஞாபகம்.[1] இந்த நால்வகை ராஜ்யங்களின் குறைபாடுகள், இவற்றை யொத்த மனிதர்களின் குறைபாடுகள் முதலியவற்றைப் பற்றியும் நாம் பரிசீலனை செய்ய வேண்டும். இப்படிப் பலவகை மனிதர்களின் குறைபாடுகளைப் பற்றிப் பரிசீலனை செய்து பார்த்தால்தான், இவர்களில் யார் சிறந்தவர், யார் கீழானவர் என்பது தெரியவரும். அப்படித் தெரிந்துகொண்ட பிறகு, சிறந்தவரெல்லோரும் எங்ஙனம் சௌக்கியமாக வாழ்கிறார்கள். கீழானவரனைவரும் எங்ஙனம் துக்கத்தை அனுபவிக்கிறார்கள் என்பதைப் பற்றி ஆராய்ச்சி செய்து ஒரு முடிவுக்கு வந்துவிடலாம். எனவே, நான்கு

வகையான போலி ராஜ்யங்கள் அல்லது ராஜ்ய அமைப்புகள் என்று சொன்னாயே அதைப் பற்றி முதலில் சிறிது விளக்கிச் சொல்.

ஸாக்: சொல்கிறேன். நான்கு வகை ராஜ்ய அமைப்புகள் உண்டென்று சொன்னேனில்லையா அவற்றில் முதலாவது கிரீட்டிலும்[2] ஸ்ப்பார்ட்டாவிலும் நடைபெறுகிற ஆட்சி முறைகள். இவை தாம் இப்பொழுது பெரிதும் சிலாகிக்கப்படுகின்றன. இரண்டாவது ஒரு சிலர் ஆட்சி[3] எனப்படுகிறது. இது முந்தியதைப்போல் அவ்வளவாகச் சிலாகிக்கப்படுவதில்லை. பல தீமைகளடங்கிய ஆட்சி முறையென்று இதனைச் சொல்லலாம். மூன்றாவது குடியாட்சி.[4] ஒரு சிலர் ஆட்சிக்குப் பிறகு தொடர்ந்தாற்போல் ஏற்படக் கூடியது இதுதான். ஆனால், அதற்கு இது நேர் விரோதமானது. நான்காவது கொடுங்கோலாட்சி.[5] இது மேலே சொன்ன ஆட்சிமுறைகளுக்கு மாறுபட்டது. இந்த ஆட்சிமுறை எந்த ராஜ்யத்தில் நடைபெறுகிறதோ அந்த ராஜ்யம் வியாதியினால் பீடிக்கப்பட்டு இருக்கிறதென்று அர்த்தம். இந்த மாதிரி தனித்துவமுடைய வேறேதேனும் ஆட்சிமுறைகள் இருக்கின்றனவா? எனக்கென்னவோ தென்படவில்லை உனக்குத் தெரிந்தால் சொல். பிரபுக்களின் ஆதிபத்தியத்திற்கு உட்பட்ட சில சிறு பிரதேசங்கள் இருக்கின்றன. இவை அந்தப் பிரபுக்களினால் அடிக்கடி வாங்கவும் விற்கவும் படுகின்றன. கிரீஸ் முதலிய நாடுகளில் இத்தகைய ஆதிபத்தியங்கள் ஏராளமாக இருக்கின்றன. இவற்றை நாம் ஒரு பொருட்படுத்த வேண்டியதில்லை.

கிளா: வாஸ்தவம்.

ஸாக்: மேலே சொன்ன நான்குவித ஆட்சிமுறைகளும், இவற்றுக்கெல்லாம் மேலாக நாம் வகுத்த ஆட்சி முறையையும் சேர்த்து மொத்தம் ஐந்துவிதமான ஆட்சி முறைகள் இருக்கின்றன அல்லவா. இதைப் போல ஐவகையான குணங்கள் அல்லது மனச்சார்புகளுடைய மனிதர்களும் உண்டு. மேன் மக்களாட்சி[6] யென்று சொன்னோமே, அதாவது ஞானிகளே அரசர்களாயிருந்து நடத்துகிறா ஆட்சி, அந்த ஆட்சியைப் போலொத்தவர்கள் தான் முன்னே சொல்லப்பட்ட நீதிமான்கள்; நன்மக்கள். இனி மற்ற ஆட்சிமுறைகளைப் பற்றியும் அவற்றையொத்த மனிதர்களைப் பற்றியும் ஆராய்வோமா?

கிளா: நிச்சயமாக ஆராய வேண்டும்.

ஸாக்: சரி; முதலில் ஆட்சிமுறைகளைப் பற்றி ஆராய்வோம். முதலாவது பேராசை நிறைந்த ஆட்சி முறை. இதற்கு வழக்கத்திலேயுள்ள வேறு பெயர் எனக்குத் தெரியவில்லை. இதனை 'டிமாக்ரஸி' அல்லது 'டிமார்க்கி'[1] என்று நாம் சொல்வோம். இது மேன் மக்களாட்சியிலிருந்து தோன்றுவது ஒன்று கேட்கிறேன் கிளாக்கோன், ஓர் ஆட்சி முறையில் ஏதேனும் மாற்றம்

ஏற்படுகிறதென்று சொன்னால், அதற்குக் காரணம் அதிகார பதவியில் இருக்கிறவர்களுக்குள் பிணக்கு ஏற்படுவதனால் இல்லையா? அவர்கள் எவ்வளவு சிறு எண்ணிக்கை உடையவர்களாய் இருந்தாலும் ஒரு மனமுடையவர்களாய் இருக்கிறவரையில் அவர்களால் நடத்தப்பெறும் ஆட்சி முறையை யாரும் மாற்ற முடியாதல்லவா?

கிளா: வாஸ்தவம்.

ஸாக்: அப்படியானால் ஆட்சி முறையில் எப்படி மாற்றம் ஏற்படுகிறது? அரசர்களும் போர் வீரர்களும் எப்படிப் பிணக்குக் கொள்கிறார்கள்?

கிளா: எப்படி?

ஸாக்: உலகத்திலே தோன்றுகிற எந்த ஒரு பொருளுக்கும் வளர்ச்சியும் உண்டு; அழிவும் உண்டு. அந்தப் பொருளின் ஆயுட்காலத்தைப் பொறுத்து இந்த வாழ்வு தேய்வு இருக்கிறது மானிட ஜாதிக்கும் இந்த விதி உண்டு. அழிவு ஏற்படுகிற காலத்தில் பொருத்தமில்லாத விவாகங்கள் நடைபெறும். இவற்றின் பயனாக உண்டாகிற சந்ததியினர் திறமைசாலிகளாயிருக்க மாட்டார்கள். இப்படிப் பட்டவர்களை இவர்களுக்கு முன்னாலிருந்தவர்கள் அதிகார பதவியில் இருத்திவிட்டுப் போய் விடுவார்கள். ஆனால், இவர்கள் அந்தப் பதவிக்குத் தகுதியில்லாதவர்களாக நடந்து கொள்வார்கள். இவர்கள், தாங்கள் செய்யவேண்டிய கடமைகளை மறந்து, ராஜ்யத்து இளைஞர்களுக்கு அளிக்கவேண்டிய கலைப் பயிற்சிஐ முதலிலும், பின்னர் தேகப் பயிற்சியையும் முறையே புறக்கணிப்பார்கள். இதன் பயனாக ஜனங்களுக்குச் சரியான கல்வி அறிவு இல்லாமற் போய்விடும். இந்தக் கல்வி அறிவு இல்லாதவர்களே பின்னர் அதிகாரிகளாக நியமிக்கப்படுவார்கள். இவர்களுக்கு, மனிதர்களிலே தங்கம் போன்றவர் யார், வெள்ளி போன்றவர் யார், பித்தளை போன்றவர் யார், இரும்பு போன்றவர் யார் என்ற வித்தியாசம் தெரியாது.[1] இதனால் ஜாதிக் கலப்பு ஏற்பட்டு ஏற்றத் தாழ்வுகளும், ஒழுங்கீனங்களும் உண்டாகும்; துவேஷங்கள் வளரும், போர்கள் நிகழும் இவற்றின் விளைவாக, பித்தளையையும் இரும்பையும் ஒத்த ஜாதியினர், அதாவது விவசாயிகள், தொழிலாளர் முதலியோர் பணம் சம்பாதிப்பதிலும், வீடு வாசல், காணி பூமி முதலியவை சேகரிப்பதிலும் ஈடுபடுவார்கள்: தங்கத்தையும், வெள்ளியையும் ஒத்த மற்ற இரண்டு ஜாதியினரும், அதாவது ஞானிகளான அரசர்களும் போர் வீரர்களான க்ஷத்திரியர்களும் வறுமையை அனுபவியாத காரணத்தினால் தர்ம மார்க்கத்திலும் புராதன ஆசார சீலங்களைக் கடைப்பிடிப்பதிலும் ஈடுபடுவார்கள். இப்படி இரு பிரிவினரும் வெவ்வேறு வழியில் ஈடுபட்டாலும் இவர்களுக்குள் முதலில் பிணக்கு உண்டாகும்; பின்னர் ஒரு சம்ரஸத்திற்கு வருவார்கள். இருவரும் சேர்ந்து, ராஜ்யத்தின் வீடு வாசல்களையும்,

காணி பூமிகளையும் தனிப்பட்ட நபர்களுக்குப் பிரித்துக் கொடுப்பார்கள்; தாங்கள் யாரை இதுவரை சுதந்திர புருஷர்களாக வைத்துப் பரிபாலித்து வந்தார்களோ அவர்களனைவரையும் அடிமைப்படுத்தித் தங்களுடைய பிரஜைகளாகவும் வேலைக்காரர்களாகவும் ஆக்கிக் கொண்டு விடுவார்கள்; தாங்கள் மட்டும் யுத்தத்தில் ஈடுபட்டுத் தங்களைப் பாதுகாத்துக் கொள்வதில் கவனஞ் செலுத்துவார்கள். இப்படிப்பட்டவர்கள் நடத்தும் ஆட்சிமுறையானது, மேன்மக்களாட்சி என்பதற்கும், ஒரு சிலராட்சி என்பதற்கும் மத்தியமாய் இருக்கும் இதைதந்தான் 'டிமாக்ரஸி' என்று சொல்கிறேன்.

கிளா: 'டிமாக்ரஸி'யை மிக அழகாக வர்ணித்துவிட்டாய்.

ஸாக்: இங்ஙனம் இரண்டுக்கும் மத்தியமாயிருப்பதனால் இந்த ஆட்சிமுறையில், அந்த இரண்டின் தன்மைகளும் கலந்திருப்பதோடு, இதற்கென்று தனியான சில குண விசேஷங்களும் இருக்கும். எப்படியென்றால், அரசர்களுக்குப் போர் வீரர்கள் செலுத்துகிற மரியாதை, போர் வீரர்கள், விவசாயம், கைத்தொழில், வியாபாரம் முதலியவற்றில் ஈடுபடாதிருத்தல், போர் வீரர்களனைவரும் ஒன்றாக இருந்து உண்ணல், தேகப்பயிற்சிக்கும் ராணுவப் பயிற்சிக்கும் அதிக கவனம் செலுத்தல் முதலிய விஷயங்களில் இந்த ஆட்சி முறை முந்தின மேன்மக்களாட்சியை யொத்ததாக இருக்கும். இதனுடைய தனியான அரசர்களாக நியமிக்க அஞ்சும் ஏனெனின் அவர்கள் இயற்கையோடியைந்த வாழ்வு நடத்தாதவர்களாகவும், சிரத்தையற்றவர்களாகவும் இருப்பார்கள். நல்லதும் கெடுதலுமான பல குணங்கள் அவர்களிடத்தில் கலந்திருக்கும். ஞானிகளுக்குப் பதிலாக பேராசையுடையவர்களும், குறுகிய மனப்பான்மை உடையவர்களும், சமாதானத்தைக் காட்டிலும் யுத்தத்திற்கு அதிகமாகத் தகுதியுடையவர்களுமே அரசர்களாகத் தெரிந்தெடுக்கப்படுவார்கள். இவர்கள் யுத்தத்திற்கும் யுத்த தந்திரங்களுக்கும் அதிக முக்கியத்துவம் கொடுப்பார்கள். மற்றும் இவர்கள், ஒருசிலர் ஆட்சிக்குட்பட்டிருப்பவர்களைப் போல் பண ஆசை பிடித்தவர்களாகவும், பொன்னையும் வெள்ளியையும் அதிகமாக விரும்புகிறவர்களாகவும், அந்தப் பொன்னையும் வெள்ளியையும் ரகசியமாகச் சேர்த்து வைக்கிறவர்களாகவும், ஆடம்பரமான மாளிகைகளைக் கட்டி அதில் தங்கள் மனைவி மக்களை வசிக்கச் செய்து அவர்களுக்காக அதிகமான பணத்தைச் செலவழிக்கிறவர்களாகவும் இருப்பார்கள். மற்றும் இவர்கள், பகிரங்கமாக மற்றவர் பொருளைக் கவர முடியாத காரணத்தினால் கஞ்சத்தனமாக இருப்பார்கள்; தங்கள் ஆசையைத் திருப்தி செய்துகொள்ள, மற்றவர் பணத்தைச் செலவழிப்பார்கள்; ரகசியமாகச் சுகத்தை அனுபவிப்பார்கள்; தகப்பனை எப்படிச் சில பிள்ளைகள் அவமதிக்கிறார்களோ, அப்படி இவர்கள், சட்டத்தை அவமதித்து நடப்பார்கள். இப்படியெல்லாம்

இவர்கள் நடப்பதற்குக் காரணம், இவர்களுக்குக் கட்டாயத்தின் பேரில் கல்விப் பயிற்சி அளித்ததும் கலைப்பயிற்சியைக் காட்டிலும் தேகப்பயிற்சிக்கே முக்கியத்துவம் கொடுத்து இவர்களைப் போதிக்க வைத்ததுமேயாகும்.

கிளா: நன்மையையும் தீமையையும் கலந்த ஓர் ஆட்சிமுறையை நீ நன்றாக வர்ணித்துவிட்டாய்.

ஸாக்: ஆம்; கலப்புள்ள ஆட்சி முறைதான் இது. இந்த ஆட்சி முறையில் ஓர் அம்சம் மட்டும் அதிகப்பட்டிருக்கும். அதாவது பேராசை காரணமாகப் போட்டியும் கட்சி உணர்ச்சியும் மிகுந்திருக்கும்.

கிளா: சரி; இந்த ஆட்சி முறையையொத்த தனி மனிதன் எப்படி இருப்பான்?

இதிலிருந்து அடீமாண்ட்டஸ் வாதத்தில் கலந்துகொள்கிறான்.

ஸாக்: அவன் பிடிவாத குணமுள்ளவனாகவும் குறைந்த பண்பாடுடையவனாகவும் இருப்பான்; ஆனால், அந்தப் பண்பாட்டைப் பாராட்டுவான். அவன் அதிகமாகப் பேசமாட்டான்; ஆனால், பிறர் சொல்வதை அதிகமாகக் கேட்பான். அப்படிப்பட்டவன், அடிமைகளிடத்தில் முரட்டுத்தனமாகவே நடந்துகொள்வான்; ஆனால், சுதந்திர புருஷர்களிடத்தில் சரளமாக நடந்துகொள்வான்; அதிகாரத்திற்குக் கீழ்ப்படிந்து நடப்பான்; அதிகாரத்தையும் புகழையும் அதிகமாக விரும்புவான். தான் போர் வீரனாயிருப்பதால் தனக்கு அரச பதவி உரித்தானது என்று சொல்வான்; உடற்பயிற்சி சம்பந்தமான விளையாட்டுகளில் அதிகமாக ஈடுபடுவான். மற்றும் அவன், பாலியத்தில் செல்வத்தைத் துச்சமாகக் கருதுவான்; ஆனால், வயதாக ஆக அந்தச் செல்வத்திலேயே மோகங் கொள்வான். அவன் எப்படி முதன் முதலாகத் தோன்றுவான் என்பதைப் பற்றிச் சொல்கிறேன், கேளுங்கள். சரியாக நிர்வகிக்கப்படாத ஒரு ராஜ்யத்திலுள்ள ஒரு வீரத் தந்தையின் மகனாக அவன் பிறப்பான். அந்தத் தந்தையோ, அரசாங்க பதவிகள் எதனையும் ஏற்றுக்கொள்ள மறுக்கிறவனாய், தனது குறைகளுக்குப் பரிகாரந் தேடிக்கொள்ள சட்டத்தின் துணையை நாடாதவனாய், எப்படியாவது தொந்தரவுகளில்லாமல் இருந்தால் போதுமென்ற மனப்பான்மை உடையவனாய் இருப்பான். அப்படிப்பட்ட தந்தையினுடைய வீட்டிலே என்ன விதமான பேச்சுவார்த்தைகள் நடக்கும்? தாயார், தன் புருஷனுக்கு எந்த விதமான அரசாங்க பதவிகளும் கிடைக்கவில்லையே, அதனால் தனக்கு எவ்வித கௌரவமும் கிடைக்காமலிருக்கிறதே என்று எப்பொழுதும் முணுமுணுத்துக் கொண்டே இருப்பாள். தவிர, தன் புருஷன் பணஞ் சம்பாதிப்பதிலே இச்சை இல்லாதவனாகவும், நீதி ஸ்தலத்திலோ, ஜன சபையிலோ வழக்காடி வென்று

வராமல் எது வந்தாலும் வரட்டும் என்று அமைதியாய் இருக்கிறவனாகவும், எப்பொழுதும் தன்னைப் பற்றியே சிந்தித்துக் கொண்டிருப்பவனாகவும், மனைவியாகிய தன்னை அலட்சியப்படுத்துகிறவனாகவும் இருப்பதைப் பார்த்து அவளுக்குக் கோபம் உண்டாகிறது. தன் மகனிடம் தன் புருஷனைப் பற்றிக் குறையாகச் சொல்லிக் கொள்கிறாள். இப்படியே வீட்டு வேலைக்காரர்களும் அந்த மகனிடம் எஜமானனைப் பற்றிக் குறை சொல்கிறார்கள். அவனுடைய தகப்பனாருக்கு யாரேனும் பணம் பாக்கி இருந்தாலும் சரி, அல்லது யாரேனும் அபகாரம் செய்திருந்தாலும் சரி, அவர்களை யெல்லாம், தகப்பனாரைப் போல் சும்மா விட்டுவிடக்கூடாதென்றும், ஆண்பிள்ளையாக நடந்துகொள்ள வேண்டுமென்றும் அடிக்கடி சொல்லிக் கொண்டிருக்கிறார்கள். அவன் – அந்த மகன் – வயதடைந்த பிறகு தன்னைச் சுற்றி என்ன பார்க்கிறான்? தானுண்டு, தன் தொழிலுண்டு என்று தங்கள் விவகாரங்களைக் கவனித்துக்கொண்டு போகிறவர்கள் முட்டாள்களென்று சொல்லப்படுவதையும், அதேசமயத்தில் பிறர் விஷயத்தில் தலையிடுகிற அதிகப்பிரசங்கிகள் இருக்கிறார்களே அவர்கள் போற்றிப் புகழப்படுவதையும் பார்க்கிறான். இதன் விளைவு என்ன? அந்த இளைஞன், வேறு மாதிரியாக நடந்துகொள்ளத் தொடங்குகிறான். தகப்பனார் தம்மிடத்திலே உள்ள விவேக தத்துவத்தை வளர்த்துக் கொண்டு வந்திருந்தால், இவன், தன்னிடத்திலேயுள்ள கோபதாபங்கள், ஆசாபாசங்கள் முதலியவை நிறைந்த தத்துவத்தை வளர்த்துக்கொண்டு வருகிறான். இவன் சுபாவத்தில் கெட்டவனல்ல; ஆனால், சேர்க்கை வாசனை காரணமாக நல்லவனாகவும் இராமல், அதிக கெட்டவனாகவும் ஆகிவிடாமல் மத்தியமாயுள்ள ஒரு நிலையிலே இருக்கிறான், பிடிவாதம் போட்டி போடுகிற தன்மை முதலியன நிறைந்தவனாக ஆகிவிடுகிறான்.

அடீ: இரண்டாவது வகை ஆட்சி முறையைப் பற்றியும், இரண்டாவது வகை மனிதனைப் பற்றியும் நன்றாகவே சொல்லிவிட்டாய். அடுத்தது என்ன? ஒரு சிலர் ஆட்சி அதைப்பற்றிச் சொல்.

ஸாக்: ஆம்; சொல்கிறேன், சொந்துடைமையை அடிப்படையாகக் கொண்டாது. இந்த ஆட்சி முறை, இந்த ஆட்சி முறையின் கீழ், பணம் படைத்தவர்களே நிருவாகத்தை நடத்துவார்கள்; ஏழை மக்களுக்கு நிருவாகத்தில் பங்கு இராது.

அடீ: தெரிகிறது.

ஸாக்: 'டிமார்க்கி' ஆட்சி முறையிலிருந்து இந்த ஒரு சிலர் ஆட்சி முறை எப்படி வந்தது என்பதைப் பற்றிச்சொல்கிறேன் தனிப்பட்ட நபர்களிடத்தில் அதிக பணம் வந்து குவிந்து விடுகிறபோது இந்த 'டிமார்க்கி' ஆட்சி முறை அழியத் தொடங்குகிறது. இவர்கள், தங்கள் பணத்தைச் செலவழிக்கும் பொருட்டு சட்ட

விரோதமான முறைகளைக் கண்டுபிடித்து அவைகளைக் கையாள்கிறார்கள். இவர்களுக்குத்தான் சட்டத்தைப் பற்றி லட்சியமே யில்லையே? இப்படி ஒரு சிலர், பணக்காரர்களா யிருப்பதைப் பார்த்து மற்றவர்களும் அவர்களோடு போட்டி போடுகின்றனர். எல்லோருக்கும் பண ஆசை பிடித்துவிடுகிறது. பணம் குவிக்க முற்படுகின்றனர். இதனால் பணத்தைப் பற்றிய சிந்தனையே இவர்களுக்கு அதிகமாகிறது. இந்தச் சிந்தனையே இவர்களுக்கு அதிகமாகிறது. இந்தச் சிந்தனை அதிகமாக ஆக, சீலம் நீதி முதலியவைகளைப் பற்றிய சிந்தனை குறைகிறது. செல்வத்தையும் சீலத்தையும் தனித்தனியாக இரண்டு தராசுகளில் வைத்தால் ஒரு தட்டு உயரும், மற்றொரு தட்டு தாழும் என்பதை யாராவது மறுக்கமுடியுமா என்ன? எந்த ராஜ்யத்தில் செல்வமும் செல்வர்களும் கௌரவிக்கப் படுகிறார்களோ அந்த ராஜ்யத்தில் சீலமும் சீலர்களும் அகௌரவிக்கப்படுகிறார்கள். எது கௌரவிக்கப்படாதது புழக்கத்தினின்று மறைந்து போவதும் சகஜந்தானே? எனவே அதிகார பதவியிலிருக்கிறவர்கள் பண ஆசை பிடித்தவர்களாகி விடுகிறார்கள். இவர்கல் பணக்காரர்களுக்கு மட்டுமே உத்தியோகங்கள் கொடுக்கிறார்கள்; ஏழைகளைப் புறக்கணித்து விடுகிறார்கள். இவர்கள் நாளாவட்டத்தில், குறித்த ஓரளவு சொத்துடையவர்களே அரசாங்க நிருவாகத்தில் பங்கெடுத்துக் கொள்ளலாமென்ற ஒரு சட்டத்தை நிறைவேற்றி, முதலில் ஜனங்களைப் பயமுறுத்தி அனுஷ்டானத்திற்கு கொண்டுவரப் பார்க்கிறார்கள்; அது முடியாவிட்டால் பலாத்காரத்தை உபயோகித்து அனுஷ்டானத்திற்குக் கொண்டுவந்து விடுகிறார்கள்.

அடீ: சரி; இந்த ஆட்சிமுறையின் தன்மை என்ன, இதிலுள்ள குறைகள் யாவை என்பதை எங்களுக்குச் சொல்ல வேண்டும்.

ஸாக்: குறித்த ஓரளவு சொத்துடையவர்களே நிருவாகத்தில் பங்குபெறத் தகுதியுடையவர்களென்கிற இந்த ஆட்சிமுறையின் அடிப்படையான தத்துவமே தவறானது உதாரணமாக, நமது கப்பலோட்டிகள் இருக்கிறார்கள்; அவர்களில் குறித்த ஓர் அளவு சொத்துடையவர்களே கப்பலோட்டிகளாக வரலாமென்று சொன்னால், நாம் எவ்வித ஆபத்துமில்லாமல் பிரயாணஞ் செய்ய முடியுமா? ஏனென்றால் திறமைசாலிகளான கப்பலோட்டிகளைத்தான், அவர்கள் ஏழைகள் என்ற காரணத்தினால் புறக்கணித்து விடுகிறோமே? ஒரு ராஜ்ய நிருவாகமும் இப்படித்தானே? அதில் திறமைசாலிகளுக்கு இடங்கொடாமல் சொத்துடையவர்களுக்கு மட்டும் இடங்கொடுத்தால், அந்த ராஜ்யத்தின் நிருவாகம் எப்படி ஒழுங்காக நடைபெறும்? தவிர, சொத்துடையவர்களே அதிகாரிகளாக வரத் தகுதியுடையவர்களென்ற சட்டம் இருப்பதானால், சமுதாயத்தில் பணக்காரர்களென்றும் ஏழைகளென்றும்

இரண்டு பிரிவினர் ஏற்பட்டு விடுகிறார்கள். இவர்கள் ஒரு ராஜ்யத்தைச் சேர்ந்தவர்களாயிருந்தும், ஒருவருக்கொருவர் விரோதமாகவே சூழ்ச்சி செய்து கொண்டிருக்கிறார்கள். இதனால் ஏதேனும் ஒரு யுத்தம் ஏற்பட்டால் அப்பொழுது அதிகாரத்திலிருக்கிறவர்கள், மற்ற ஜனங்கலை உபயோகித்துக்கொள்ள முடியாதவர்களாகிறார்கள். ஏனென்றால், வெளிச் சத்துருவைக் காட்டிலும் இந்த உள் சத்துருவைக் கண்டே இவர்கள் அதிகமாக பயப்பட வேண்டியிருக்கிறது. மற்றும், யுத்தத்தினால் ஏற்படுகிற செலவுகளைச் சரிப்படுத்த வேண்டி, புதிய வரிகள் விதிக்கப்பட்டால் அதனைச் செலுத்துவதற்கு இந்த அதிகாரிகள் இஷ்டப்படுவதில்லை, இதற்கு இவர்களுடைய பண ஆசையே முக்கிய காரணமாயிருக்கிறது. இன்னும் இந்த ஆட்சிமுறையின் கீழ், ஒரே ஜனங்களே பல தொழில்களையும் செய்யவேண்டியவர்களா யிருக்கிறார்கள் அதாவது விவசாயம் செய்தல், வியாபாரம் செய்தல், போர் செய்தல் முதலிய அனைத்தியும் ஒரு சில ஜனங்களே செய்கிறார்கள். இந்த ஆட்சிமுறையில் மற்றொரு முக்கியமான தீமை யென்னவென்றால், ஒருவன், தன்னுடைய எல்லாச் சொத்துக்களையும் விற்று விடுவது; மற்றொருவன் அதை வாங்கி விடுவது, இதனால் விற்கிறவனுக்குச் சமுதாயத்தில் எந்தவிதமான அந்தஸ்தும் இல்லாமற் போய்விடுகிறது. அவன் எந்தத் தொழிலையும் செய்யமுடியாதவனாகி பிச்சைக்காரனாகவே வாழவேண்டியிருக்கிறது. ஒரு சிலர் பெரும் பணக்காரர்களாகவும், மற்றவர்கள் பரம ஏழைகளாகவும் வாழ்கிறார்கள். இன்னொரு விஷயத்தையும் சிந்தித்துப் பார், அடீமாண்ட்டஸ்; இந்தப் பணக்காரர்கள், தங்கள் பணத்தைத் தாராளமாகச் செலவழிக்கிற போது, ராஜாங்கத்துக்கு எவ்விதத்திலேனும் உபயோகமுள்ளவர்களா யிருக்கிறார்களா? பெயரளவுக்கு இவர்கள் நிருவாகத்தில் பங்குடையவர்களா யிருக்கிறார்களே தவிர, உண்மையில் இவர்கள் ஆள்வோருமல்ல, ஆளப்படுவோருமல்ல; செலவாளிகள் மட்டுந்தான். சுருக்கமாக இவர்களைச் சோம்பேறிகளான ஆண் தேனீக்கள் என்று சொல்லலாம். பறக்கிற ஆண் தேனீக்களுக்குக் கடவுள் விஷக்கொடுக்கைப் படைக்கவில்லை. ஆனால் இந்த நடக்கிற ஆண் தேனீக்களில், சிலருக்கு மட்டும் விஷக்கொடுக்கு இல்லாமற் செய்துவிட்டு மற்றவர்களுக்குப் பலமான விஷக்கொடுக்கு வைத்திருக்கிறார். விஷக் கொடுக்கில்லாதவர்கள், அதாவது துணிச்சல் இல்லாதவர்கள், தங்கள் வயோதிக காலத்தை பிச்சைக்காரர்களாகக் கழிக்கிறார்கள்; விஷக்கொடுக்குடையவர்கள், அதாவது துணிச்சலுடையவர்கள் குற்றவாளிகளாகி விடுகிறார்கள். ஒரு ராஜ்யத்தில் பிச்சைக்காரர்கள் இருந்தால் அங்கே திருடர்கள், கோயில்களில் கொள்ளையடிக்கிறவர்கள் முதலியோர் இருப்பார்களென்று நீ நிச்சயப்படுத்திக் கொள்ளலாம். இவர்களை, அதிகாரிகள் பலாத்காரத்தை உபயோகித்தே அடக்கி வைத்திருக்க வேண்டியிருக்கிறது.

இவற்றுக்கெல்லாம் என்ன காரணம் என்று நீ கருதுகிறாய்? சரியான பயிற்சியின்மை, ஆட்சிமுறையின் ஒழுங்கீனம் முதலியவைகளே.

அடீ: நிரம்ப சரி. இனி இந்த ஆட்சியை யொத்த மனிதனைப் பற்றிச் சொல்வாய்.

ஸாக்: முதலாவது, ஒரு சிலர் ஆட்சி முறையை யொத்த இந்த மனிதன், பணத்திற்கு அதிகமான மதிப்புக் கொடுப்பான்; உலோபியா யிருப்பான்; கஷ்டப்பட்டு உழைப்பான்; தன்னுடைய தேவைகளை மட்டும் பூர்த்தி செய்து கொள்வான்; இதர செலவுகள் ஒன்றையும் செய்யமாட்டான்; சுருக்கமாக, பொருளாசை பிடித்தவனாயிருப்பான்; எதிலும் லாபஞ் சம்பாதிக்க வேண்டுமென்ற எண்ணமுடையவனாகவும், பொருள்களைச் சேர்த்து வைக்க வேண்டுமென்பதில் பிரியமுடையவனாகவும் இருப்பான். இப்படிப்பட்டவனைத்தான் பொதுஜனங்கள் கொண்டாடுவார்கள். இதற்குக் காரணம் என்னவென்று நீ நினைக்கிறாய்? இந்த மனிதன் கல்வி விஷயத்தில் சரியான சிரத்தை எடுத்துக் கொள்ளாததுதான் இதனாலேயே இவன் சாதாரண ஜனங்களின் பாராட்டுதலுக்கு அதிக மதிப்புக் கொடுக்கிறான். சரியான கல்விப் பயிற்சி இல்லாத காரணத்தினால் இவனிடத்தில் ஒன்று, பிச்சைக்கார மனப்பான்மையாவது வளர்கிறது. அல்லது திருட்டு மனப்பான்மையாவது வளர்கிறது; ஆனால், இவன் மற்ற புத்திசாலித்தனமான காரணங்களுக்காக, அதாவது இதர நன்மைகளை அடையவேண்டி, இந்தப் பான்மைகளைப் பலவந்தமாக அடக்கி வைத்துக் கொண்டிருக்கிறான். இவனுடைய நிஜ சுபாவத்தை எப்பொழுது பார்க்கலாமென்றால், அநாதைகளைப் பாதுகாக்கிற ‘கார்டியன்’களாக நியமனம் பெறுதல் முதலிய அதிகாரப் பொறுப்புக்களை ஏற்றுக் கொள்கிறபோது பார்க்கலாம். அப்பொழுது இவன் நியாய விரோதமாகவே நடந்துகொள்வான். அதாவது இவன், தனது கீழான சுபாவங்களை அடக்கிக்கொண்டு மேலுக்கு நீதிமான்போல நடந்துகொள்வான். அப்படிக் கீழான சுபாவங்களை அடக்கிக்கொள்வது, அவை – அந்தச் சுபாவங்கள் – கெடுதலானவை என்பதற்காகவோ அல்லது அப்படி அடக்கிக்கொள்வதுதான் புத்திசாலித்தனம் என்பதற்காகவோ இல்லை. அப்படி அடக்கிக்கொண்டு நடக்காவிட்டால், தன் உடைமைகளெல்லாம் போய்விடுமே என்ற பயத்தினால் அடக்கிக்கொள்கிறான். இந்தக் காரணங்களினால் இவன் மனத்துக்குள் எப்பொழுதும் ஒரு போராட்டம் நடந்துகொண்டிருக்கும். இவன் எப்பொழுதும் இரு மனமுடையவனாக இருப்பானே தவிர ஒரு மனமுடையவனாக இருக்கா மாட்டான். இருந்தாலும் இவனுடைய கீழான ஆசைகள் இவனுடைய மேலான ஆசைகளுக்கு அடங்கியே இருக்கும். இதனால், இவன் மற்றவர்களைக் காட்டிலும் பெரிய

மனிதனாகவே கௌரவிக்கப்படுவான். அப்படிக் கௌரவிக்கப்பட்டாலும் இவனிடத்திலென்னவோ சம சித்தமென்பது இராது. அஃது எங்கேயோ பறந்து ஓடிப்போகும் இப்படிப்பட்டவன், ஒரு ராஜ்யத்தின் பிரஜை என்ற ஹோதாவில், பதவி, புகழ் முதலியவற்றை அளிக்கக்கூடிய போட்டிகளில் அல்லது போராட்டங்களில் கலந்துகொள்ள மாட்டான். ஏனென்றல் பணம் செலவழிந்து போகுமே என்ற எண்ணந்தான் இவனிடத்தில் மேலோங்கி நிற்கும். இதற்காகத் தோல்வியை ஒப்புக்கொள்வானே தவிர பணத்தைச் செலவழிக்க மாட்டான்; போராட்டத்திலும் ஈடுபடமாட்டான்.

அடீ: நீ சொல்வதெல்லாம் நிரம்ப சரியாயிருக்கிறது.

ஸாக்: இனி, குடியாட்சி என்பது எப்படி உண்டாகிறது, அதனுடைய தன்மைகளென்ன என்பவைகளைப் பற்றி ஆராய்வோம். பண ஆசை அதிகப்படுவதன் காரணமாகவும் அப்படி ஆசைப்பட்டுப் பணங்குவிப்பதுதான் சிறந்தது என்ற எண்ணம் வலுப்படுவதன் காரணமாகவும், ஒருசிலர் ஆட்சி என்பது குடியாட்சியாக மாறத் தொடங்குகிறது.

அடீ: எப்படி என்பதை எங்களுக்கு விஸ்தரித்துச் சொல்ல வேண்டும்.

ஸாக்: சொல்கிறேன். ஒரு சிலர் ஆட்சியின் கீழ் அதிகார ஸ்தானத்திலே இருக்கிறவர்கள், தங்களுடைய அபரிமிதமான செல்வத்தின் காரணமாகவே அந்த ஸ்தானத்திலிருக்கிறார்கள். இவர்கள், பிதிரார்ஜித சொத்துடைய இளைஞர்கள், அந்தச் சொத்து அழிந்துபோகிற வரையில் செல்வழிக்கக் கூடாது என்று சட்டத்தின் மூலம் கட்டாயப்படுத்தி அவர்களை ஒரு நிதானத்திலே இருக்குமாறு செய்யவிருப்பமில்லாதவர்களாய் இருக்கிறார்கள். ஏனென்றால் தாங்கள் பணக்காரர்களாக வேண்டும், அதன் மூலமாகத் தாங்கள் கௌரவமடைய வேண்டும் என்ற எண்ணமே இவர்களுக்கு மிகுந்திருக்கிறது. இதனால் இவர்கள், ஒரு நிதானமில்லாமலே அந்தப் பணக்கார குடும்பத்துப் பிள்ளைகளுடைய சொத்துக்களை வாங்கியும், அவர்களுக்குக் கடன் கொடுத்தும் வருகிறார்கள். இதன் விளைவாக அந்தப் பணக்கார குடும்பத்துப் பிள்ளைகள் ஏழைகளாகி விடுகிறார்கள். பின்னர் இவர்களிற் சிலர் – பணக்கார குடும்பத்துப் பிள்ளைகள் – கடனாளிகளாகவும், இன்னும் சிலர் ஓட்டுரிமை இழந்தவர்களகவும், பலர் பணமும் ஓட்டுரிமையும் இரண்டுமே இல்லாதவர்களாகவும் ஆகி விடுகிறார்கள். புதிதாக சொத்துப் படைத்தவர்கள் மீது இவர்களுக்கு மோகம் உண்டாகிறது. ஆனால் பணம் படைத்த முதலாளிகளோ, தங்களுடைய நலத்தைக் கவனித்துக் கொண்டிருக்கிறார்களே தவிர, தங்களுக்கெதிரே வளர்ந்துகொண்டு வரும் எதிரிகளைக் கவனிக்கிறார்களில்லை யாராவது தங்களை அண்டிப் பணங் கேட்டால்,

அவர்களுக்குக் கடன் கொடுத்து, பின்னாடி அவர்களிடமிருந்து ஒன்றுக்குப் பலமடங்கு வட்டியுடன் சேர்த்து அந்தப் பணத்தை வசூல் செய்து விடுகிறார்கள். இதனால் தேசத்தில் ஏழைகள் அதிகமாகிக் கொண்டு வருகிறார்கள். ஆளும் பதவியிலிருக்கிற பணக்காரர்கள், இந்தத் தீமை வளரா வண்ணம் தடுக்க எவ்வித முயற்சியும் செய்கிறார்களில்லை. ஒன்று, யாரும் தங்களுடைய குடும்பத்துச் சொத்துக்களைத் தங்கள் இஷ்டப்படி செலவழிக்கக் கூடாதென்று சட்டம் இயற்றலாம்; அல்லது கடன் கொடுக்கிறவர்கள், தங்கள் சொந்தப் பொறுப்பின் பேரிலேயே கொடுக்கவேண்டும் என்று விதி ஏற்படுத்தலாம். அப்பொழுது கடன் கொடுக்கிறவர்கள் ஜாக்கிரதையுடனிருப்பார்கள். ஆனால், ஆள்கிறவர்கள், இவற்றையெல்லாம் கவனிப்பதில்லை; தங்கள் பிரஜைகளைக் கேவலமாகவே நடத்துகிறார்கள். தவிர, இந்த ஆள்வோருடைய பிள்ளைகளே எந்த ஸ்திதியை அடைகிறார்கள்? இவர்கள் நடத்தும் ஆடம்பர வாழ்க்கை காரணமாக, இவர்களுடைய தேகம், மனம் ஆகிய எல்லாம் சோர்ந்து போகின்றன. சுகம் அனுபவிக்க வேண்டுமென்ற இச்சையை இவர்களால் தடுக்க முடிவதில்லை. கஷ்டத்தையும் இவர்களால் தாக்குப் பிடிக்க முடிவதில்லை. இந்த நிலையில் ஆள்வோரும் ஆளப்படுவோரும் பிரயாண காலத்திலோ அல்லது போர்க் களங்களிலோ, அல்லது பொதுவான ஆபத்து முதலிய மற்றாச் சந்தர்ப்பங்களிலோ ஒருவருக்கொருவர் சந்திக்கிறார்கள். அப்பொழுது, எல்லாக் கஷ்டங்களையும் தாங்கிக் கொள்ளக் கூடிய ஏழைகளாயுள்ள ஆளப்படுவோரிடத்தில், பணக்காரர்களாயுள்ள ஆள்வோர், பெருமூச்சு விட்டுக்கொண்டு தங்களால் இந்தக் கஷ்டங்களை யெல்லாம் தாள முடியவில்லையே யென்று குறையாகச் சொல்லிக் கொள்கிறார்கள். இதைக் கவனித்துக் கொண்டிருக்கிற ஏழைகள், தங்களுடைய கோழைத்தனத்தினால்தான் இவர்கள் பணக்காரர்களாகி இருக்கிறார்களென்று நினைக்கிறார்கள்; தாங்கள் ஒருவருக்கொருவர் சந்தித்துக் கொள்கிறபோது, "நம்மை ஆள்கிறவர்கள் ஒன்றுக்கும் பிரயோஜனமில்லாதார்கள்" என்று பேசிக் கொள்கிறார்கள். இதனால் நாட்டில் பரஸ்பர அதிருப்தி ஏற்படுகிறது; அரசாங்கத்திற்குப் பலவீனம் உண்டாகிறது. எப்படி நோய் வாய்ப்பட்ட ஒரு தேகத்திற்கு ஒரு சிறிய காரணமே அந்த நோயை அதிகரிக்கப் போதுமானதாய் இருக்கிறதோ அது போல அதிருப்தி நிறைந்துள்ள நாட்டில் குழப்பம் ஏற்படுவதற்கு ஒரு சிறிய காரணமே போதுமானதாய் இருக்கிறது. இந்தக் குழப்பத்தில் ஏழை மக்கள், தங்கள் எதிரிகளில் சிலரைக் கொலை செய்தும், சிலரை நாடு கடத்தியும் வெற்றியடைகிறார்கள்; வெற்றியடைந்த பிறகு எஞ்சியுள்ளவர்களைத் தங்களோடு சேர்த்துக்கொண்டு அவர்களுக்கும் சுதந்திரத்தையும் அதிகாரத்தையும் பங்கிட்டுக் கொடுக்கிறார்கள். குடியாட்சி தோன்றுகிறது. இந்த ஆட்சி முறையின் கீழ் பொதுவாக அதிகாரிகள், சீட்டுக்

குலுக்கிப் போடுவதன் மூலமாகவே தெரிந்தெடுக்கப்படுகிறார்கள்.

அடீ: நீ சொல்வதெல்லாம் சரி. ஆயுத பலத்தினாலோ, அல்லது எதிரிகள் பயந்து பின்வாங்கிக் கொண்டு விடுவதனாலோ, குழப்பம், ஏழை மக்களின் சார்பாக வெற்றியடைந்து அது காரணமாகக் குடியாட்சி தோன்றுகிறது.

ஸாக்: சரி; இப்படி வெற்றி கொண்டவர்கள், ராஜ்யத்தை எப்படி நிர்வகிக்கிறார்கள் என்பதைப் பற்றியும், இந்தக் குடியாட்சியின் தன்மைகளென்ன என்பதைப் பற்றியும் இப்பொழுது கவனிப்போம். முதலாவது ஜனங்கள் சுதந்திரமாயிருப்பார்கள். ராஜ்யத்தில் செயல் புரியும் உரிமை, பேச்சுரிமை முதலியன நிறைந்திருக்கும். பிரதியொரு மனிதனும் தன்னிச்சைப்படி நடந்துகொள்ளத் தொடங்குவான். அவனவனும் அவனவனுக்குகந்த முறையில் தன் சொந்த வாழ்க்கையை அமைத்துக் கொள்வான். அடுத்தபடி இந்த ஆட்சி முறையின் கீழ் பலதரப்பட்ட மனிதர்கள் வசிப்பார்கள். இதனால் பார்ப்பதற்கு இது மிக அழகான ஆட்சி முறையாகத் தோன்றும். பூ வேலை செய்யப்பட்ட வர்ண உடையொன்று எப்படிப் பளபளப்பாகப் பிரகாசிக்கிறதோ அப்படியே இதுவும் பிரகாசிக்கும். ஸ்திரீகளும் குழந்தைகளும் எங்ஙனம் பல வர்ண உடைகளைப் பாராட்டுகிறார்களோ அங்ஙனமே பெரும்பாலோர் இந்த ஆட்சி முறையே சிறந்ததென்று பாராட்டுவர். இந்த ஆட்சி முறையின் கீழ் அவரவரும் அவரவர் இச்சைப்படி நடக்க உரிமை உடையவர்களாதலினால், இங்கே அதாவது குடியாட்சி நடைபெறுகிற ராஜ்யத்தில் பலவித அரசியல் அமைப்புக்களை, அதாவது பலவித அரசியல் கொள்கைகளைக் காணலாம். புதிதாக ஓர் அரசியல் அமைப்பைக் காணவேண்டுமென்று விழைகிறவன், பலவித அரசியல் அமைப்புக்கள் நிறைந்த இந்தக் குடியாட்சிச் சந்தையில் சென்று தனக்கிஷ்டமான அரசியல் அமைப்பைத் தெரிந்தெடுத்துக் கொள்ளலாம்.

அடீ: அவனுக்கு நிச்சயமாக ஒரு நமூனா அகப்படும்.

ஸாக்: இன்னும் கேள், இந்தக் குடியாட்சியின் கீழ் உனக்குத் திறமை யிருந்தாலும், பதவி யேற்றுக் கொள்ள வேண்டுமென்பது கட்டாயமில்லை. உனக்கு விருப்பமில்லாதிருந்தால், அரசாங்கத்திற்குக் கீழ்ப்படிந்து நடக்க வேண்டுமென்பதில்லை. உன் சகோதரப்பிரஜைகள் ஏதேனும் ஒரு யுத்தத்தில் ஈடுபட்டிருக்கிற போது நீ கம்மாயிருக்கலாம்; அல்லது அவர்கள் சும்மாயிருக்கிற போது நீ சண்டையில் தலையிடலாம். நீ எந்த விதமான உத்தியோகத்தையும் வகிக்கக் கூடாது, 'ஜூரி' களில் ஒருவனாகவும் அமரக்கூடாது என்று சட்டம் இருந்தாலும், நீ விரும்பினால் உத்தியோகத்தையும் வகிக்கிலாம்; ஜூரி'களில் ஒருவனாகவும் அமரலாம் இப்படிப்பட்ட ஆட்சி முறையின் கீழ், வாழ்க்கை, அந்த நேரத்திற்காவது சுகமான தாயிருக்கிறதல்லவா?

அடீ: ஆம்; அந்த நேரத்திற்குத் தான்.

ஸாக்: மற்றும் இந்தக் குடியாட்சி முறையில், மரண தண்டனை விதிக்கப் பெற்றவர்கள், அந்தத் தண்டனையைப் பெறாமல் வீரர்கள் போல் வீதிகளில் உலவி வருவதை நீ பார்த்ததில்லையா? தவிர, இந்த ஆட்சி முறைக்குப் பொறுமை நிரம்ப உண்டு சில்லரை விஷயங்களைப் பொருட்படுத்தாமல் இது பெருமிதத்தோடு இயங்குகிறது. ஒரு ராஜ்யம் ஏற்படுகிறபோது அதற்கு என்னென்ன குணங்கள் தேவை யென்று சொன்னோமோ அவற்றையெல்லாம் இந்தக் குடியாட்சி முறை புறக்கணித்து விடுகிறது ஒருவன், சிறுவயதிலிருந்து அழகான சூழலின் மத்தியில் பயிற்சி பெறாமலிருந்தால், அவன் விசேஷ சக்திவாய்ந்தவனா யிருந்தாலொழிய, நல்ல மனிதனாக முடியாது என்று நாம் வகுத்த கோட்பாட்டை யெல்லாம் இது காலால் போட்டு மிதித்து விடுகிறது. அரசியலிலே ஈடுபடுகிறவர்களுடைய முந்திய வரலாறுகளென்ன என்பதைப்பற்றி இது கவனிப்பதில்லை. "சாதாரண ஜனங்களுடைய நன்மையையே நாடுகிறோம் நாம்" என்று யார் சொல்கிறார்களோ அவர்களை இது கௌரவிக்கிறது. இவைதான் குடியாட்சியின் லட்சணங்கள். இதன் இனத்தைச் சேர்ந்த வேறு சில ஆட்சி முறைகளும் உண்டு. சுருக்கமாகச் சொல்லவேண்டுமானால், இந்தக் குடியாட்சி முறையானது, பார்வைக்கு வசீகரமுள்ள, வேற்றுமைகளும் குழப்பங்களும் நிறைந்த, உண்மையிலேயே சமதையுள்ளவர்களோ இல்லாதவர்களோ எல்லோருக்கும் சம உரிமை வழங்குகின்ற ஓர் ஆட்சி முறையென்று கூறலாம்.

அடீ: நீ சொல்வதெல்லாம் மிகவும் உண்மை.

ஸாக்: இனி இந்தக் குடியாட்சி முறையையொத்த தனி மனிதனைப் பற்றி ஆராய்வோம். முந்திச் சொன்ன ஒரு சிலர் ஆட்சி முறையின் கீழ், கஞ்சத்தனமாக வாழ்க்கையை நடத்தி வந்தானே அவனுடைய மகனே இந்தக் குடியாட்சி மனிதன். இவன், தன் தகப்பனாருடைய பழக்க வழக்கங்களை அப்படியே பின் பற்றி வளர்கிறான். எந்தச் சுகத்தை அனுபவிப்பதா யிருந்தாலும் அதன் மூலம் பண வருமானம் கிடைக்குமா என்று இவன் எதிர்பார்கிறான். செலவு செய்து அனுபவிக்க வேண்டிய சுகங்களை இவன் அனுபவிப்பதில்லை தன்னுடைய இச்சைகளை யெல்லாம் அடக்கியே வைத்திருக்கிறான். இவை யெல்லாம் அனாவசியமான சுகங்களென்பது இவன் கருத்து. இந்த இடத்தில் நாம் ஒரு விஷயத்தைத் தெளிவு படுத்திக் கொள்ள வேண்டும். அதாவது அவசியமான சுகங்களெவை, அனாவசியமான சுகங்களெவை யென்பதை முதலில் தெரிந்துகொள்வோம்.

அடீ: ஆம்; அதைத் தெரிந்துகொள்ள வேண்டும்தான்.

ஸாக்: எந்தச் சுகங்களை நாம் அனுபவியாமல் இருக்க முடியாதோ, எந்தச் சுகங்களை அனுபவிப்பதனால் நமக்கு நன்மை உண்டாகிறதோ, அவை யாவும் அவசியமான சுகங்கள். பாலியத்திலிருந்து அப்பியசித்துக் கொண்டுவந்தால் எந்தச் சுகங்களின்றி நாம் இருக்க முடியுமோ, எவற்றை அனுபவியாமல் இருப்பதனால் நமக்கு நன்மை ஏற்படாததோடு கூட தீமையும் ஏற்படுகிறதோ அவைகளெல்லாம் அனாவசியமான சுகங்கள். உதாரணமாகச் சாப்பாட்டை எடுத்துக் கொள்வோம். சாப்பிட வேண்டுமென்ற ஆவல் நமக்கு உண்டாகிறது. தேகாரோக்கியத்திற்கும் தேக பலத்திற்கும் தேவையான அளவு எளிய முறையில் தயாரிக்கப்படுகின்ற உணவும் வியஞ்சன வகைகளும்[1] சாப்பிடுவது அவசியமான சுகத்தைச் சேர்ந்தது. இரண்டு காரணங்களுக்காக இந்தச் சுகத்தை அனுபவிக்க வேண்டியது அவசியமாய் இருக்கிறது. முதலாவது அது நமக்கு நன்மையைத் தருகிறது; இரண்டாவது நமது ஆயுளை நீடிக்கச் செய்கிறது. ஆனால், வியஞ்சன வகைகளென்று சொன்னோமே அவை, தேகாரோக்கியத்தை உண்டுபண்ணக் கூடிய அளவுக்கு மட்டுமே அவசியமாயிருக்கிறது. இவை தவிர மற்றச் சுவையுள்ள ஆகாரங்களெல்லாம், அதாவது பாலியத்திலிருந்தே சரியாக அப்பியசித்து வந்தால் எந்தெந்த ஆகாரங்களில்லாமலேயே நாம் இருக்க முடியுமோ, எவை எவை தேகத்திற்கும் ஆத்மாவுக்கும் ஊறு செய்து ஞானமும் சீலமும் வளர்ச்சி பெறுவதற்குத் தடையா யிருக்கின்றனவோ அவை யாவும் அனாவசியமான விருப்பங்கள்; சுகங்கள். தவிர இந்த அனாவசியமான விருப்பங்களினால் செலவு ஏற்படுகிறது; அவசியமான சுகங்களினால் பணம் மிச்சப்படுகிறது. காதல் சுகங்கள் முதலிய மற்றச் சுகங்க்ளுக்கும் இவை பொருந்தும்.

அடீ: வாஸ்தவம்.

ஸாக்: இனி, முந்திச் சொன்ன குடியாட்சி மகனிடம் வருவோம். அறியாமையிலும் கஞ்சத்தனத்திலும் வளர்ந்த இவன் நாளாவட்டத்தில் அனாவசியமான சுகங்களை அனுபவிப்பதில் இச்சை கொண்டுள்ளவர்களுடைய கூட்டுறவை நாடுகிறான். அவர்கள் இவனுக்குப் பலவித ஆசைகளை ஊட்டுகிறார்கள். எப்படிக் குடியாட்சி ஏற்படுவதற்கு முன்னர் நாட்டிலுள்ள ஏழைகளுக்கும் பணக்காரர்களுக்கும் போராட்டம் நடைபெறுகிறதோ அதைப் போல் இவன் மனத்துக்குள் பெரிய போராட்டம் நடைபெறுகிறது. இந்தப் போராட்டத்தின் சில சந்தர்ப்பங்களில், இவன் பழைய வாசனை காரணமாக கீழான இச்சைகளை ஒதுக்கித் தள்ளிவிடுகிறான். இவனுக்கே ஏன் அந்த இச்சைகளில் ஈடுபட்டோம் என்ற வெட்கம் உண்டாகிறது. இந்த இச்சைகளுக்கு ஆட்படாமல் தப்பித்துக்கொன்டு விடுகிறான். பழைய மாதிரி இவன் மனம் ஒரு நிலைப்படுகிறது. ஆனால், இவன் தன்னுடைய

தகப்பனாரின் அறியாமையிலேயே வளர்ந்ததன் காரணமாக, இவனால் ஒதுக்கித் தள்ளப்பட்ட இச்சைகளுக்குப் பதிலாக வேறு சில புதிய இச்சைகள் இவனிடம் வந்து புகுந்து கொள்கின்றன; இவை வலுவும் அடைகின்றன. பழைய மாதிரி கீழான இச்சைகளுடைய மனிதர்கள் இவனிடம் அணுகி வலுவடைந்து வருகிற இவனுடைய புதிய இச்சைகளை வளர்க்கிறார்கள். போதிய படிப்பும் சரியான பயிற்சியும் இல்லாத காரணத்தினால், இவனுடைய மனம் அந்த இச்சைகளுக்கு இரையாகிவிடுகிறது. இதன் விளைவாக இவன், தன்முனைப்புடையவனாகி விடுகிறான். அகங்காரத்தை அடிப்படையாகக் கொண்ட கருத்துக்கள் இவன் மனத்தில் இடம் பெறுகின்றன. இவனிடத்திலே குடிகொண்டுள்ள பழைய நல்ல தன்மைகள், என்னதான் இவனுக்கு எச்சரிக்கை செய்தபோதிலும் அவை பயன்பெறாமல் போய்விடுகின்றன. இவனுடைய புதிய கெட்ட தன்மைகளே மேலோங்கி நிற்கின்றன. தன்னடக்கமாய் இருப்பது கோழைத்தனம், ஒழுங்காகவும் நிதானமாகவும் செலவு செய்தால் அது கஞ்சத்தனம் என்றெல்லாம் கருதுகிறான். துடுக்குத்தனம், ஒழுங்கீனம், அடக்கமின்மை முதலிய தீய குணங்கள் ஆடம்பரத்தோடும், இன்னும் பல பரிவாரங்களோடும் வந்து இவனிடம் குடிகொள்கின்றன. துடுக்குத்தனமாய் இருப்பது நற்குடிப் பிறப்பின் அடையாளம், ஒழுங்கீனமாய் இருப்பது சுதந்திரம், அடக்கமின்றி இருப்பது பெருமை, மானமின்றி வாழ்வது வீரம் என்றெல்லாம் அந்தத் தீய தன்மைகளை உயர்வுபடுத்திப் பேசுகிறான். இந்த நிலைக்கு வந்தபிறகு இவன், அவசியமான சுகங்களையும் அனாவசியமான சுகங்களையும் அனுபவிப்பதில் தன் பணத்தையும் காலத்தையும் செலவழிக்கிறான். வயதான பிறகு இவனுடைய இச்சைகள் தணிந்து போகிற நிலையில், இவனால் முந்தி ஒதுக்கித்தள்ளப்பட்ட நல்ல தன்மைகளிற் சில இவனிடம் மறுபடியும் வந்து குடிபுகுகின்றன. இங்ஙனம் குடிபுகும்படி இவன் அனுமதிப்பானாகில், அப்பொழுது இவன், தான் அனுபவிக்கிற சுகங்களில் எந்தவிதமான வேற்றுமையும் காண்பதில்லை. அதாவது எந்த நேரத்தில் எந்தச் சுகத்தை அனுபவிக்க வேண்டுமென்று ஏற்படுகிறதோ, அதை அனுபவிப்பதில் திருப்தியடைகிறான். இவை வேண்டிய சுகங்கள், இவை வேண்டாத சுகங்கள் என்று யாராவது சொன்னால் எல்லாவற்றிற்கும் இவன் தலையசைக்கிறான். எல்லாம் தேவைதானே, எல்லாச் சுகங்களும் ஒன்றுதானே, எல்லாவற்றையும் நாம் கௌரவிக்க வேண்டுமல்லவா என்றெல்லாம் சொல்கிறான். சுருக்கமாக, அவ்வப்பொழுது எழுகிற இச்சைகளைப் பூர்த்திசெய்தே இவன் கடைசி வரையில் தன் வாழ்நாளைக் கழித்துவிடுகிறான். எப்படியென்றால் சில சமயங்களில் குடித்துக் கூத்தடிக்கிறான்; வேறு சில சமயங்களில் எல்லாவற்றையும் புறக்கணித்துவிட்டு ஒரு ஞானிபோல் இருக்கிறான். ஒருவேளை அரசியலில் தீவிரமாகப் பங்கெடுத்துக் கொள்கிறான்; இன்னொரு வேளை சிறந்த

ராணுவத் தலைவனாக வேண்டுமென்று ஆசைப்பட்டு அதற்காக வேலை செய்கிறான்; மற்றொரு வேளை வியாபாரிகள் பணஞ் சம்பாதிப்பதைப் பார்த்து, தானும் வியாபாரத்தில் இறங்குகிறான். இவன் வாழ்க்கையில் ஒழுங்கு என்பது இருப்பதேயில்லை. இப்படிப்பட்ட வாழ்க்கையை இவன் இன்ப வாழ்க்கையென்றும், சுதந்திர வாழ்க்கையென்றும் கருதி அப்படியே தன் ஆயுள் முழுவதையும் கடத்திவிடுகிறான்.

அடீ: சுதந்திரமும் சமத்துவமுமே எனது கொள்கை என்று சொல்லி ஒரு மனிதனுடைய வாழ்க்கையை நீ அழகாக வருணித்துவிட்டாய்.

ஸாக்: இனி கடைசியாக ஆட்சிமுறைகளிலே மிக அழகான கொடுங்கோன்மையைப் பற்றியும் மனிதர்களிலே மிக அழகான கொடுங்கோலனைப் பற்றியும்[1] நாம் ஆராய்ச்சி செய்ய வேண்டுமல்லவா?

அடீ: ஆம்

ஸாக்: ஒரு சிலர் ஆட்சியிலிருந்து எப்படிக் குடியாட்சி தோன்றியதோ அப்படியே குடியாட்சியிலிருந்து கொடுங்கோலாட்சி தோன்றுகிறது. ஒரு சிலர் ஆட்சியானது எதை மிகச் சிறந்ததென்று கருதியதோ, எது அதன் தோற்றத்துக்குக் காரணமாயிருந்ததோ அதுவே, அந்த அதிகப் பொருளாசையே, அதன் அழிவுக்கும் காரணமாயிருந்தது. அதுபோலவே, குடியாட்சியானது. எதைச் சிறந்ததென்று கருதியதோ, எதை அடைய வேண்டுமென்று தீவிரமான ஆவல் கொண்டதோ அதனாலேயே, அந்தச் சுதந்திரத்தினாலேயே அது நாசமடைகிறது. சாதாரணமாகக் குடியாட்சி நாடுகளில், உடைமைகளில் மிக அழகானது சுதந்திரமென்றும், அப்படிப்பட்ட நாடுதான் சுதந்திர புருஷர்கள் வசிப்பதற்குத் தகுதியுடையதென்றும் சொல்லப்படுகின்றன.

அடீ: அப்படிச் சொல்வதுதான் இப்பொழுது நாகரிகமாய் இருக்கிறது.

ஸாக்: ஒரு குடியாட்சி நாட்டில், ஜனங்கள் சுதந்திர மொன்றையே பெரிதெனக் கருதிக்கொண்டு, மற்றெல்லா விஷயங்களையும் புறக்கணித்து விடுகிறார்கள். இதுவே கொடுங்கோலாட்சி ஏற்படுவதற்கு வழிகாட்டியாய் இருக்கிறது. சுதந்திரத்தையே பிரதானமாகக் கொண்டிருக்கிற ஒரு குடியாட்சி நாடானது. ஒரு சில கெட்டவர்களுடைய அதிகாரத்திற்குட்பட்டு, சுதந்திர மென்கிற சாராயத்தை அலவுக்கு மிஞ்சிக் குடித்துவிடுகிறது. இன்னும் அந்தச் சாராயம் தேவை, தேவையென்று ஆசைப்படுகிறது. இதற்கிணங்கி அவ்வப்பொழுது அந்தச் சாராயத்தை மேற்சொன்ன அதிகாரிகள் ஊற்றிக் கொடாமற் போனார்களானால், அவர்களைச் சுயேச்சாதிகாரிகளென்று தூற்றித் தண்டிக்க முற்படுகிறது. அப்படியே அதிகாரிகளோடு இணங்கிப் போகிறவர்களை அடிமைப் புத்தியுடையவர்களென்றும், ஒன்றுக்கும்

பிரயோஜனம் இல்லாதவர்களென்றும் தூஷிக்கிறது. பிரஜைகளைப் போல் அடங்கி நடக்கிற அதிகாரிகளையும், அதிகாரிகளைப் போல் ஆர்ப்பாட்டம் செய்கிற பிரஜைகளையும் அந்தரங்கமாகவும் பகிரங்கமாகவும் பாராட்டுகிறது. இப்படிப்பட்ட நாட்டில் சுதந்திரத்திற்கு ஓர் எல்லையில்லாமல் போய்விடுகிறதல்லவா?

அடீ: வாஸ்தவந்தான்.

ஸாக்: தகப்பன், தன் குழந்தையைப்போல் நடக்கிறான்; அதாவது, தன் குழந்தைகளிடத்திலே ஒருவித மரியாதையோடு நடந்துகொள்கிறான். அப்படியே பிள்ளைகள், தகப்பன் நடக்கவேண்டிய தோரணையைப் போல் நடந்து கொள்கிறார்கள். ஏனென்றால் அவரவரும் தங்கள் தங்கள் சுதந்திரத்தைப் பாதுகாக்க வேண்டியிருக்கிறதல்லவா? அந்நியர்களுள்பட எல்லாருந்தான் இந்த நாட்டில் சம அந்தஸ்துடையவர்களாயிற்றே? இன்னும் சொல்கிறேன், கேள். பள்ளிக்கூட வாத்தியார், தனது மாணாக்கர்களுக்கு அஞ்சுவார்; அவர்களை முகஸ்துதி செய்வார். அப்படியே மாணாக்கர்கள், தங்கள் வாத்தியார்களை இழிவுபடுத்துவார்கள். பொதுவாக, சின்னவர்கள் பெரியவர்களோடு சமநிலையிலிருந்து கொண்டு பேசுவார்கள்; காரியங்களைச் செய்வார்கள் அப்படியே பெரியவர்கள், சிடுமூஞ்சியென்றும் அடக்கியாள்கிறவர்களென்றும் தங்களுக்குப் பெயர் வரக்கூடாதென்பதற்காக இளைஞர்களோடு கலந்து பழகுவார்கள். கடைசியில் ஜனங்களுடைய சுதந்திரம் எந்த எல்லைக்குப் போய்விடுமென்றால், பணங் கொடுத்து வாங்கப்பட்ட அடிமைகள், வாங்கியவர்களைப் போல் விடுதலை பெற்று விடுவார்கள்[1] ஆண் பெண் உறவில் சுதந்திர, சமத்துவம் என்பனவே முக்கியமாக இருக்கும். வீட்டிலே வளர்கிற நாய், பூனை முதலிய ஜந்துக்கள் கூட சுதந்திரத்தோடும் பெருந்தன்மையோடும் நடக்க ஆரம்பிக்கும். ஆக எல்லாப் பொருள்களிடத்தும் சுதந்திரமென்பது பூரித்திருக்கும். ஜனங்கள் அடிமைத் தனத்தின் ஒரு சிறிய சின்னத்தைக்கூடக் கண்டு வெகுள்வார்கள். இதன் பயனாகச் சட்டங்கள் பரிகசிக்கப்படும்; அவற்றுக்குக் கீழ்ப்படிந்து நடப்பது கேவலமெனக் கருதப்படும். எஜமானத்துவத்தினுடைய நிழல் கூடத் தங்கள் மீது படக்கூடாதென்னும்படியாக ஜனங்கள் நடப்பார்கள். இந்த மிதமிஞ்சின சுதந்திரம், மிதமிஞ்சின அடிமைத்தனத்திலே கொண்டுபோய் விடுகிறது. ராஜ்யங்களுக்கும் தனிப்பட்ட நபர்களுக்கும் இது பொருந்தும்.

அடீ: உண்மை.

ஸாக்: இனி, குடியாட்சி, எந்தவிதமான ஒழுங்கீனங்கள் ஏற்படுவதன் காரணமாக அழிந்துபோகிறது என்பதைக் கவனிப்போம். ஒரு குடியாட்சி நாட்டில் மூன்று பிரிவினர் இருக்கின்றனர். இந்த நாட்டில் மிதமிஞ்சின

சுதந்திரத்தின் காரணமாக, முந்தி, நடக்கிற ஆண் தேனீக்களென்று சொன்னோமே அவர்கள், அதாவது பிச்சைக்காரர்கள், குற்றவாளிகள் முதலியோர் அதிகப்பட்டு விடுகின்றனர். இவர்களே, ஏறக்குறைய ஆளும் பொறுப்பை ஏற்றுக்கொள்கின்றனர் என்று சொல்லலாம். இவர்களிலே கொஞ்சம் துணிச்சலும் புத்திசாலித்தனமும் உடையவர்கள் பேசுகிறார்கள்; காரியத்தை நடத்திக் கொண்டு போகிறார்கள். மற்றவர்கள் இவர்களைச் சுற்றிக் கூச்சலிட்டுக் கொண்டிருக்கிறார்கள். எதிர்க் கட்சியிலிருந்து ஏதேனும் ஆட்சேபங்கள் எழுந்தால் அதை இவர்கள் சகித்துக் கொண்டிருப்பதில்லை. இப்படிப்பட்டவர்களே ஒரு குடியாட்சியில் அநேகமாக எல்லாவற்றையும் நிர்வாகம் செய்கிறார்கள். இவர்கள் முதற் பிரிவினர். இரண்டாவது பிரிவினர் பணக்காரர்கள். இவர்கள் எப்பொழுதுமே பொதுஜனங்களினின்று வேறுபட்டவர்களாக இருக்கிறார்கள். இவர்களிடமிருந்து, மேற்சொன்ன முதற்பிரிவினர் பணம் பறித்துத் தங்கள் வாழ்க்கையை நடத்துகிறார்கள். மூன்றாவது பிரிவினர் மற்றச் சாதாரண ஜனங்கள். இவர்கள், தங்கள் கையுழைப்பைக் கொண்டு பிழைக்கிறவர்கள். பணமுள்ளவர்களென்று இவர்களைச் சொல்ல முடியாது. இவர்கள், அரசியல் விவகாரங்களில் தலையிடுவதில்லை. ஒன்று சேர்ந்தால் இவர்கள்தான் ஒரு குடியாட்சியில் பெரும்பான்மையோராகவும், சக்தி வாய்ந்தவர்களாகவும் இருக்கிறார்கள்.

அடீ: ஒன்று சேர்ந்தால் என்று சொன்னாய். ஆனால், தங்களுக்குத் தேவையான பணம் கிடைத்தாலொழிய இவர்கள் ஒன்று சேரமாட்டார்களே?

ஸாக்: வாஸ்தவம். இதனாலேயே இவர்களுடைய தலைவர்கள், பணக்காரர்களிடமிருந்து பணத்தைப் பறித்து இவர்களுக்குப் பங்கிட்டுக் கொடுக்கிறார்கள். அப்படிப் பங்கிட்டுக் கொடுக்கிறபோது, பெரும் பகுதியைத் தங்களுடைய சொந்தத்திற்கென்று பிரத்தியேகப் படுத்திக்கொண்டு விடுகிறார்கள். பணம் பறிக்கப்பட்ட பணக்காரர்கள், ஜனங்கள் முன்னிலையில் வந்து தங்கள் கட்சியை எடுத்துச் சொல்கிறார்கள். இதற்காக இவர்களிடமிருந்து பணம் பறித்துப் பங்கிட்ட ஜனத் தலைவர்கள், இவர்கள் – அதாவது பணம் பறிகொடுத்த பணக்காரர்கள் – பொதுஜனங்களுக்கு விரோதமாகச் சூழ்ச்சி செய்கிறார்களென்றும், இவர்கள் சுயேச்சாதிகாரிகளென்றும் இவர்கள் மீது குற்றம் சாட்டுகிறார்கள். பொது ஜனங்களும் இதனை நம்புகிறார்கள்; இவர்களுக்கு, அதாவது சுயேச்சாதிகாரிகளென்று சொல்லப்பட்ட இவர்களுக்குத் தீங்கு செய்ய முற்படுகிறார்கள். இதனைக் கண்டு பணம் பறிகொடுத்த மேற்படி பணக்காரர்கள், வெகுண்டு போய் உண்மையிலேயே சுயேச்சாதிகாரிகளாகி விடுகிறார்கள். மேலே ஆண் தேனீக்களென்று சொன்னோமே அவர்கள் அடிக்கடி கொடுக்கும் தொந்தரவினால் இந்தப் பணக்காரர்களிடத்தில் மேற்படி

சுயேச்சாதிகார மனப்பான்மை வலுக்கிறது. உடனே பரஸ்பர குற்றச்சாட்டுகள் விசாரணைகள், தீர்ப்புக்கள் முதலியனவெல்லாம் நடைபெறுகின்றன. அப்பொழுது பொது ஜனங்கள், அதாவது பெரும்பாலோராயிருக்கிற சாதாரண ஜனங்கள், தங்களுக்காகப் பரிந்து போராடக் கூடிய ஒருவனைத் தலைவனாகத் தெரிந்தெடுக்கிறார்கள்; அவனைப் பெரிய மனிதனாக்குகிறார்கள். இங்ஙனம் ஜனங்களுக்காகப் பரிந்து பேசத் தோன்றிய ஒருவன்தான் பின்னர் கொடுங்கோலனாகி விடுகிறான். எப்படியென்பதைக் கவனிப்போம்.

ஜனத் தலைவனாகத் தோன்றுகிற இவன், ஜனங்கள், தன் பக்கம் முற்றிலும் சார்ந்து நிற்பதை நன்றாகத் தெரிந்துகொண்டு விடுகிறான். பிறகு, இந்தப் பக்கபலத்தை வைத்துக்கொண்டு, தன் இனத்தைச் சேர்ந்த பலர் மீதும் பல வகையான குற்றங்கள் சாட்டி, விசாரணை செய்வித்து அவர்களைக் கொலை செய்து விடுகிறான்; அல்லது தேசப் பிரஷ்டம் செய்துவிடுகிறான். மற்றவர்களுடைய ரத்தத்தைச் சிந்துவதற்கு இவன் கொஞ்சங்கூட கூச்சப்படுவதில்லை. இதே சமயத்தில், ஜனங்களுடைய கடன்களை ரத்து செய்து விடுவதாகவும், அவர்களுக்கு நிலத்தைப் பங்கிட்டுக் கொடுப்பதாகவும் சொல்கிறான். இதனால் பணக்காரர்களுடைய விரோதத்தைச் சம்பாதித்துக்கொள்கிறான். அந்தப் பணக்காரர்களோ இவனைத் தொலைத்துவிட வழிபார்க்கிறார்கள். இவனைக் கொலை செய்யவோ தேசப்பிரஷ்டம் செய்யவோ முயற்சி செய்கிறார்கள். அவைகளினின்று இவன் தப்பித்துக் கொள்கிறான்; அல்லது தன் சத்துருக்களின் கையால் மாள்கிறன். அப்படிமாளாமல் தப்பித்துக்கொள்கிறவன் தான் கொடுங்கோலனாகி விடுகிறான். இவன், தன்னைக் கொலை செய்யச் சத்துக்கள் எப்போதும் காத்துக் கொண்டிருக்கிறார்களென்ற காரணத்தைக் காட்டி, தனக்கு எப்பொழுதும் ஒரு மெய்க்காவல் படை இருப்பது அவசியமென்று பொது ஜனங்களுக்குத் தெரிவித்துக் கொள்கிறான். தங்களுடைய தலைவன், தங்கள் பொருட்டு எப்பொழுதும் இருந்துகொண்டிருக்க வேண்டும் என்பதற்காக ஜனங்கள் உடனே இதற்கு இணங்குகிறார்கள். இவனுக்கு ஒரு மெய்க்காப்புப் படை அமைகிறது. இதனைப் பார்த்துக் கொண்டிருக்கிற பணக்காரர்கள், ஏற்கனவே தாங்கள் பொதுஜன விரோதிகளென்று குற்றஞ் சாட்டப்பட்டிருக்கிறார்களாகையால், தங்களைக் கோழைகளென்று யாராவது சொன்னாலும் அதைப் பொருட்படுத்தாமல் வெளிநாடுகளுக்கு ஓடிப்போய் விடுகிறார்கள்; ஓடிப்போகாதவர்கள் எப்படியோ இறந்து விடுகிறார்கள். மேற்படி ஜனத்தலைவன், தனக்கு இங்ஙனம் எவ்வித எதிர்ப்புமில்லாமல் செய்துகொண்ட பிறகு, அரசாங்க நிர்வாகத்தைக் கைப்பற்றிக் கொள்கிறான். அப்பொழுது ஜனங்களுக்காகப் பரிந்து பேசிவந்த இவன், சர்வாதிகாரியாக – கொடுங்கோலனாக – மாறிவிடுகிறான்.

அடீ: சந்தேகமில்லாமல் அப்படித்தான் மாறிவிடுகிறான்.

ஸாக்: இந்தக் கொடுங்கோலன், தன் கொடுங்கோலாதிக்கத்தின் ஆரம்ப தசையில் யாரைப் பார்த்தாலும் புன்முறுவல் செய்கிறான்; யாரைச் சந்தித்தாலும் வணக்கஞ் செலுத்துகிறான்; அந்தரங்கத்திலும் பகிரங்கத்திலும் பலவிதமான வாக்குறுதிகளைப் பலருக்கும் கொடுக்கிறான்; கடன்காரர்களை, கடன் தொல்லையிலிருந்து விடுதலை செய்கிறான்; ஜனங்களுக்கும், தன்னைப் பின்பற்றுகிறவர்களுக்கும் நிலங்களைப் பங்கிட்டுப் கொடுக்கிறான்; எல்லோரிடத்திலும் நல்லதனமாகக், கருணையோடு நடந்து கொள்வதாக காட்டிக்கொள்கிறான். சரி, இங்ஙனம் வெற்றி கொள்வதன் மூலமாகவோ அல்லது சமாதானம் செய்துகொள்வதன் மூலமாகவோ, தனக்குச் சத்துருக்களே இல்லாமற் செய்துகொண்டு விட்டபிறகு, இந்தக் கொடுங்கோலன் ஏதாவது ஒரு யுத்தத்தைக் கிளப்பி விட்டுக் கொண்டிருக்கிறான். ஏனென்றல் ஜனங்கள், தங்களுக்கு ஒரு தலைவன் இருக்க வேண்டியது அவசியமென்று உணர்ந்துகொண்டே இருக்க வேண்டுமல்லவா? மற்றொரு நோக்கமும் உண்டு. யுத்தத்தைக் கிளப்பி விட்டால், அதற்காக ஜனங்களை அதிக வரி கொடுக்கச் செய்து அவர்களை ஏழைகளாக்கிக் கொண்டிருக்கலாம். ஏழைகள், தங்கள் அன்றட ஜீவனோபாயத்தைத் தேடிக்கொள்வதில் கவனஞ் செலுத்திக் கொண்டிருப்பார்களே தவிர, தனக்கு விரோதமாகச் சூழ்ச்சி செய்யாமலிருப்பார்கள் என்பது இவன் கருத்து. அப்படி ஜனங்களில் யாராவது சுதந்திரமென்றும், அரசாங்கத்தை எதிர்த்துப் போராட வேண்டுமென்றும் சொல்வார்களானால், அவர்களை இந்தக் கொடுங்கோலன், தன் சத்துருக்கள் வசம் ஒப்புவித்து அழித்துவிடுகிறான். இங்ஙனமே, அதிகளில் யாராவது இவனது செயலைக் கண்டித்து, செய்யத் தகாதது இன்னது, செய்யவேண்டியது இன்னது என்று தைரியமாக எடுத்துச் சொன்னால் ஆர்களையும் நாசமாக்கி விடுகிறான். சுருக்கமாக, தனக்குச் சத்துருக்களென்று கருதப்படுகிற அனைவரையும் இல்லாமற் செய்துவிடுகிறான். வைத்தியன் கெட்டவற்றை நீக்கி, நல்லவை இருக்கும்படியாக தேகத்தைச் சுத்தப்படுத்துகிறான். இந்தக் கொடுங்கோலனோ, அதற்கு நேர்மாறாக நல்லவர்களை நீக்கி, கெட்டவர்கள் இருக்கும்படியாக தேசத்தைச் சுத்தப்படுத்துகிறான். இவனுடைய கொடுஞ் செயல்கள் அதிகப்பட, அதிகப்பட இவனைச் சூழ்ந்து இச்சகம்பாடுவோர் அதிகமாகின்றனர். மற்றும் இந்தக் கொடுங்கோலன், அடிமைகளையெல்லாம் விடுதலை செய்து அவர்களைத் தனது மெய்க்காப்பாளர்களாக்கிக் கொள்கிறான்.

அடீ: கொடுங்கோலர்களைப் பற்றிய உனது வருனனை விசித்திரமாய் இருக்கிறது.

ஸாக்: இவனைச் சுற்றியிருக்கிறவர்களும், ராஜ்யத்திலுள்ள இளைஞர்களும், கவிஞர்களும், நாடகாசிரியர்கள் முதலாயினோரும் இவனை ஸ்துதிபாடுகிறார்கள். நல்லவர்களோ இவனைப் புறக்கணிக்கிறார்கள். தன்னை ஸ்துதி பாடுகிறவர்களை இந்தக் கொடுங்கோலனும் கௌரவிக்கிறான்; அவர்களுக்குச் சன்மானங்கள் முதலியன வழங்குகிறேன்.

அடீ: நீ சொல்வதெல்லாம் உண்மை.

ஸாக்: தன்னைச் சுற்றியுள்ள கூட்டத்தை இந்தக் கொடுங்கோலன் எங்ஙனம் பராமரிப்பான்?

அடீ: அதுதான் தெரிந்திருக்கிறதே? தேசத்திலுள்ள கடவுட் சம்பந்தமான சொத்துக்களை யெல்லாம் பறிமுதல் செய்து அவற்றைத் தன் கூட்டத்தினரைப் போஷிக்கச் செலவு செய்வான். எந்த விகிதாசாரத்திற்கு இந்தப் புண்ணிய சொத்துக்களிலிருந்து பணங்கிடைக்கிறதோ அந்த விகிதாசாரத்திற்கு ஜனங்களின் வரிச்சுமை குறையும்.

ஸாக்: மேற்படி புனித சொத்துக்களிலிருந்து வருமானம் நின்றுவிட்டால் இந்தக் கொடுங்கோலன் என்ன செய்வான்?

அடீ: ஜனங்களுடைய சொத்துக்களுக்குத்தான் வருவான்.

ஸாக்: ஜனங்கள் இதற்கு விரோதமாயிருந்தால்? "நாங்கள் தந்தை போன்றவர்கள்; உன்னை வளர்த்து மேலுக்குக் கொண்டுவந்தோம். இனி நீயல்லவோ எங்களைக் காப்பாற்ற வேண்டும்? அல்லது உன்னையாவது நீ காப்பாற்றிக்கொள்ள வேண்டும். அப்படி உன்னைக் காப்பாற்றிக்கொள்ள முடியாவிட்டால், நீ உனது சகாக்களுடன் ராஜ்யத்தை விட்டு வெளியேறிவிடு" என்று ஆத்திரத்துடன் கூச்சல் போடுவார்களல்லவா?

அடீ: கூச்சல் போட்டாலும் இவர்களால் அந்தக் கொடுங்கோலனை வெளியேற்ற முடியாது. எவ்வளவு பெரிய பூதத்தை நமக்கு விரோதமாக இதுகாறும் வளர்த்துக்கொண்டு வந்தோம் என்று இவர்கள் ஏங்கி நிற்பார்கள். தங்களைக்காட்டிலும், தங்களால் வளர்க்கப்பட்ட கொடுங்கோலன் பலசாலியாயிருப்பதைக் காண்பார்கள்.

ஸாக்: அப்படியானால் என்ன? இந்தக் கொடுங்கோலன் பலாத்காரத்தை உபயோகித்து ஜனங்களை அடக்கிவிடுவானா?

அடீ: ஆம்; முதலில் அவர்களை நிராயுதபாணிகளாக்கி, பின்னர் பலாத்காரத்தைப் பிரயோகித்து அடக்கிவிடுவான்.

ஸாக்: மிகவும் சரி. இதுதான் உண்மையான கொடுங்கோன்மை. ஜனங்கள்,

வெ.சாமிநாத சர்மா

மிதமிஞ்சிய சுதந்திரத்திலிருந்து விடுதலை பெற முயன்று, மிதமிஞ்சிய அடிமைத் தனத்திலேபோய் அகப்பட்டுக் கொள்வார்கள்.

அடீ: வாஸ்தவம்.

ஸாக்: கொடுங்கோன்மை பற்றியும், குடியாட்சியிலிருந்து கொடுங்கோன்மை எங்ஙனம் தோன்றுகிறதென்பது பற்றியும் நாம் சவிஸ்தாரமாக ஆராய்ச்சி செய்துவிட்டோமல்லவா?

அடீ: ஆம்.

ஒன்பதாவது புத்தகம்

இந்த அத்தியாயத்தில் கொடுங்கோலாட்சி முறைக்கியைந்த மனிதனுடைய லட்சணமென்ன, மனிதனிடத்திலே குடிகொண்டிருக்கும் இச்சைகளெத்தனை, இன்பங்களெத்தனை, இவற்றில் எது சிறந்தது, நீதிமானாய் இருக்கிறவந்தான் உண்மையான இன்பத்தை அனுபவிக்கிறான் என்பன போன்ற விஷயங்கள் ஆராய்ச்சி செய்யப்படுகின்றன.

ஸாக்ரட்டீஸ்: இனி கொடுங்கோலாட்சியை யொத்த மனிதனைப் பற்றி ஆராய வேண்டும். இவன் எங்ஙனம் குடியாட்சியை யொத்த மனிதனாக இருந்து பின்னர் கொடுங்கோலாட்சியை யொத்த மனிதனாக மாறுகிறான், மாறுதலடைந்த பின்பு இவன் குணங்களென்ன, இவன் சந்தோஷத்துடன் வாழ்கிறானா என்பவைகளைப் பற்றியெல்லாம் விசாரணை செய்ய வேண்டாமா?

அடீ: ஆம், ஆராயவே வேண்டும்.

ஸாக்: ஆனால் அதற்கு முன், இச்சைகள் எத்தனை வகை, அவற்றின் தன்மைகளென்ன என்பவற்றைப் பற்றித் தெரிந்துகொள்ள வேண்டும். அதைத் தெரிந்துகொள்ளாமற் போனால் நமது விசாரணை குறைபாடுடையதாகவே இருக்கும்.

அடீ: அதற்கென்ன, இப்பொழுதே அந்தக் குறையைப் பூர்த்தி செய்துவிட்டால் போகிறது.

ஸாக்: அநேகமாகப் பிரதியொரு மனிதனிடத்திலும் அனாவசியமான இன்பங்கள், அனாவசியமான இச்சைகள் குடிகொண்டிருக்கின்றன. சில, அவற்றைத் தங்கள் விவேகத்தினாலும், ராஜ்யத்தின் சட்ட திட்டங்களுக்கு அஞ்சியும் கட்டுப்படுத்தி வைத்துக்கொண்டிருக்கிறார்கள். அவர்களிடம் கீழான இச்சைகளுக்குப் பதிலாக மேலான இச்சைகள் வந்து குடிகொள்கின்றன. அப்படிக் குடிகொள்வதன் காரணமாக அவை – அந்தக் கீழான இச்சைகள் – வெளியேற்றப்பட்டு விடுகின்றன; அல்லது குறைவுபட்டும் பலவீனமடைந்தும் போகின்றன. வேறு சிலரிடத்தில் அந்தக் கீழான இச்சைகள் வலுத்தும், எண்ணிக்கையில் அதிகப்பட்டும் இருக்கின்றன.

அடீ: அந்த இச்சைகள் யாவை?

ஸாக்: பக்குவமடைந்த, மற்ற தத்துவங்களைக் கொண்டு செலுத்தும் ஆற்றல் வாய்ந்த விவேக தத்துவமானது எந்த மனிதனிடத்திலே தூங்கிக்

கொண்டிருக்கிறதோ, அந்த மனிதனிடத்தில் மிருக இச்சையானது, மது மாமிசத்தினால் கொழுத்துப் போய், தன் உறக்கத்தை உதறித் தள்ளிவிட்டு மேலெழுந்து நிற்கிறது. உடனே அந்த மனிதன் எல்லாக் கீழான இச்சைகளையும் அனுபவிக்கத் தொடங்குகிறான். விபசாரம், கொலை, புலாலுண்ணல் முதலிய வெட்கக் கேடான காரியங்களைச் செய்ய அவன் கூசுவதில்லை.

அடீ: நீ சொல்வது வாஸ்தவம்.

ஸாக்: ஆனால் எவனுடைய தினசரி வாழ்க்கை பரிசுத்தமும் நிதானமுமுடையதாய் இருக்கிறதோ, எவன் தினந்தோறும் தூங்கச் செல்வதற்கு முன், தன்னிடத்திலேயுள்ள ஆசாபாசங்கள் நிறைந்த இச்சா தத்துவத்தையும், கோபதாபங்கள் நிறைந்த உணர்ச்சித் தத்துவத்தையும் முறையே அவற்றுக்குரிய ஆகாரத்தை அளவாகக் கொடுத்துச் சாந்தப் படுத்தித் தூங்க வைத்து விட்டுப் பின்னர் ஞான தத்துவத்தை மட்டும் விழிப்பு நிலையிலேயே இருக்கும்படி செய்துகொண்டு தூங்கச் செல்கிறானோ, அவன் அப்பொழுது, அதாவது தூங்கிக் கொண்டிருக்கிற பொழுது, மெய்யான ஒன்றின் சமீபத்தை அடைகிறான்; கெட்ட கனவு எதுவும் காண்பதில்லை. சுருக்கமாகச் சொல்ல வேண்டுமானால், எல்லா மனிதர்களிடத்திலும், நல்ல மனிதர்களிடத்தில்கூட, கட்டுக்கடங்காத மகா கொடூரமான மிருக இச்சைகள் சில இருக்கின்றன; அவை தூக்கத்தில் கனவுகளாக வெளிப்படுகின்றன. இது சரி என்று ஒப்புக்கொள்கிறாயா?

அடீ: ஒப்புக்கொள்கிறேன்.

ஸாக்: குடியாட்சியை யொத்த மனிதனுடைய லட்சணத்தை ஏற்கனவே நாம் பேசியிருப்பது உனக்கு ஞாபகம் இருக்கிறதல்லவா? அனாவசியமான ஆசைகள், சுகங்கள் முதலியவற்றில் ஈடுபடாமல் எவை அவசியமோ அவற்றில் மட்டும் ஈடுபட்டிருந்த கஞ்சத்தனமான ஒரு தகப்பனின் பிள்ளையாகப் பிறந்த இந்தக் குடியாட்சி மனிதன், கீழான சுபாவங்கள் நிறைந்த சிலருடன் நட்புக் கொள்கிறான்; இவனும் கீழான சுகங்களை அனுபவிக்கத் தொடங்குகிறான். ஆனால் இவனிடத்திலே குடிகொண்டுள்ள மேலான சுபாவமானது இவனை அப்படிச் செய்ய வேண்டாமென்று தடுக்கிறது. இதனால் இரண்டுங் கெட்டானாகி, சுகங்களை அனுபவிப்பதில் அமிதமாகப் போகாமல் ஏதோ ஓர் அளவுக்குட்பட்டு அனுபவித்துக் கொண்டு காலங் கடத்துகிறான். இதுதான் குடியாட்சி மனிதனுடைய வரலாறு.

அடீ: ஆம்; இப்படித்தான் நாம் முடிவு கட்டினோம்.

ஸாக்: இந்தக் குடியாட்சி மனிதனுக்கு ஒரு பிள்ளை பிறக்கிறானென்று வைத்துக் கொள்வோம். இவன், தன் தகப்பனாரின் கொள்கைகள்படியே

வளர்கிறான். பின்னர், தகப்பனார் மாதிரி கீழான இச்சைகளைப் பூர்த்தி செய்துகொள்வதில் ஈடுபடுகிறான். ஏனென்றால் அவனவனுக்கும் அவனவன் இஷ்டப்படி நடந்துகொள்ளச் சுதந்திரமுண்டல்லவா? ஆனால், இவனுடைய தகப்பனும் மற்றா உறவினர்களும் மிதமாகவே எல்லாவற்றையும் அனுபவிக்க வேண்டுமென்று இவனுக்கு எச்சரிக்கை செய்கிறார்கள். அதற்கு எதிராக, இவனது கீழான ஆசைகளுக்கு உதவியாயிருக்கிற அன்பர்கள், தங்கள் பக்கம் இவனை இழுக்கிறார்கள். இங்ஙனம் இவனுக்குள்ளேயே கட்சிச் சண்டைகள் நடைபெறுகின்றன. கீழான அன்பர்கள், இவன் மீது வைத்திருக்கும் பிடி தளர்ந்து விடுகிற மாதிரியான நிலைமை வருகிறது. அதாவது இவன், தன் கீழான இச்சைகளைப் பூர்த்தி செய்துகொள்வதில் இன்னமும் மிதமாகவே இருக்கிறான். இதற்காக அந்தக் கீழான நண்பர்கள் இவனிடத்தில் உக்கிரமான ஓர் ஆசையைத் தூண்டி விடுகிறார்கள். இந்த ஆசை, மற்ற இச்சைகளுக்கெல்லாம் மேற்பட்டதாய் முக்கியத்துவம் பெற்று விடுகிறது. இந்த முக்கிய ஆசையைச் சுற்றி மற்றாக் கீழான ஆசைகளெல்லாம் சேர்ந்துகொண்டு ஆரவாரம் செய்கின்றன; அதற்குத் தூப தீபங்காட்டிப் பூஜை போடுகின்றன. மூர்க்கத்தனமே இவனது மெய்க்காப்புப் படையாக அமைகிறது. கோபாவேசங்கொண்ட புருஷனாக இவன் காட்சியளிக்கிறான். மான உணர்ச்சி, நாணயத் தன்மை முதலியன ஏதேனும் இவனிடத்தில் அற்ப சொற்பமாக ஒட்டிக் கொண்டிருந்தால் அவற்றையெல்லாம் அழித்துவிடுகிறான். சுருக்கமாக, நிதானந் தவறிய வெறியனாகிறான்.

அடீ: கொடுங்கோலாட்சியை யொத்த மனிதனை நீ அழகாக வருணித்துவிட்டாய்.

ஸாக்: காதலை, ஒரு கொடுங்கோலன் என்று அழைப்பதற்கு இதுதானே காரணம்?

அடீ: அப்படித்தானிருக்கும்.

ஸாக்: தவிர ஒரு குடிகாரன், கொடுங்கோன்மை உடையவனாகவும் இருப்பானில்லையா?

அடீ: இருப்பான்.

ஸாக்: ஒரு சித்தப் பிரமை பிடித்தவன் அல்லது. ஒரு பைத்தியக்காரன், மனிதர்களை மட்டுமல்ல, தெய்வங்களைக் கூட ஆள்வதற்குத் தனக்குத் திறமையுண்டென்று நினைக்கிறானில்லையா?

அடீ: அப்படித்தான் நினைப்பான்.

ஸாக்: இயற்கைச் சுபாவத்தினாலோ அல்லது சகவாச தோஷத்தினாலோ

அல்லது இரண்டினாலுமோ ஒருவன் குடியிலும் விபசாரத்திலு வெறியாட்டத்திலும் முழுகி விடுவானாகில் அப்பொழுது அவன் கொடுங்கோல் தன்மை யுடையவனாகி விடுகிறானில்லையா?

அடீ: நிச்சயமாக.

ஸாக்: சரி; இந்தக் கொடுங்கோல் மனிதன் எப்படி வாழ்க்கையை நடத்துகிறானென்பதைக் கவனிப்போம். விருந்துகள், கேளிக்கைகள், விபசாரம் ஆகிய இப்படிப்பட்டவற்றின் மத்தியில் இவனுடைய அன்றாட வாழ்க்கை நடைபெறுகிறது. காம இச்சையே இவனிடத்தில் பிரதானமாக இருந்து, இவனுடைய மற்ற இச்சைகளை யெல்லாம் ஆட்டுவிக்கிறது. தினந்தோறும் அந்த இச்சைகள் வளர்ந்துகொண்டே வருகின்றன. அப்படியே அவற்றின் கோரிக்கைகளும் அதிகப்பட்டுக் கொண்டு வருகின்றன. அந்தக் கோரிக்கைகளைப் பூர்த்தி செய்ய வேண்டி இவன் பணம் பூராவும் செலவழிகிறது. கடனாளியாகிறான். ஆஸ்திபாஸ்திகள் கரைகின்றன. ஆனால், இவனுடைய இச்சைகள் அடங்கினபாடில்லை; மேலும் மேலும் இரைகேட்கின்றன. இந்த இச்சைகளுக்கெல்லாம் நாயகன் போலிருக்கும் காம இச்சையானது, தனக்கு ஆகாரம் வேண்டும். வேண்டுமென்று வெறிபிடித்தலைகிறது. இதற்காக இவன், மற்றவர்களுடைய சொத்துக்களை ஏமாற்றியோ பலவந்தப் படுத்தியோ அபகரித்துச் செலவழிக்கிறான். எந்த விதத்திலாவது பணம் வேண்டும் என்பதே இவன் கோரிக்கை யாகிவிடுகிறது. தன் கையிலிருந்த பணமெல்லாம் கரைந்த பிறகு, பிதிரார்ஜித சொத்திலும் ஒரு பகுதியை அடைய விரும்புகிறான். பெற்றோர்கள் இதற்கு இடங்கொடாவிட்டால் அவர்களை ஏமாற்றப்பார்க்கிறான்; அதிலும் முடியாவிட்டால், அவர்களைப் பலவந்தப்படுத்தி, சொத்தை அபகரித்துக் கொள்கிறான். இந்தச் சொத்தும் செலவழிந்து போகிறது. இச்சைகளோ வளர்ந்து வருகின்றன. எனவே இவன் வீடுகளிலே புகுந்து கொள்ளையடிக்கிறான்; வழிப் பிரயாணிகளைக் கொள்ளையடிக்கிறன்; கோயில்களிலே புகுந்து கொள்ளையடிக்கிறான்; கடைசியில் கொலைக்கும் அஞ்சாதவனாகி விடுகிறான். எந்த விதமான ஆகாரத்தைப் புசிப்பதற்கோ எவ்விதமான இழிசெயல் புரிவதற்கோ இவன் கொஞ்சங்கூடப் பின் வாங்குவதில்லை. எப்படி ஒரு கொடுங்கோலன், ஒரு ராஜ்யத்தை அடக்கியாள்கிறானோ அப்படியே காம இச்சையென்பது இவனை அடக்கியாள்கிறது. அதன் வழியே இவன் செல்ல வேண்டியவனாகி விடுகிறான். இதுகாறும் சொல்லியவற்றிலிருந்து ஒரு கொடுங்கோல் மனிதன் எப்படியிருப்பான் என்பது நமக்கு ஒருவாறு புலப்படுகிறதில்லையா?

அடீ: ஆம்.

ஸாக்: இந்தக் கொடுங்கோல் மனிதர்கள் ஒரு ராஜ்யத்தில் குறைவான பேராயிருந்து, மற்ற ஜனங்கல் நல்லவர்களாயிருந்தால், இவர்கள் வேறொரு ராஜ்யத்திற்குச் சென்று அங்கே வேறொரு கொங்கோலனுடைய மெய்க்காப்பாளர்களாகிறார்கள். அந்தக் கொடுங்கோலன், தான் நடந்த இருக்கும் யுத்தத்திற்கு இவர்களை உபயோகப்படுத்திக் கொள்கிறான். அப்படிவேறு ராஜ்யம் செல்ல இவர்களுக்குச் சந்தர்ப்பம் ஏற்படாவிட்டால். இவர்கள், தங்கள் ராஜ்யத்திலேயே இருந்து கொண்டு, சில்லரை விஷமங்கள் செய்து கொண்டே யிருக்கிறார்கள். உதாரணமாக, திருடர்கள், ஜேபியடிக்கிறவர்கள், கோயில் கொள்ளைக்காரர்கள். நரசோரர்கள் முதலியவர்களெல்லோரும் இப்படிப்பட்டவர்கள்தான். இவர்களின் பேச்சு வல்லமை யுள்ளவர்கள் உளவாளிகளாகவோ, பொய்ச் சாட்சி சொல்கிறவர்களாகவோ, லஞ்சம் வாங்கிப் பிழைக்கிறவர்களாகவோ மாறிவிடுவார்கள்.

அடீ: இவர்கள் எண்ணிக்கையில் குறைந்தவர்களாய் இருப்பதற்குத் தகுந்தபடி இவர்கள் விளைவிக்கிற தீமைகளும் குறைவாக இருக்கின்றன.

ஸாக்: வாஸ்தவம். ஒரு ராஜ்யத்திற்கு இவர்களால் உண்டாகிற தீமைகள், ஒரு கொடுங்கோலனுக்குக் கிட்டேகூட வரமுடியாதுதான்; அதாவது குறைவுதன். ஆனால், இவர்களே எண்ணிக்கையில் அதிகப்பட்டு, தங்கள் சக்தியையும் உணர்ந்துகொண்டு விட்டார்களானால், ஜனங்களுடைய மடமையும் அந்தச் சக்தி அதிகரிப்பதற்குத் துணை செய்யுமானால், அப்பொழுது இவர்களிலே மிகக் கொடிய ஒருவனை ஜனங்கள், தங்கள் தலைவனாகத் தெரிந்தெடுத்துக் கொள்கிறார்கள்.

அடீ: ஆம்; அப்படித் தெரிந்தெடுக்கப்பட்டவன் தான் உண்மையான ஒரு கொடுங்கோலனாயிருப்பான்.

ஸாக்: அந்தக் கொடுங்கோலனுக்கு ஜனங்கள் இணங்கினால் சரி, இல்லை எதிர்க்க ஆரம்பித்தால், அவர்களைப் பலாத்காரத்தினால் அடக்கிவிட்டு, தனது புனிதமான தாய் நாட்டைத் தனக்கும் தன்னினத்தாருக்குமாக அடிமைப்படுத்திக்கொண்டு விடுகிறான். இவனுடைய ஆத்திரம் ஆசையெல்லாம் இங்கே முற்றுப் பெறுகின்றன.

அடீ: மிகவும் சரி.

ஸாக்: இவனைப் போன்றவர்கள், அதாவது இவனைப் போன்ற கொடுங்கோல் மனப்பான்மையுடையவர்கள், அதிகாரத்தை ஏற்றுக்கொள்வதற்கு முன்னர் தனிப்பட்ட நண்பர்களாயிருக்கிற போது, இவர்களுடைய சுபாவம் எப்படிப்பட்டதென்றால், தங்களை யார் முகஸ்துதி செய்கிறார்களோ, யார் தங்களுக்குக் கையாட்களாயிருக்கச் சம்மதிக்கிரார்களோ ஆர்களோடுதான்

பழகுகிறார்கள். யாரிடமிருந்தேனும் ஏதாவது காரியம் சாதித்துக்கொள்ள வேண்டுமென்றால், அவர்களிடம் பணிவோடு நடந்துகொள்கிறார்கள்; அந்தக் காரியம் முடிந்துவிட்டால் பிறகு அவர்களைப் பற்றி லட்சியம் செய்வதில்லை. இவர்கள் ஒன்று, எஜமானர்களாகவாவது இருக்கிறார்கள்; அல்லது ஏவலாட்களாகவாவது இருக்கிறார்கள்; யாருடைய சிநேகிதர்களாகவும் இருப்பதில்லை. இவர்களுக்கு உண்மையான சுதந்திரத்தின் ருசியோ, உண்மையான நட்பின் ருசியோ தெரியவே தெரியாது.

அடீ: தெரியாதுதான்.

ஸாக்: இப்படிப்பட்டவர்கள் நம்பிக்கைத் துரோகிகளாகவும் இருப்பார்களென்று சொல்லலாமல்லவா?

அடீ: ஆட்சேபமென்ன?

ஸாக்: நீதியைப் பற்றி ஏற்கனவே நாம் முடிவு கட்டியிருப்பது சரியாயிருக்கும் பட்சத்தில் இவர்கள் பெரிய அநீதவான்களாகவும் இருப்பார்களென்று ஏற்படுகிறதில்லையா?

அடீ: வாஸ்தவம்.

ஸாக்: லட்சிய புருஷன் இப்படித்தான் இருப்பான் என்று நாம் ஒருவித கனவு கண்டுகொண்டிருந்தோமே அவனுக்கு, அந்த நீதிமானுக்கு – தரும புருஷனுக்கு – நேர்விரோதமாயுள்ள மனிதனாக, நனவு உலகத்திலே சஞ்சரித்துக் கொண்டிருக்கிற மனிதனாக இருக்கிறவந்தான் அநீதிவான் என்று சுருக்கமாகச் சொல்லலாம்.

அடீ: சரியான வியாக்கியானம்.

ஸாக்: சுபாவத்திலேயே கொடுங்கோல் தன்மையுடைய ஒருவன் அதிகாரத்திற்கு வந்தால் இப்படித்தான் அநீதவானாக இருப்பான். இவன் எவ்வளவு நீண்ட காலம் உயிரோடிருக்கிறானோ அவ்வளவுக்கு அதிக கெட்டவனாகவும் இருப்பான்.

இங்கிருந்து கிளாக்கோன் பழையபடி வாதத்தில் கலந்துகொள்கிறான்.

கிளா: அது நிச்சயம்.

ஸாக்: எவன் அதிகம் கெட்டவனாய் இருக்கிறானோ அவன் அதிகம் துன்பப்படுகிறவனாகவும் இருக்கிறான். எவன் மற்றவர்களை நீண்ட காலத்திற்குத் துன்பப்படுத்துகிறானோ அவன் நீண்ட காலம் வரையில் தொடர்ந்து துன்பத்தை அனுபவிக்கிறான். ஆனால், பொதுவாக ஜனங்கள் இப்படி அபிப்பிராயப்படுவதில்லை.

கிளா: ஆம்.

ஸாக்: கொடுங்கோலாட்சி நிலவும் நாட்டைப் போலவே கொடுங்கோல் மனிதரும், குடியாட்சி நிலவும் நாட்டைப் போலவே குடியாட்சி மனிதரும் முறையே இருக்கின்றனர். இங்ஙனம் அந்தந்த ஆட்சி முறைக்குத் தகுந்தாற்போல் மனிதர்கள் இருக்கிறார்கள்.

கிளா: வாஸ்தவம்.

ஸாக்: அப்படியே சீலமும் சந்தோஷமும் நிறைந்த ராஜ்யத்தைப் போல் மனிதர்களும் இருக்கிறார்களில்லையா?

கிளா: சந்தேகமில்லாமல்.

ஸாக்: சரி, நாம் ஆதியில் ஓர் அரசன் கீழ் ராஜ்யம் இருப்பதாகத் திட்டம் போட்டோமே அந்த ராஜ்யமும், ஒரு கொடுங்கோலனின் கீழுள்ள ராஜ்யமும் சீலத்தைப் பொறுத்த மட்டில் எந்த நிலைமையில் இருக்கின்றன?

கிளா: இரண்டும் நேருக்கு நேர் விரோதமாயிருக்கின்றன. ஒன்று மிக நல்லதாகவும் மற்றொன்று மிகக் கெட்டதாகவும் இருக்கிறது.

ஸாக்: எது மிக நல்லது, எது மிகக் கெட்டது என்பதைப் பற்றி உன்னைக் கேட்கப் போவதில்லை. ஏனென்றால் அது தெரிந்தததுதானே? ஆனால், இதே பிரகாரம் எது சந்தோஷமுடையதாய் இருக்கிறது, எது துக்கமுடையதாய் இருக்கிறது என்பதையும் நீ தீர்மானிக்கப் போகிறாயா? அப்படித் தீர்மானிப்பதற்கு முன்னர், ஒரு கொடுங்கோலனுடைய மேல் ஆடம்பரத்தைக் கண்டு மயங்கிப் போகாமல் நாம் ஜாக்கிரதையாயிருக்க வேண்டும். ஆகையால் ஒரு கொடுங்கோல் ராஜ்யத்தையும் ஒரு கொடுங்கோல் மனிதனையும் முறையே மூலை முடுக்குகளிலெல்லாம் நுழைந்து பார்த்து, பின்னரே அதுவும் அவனும் முறையே சந்தோஷமுடையவர்களாய் இருக்கிறார்களா, துக்கப்பட்டுக் கொண்டிருக்கிறார்களா என்று தீர்மானிக்க வேண்டும்.

கிளா: உன்னுடைய ஏற்பாடு மிகவும் நல்ல ஏற்பாடு.

ஸாக்: சரி, ஒரு கொடுங்கோலனால் ஆளப்படுகிற ராஜ்யம் சுதந்திரமாய் இருக்கிறதா? அடிமையாய் இருக்கிறதா?

கிளா: கொடுங்கோல் ராஜ்யத்தைப் போல் அடிமைப்பட்டுக் கிடக்கிற ராஜ்யம் வேறொன்றும் இருக்க முடியாது.

ஸாக்: இருந்தாலும், அந்த ராஜ்யத்தில் சுதந்திரமாய் உள்ளவர்களும் இருக்கிறார்களில்லையா?

கிளா: இருக்கிறார்கள். ஆனால் ஒரு சிலர்தான் சுதந்திரமாயிருக்கிறார்கள். பொதுவாக ஜனங்களைப் பொறுத்தமட்டில், சிறப்பாக அந்த ஜனங்களில் மிக நல்லவர்களாயுள்ளவர்கள், கேவலமான ஸ்திதியிலும் அடிமைப்பட்டும் கிடக்கிறார்கள்.

ஸாக்: ராஜ்யத்தைப் போல் மனிதனும் இருக்கிறானென்று சொன்னோமில்லையா? எனவே மேற்சொன்ன நிலைமை மனிதனுக்கும் பொருந்தும். அதாவது ஒரு கொடுங்கோல் மனிதனுடைய ஆத்மாவின் மேலான தத்துவங்களெல்லாம் அடிமைப்பட்டும் கேவலமான நிலைமையிலும் இருக்கின்றன. கீழான தத்துவங்கள் மேலான நிலையில் இருந்துகொண்டு அதிகாரம் செய்கின்றன; இல்லையா?

கிளா: ஆம்.

ஸாக்: அப்படிப்பட்ட ஆத்மாவைச் சுதந்திர ஆத்மா என்று சொல்வாயா, அடிமை ஆத்மா என்று சொல்வாயா?

கிளா: அடிமை ஆத்மா என்றுதான் சொல்லவேண்டும்.

ஸாக்: கொடுங்கோலனுடைய ஆட்சிக்குட்பட்டிருக்கிற ராஜ்யம், தன்னிச்சையாக ஒரு காரியத்தைச் செய்ய முடியுமா?

கிளா: முடியவே முடியாது.

ஸாக்: அப்படியே ஒரு கொடுங்கோல் மனிதனுடைய ஆத்மாவும், தன்னிஷ்டப்படி ஒன்றுஞ் செய்ய முடியாது. மிருக உணர்ச்சிகள்தான் அதனிடத்தில் தலை தூக்கி நிற்கும். தவிர அந்த ஆத்மா எப்பொழுதும் கலக்கமுடையதாகவும் குரூரத் தன்மையுடையதாகவும் இருக்கும்.

கிளா: நிச்சயமாக.

ஸாக்: ஒரு கொடுங்கோல் ராஜ்யம், பணக்கார ராஜ்யமாயிருக்குமா?

கிளா: ஏழை ராஜ்யமாகத்தான் இருக்கும்.

ஸாக்: அப்படியே கொடுங்கோல் மனிதனுடைய ஆத்மாவும் வறுமை நிரைந்ததாகவும், அதிருப்தியுடையதாகவும் இருக்குமல்லவா?

கிளா: ஆம்.

ஸாக்: மேற்படி ராஜ்யத்தினிடத்திலும் மனிதனிடத்திலும் அச்சம் நிரம்பியிருக்குமல்லவா?

கிளா: ஆம்.

ஸாக்: கொடுங்கோல் ராஜ்யத்தில்தானே அழுகை, ஆற்றாமை, கூக்குரல், துன்பம் முதலியனவெல்லாம் நிறைந்திருக்கும்?

கிளா: நிச்சயமாக.

ஸாக்: அப்படியே கொடுங்கோல் மனிதனுடைய ஆத்மாவில் இந்த மாதிரியான துயரங்கள் நிரம்பியிருப்பதைப் போல் வேறெந்த மனிதனுடைய ஆத்மாவிலும் நீ பார்க்க முடியுமா?

கிளா: பார்க்கவே முடியாது.

ஸாக்: இதனாலேயே, கொடுங்கோல் ராஜ்யந்தான் எல்லா ராஜ்யங்களைக் காட்டிலும் மிகவும் துயரமுடையது என்று நீ சொன்னாய் போலும்.

கிளா: ஆம்; நான் சொன்னதுதான் சரி.

ஸாக்: அப்படியே மேற்படி தீமைகள், ஒரு கொடுங்கோல் மனிதனிடத்தில் காணப்பட்டால் அவனை நீ என்னவென்று அழைப்பாய்?

கிளா: மனிதர்களிலே மிகவும் துயரமுள்ள மனிதன் என்று அழைப்பேன்.

ஸாக்: அப்படியில்லை; அவனைவிடத் துயரமுள்ள மனிதன் இருக்கிறான்.

கிளா: அவன் யார்?

ஸாக்: தனி மனிதனாக இருந்து வாழ்க்கையை நடத்துகிற கொடுங்கோல் சுபாவமுடையவனைக் காட்டிலும், பொது வாழ்க்கையிலே ஈடுபட்டு அதிகாரத்தை ஏற்றுக்கொண்டு நடத்துகிற கொடுங்கோலந்தான் அதிகமான துயரத்தை அனுபவிக்கிறான்.

கிளா: நீ சொல்வதைப் பார்த்தால் அப்படித்தான் தோன்றுகிறது.

ஸாக்: இதில் ஊகமே வேண்டாம். நிச்சயமாகவே தெரிந்து கொள்வோம். ஓர் உதாரணத்தின் மூலம் உனக்குச் சொல்கிறேன் கேள். ஊரிலே சில பணக்காரர்கள் இருக்கிறார்களென்று வைத்துக்கொள்வோம் – ஒவ்வொருவரும் சில அடிமைகளை வைத்துக்கொண்டிருக்கிறார்கள். தாங்கள் க்ஷேமமாக வாழ்ந்து கொண்டிருப்பதாகவும், தங்கள் அடிமைகளாகிய வேலைக்காரர்களுக்குத் தாங்கள் பயப்பட வேண்டியதில்லை யென்றும் இவர்கள் நினைத்துக் கொண்டிருக்கிறார்கள். இப்படி இருக்கையில் இவர்களிலே ஒருவன், உதாரணமாக ஐம்பது அடிமைகளை வைத்துக் கொண்டிருக்கிற ஒரு பணக்காரன், ஏதோ ஒரு தேவதையினால், தனது பெண்டு பிள்ளைகள், சொத்துக்கள், அடிமைகள் முதலியவர்களோடு காட்டிலே கொண்டுவிடப்படுகிறானென்று வைத்துக்கொள்வோம். அப்பொழுது

வெ.சாமிநாத சர்மா | 293

அவன் எவ்வளவு பயப்படுவான்? தன்னையும், தன் மனைவி மக்களையும் தன் அடிமைகள் கொன்று போடுவார்களோ என்று எவ்வளவு அஞ்சுவான்? இதற்காக அவன் என்ன செய்வானென்றால், தனக்கு மனமில்லாமற் போனாலும், தனது அடிமைகளை முகஸ்துதி செய்வான்; அவர்களை விடுதலை செய்து விடுவதாக வாக்குறுதிகள் கொடுப்பான். ஏன்? அவர்கள், தன்னையும், தன் மனைவி மக்களையும் கொல்லாதிருக்க வேண்டுமே யென்பதற்காக. சரி; இதே பணக்காரனை மேற்படி தேவதை, ஒருவரை யொருவர் அடிமை கொள்ளக் கூடாது. அப்படிக் கொண்டவர்கள் கொல்லப்படுவார்கள் என்ற கொள்கையுடைய ஒரு கூட்டத்தினர் மத்தியில் கொண்டு விடுகிறதென்று வைத்துக்கொள்வோம். அப்பொழுது அவனுடைய பயம் இன்னும் அதிகமாகும். அவனைப் போலவே இருக்கிறான் ஒரு கொடுங்கோல் சுபாவமுடையவனும் இவனிடத்தில் – இந்தக் கொடுங்கோலனிடத்தில் – எல்லாவித அச்சங்களும் ஆசைகளும் குடிகொண்டிருக்கின்ற காரணத்தினால், இவன், மற்றவர்களைப் போல் தாராளமாக எங்கும் சென்று உலவ முடிவதில்லை; மற்றவர்கள் சென்று பார்க்கிற காட்சிகளைப் பார்க்க முடிவதில்லை; வீட்டுக்குள்ளே பதுங்கிக் கொண்டிருக்கும் ஒரு ஸ்திரீயைப் போல் வாழ்க்கையை நடத்துகிறான். இவனுடைய சொந்த வாழ்க்கையே இப்படி நடைபெறுகிறபோது, அதிகாரத்தை ஏற்று நடத்தும் துர்ப்பாக்கியம் இவனுக்கு ஏற்பட்டு விட்டால் இவனுடைய நிலைமை என்னவாயிருக்கும்? தனக்குத்தானே எஜமானனாக இருக்க முடியாத இவன், மற்றவர்களுக்கு எஜமானனா யிருக்குமாறு ஏற்படுகிறது. நோய்வாய்ப்பட்டிருப்பதன் காரணமாக ஓய்வுடன் வாழ வேண்டிய ஒருவனை, மற்றவர்களோடு எதிர்த்துப் போராட வேண்டுமென்று சொன்னால், அவன் எந்தப் பரிதாபகரமான ஸ்திதியிலிருப்பானோ அந்த ஸ்திதியிலேயே இந்தக் கொடுங்கோல் எஜமானனும் இருப்பான். இவனை மற்றவர்கள் எஜமானனென்று கருதினாலும், இவன் உண்மையிலேயெ மற்றவர்களுக்கு அடிமை மிகக் கேவலமானவர்களைக் கூடச் சில சமயங்களில் முகஸ்துதி செய்ய வேண்டிய அவசியத்திற்குட்படுகிறான். இவனுடைய ஆசைகள் அதிகரிக்க அதிகரிக்க இவனுடைய தேவைகளும் அதிகரிக்கின்றன; அவற்றைப் பூர்த்தி செய்துகொள்ள முடியாதவனாய் இருக்கிறேன். இவனுடைய ஆத்மாவைப் பரிசோதனை செய்து பார்த்தால் இவன்தான் உண்மையிலேயே ஏழை என்பது நன்கு புலப்படும். கொடுங்கோலாட்சி நிலவியுள்ள ஒரு ராஜ்யம், எப்படிப் பலவகைக் குழப்பங்களால் நிறைந்திருக்கிறதோ அப்படியே இந்தக் கொடுங்கோலனும் பலவகைக் குழப்பங்களுடையவனாக இருப்பான். அதிகாரம், தன் கையிலே இருப்பதன் காரணமாக, இவன் தனிப்பட்ட மனிதனாக இருந்த போதைக் காட்டிலும் இன்னும் அதிக பொறாமையுள்ளவனாகவும், அதிக விசுவாச காதகனாகவும், அதிக பாபியாகவும் இருப்பான்; எல்லாவித

தீமைகளையும் ஆதரிக்கிறவனாக இருப்பான். இவை காரணமாக இவன் மிகவும் துயரமுடையவனாக இருப்பான்; மற்றவர்களையும் தன்னைப்போல் துயரமுடையவர்களாகச் செய்வான்.

கிளா: வாஸ்தவம்; நீ சொல்வதை யாரும் ஆட்சேபிக்க முடியாது.

ஸாக்: சரி; இதுவரை ஐந்து விதமான மனிதர்களைப்பற்றிச் சொன்னோமல்லவா, அதாவது அரசவர்கள், ஒரு சிலராட்சித் தன்மையுடையவர்கள், குடியாட்சித் தன்மையுடையவர்கள், கொடுங்கோலட்சித் தன்மையுடையவர்கள், இவர்களில் யார், சந்தோஷ புருஷர்களா யிருக்கிறார்க ளென்றும் விஷயத்தில் முதலாவது, இரண்டாவது என்று வரிசைக்கிரமாமச் சொல்ல முடியும்?

கிளா: நீ எந்த வரிசைக் கிராமத்தில் சொன்னாயோ அந்த வரிசைக் கிரமத்தில்தான் அவரக்ள் சந்தோஷ புருஷர்களா யிருக்கிறார்களென்று சொல்லவேண்டும்.

ஸாக்: எவன் சிறந்தவனாகவும் நீதிமானாகவும் இருக்கிறானோ, அதாவது எவனொருவன் தனக்குத்தானே அரசனாயிருக்கிறானோ அவன் தான் முதல்தர சந்தோஷ புருஷன்; எவன் கெட்டவனாகவும் அநீதிவானாகவும் இருக்கிறானோ அவன் தான் அதிகமான துயர புருஷன்; இந்தத் துயரத்தை அனுபவிக்கிறான், தன் விஷயத்திலேயே கொடுங்கோலனா யிருக்கிறான்; இப்படி, அரிஸ்ட்டோனுடைய மகன் கிளாக்கோன் தீர்ப்பளித்து விட்டான் என்று நான் பகிரங்கப்படுத்தி விடலாமா?

கிளா: நீயே உன் பெயரால் அதைப் பகிரங்கப் படுத்தலாமே?

ஸாக்: நீதிமானுடைய வாழ்க்கைதான் சந்தோஷகரமான வாழ்க்கை யென்பதற்கு முதல் ருஜு இது. இனி இரண்டாவது ருஜு என்னவென்பதைக் கவனிப்போம். ஆத்மாவில் மூன்று பிரிவுகள் இருக்கின்றன என்று சொன்னோமல்லவா, அப்படியே மூறு விதமான சந்தோஷங்கள், மூன்று விதமான இச்சைகள், மூன்று விதமான ஆளுஞ் சக்திகள் இருக்கின்றன.

கிளா: எப்படி? கொஞ்சம் விஸ்தரித்துச் சொல்.

ஸாக்: ஆத்மாவிலுள்ள மூன்று தத்துவங்களில் ஒரு தத்துவத்தினால் மனிதன் கல்வி பயிலுகிறான்; இன்னொரு தத்துவத்தினால் கோபங் கொள்கிறான்; மற்றொரு தத்துவத்தினால் பலவிதமான இச்சைகள் கொள்கிறான். இந்த இச்சைகள், உண்ணல் குடித்தல் முதலிய புலன் சம்பந்தப்பட்ட இச்சைகள். இவை பணத்தின் உதவி யிருந்தால்தான் பூர்த்தியடையும், எனவே ஆத்மாவின் மூன்றாவது பிரிவானது, லாபத்தின் மீது, அதாவது பணத்தின்மீது இச்சையுடையதாகவும் இருக்கிறது.

கிளா: உனது முடிவை ஒப்புக்கொள்கிறேன்.

ஸாக்: இரண்டாவது தத்துவமாகச் சொன்னோமே, அதாவது மனவெழுச்சி அல்லது உணர்ச்சித் தத்துவம், ஆள்வதிலும், வெற்றி கொள்வதிலும், புகழ் சம்பாதிப்பதிலும் நாட்டமுடையதாய் இருக்கிறது. இதனைப் போராடும் சுபாவமுடைய பேராவல் நிறைந்த தத்துவமென்று சொல்வது பொருத்தமா யிருக்குமல்லவா?

கிளா: மிகவும் பொருத்தமாயிருக்கும்.

ஸாக்: முதலாவது தத்துவமாகிய விவேக தத்துவம் இருக்கிறதே அது, லாபத்தின் மீதோ புகழின் மீதோ நாட்டஞ் செலுத்தாமல் உண்மையின் மீதே நாட்டஞ் செலுத்துகிறது. எனவே இதனை ஞானத்தைக் காதலிக்கிற தத்துவமென்று சொல்லலாமல்லவா?

கிளா: நிச்சயமாக.

ஸாக்: ஒவ்வொருவரிடத்திலும் ஒவ்வொரு விதமான தத்துவம் குடிகொண்டிருக்கிறது; இல்லையா?

கிளா: ஆம்.

ஸாக்: எனவே, ஞானத்தை விரும்புகிறவர்கள், புகழை விரும்புகிறவர்கள், லாபம் அல்லது பணத்தை விரும்புகிறவர்கள் என்று மனிதர்களை மூன்று வகையினராகப் பிரிக்கலாமல்லவா?

கிளா: ஆம்.

ஸாக்: அவர்கள் அடைய விரும்பும் சந்தோஷமும் மூன்று வகைப்பட்டது?

கிளா: ஆம்.

ஸாக்: சரி; இந்த மூன்று பிரிவினரையும் அழைத்து, "உங்களில் யார் அடைகிற சந்தோஷம் அல்லது அனுபவிக்கிற சுகம் மேலானது" என்று கேட்டால், இவர்களில் ஒவ்வொருவரும் தங்கள் தங்கள் சந்தோஷத்தை அல்லது சுகத்தைத்தான் மேலானதாகவும், மற்றவர்களுடையதைத் தாழ்வானதாகவும் சொல்வார்கள். பணஞ் சம்பாதிப்பதில் நாட்டமுடையவன், புகழினாலும் படிப்பினாலும் என்ன லாபம் என்று கேட்பான். அப்படியே புகழிலே நாட்டமுடையவன், பணத்தினால் உண்டாகிற சுகம் இழிவானதென்றும், அப்படியே கீர்த்தியைச் சம்பாதித்துத் தராத அறிவு இருந்து என்ன பிரயோஜனமென்றும் கேட்பான். ஞானம் சம்பாதிக்க வேண்டுமென்பதிலே நாட்டமுடைய ஞானி, உண்மையைக் காணவேண்டும் என்பதிலே இருக்கிற

சந்தோஷம் அல்லது சுகம், மற்றச் சந்தோஷங்களோடு அல்லது சுகங்களோடு ஒப்பிட்டுப் பார்க்குமளவில் மிகவும் மேலானதென்று சொல்வான்; அப்படியே அந்த உண்மை காணும் முயற்சியிலே ஈடுபடுவான். ஆனால், இதற்காக மற்ற இரண்டு வகையான சுகங்களையும் வேண்டாமென்று சொல்லமாட்டான்; அளவுக்குட்பட்டுத் தேவை யென்றே சொல்வான். அப்படித் தேவையில்லா விட்டால் அவற்றை விரும்பமாட்டானல்லவா? சரி; இப்படி மூன்று பிரிவினரும் மூன்று விதமாகச் சொன்னால் இவர்களில் யார் சொல்வதை நிஜமென்று நம்புவது? யாருடைய சந்தோஷம் மேலானது, துக்கத்தினின்று விடுதலை பெற்றதென்று தீர்மானிப்பது?

கிளா: எனக்குப் புரியவில்லையே.

ஸாக்: அறிவைக் கொண்டும், அனுபவத்தைக் கொண்டுந்தான் தீர்மானிக்க வேண்டும். சரி; அப்படியே கவனிப்போம். மேலே சொன்ன மூவரிலே யாருக்கு எல்லாச் சந்தோஷங்களின் அனுபவமும் இருக்கிறது? ஞானிக்குப் பணத்தினால் ஏற்படக்கூடிய சந்தோஷத்தின் அனுபவத்தைக் காட்டிலும், பணநோக்கமுடையவனுக்கு ஞானத்தினால் ஏற்படக்கூடிய சந்தோஷத்தின் அனுபவம் அதிகமாயிருக்குமா?

கிளா: இராது; ஞானிக்குத் தான் அதிகமான அனுபவம் இருக்கும். எப்படி யென்றால், ஞானியானவன், சிறு வயதிலிருந்தே அவசியத்தை முன்னிட்டு மற்றச் சந்தோஷங்களை ருசி பார்த்து அனுபவம் பெற்றுவிடுகிறான். ஆனால், பண நோக்க முடையவனுக்கு, ஞானத்தை ருசி பார்த்து அனுபவம் பெற வேண்டுமென்ற அவசியமே இல்லாமல் போய்விடுகிறது.

ஸாக்: அப்படியானால் பண இச்சையுடையவனைக் காட்டிலும் ஞான இச்சையுடையவனுக்கு அதிகமான அனுபவம் உண்டென்று சொல்கிறாய்?

கிளா: ஆம்; அதிகமாக உண்டு.

ஸாக்: சரி; அடுத்தபடியாக ஞானிக்கு, புகழ் சம்பாதிப்பதிலே இருக்கிற சந்தோஷத்தின் அனுபவம் அதிகமாக உண்டா, அல்லது புகழைச் சம்பாதிப்பதிலே விருப்பமுடையவனுக்கு ஞானத்தை அடைவதனால் உண்டாகிற சந்தோஷத்தின் அனுபவம் அதிகமாக உண்டா?

கிளா: இந்த மூன்று வகையினரும் அவரவருடைய நோக்கத்தை யடைகிற அளவுக்குப் புகழ் உண்டாகிறது. பணக்காரன், வீரன், ஞானி ஆகிய மூவருக்கும் அவர்களைப் போற்றிப் பாராட்டுகின்ற கோஷ்டியினர் ஏற்பட்டு விடுகின்றனர். எனவே இந்த மூவருக்கும் புகழினால் ஏற்படக்கூடிய சந்தோஷத்தின் அனுபவம் ஏற்படுகிறது. ஆனால், ஞானியொருவனுக்குத் தான் மெய்ஞ்ஞானத்தினால் ஏற்படக்கூடிய சந்தோஷத்தின் அனுபவம் தெரியும்.

ஸாக்: அப்படியானால் அவன்தான், தன் மேலான அனுபவத்தைக் கொண்டு சரியான தீர்ப்பளிக்க முடியும்?

கிளா: நிச்சயமாக.

ஸாக்: அவனுக்குத்தானே ஞானமும் அனுபவமும் உண்டு?

கிளா: ஆம்.

ஸாக்: எது சரியென்று தீர்மானிக்கிற உள்ளறிவும் அவனுக்குத்தான் உண்டு?

கிளா: அவனுக்குத்தான் உண்டு.

ஸாக்: அப்படியானால் எது மேலான சந்தோஷம் அல்லது சுகம் என்று தீர்மானிப்பதற்கு ஞானம், அனுபவம், உள்ளறிவு ஆகிய மூன்றும் தேவை?

கிளா: இதனின்று நா நிர்ணயிக்க வேண்டிய தென்னவென்றால், ஞானத்தையும் உள்ளறிவையும் விரும்புகிறவன் எவனோ அவனால் அங்கீகரிக்கப்படுகிற சந்தோஷங்கள்தான் நிஜமான சந்தோஷங்கள் என்பதுவேயாகும்.

ஸாக்: எனவே ஆத்மாவிலுள்ள மூன்று தத்துவங்களில் விவேக தத்துவந்தான் சந்தோஷகரமான தத்துவமென்றும், எவனிடத்தில் அந்தத் தத்துவம் மேலோங்கி நிற்கிறதோ அவந்தான் உண்மையான சந்தோஷ புருஷன், சந்தோஷகரமான வாழ்க்கையை நடத்துகிறான் என்றும் முடிவுகட்ட வேண்டியிருக்கிறது.

கிளா: நிச்சயமாக. ஞானிதான், தன் வாழ்க்கையைச் சிலாகித்துப் பேசத் தகுதியுடையவன்.

ஸாக்: அடுத்தபடியாகச் சிலாகித்துப் பேசக்கூடிய வாழ்க்கை எது? சந்தோஷம் எது?

கிளா: நிச்சயமாகப் போர் வீரனுடையதுதான்; புகழை நாடுகிறவனுடையதுதான். இவந்தான் ஞானிக்குச் சமீபத்தில் இருக்கிறான்.

ஸாக்: அப்படியானால், லாபத்தை நாடுகிறவனுடைய வாழ்க்கையைக் கடைசி பட்சமாகத்தான் சொல்ல வேண்டுமோ?

கிளா: சந்தேகமில்லாமல்.

ஸாக்: ஓர் அநீதவானுடைய வாழ்க்கையைக் காட்டிலும் ஒரு நீதிமானுடைய வாழ்க்கை சிலாக்கியமானது என்று இரண்டு வகையாகப் பரிசோதனை செய்து நிரூபித்துக் காட்டிவிட்டோம் இனி மூன்றாவது வகையாகப் பரிசோதனை

செய்வோம். ஒரு ஞானியினுடைய சந்தோஷம்தான் நிஜமான சந்தோஷம், பரிசுத்தமான சந்தோஷம், மற்றவர்களுடைய சந்தோஷமெல்லாம் அந்த ஞானியினுடைய சந்தோஷத்தின் நிழல்தான் என்று ஒரு தேவதை என் காதில் ஓதிவிட்டுப் போகிறது. இதன் உண்மையை மேற்படி மூன்றாவது வகையாகப் பரிசோதனை செய்து நிரூபித்துவிட்டோமானால் நீதிமானுக்கு முன்னர் அநீதவான் தோல்வி யுற்றவனாகிறான்.

கிளா: எப்படி யென்பதைச் சிறிது விளக்கிச் சொல்.

ஸாக்: அப்படியே யாகட்டும். நான் கேட்பதற்குப் பதில் சொல்லிக்கொண்டுவா. சந்தோஷமென்பது, துக்கத்திற்கு நேர் விரோதமானதல்லவா?

கிளா: ஆம்.

ஸாக்: சந்தோஷமும் துக்கமும் இல்லாத ஒரு நிலை உண்டா?

கிளா: உண்டு.

ஸாக்: அதாவது சந்தோஷத்தையோ துக்கத்தையோ அனுபவியாத ஓர் இடைநிலை; அதைத்தானே கூறுகிறாய்?

கிளா: ஆம்.

ஸாக்: ஜனங்கள் நோயாயிருக்கிறபோது என்ன சொல்கிறார்களென்பது உனக்கு ஞாபகத்திலிருக்கிறதா?

கிளா: என்ன சொல்லிக்கொள்கிறார்கள்?

ஸாக்: தேகாரோக்கியத்தைவிட சந்தோஷகரமானது வேறொன்றுமில்லை யென்று சொல்லிக்கொள்கிறார்கள். ஆனால், தாங்கள் நோய்வாய்ப் படுகிறவரையில் தேகாரோக்கியமா யிருப்பதுதான் சிறந்த சந்தோஷம் என்பது அவர்களுக்குத் தெரிவதில்லை.

கிளா: வாஸ்தவம்.

ஸாக்: நோயினால் நிரம்ப அவஸ்தைப்படுகிறபோது, "நோயிலிருந்து விடுதலையடைந்தால் அதுவே பரம சந்தோஷம்" என்று ஜனங்கள் சொல்வதை நீ கேட்டிருக்கிறாயா?

கிளா: கேட்டிருக்கிறேன்.

ஸாக்: தனியாகச் சந்தோஷமென்பதை அனுபவியாமல், நோயிலிருந்து விடுதலை பெற்றுச் சும்மாயிருப்பதையே பெரிய சந்தோஷமென்று அநேகர் கருதுகிறார்களல்லவா?

கிளா: ஆம்; அவர்கள் நோயில்லாமல் இருப்பதையே திருப்தியாகக் கொள்கிறார்கள்.

ஸாக்: சரி; நோயினின்று விடுதலை பெற்று ஓய்வாயிருப்பதிலே உண்டாகிற சந்தோஷம் நீங்கியவுடன், அந்த ஓய்வே, அதாவது ஓய்வாக இருப்பதே பரம சங்கடமாயிருக்கிறதல்லவா?

கிளா: ஆமாம்.

ஸாக்: எனவே ஓய்வாக இருக்கிற மத்தியநிலை இருக்கிறதே அது சந்தோஷகரமாகவும் இருக்கிறது; துக்ககரமாகவும் இருக்கிறது.

கிளா: அப்படித்தான் தெரிகிறது.

ஸாக்: சந்தோஷம், துக்கம் என்ற இரண்டுமாக இல்லாதது, அந்த இரண்டுமாக இருக்க முடியுமா?

கிளா: முடியாது.

ஸாக்: சந்தோஷம், துக்கம் என்பவை ஆத்மாவின் அசைவுகள் தானே? அதாவது உணர்ச்சிகள்தானே?

கிளா: ஆம்.

ஸாக்: சந்தோஷமும் துக்கமும் இல்லாதது ஓய்வு என்று சொன்னோமே அஃது, இந்த இரண்டு அசைவுகளுக்கும் அல்லது உணர்ச்சிகளுக்கும் இடையிலே உள்ளது என்பது தெளிவாகிறது.

கிளா: ஆம்.

ஸாக்: அப்படியானால் சந்தோஷமில்லாதது துக்கமென்றோ, துக்கமில்லாதது சந்தோஷமென்றோ எப்படிச் சொல்லமுடியும்?

கிளா: முடியவே முடியாது.

ஸாக்: எனவே ஓய்வு என்பது வெறுந்தோற்றமே தவிர, உண்மையாகாது. துக்கத்தோடு ஒப்பிட்டுப் பார்க்கையில் அந்த நிமிஷத்திற்கு ஓய்வாயிருப்பது சந்தோஷமாயிருக்கிறது; அப்படியே சந்தோஷத்தோடு ஒப்பிட்டுப் பார்க்கையில் அந்த நிமிஷத்திற்குத் துக்கமாயிருக்கிறது. எனவே உண்மையான சந்தோஷத்தோடு ஒப்பிட்டுப் பார்க்கையில் இவையெல்லாம் வெறும் போலிகள் என்று தெரியும்.

கிளா: அந்த முடிவுக்குத்தான் வரவேண்டியிருக்கிறது.

ஸாக்: சரி; வேறுவகையான சில சந்தோஷங்களை அல்லது சுகங்களைக்

கவனிப்போம். உதாரணமாக, ஒரு வாசனைப் பொருளை நுகர்கிறோம். அதனால் ஒரு சந்தோஷத்தை அடைகிறோம். இந்தச் சந்தோஷம், இதற்கு முன் ஏற்பட்ட ஒரு துக்கத்தினின்று பிறந்ததல்ல; அதாவது துக்கத்தினின்று விடுதலையடைந்ததனால் இந்தச் சந்தோஷம் நமக்கு உண்டாகவில்லை. மற்றும் இந்தச் சந்தோஷம், எவ்வித துக்கத்தையும் விட்டுச் செல்வதில்லை; அதாவது இந்தச் சந்தோஷத்தை அல்லது சுகத்தை அனுபவித்தபிறகு நமக்கு எவ்வித துக்கமும் ஏற்படுவதில்லை.

கிளா: மிகவும் உண்மை.

ஸாக்: எனவே நிஜமான சந்தோஷமென்பது துக்கமில்லாமல் இருப்பதே யென்றும், அப்படியே நிஜமான துக்க மென்பது சந்தோஷமில்லாமல் இருப்பதே என்றும் நாம் கருதக் கூடாது.

கிளா: ஆம்; கூடாது.

ஸாக்: ஆனால் தேகத்தின் மூலமாக ஆத்மாவைப் போயடைகிற சந்தோஷங்கள் அல்லது சுகங்கள் ஏறக்குறைய இந்த ரகத்தைச் சேர்ந்தவை; அதாவது துக்கத்தினின்று விடுதலை பெறுவதே சுகம் என்கிற ரகத்தைச் சேர்ந்தவை.

கிளா: வாஸ்தவம்.

ஸாக்: சந்தோஷமோ துக்கமோ வரப்போகிறதென்று எதிர்பார்க்கிறோமே அந்த எதிர்பார்ப்பதிலே உண்டாகிற சந்தோஷமும் துக்கமும்கூட இந்த ரகத்தைச் சேர்ந்தவைதான். எப்படியென்பதை ஓர் உதாரணத்தின் மூலமாக விளக்குகிறேன். இயற்கையில் மேல், கீழ், மையம் என்ற மூன்று பிரதேசங்கள் இருக்கின்றன. ஒருவன் கீழான பிரதேசத்திலிருந்து மையமான பிரதேசத்திற்குச் செல்கிறான் என்று வைத்துக் கொள்வோம். அவன் என்ன நினைப்பான்? தான் வந்திருக்கிற மையம் பிரதேசமே மேலான பிரதேசமென்றும் அதற்குமேல் ஒன்றும் இல்லை யென்றும் நினைப்பான். அப்படியே அவன் அந்த மையப் பிரதேசத்திலிருந்து கீழ்ப் பிரதேசத்திற்கு வந்து விட்டால், தான் மேல் நிலையிலிருந்து கீழ் நிலைக்கு இறங்கி விட்டதாகக் கருதுவான். இப்படி அவன் கருதுவதற்குக் காரணாமென்னவென்றால், மேல், கீழ், மையம் ஆகிய மூன்று நிலைகளைப் பற்றியும் அவன் கொண்டுள்ள அறியாமைதான்.

கிளா: வாஸ்தவம்.

ஸாக்: எனவே, உண்மையைப் பற்றிய அனுபவமில்லாதவர்கள், எத்தனையோ விஷயங்களைப் பற்றித் தவறான அபிப்பிராயங்கள் கொண்டிருப்பது போல், சந்தோஷம், துக்கம், ஓய்வு என்கிற மூன்று

நிலைகளைப் பற்றியும் தவறாக அபிப்பிராயங் கொண்டிருக்கிறார்கள் என்பதில் என்ன ஆச்சரியம்? அந்தந்த நிலைகளில் இருக்கிறபோது அதுதான் நிஜமானது என்று நினைக்கிறார்கள். வெண்மை நிறம் இன்னதென்று தெரியாத ஒருவன் கறுப்பு நிறத்தைக் காட்டிலும் சாம்பல் நிறம் எப்படி வெண்மையா யிருக்கிறதென்று சொல்கிறானோ அப்படியே இவர்கள், துக்க நிலையையும் துக்கமில்லாத நிலையையும் ஒப்பிட்டுப் பார்த்து துக்கமில்லாமலிருப்பதே சந்தோஷமென்று கருதுகிறர்கள்.

கிளா: இப்படி இவர்கள் கருதுவதில் என்ன ஆச்சரியம்?

ஸாக்: இதை வேறொரு வகையாக ஆராய்ச்சி செய்வோம். நமக்குப் பசியெடுக்கிறது; தாகமெடுக்கிறது. இந்த மாதிரியான தேவைகள் எதைக் காட்டுகின்றன? நமது தேகத்தில் ஏதோ சில அம்சங்கள் காலியாயிருக்கின்றன என்பதை யல்லவா?

கிளா: ஆம்.

ஸாக்: அப்படியே நம்முடைய அறியாமையும், நமது தவறுகளும் எதைக் காட்டுகின்றன? நம்முடைய ஆத்மாவும் முறையே நிறையுந்தானே? அதாவது திருப்தியடையுந்தானே?

கிளா: நிச்சயமாக.

ஸாக்: சரி: நிஜமான, சுத்தமான, நிறைவு அல்லது திருப்தி எது? உண்பதும் குடிப்பதுமே நிஜமான திருப்தியா? இதைப் பின் வருமாறு ஆராய்ச்சி செய்து பார்ப்போம். நித்தியமாயுள்ளது எதுவோ அதனைத் திருப்தி செய்வதுதான் நிஜமான திருப்தி, நித்திய மல்லாதனவற்றைத் திருப்தி செய்வதெல்லாம் நிஜமல்லாத திருப்தி தான். மாறுதல்களடையாமலும், அழியாமலும் இருப்பது எதிவோ அதுதான் நித்தியமானது; சாசுவதமானது. மாறுதலடைந்தும், அழிந்தும் போகின்றவையெல்லாம் அநித்தியமானவை; சாசுவதமற்றவை. நித்தியம், அநித்தியம் இவைகளுக்கேற்றாற் போலவே இவைகளைப் பற்றிய அறிவும் உண்மையும் முறையே இருக்கின்றன; இருக்கட்டும். எது நித்தியமாயுள்ளது, சத்தியாமாயுள்ளது, ஞானமுள்ளது? ஆத்மா; தேகமல்ல, எனவே ஆத்மாவைத் திருப்தி செய்வதுதான் நிஜமான திருப்தி. அதுதான், அந்த ஆத்மாதான் இயற்கையான, நிஜமான சந்தோஷத்தை அனுபவிக்க முடியும். உண்பது, சிற்றின்ப சுகங்களை அனுப்பவிப்பது முதலியவற்றில் சந்தோஷம் இருக்கிறதென்று கருதுகிறவர்கள். ஞானம் இன்னது, தருமம் இன்னது என்பதை அறியாதவர்கள்; மேலே சொன்னோமே கீழ் நிலையிகலிருந்து மத்திய நிலைக்குப் போவதையே மேலான நிலைக்குப் போவதாகக் கருதிக்கொண் டிருக்கிறவர்களென்று, அவர்களைப் போன்றவர்கள்; மத்திய நிலைக்கு

மேற்பட்ட நிலையொன்று, அதாவது நிஜமான சந்தோஷத்தை நடந்துவார்கள். தங்களிடத்திலேயுள்ள அடங்காத துராசைகள் காரணமாக அவர்கள், ஒருவரை யொருவர் கொல்லத் தயாராயிருப்பார்கள்; கொல்லவும் செய்வார்கள். அவர்களிடத்தில் உண்மையான தத்துவம் நிரம்பியிராது. அநித்தியமானவை, புலன்களின் கட்டுப்பாட்டுக் குட்படாதவை; அதாவது விபசாரம் முதலிய ஒழுக்கவீனங்களே நிரம்பியிருக்கும். அவர்கள் அனுபவிக்கிற சந்தோஷம், நிஜமான சந்தோஷத்தின் நிழல்; துக்கத்தோடு கலந்தது. இந்த நிலை அடைய அவர்கள் போராடுகிறார்கள். இதனால் அவர்களுடைய துராசைகள் அதிகமாகின்றன.

கிளா: நீ சொல்வதெல்லாம் சரி.

ஸாக்: உணர்ச்சித் தத்துவம் நிரம்பப் பெற்றவர்களும் இப்படித்தானே நடந்து கொள்வார்கள்? உணர்ச்சியுள்ள மனிதர்கள், தங்கள் உணர்ச்சியைச் செயலில் கொண்டு வந்து காட்டுவார்களாயின் அதாவது தங்களது பொறாமையையோ, பேராசையையோ, கோபத்தையோ, அதிருப்தியையோ தீர்த்துக்கொள்ள வேண்டுமானால், அல்லது புகழையோ வெற்றியையோ அடைய வேண்டுமானால், அதற்காகத் தங்களது நியாய புத்தியைக் கூட இழந்து விடுகிறார்களில்லையா? அப்படி இழந்து தங்கள் காரியத்தைச் சாதித்துக்கொண்டாலும் அதனால் இவர்கள் அடைகிற சந்தோஷமென்னவோ கீழான சந்தோஷந்தான்.

கிளா: வாஸ்தவம்.

ஸாக்: இதனின்று நாம் நிச்சயமாக முடிவு கட்ட வேண்டியது என்னவென்றால், லாபத்திலும் புகழிலும், நாட்டமுடையவர்கள், விவேக தத்துவத்தின் ஆணைக்குட்பட்டும், அதனைத் துணையாகக் கொண்டும், தங்கள் காரியங்களைச் செய்வார்களானால், அப்படிச் செய்கிற காரியங்களினால் சந்தோஷத்தை அடைவார்களானால், அந்தச் சந்தோஷம்தான் அவர்களால் அடையக்கூடிய நிஜமான சந்தோஷம். அதுதான் அவர்கள் அனுபவிக்கிற இயற்கையான சந்தோஷம். எது ஒருவனுக்குச் சிறந்ததாய் இருக்கிறதோ அதுதானே அவனுக்கு இயற்கையாகவும் இருக்கிறது?

கிளா: வாஸ்தவம் சிறந்ததுதான் இயற்கையானது.

ஸாக்: எனவே ஆத்மா முழுவதும் எவ்வித உட்பிணக்குகளும் இல்லாமல் விவேக தத்துவத்தின் ஆணைக்குட்பட்டு இயங்குமானால், அப்பொழுது அந்தந்தத் தத்துவமும் அதனதன் காரியங்களைக் கிரமமாகச் செய்து கொண்டுபோகும்; அதாவது நியாயமாக நடந்துகொள்ளும் தவிர அது அதுவும் அது அதற்குத் தகுதியுடைய சந்தோஷத்தைச் சிறந்த முறையிலும் உண்மையான முறையிலும் அனுபவிக்கும்.

வெ.சாமிநாத சர்மா

கிளா: நிரம்ப சரி.

ஸாக்: அப்படிக் கில்லாமல் மற்ற இரண்டு தத்துவங்களில் ஏதேனுமொன்று மேலோங்கி நிற்குமானால், அது தனக்குரிய சந்தோஷத்தையும் அடையாது; மற்றத் தத்துவங்களையும், அவற்றுக்குரிய சந்தோஷங்களை அனுபவிக்க விடாமல் போலியான சந்தோஷங்களை அனுபவிக்குமாறு செய்யும்.

கிளா: நிஜம்.

ஸாக்: அவர்கள் – லாபத்திலும் புகழிலும் நாட்டமுடையவர்கள் – எந்த அளவுக்குத் தத்துவ ஞானத்திலிருந்தும் நியாய புத்தியிலிருந்தும் விலகி இருக்கிறார்களோ அந்த அளவுக்கு அவர்கள் அனுபவிக்கிற சந்தோஷம் விநோதமானதாகவும் ஏமாற்றந் தருவதாகவும் இருக்குமில்லையா?

கிளா: ஆம்.

ஸாக்: நியாய புத்தியிலிருந்து விலகியிருப்பது, அதாவது தொலைவில் இருப்பது, சட்டம், ஒழுங்கு இவைகளிலிருந்தும் விலகி இருக்குந்தானே?

கிளா: ஆம்.

ஸாக்: காம இச்சைகள், கொடிய ஆசைகள் முதலியன, ஏற்கனவே நாம் கண்டபடி நிஜமான சந்தோஷத்திற்கு வெகு தொலைவில் இருக்கின்றன அல்லவா?

கிளா: ஆம்.

ஸாக்: அரச இச்சைகள் அதாவது, மேலான இச்சைகளும் ஒழுங்கான இச்சைகளும் ஒன்றுக்கொன்று மிகவும் சமீபத்திலிருக்கின்றன.

கிளா: ஆம்.

ஸாக்: எனவே நிஜமான அல்லது இயற்கையான சந்தோஷத்திற்குத் தூரத்திலிருப்பான் கொடுங்கோலன்; சமீபத்திலிருப்பான் அரசன்.

கிளா: நிச்சயமாக.

ஸாக்: அதாவது, கொடுங்கோலன் துக்கத்திலே வாழ்வான்; அரசன் சந்தோஷத்திலே வாழ்வான்.

கிளா: சந்தேகமில்லாமல்.

ஸாக்: இவர்கள், – கொடுங்கோலனும் அரசனும் ஒருவருக்கொருவர் எந்த அளவுக்கு விலகியிருக்கிறார்கள், தெரியுமா?

கிளா: கொஞ்சம் சொல், கேட்போம்.

ஸாக்: உண்மையான சந்தோஷம் ஒன்றேயென்றும் போலியான சந்தோஷங்கள் இரண்டு என்றும் நாம் ஏற்கனவே தெரிந்து கொண்டிருக்கிறோம். கொடுங்கோலன் அனுபவிக்கிற சந்தோஷம், இந்தப் போலிச் சந்தோஷங்கூட அல்ல, அதைவிடக் கேவலமானது. அவன் சட்டத்தையும் ஒழுங்கையும் விட்டு வெகுதூரம் சென்றவன். சில கீழான இச்சைகளின் மத்தியில் அவன், தன் வாசஸ்தலத்தை ஏற்படுத்திக் கொண்டிருக்கிறான். அவன் எவ்வளவு கீழான நிலையை அடைந்திருக்கிறான் என்பதைக் கணக்குப் போட்டுத்தான் உனக்குக் காட்ட முடியும்.

கிளா: என்ன கணக்கு?

ஸாக்: மேலிருந்து கீழாகப் பார்க்கிறபோது, அரசனுக்கு அல்லது மேன்மக்களாட்சியை யொத்த மனிதனுக்கு மூன்றாவது ஸ்தானத்தில், ஒரு சிலராட்சியை யொத்த மனிதன் இருக்கிறான். (இடையில் 'டிமார்க்கி' ஆட்சியை யொத்த மனிதன் இருக்கிறானல்லவா?) இதனால் இந்த ஒருசிலர் ஆட்சியை யொத்த மனிதன் அனுபவிக்கிற சந்தோஷம், அரசன் அல்லது மேன்மக்களாட்சியை யொத்த மனிதன் அனுபவிக்கிற சந்தோஷத்தில் மூன்றில் ஒரு பங்காக இருக்கிறது. சரி; இந்த ஒரு சிலராட்சியை யொத்த மனிதனுக்கு மூன்றாவது ஸ்தானத்தில் கொடுங்கோலன் இருக்கிறான். (இடையில் குடியாட்சியை யொத்த மனிதன் இருக்கிறானல்லவா?) இதனால் இந்தக் கொடுங்கோலன் அனுபவிக்கிற சந்தோஷம், மேற்படி ஒரு சிலராட்சியை யொத்த மனிதன் அனுபவிக்கிற மூன்றில் ஒரு பங்கு சந்தோஷத்தில் மூன்றில் ஒரு பங்காக, அதாவது அரசன் அல்லது மேன்மக்களாட்சியை யொத்த மனிதன் அனுபவிக்கிற சந்தோஷத்தில் ஒன்பதில் ஒன்றாக இருக்கிறது. சந்தோஷமென்பதை. சம பரப்புடைய ஒரு பொருளாகக் கொண்டால் இந்தக் கணக்கு சரிதான். ஆனால், அப்படிக் கொள்ளக்கூடாது. அதனை, கன பரிமாணமுடைய ஒரு ஸ்தூலப் பொருளாகக் கொள்ள வேண்டும். அப்படிக் கொள்கிறபோது மேற்படி ஒன்பது என்ற எண்ணை மும்முறை பெருக்க வேண்டும். பெருக்கினால் எழுநூற்றிருபத்தொன்பது என்ற எண் வரும். அதாவது ஒரு கொங்கோலன் ஒரு மடங்கு சந்தோஷத்தை அனுபவிக்கிறானென்றால், அரசன், அவனைவிட எழுநூற்றிருபத்தொன்பது மடங்கு அதிகமான சந்தோஷத்தை அனுபவிக்கிறான்; அதே விகிதாசாரப்படி ஓர் அரசன் அனுபவிக்கிற துக்கத்தைக் காட்டிலும் எழுநூற்றிருபத்தொன்பது மடங்கு அதிகமான துக்கத்தை ஒரு கொடுங்கோலன் அனுபவிக்கிறான் என்பதே இதன் கருத்தாகும்.

கிளா: என்ன ஆச்சரியமான கணக்கு இது! சந்தோஷத்தையும் துக்கத்தையும் அனுபவிக்கிற விஷயத்தில் நீதிமானுக்கும் அநீதவானுக்கும் இடையில் எவ்வளவு தூரம் இருக்கிறது?

ஸாக்: ஆம்; இது சரியான கணக்கு. இரவு, பகல், மாதம், வருஷம் இவற்றோடு மனிதர்கள் சம்பந்தப்பட்டிருப்பது போல் இந்தக் கணக்கும் மனித வாழ்க்கையோடு சம்பந்தப்பட்டது.[1]

கிளா: ஆம்; நிச்சயமாகச் சம்பந்தப்பட்டது.

ஸாக்: ஆகவே சந்தோஷத்தை அனுபவிக்கிற விஷயத்தில் கெட்டவன், அநீதவான், இப்படிப்பட்டவனைக் காட்டிலும் நல்லவன், நீதிமான் மேம்பட்டவன் என்பது தெளிவாகிறது. அப்படியானால் இவன், இந்த நீதிமான், வாழ்க்கையின் நேர்மையிலும், அழகிலும், சீலத்திலும் அநீதவானைக் காட்டிலும் பன்மடங்கெள மேம்பட்டவனாய் இருப்பானல்லவா?

கிளா: நிச்சயமாக இருப்பான்.

ஸாக்: சரி; இனி வாதத்தின் ஆரம்பத்திற்குச் சிறிது செல்லலாம். நீதிமானைப் போல் நடிக்கிற ஓர் அநீதவானுக்குத்தான் லாபமுண்டு என்று தொடக்கத்தில் பேசப்பட்டதல்லவா, அதைப் பற்றி ஆராய்வோம். நீதி, அநீதி இவற்றின் தன்மைகளென்ன என்பதுதான் நமக்குத் தெரிந்து விட்டதே? இப்பொழுது மேற்படி கருத்தை, அதாவது நீதிமானைப் போல் நடிக்கிற அநீதவானுக்குத்தான் லாபமுண்டு என்கிற கருத்தை உருவப்படுத்திப் பார்ப்போம். காட்டிலும் வீட்டிலும் வளர்கின்ற பல மிருகங்களின் தோற்றங்களும் தலைகளுமுடைய ஒரு பயங்கரமான உருவத்தை முதலாவதாகச் சிருஷ்டி செய்துகொள். இந்த உருவமானது, மேற்படி தோற்றங்களையும் தலைகளையும் தன்னிஷ்டப்படி மாற்றிக் கொள்ளும் சக்தி வாய்ந்ததென்று நினைத்துக்கொள். இரண்டாவதாக ஒரு சிங்கத்தின் உருவத்தையும், மூன்றவதாக ஒரு மனித உருவத்தையும் சிருஷ்டி செய்துகொள். முதலாவதைக் காட்டிலும் இரண்டாவது சிறியதாகவும், இரண்டாவதைக் காட்டிலும் மூன்றாவது சிறியதாகவும் இருக்கட்டும். இந்த மூன்று உருவங்களும் ஒன்று சேர்ந்து வளரும்படியாக இவற்றின் மீது, இவை நன்றக மறைந்திருக்கும்படியாக ஒரு மனிதத் தோலைப் போர்த்திவிடு. அப்பொழுது வெளியிலே பார்வைக்கு இஃது ஒரு மனிதப் பிராணியாகத் தோன்றும். சரி; இந்த மனிதப் பிராணிக்கு அநீதியாக நடந்துகொள்வதுதான் லாபகரமுடையதய் இருக்குமென்றும், நியாயமாக நடந்துகொள்வது அதன் நன்மைக்கு ஏற்றதல்ல வென்றும் ஒருவன் சொல்வானானால் அவனுக்கு நாம் என்ன பதில் சொல்ல வேண்டும் தெரியுமா? “நீ சொல்வதன் முடிவு என்ன வாகிறதென்றால் பல தோற்றங்களுடைய மிருகம் இருக்கிறதே அதனையும், சிங்கத்தையும் நன்றாகத் தீனி போட்டுக் கொழுக்க வைக்கவேண்டும், மனிதனைப் பட்டினி போடவேண்டு என்று ஆகிறது. அப்படிப் பட்டினி போடுவதன் மூலம் இந்த மனிதனை, இரண்டு மிருகங்களின் தயவுக்கு விட்டு விடுகிறாய் ஒன்றோடொன்று சமரஸமாக வாழ்வதற்கு நீ எவ்வித ஏற்பாடும்

செய்யவில்லை. இதனால் ஒன்றையொன்று கொன்று தின்று அழித்துக்கொள்ள இடங் கொடுக்கிறாய்."

கிளா: வாஸ்தவம்; அநீதியைப் புகழ்கிறவன் இப்படித்தான் சொல்வான்; செய்வான்.

ஸாக்: இதற்கு நீதான் லாபகரமுடையது என்று வலியுறுத்துகிறவன் என்ன பதில் கூறுவான்? "அப்படியில்லை; மனிதனுக்குத்தான் மனிதப் பிராணி அடங்கியிருக்க வேண்டும். அதாவது மனிதன், சிங்கத்தைத் துணையாகக் கொண்டு பல தோற்றங்களும் பல தலைகளுமுடைய பயங்கர உருவம் இருக்கிறதே அதனை, வீட்டு மிருகங்களைப் போல் சாதுவாயிருக்கிறவைகளைப் போஷித்தும், காட்டு மிருகங்களைப் போல் முரட்டுத் தனமாயுள்ளவைகளை அடக்கியும் முறையே ஒழுங்காகப் பாதுகாத்து வரவேண்டும். இதனால், உன்னிடத்திலே உள்ள மனிதன், சிங்கம், பல உருவ மிருகம் ஆகிய அனைத்தையும் ஒன்றோடொன்று சமரஸமாக இருந்து வாழுமாறு செய்கிறாய், நீயும் அவற்றோடு சமரஸமாக இருந்து வாழ்கிறாய்."

கிளா: உண்மை. நீதியைப் புகழ்கிறவன் இப்படித்தான் சொல்வான்.[1]

ஸாக்: எந்த வகையாகப் பார்த்தாலும், அதாவது சந்தோஷம், புகழ், நன்மை இவற்றில் எதை உத்தேசித்துப் பார்த்தாலும் நீதியை ஆதரிக்கிறவன் சொல்வதுதான் சரி; உண்மை. அநீதியை ஆதரிக்கிறவன் சொல்வது தவறு; பொய்; அறிவுடைமையாகாது.

கிளா: வாஸ்தவம்.

ஸாக்: எனவே, அநீதியை ஆதரித்துப் பேசுகிறவன் வேண்டுமென்றே தவறாக நடப்பதில்லை அவனை நல்ல வார்த்தைகள் சொல்லித் திருப்புவோம் அவனைப் பார்த்துச் சொல்வோம்: – "என் இனிய நண்பனே! நியாயமான காரியங்களென்று சிலவற்றையும் அநியாயமான காரியங்களென்று சிலவற்றையும் சொல்கிறோமல்லவா? எந்த அளவைக் கொண்டு இப்படிச் சொல்கிறோம்? நம்மிடத்திலேயுள்ள மிருகத் தன்மைகளை, மனிதத் தன்மைக்கு அல்லது தெய்வத் தன்மைக்கு அடக்கி வைத்துக்கொண்டு செய்யப்படுகிற காரியங்களென்றும், அப்படியே மனிதத் தன்மையை, மிருகத் தன்மைகளுக்கு அடிமைப்படுத்திக் கொண்டு செய்யப்படுகிற காரியங்களை அநியாயமான காரியங்களென்றும் முறையே சொல்கிறோமல்லவா" என்று கேட்டால் அவன் என்ன பதில் கூறுவான்?

கிளா: அப்படித்தான் என்று ஒப்புக்கொள்வான்.

ஸாக்: அப்படி ஒப்புக்கொண்டு விட்ட பிறகு அவனை இன்னொரு கேள்வி கேட்போம். ஒருவனைப் பார்த்து, "உன்னிடத்திலேயுள்ள மேலான தன்மைகளைக் கீழான தன்மைகளுக்கு அடிமைப்படுத்தி விடுவதனால் உனக்குப் பொன்னும் வெள்ளியும் அள்ளிக் கொடுக்கிறோம்" என்று சொன்னால் அவனுக்கு எவ்விதத்தில் அது லாபகரமுடையதாய் இருக்கும்? ஒருவன் பணத்திற்காகத் தன் பிள்ளைகளையோ பெண்ணையோ பிறருக்கு அடிமைப்படுத்தி விடுவானாகில், சிறப்பாகக் குரூரமும் கொடுமையும் நிறைந்தவர்களுக்கு அடிமைப் படுத்தி விடுவானாகில், அவன் லாபத்தைடைந்தவன் ஆவானா? அவன் எவ்வளவு பெரிய தொகையைப் பெற்றுக் கொண்டிருக்கட்டுமே? கொஞ்சம்கூட இரக்கமில்லாமல் தன்னுடைய தெய்விகத் தன்மையை, மிகக் கீழான தன்மைகளுக்கு விற்றுவிட்ட நீசன் என்று அவனை எல்லோரும் சொல்வார்களல்லவா?

கிளா: ஆம் என்றுதான் அவன் பதில் சொல்வான்.

ஸாக்: சரி; ஒருவனைப் பார்த்து, நிதானந்தவறி விட்டான் என்று சொல்கிறோம் எப்பொழுது? அவனிடத்திலேயுள்ள பல உருவங்களுடைய கொடிய மிருகம் இருக்கிறதே அது தலை விரித்தாடுகிறபோது தானே?

கிளா: ஆம்; அப்பொழுதுதான்.

ஸாக்: இன்னொருவனைப் பார்த்து, கர்வம் பிடித்தவன் என்றும், கடுங்கோபி யென்றும் சொல்கிறோம் எப்பொழுது? அவனிடத்திலேயுள்ள சிங்கம் (பாம்பு போலவும் இருப்பது) அளவுக்கு மீறி வளர்ந்தும், வலுப்பெற்றும் இருக்கிறபோது; இல்லையா?

கிளா: ஆம்.

ஸாக்: ஆடம்பரமும் வீரமின்மையும் ஏன் பழிக்கப்படுகின்றன? ஏனென்றால் அவை, இந்தச் சிங்கத்தைத் தளர்வுறச் செய்தும் பலவீனப்படுத்தியும் விடுகின்றன. இதனால் மனிதன் கோழையாகி விடுகிறான்.

கிளா: மிகவும் உண்மை.

ஸாக்: எவன் தன்னிடமுள்ள சிங்கத்தைக் கொடிய மிருகத்திற்கு அடிமைப்படுத்தி விடுகிறானோ அவன் மற்றவர்களை முகஸ்துதி செய்கிறான்; மிகவும் இழிவாக நடந்துகொள்கிறான். அந்தக் கொடிய மிருகத்தின் பண ஆசையைப் பூர்த்தி செய்ய பாடுபடுகிறான். இதற்காக, சிங்கத்தை பாலியத்திலிருந்தே அடக்கி, அடக்கிப் பழக்குவிக்கிறான். கடைசியிலே இந்தச் சிங்கம் குரங்காகி விடுகிறது.

கிளா: நீ சொல்வது நிரம்ப சரி.

ஸாக்: கீழான உத்தியோகங்களும் கையினால் செய்யப்படுகிற தொழில்களும் ஏன் இழிவாகக் கருதப்படுகின்றன?[1] ஏனென்றால் மனிதனிடத்திலேயுள்ள மேலான தத்துவம் பலவீனமடைந்து போயிருப்பதையே இவை காட்டுகின்றன. அவன், தன்னிடத்திலேயுள்ள மிருகங்களை அடக்கியாள முடியாமல் அவைகளை முகஸ்துதி செய்தவண்ண மிருக்கிறான்.

கிளா: அதுதான் காரணமென்று தோன்றுகிறது.

ஸாக்: எனவே, யாரிடத்தில் மேலான தத்துவம் பலவீனப்பட்டுக் கிடக்கிறதோ அவர்கள் அனைவரும் அந்தத் தத்துவம் மேலோங்கி நிற்கிறவர்கலுக்கு ஆட்பட்டிருக்க வேண்டுமென்று சொல்கிறோம்; ஆட்படுகிறவர்களுடைய நன்மைக்காகவே இப்படிச் சொல்கிறோம். பிரதியொரு மனிதனும், தன்னிடத்திலே உள்ள தெய்வத்தன்மைக்கு ஆட்பட்டு நடப்பதுதான் நல்லது அப்படி முடியாவிட்டால் தெய்வத் தன்மை நிரம்பியுள்ளவர்களுக்கு ஆட்பட்டு நடப்பது நல்லது. அப்பொழுது, எல்லோரும் அரசாங்கத்தின் கீழ், நண்பர்களாகவும் சமத்துவம் உடையவர்களாகவும் இருக்கலாம்.

கிளா: உண்மை.

ஸாக்: ஒரு ராஜ்யத்திற்கு உறுதுணையாயிருக்கிற சட்டத்தின் நோக்கமும் இதுதான். குழந்தைகளை நாம் சில கட்டுதிட்டங்களுக்கு உட்படுத்துகிறோம். அவர்களிஷ்டப்படி காரியங்களைச் செய்ய விடுவதில்லை. எதுவரையில் இப்படிச் செய்கிறோம்? ஒரு ராஜ்யத்தின் சட்டதிட்டங்களைப் போல் அவர்களிடத்திலும் சில சட்டதிட்டங்களை ஏற்படுத்திக் கொடுக்கிறவரையில்; நம்மிடத்திலேயுள்ள தெய்வத் தன்மையைப் போல் அவர்களிடத்திலும் தெய்வத் தன்மை குடிபுகுந்து ஸ்திரப்படுகிறவரையில், பிறகு அவர்களிஷ்டப்படி நடக்குமாறு விட்டுவிடுகிறோம்.

கிளா: சட்டம் ஏற்படுத்துவதன் நோக்கம், இப்பொழுது தெளிவாகத் தெரிகிறது.

ஸாக்: இப்படி இருக்க, எந்த ஆதாரத்தைக் கொண்டு அநீதியினாலும் , தன்னடக்க மின்மையாலும், மற்ற இழித்தன்மைகளினாலும், ஒரு மனிதன் லாபத்தையடைகிறான் என்று சொல்லமுடியும்? அவன் பணஞ்சம்பாதிக்கலாம்; அதிகாரஞ் செலுத்தலாம்; ஆயினும் அவன் மனிதரில் கடையன் தானே?

கிளா: எந்த ஆதாரத்தைக் கொண்டும் அவன் லாபத்தை அடைகிறான் என்று சொல்லமுடியாது.

ஸாக்: சரி, அவன் இழைக்கிற அநீதி, கண்டுபிடிக்கப்படாமலோ, தண்டிக்கப்பட்டாமலோ இருப்பின், அதனால் அவன் அடைகிற லாபந்தான்

என்ன? அவன் குற்றம் கண்டுபிடிக்கப்படவில்லையாயின் அவன் இன்னும் இழிவையே அடைவான். கண்டுபிடிக்கப்பட்டு தண்டிக்கப்படுவானாயின், அவனிடத்தில் தலைதூக்கி நின்ற மிருக சுபாவமானது விடுதலை பெறுகிறது. அழகும் பலமும் ஆரோக்கியமுமுடைய ஒரு தேகம் எப்படிச் சிறந்ததாகவும், ஒழுங்கானதாகவும் இருக்கிறதோ, அதைப்போல் நீதியும், தன்னடக்கமும், ஞானமுமுடைய ஓர் ஆத்மாவும் சிறந்ததாகவும், ஒழுங்குடையதாகவும் இருக்கிறது. எந்த விகிதாசாரத்திற்குத் தேகத்தைக் காட்டிலும் ஆத்மா மேம்பட்டிருக்கிறதோ அந்த விகிதாசாரத்திற்கு இந்தச் சிறப்பும் ஒழுங்கும் அதிகப்பட்டிருக்கின்றன.

கிளா: நீ சொல்வது சரி

ஸாக்: இந்த ஆத்மச் சிறப்பையும் ஆத்ம ஒழுங்கையும் அடைய வேண்டுமென்பதற்காகவே பிரயோகிப்பான் முதலாவதாக அவன், தன் ஆத்மாவில் மேற்படி தன்மைகள், அதாவது நீதி, தன்னடக்கம் முதலியன முத்திரை விழுமாறு செய்யக்கூடிய கல்வி முறையிலேயே தன் கவனத்தைச் செலுத்துவான், மற்ற முறைகளைப் புறக்கணிப்பான்.

கிளா: ஆமாம்.

ஸாக்: இரண்டாவதாக, தன் தேகத்தை, நல்ல பழக்க வழக்கங்களினாலும், பயிற்சியினாலும் ஒழுங்காக வைத்துக்கொண்டிருப்பான்; மிருக இச்சைகளுக்குக் கொஞ்சங்கூட இணங்கிக்கொடுக்கமாட்டான். அதற்காக, தன் தேகாரோக்கியத்தைக் கூட இரண்டாம் பட்சமாகத்தான் கருதுவான். தனக்கு ஆத்ம நிதானம் ஏற்படவேண்டும், ஆத்ம தன்னடக்கம் உண்டாகவேண்டும் என்பதற்காகத் தனது தேகத்தின் பலத்தையோ, அழகையோ, ஆரோக்கியத்தையோ விருத்தி செய்துகொள்வானே தவிர, தேகத்தின் நன்மைக்காக அல்ல. சுருக்கமாக ஆத்ம ஒழுங்கிற்காகத் தேகத்தை ஒழுங்காக வைத்துக்கொண்டிருப்பான்.

கிளா: ஆம்; அவனிடத்தில் உண்மையான கலையுணர்ச்சி இருக்குமானால், இப்படித்தான் செய்வான்.

ஸாக்: பணஞ் சம்பாதிக்கிற விஷயத்திலும், அவன் ஒழுங்கையும், நிதானத்தையும் அனுசரிப்பான். உலகத்தினருடைய முட்டாள்தனமான ஆரவாரத்தில் மயங்கிப்போய் ஏராளமான பணத்தைக் குவித்து அதன்மூலம் தனக்குத் தீங்கு தேடிக்கொள்ள மாட்டான்.

கிளா: நிச்சயமாக அப்படிச் செய்யமாட்டான்.

ஸாக்: அவன், தனக்குள்ளே யிருக்கப்பட்ட ராஜ்யத்தை ஜாக்கிரதையாகப்

பாதுகாத்து வருவான். அதிக செல்வம் காரணமாகவோ, அதிக வறுமை காரணமாகவோ அந்த ராஜ்யத்தில் ஒழுங்கீனங்கள் ஏற்படாதபடி பார்த்துக்கொள்வான். இந்த நோக்கத்தை வைத்துக்கொண்டு தன் சக்திக்கியன்றபடி தனது சம்பாத்தியத்தையோ செலவையோ சரிப்படுத்திக்கொண்டு செல்வான். இதே நோக்கத்துடன், தன்னை மேலான மனிதனாக்கக்கூடிய புகழ், கௌரவம் முதலியன கிடைத்தால் அவற்றைச் சந்தோஷத்தோடு ஒப்புக்கொண்டு அனுபவிப்பான். தனது வாழ்க்கையைச் சீர்குலையச் செய்துவிடுகிற புகழ், கௌரவம் முதலிய அனைத்தையும், அவை, தனி மனிதன் என்ற முறையிலே கிடைத்தாலும் சரி, பொது மனிதன் என்ற முறையிலே கிடைத்தாலும் சரி, நிராகரித்துவிடுவான்.

கிளா: இப்படிப்பட்டவன் அரசியல் வாதியாக இருக்க விரும்பமாட்டான்.

ஸாக்: நீ சொல்வது தவறு. நிச்சயமாக அவன் இருப்பான்; தான் பிறந்த நாட்டிலே இல்லாமற்போனாலும், தன் சொந்த ராஜ்யத்திலேயாவது அரசியல்வாதியாக இருப்பான். தெய்வாதீனமாக வேறு ஏதேனும் ஏற்பட்டாலென்னவோ?

கிளா: நீ சொல்வது தெரிகிறது. அதாவது இப்பொழுது நமது கற்பனையிலே ஒரு ராஜ்யத்தைச் சிருஷ்டித்திருக்கிறோமே அந்த ராஜ்யத்தைக் குறிப்பிடுகிறாய். அதாவது அந்த ராஜ்யத்திலே அரசியல்வாதியாக இருப்பானென்று சொல்கிறாய். ஆனால், அப்படிப்பட்ட ராஜ்யம் பூலோகத்தில் எங்கும் இருப்பதாகத் தெரியவில்லையே?

ஸாக்: அப்படிப்பட்ட ராஜ்யத்தின் நமூனா பரலோகத்தில் நிர்மாணிக்கப்பட்டிருக்கிறது. எவன் அதனைப் பார்க்க வேண்டுமென்று விரும்புகிறானோ, பார்த்து அது மாதிரி தனக்குள்ளே ஒரு ராஜ்யத்தை ஸ்தாபித்துக்கொள்ள வேண்டுமென்று இச்சை கொள்கிறானோ அவனுக்கு அது தெரியும். ஆனால், உண்மையிலேயே அப்படிப்பட்ட ராஜ்யம் இருக்கிறதா, அல்லது இருக்குமா, என்றால் அது வேறு விஷயம்; அதைப் பற்றிய கவலை வேண்டியதில்லை. அவன், மற்றவைகளைப் பொருட்படுத்தாமல் அந்த ராஜ்யத்தின் வழி பற்றி நடப்பான்.

கிளா: அப்படித்தான் அவன் செய்யக்கூடும்.

பத்தாவது புத்தகம்

இந்த அத்தியாயத்தில் ஸாக்ரட்டீஸ், கலையைப் பற்றி முதலில் விமரிசனம் செய்கிறான். பின்னர் ஒரு நீதிமான் மரணமடைந்த பிறகு சந்தோஷத்தை யடைகிறான் என்பதை ஒரு கதை மூலம் விஸ்தரித்துச் சொல்லுகிறான்.

ஸாக்ரட்டீஸ்: நாம் இப்பொழுது ஒரு (லட்சிய) ராஜ்யத்தைத் திறம்பட அமைத்துவிட்டோம்: அதில் அநேக அம்சங்களையும் புகுத்தியிருக்கிறோம். ஆனால், அவற்றில் எனக்கு அதிகமான சந்தோஷத்தையும் திருப்தியையும் தருவதென்னவென்றால், கவிதைகளைப் பற்றி நாம் சில விதிகள் வகுத்திருக்கிறோமே, அதுதன்.[1]

கிளா: எதைச் சொல்கிறாய் நீ?

ஸாக்: போலித்தனமான கவிதைகளுக்கு நமது ராஜ்யத்தில் வரவேற்பு இருக்கக் கூடாதென்றும், அவை கண்டிப்பாக நிராகரிக்கப்பட வேண்டுமென்றும் விதி செய்திருக்கிறோமே அதைத்தான் சொல்கிறேன். இதுகாறும் நாம் ஆத்மாவின் பல அம்சங்களைப் பற்றியும், அவற்றின் தன்மைகளைப் பற்றியும் தனித்தனியாக விசாரணை செய்து அநேக விஷயங்களைத் தெரிந்துக் கொண்டோம். இப்படித் தெரிந்து கொண்ட பிறகு, மேற்சொன்ன போலிக் கவிதைகளுக்கு ஏன் நமது ராஜ்யத்தில் கொஞ்சங்கூட இடங்கொடுக்கக் கூடாதென்றபதற்குக் காரணம் இன்னும் எனக்கு நன்றாகத் தெளிவாகிவிட்டது.

கிளா: உன் கருத்தைச் சிறிது விளக்கிச் சொல்.

ஸாக்: உன்னிடம் அந்தரங்கமாகச் சொல்கிறேன். எல்லாப் போலிக் கவிதைகளும், அந்தக் கவிதைகளைக் கேட்பவர்களுடைய அறிவுக்கு, குற்றத்தைக் குணப்படுத்துகிற சக்தி இருந்தாலொழிய, பொதுவாக அவர்களுடைய அறிவுக்குப் பங்கம் விளைவிப்பது மாதிரிதான். எனக்குப் பாலியத்திலிருந்து ஹோமரிடத்தில் பயபக்தி உண்டு. அமங்கலமான முடிவுடைய காவியங்களை இயற்றுகிறவர்களில் தலைசிறந்தவன் அவன். அவனிடத்தில் நான் பக்தி செலுத்துகின்றேனாயினும் அந்தப் பக்தி, சத்தியத்திற்கு நான் செலுத்தும் பக்தியைக் காட்டிலும் அதிகமாயிருக்க முடியாதல்லவா? எனவே நான் கொஞ்சம் மனம் விட்டே பேசுகிறேன்.

கிளா: நிரம்ப நல்லது; அப்படியே பேசு.

ஸாக்: பல பொருள்களுக்கு ஒரு பொதுப் பெயர் இருக்குமாயின்,

அந்தப் பெயருக்கு அடிப்படையில் ஒரு பாவம் உண்டென்று கருதிக் கொள்கிறோமல்லாவா? உதாரணமாக, உலகத்தில் பலவகையான கட்டில்கள் இருக்கின்றன; பலவகையான மேஜைகள் இருக்கின்றன. இருந்தாலும் இவைகளுக்கு அடிப்படையில், கட்டிலைப் பற்றி ஒரு பாவமும், மேஜையைப் பற்றி ஒரு பாவமும் ஆக இரண்டு பாவங்கள் மட்டுமே இருக்கின்றன. கட்டிலைச் செய்கிறவர்களும், மேஜையைச் செய்கிறவர்களும் மேற்படி பாவத்தின்படி தான் செய்கிறார்கள். இந்த மாதிரி தானே நாம் பேசுகிறோம்? மேற்படி கட்டிலையோ, மேஜையையோ செய்கிற யாரும், அந்த பாவத்தைச் செய்வதில்லை. அப்படியானால் அந்த பாவத்தைச் சிருஷ்டி செய்து கொடுக்கிற ஒரு கலைஞன் அல்லது ஒரு தொழிலாளி இருக்க வேண்டுமல்லவா?

கிளா: அவன் யார்?

ஸாக்: அவன் தான் எல்லாத் தொழிலாளர்களுடைய தொழில்களையும் செய்கிறவன்.

கிளா: அப்படியானால் அவன் ஒரு மகா மேதாவியாக வல்லவோ இருக்க வேண்டும்?

ஸாக்: பொறு; அவன் ஒரு மகா மேதாவி யென்பதற்கு இன்னும் சில ருஜுக்கள் காட்டுகிறேன். அவன் எல்லாப் பொருள்களையும் செய்து கொடுக்கிறவன் மட்டுமல்ல; செடி கொடிகளை உற்பத்தி செய்கிறான்; பிராணிவர்க்கங்களைச் சிருஷ்டிக்கிறான்; தன்னையும் சிருஷ்டித்துக் கொள்கிறான். பூவுலகத்தையும் வானுலகத்தையும், அவற்றின் கண்ணுள்ள பொருள்களையும் சிருஷ்டிக்கிறான்.

கிளா: அவன் ஒருமந்திரவாதியாகத்தான் இருக்க வேண்டும்.

ஸாக்: அப்படியானால் நான் சொல்வதை நீ நம்பவில்லை என்ன? அப்படிப்பட்ட ஒரு சிருஷ்டிகர்த்தன் இருக்க முடியாதென்று நீ நினைக்கிறாயா? நீ கூட ஒரு சிருஷ்டி கர்த்தனாவதற்கு வழி இருக்கிறதென்று உனக்குத் தெரியுமா?

கிளா: என்ன வழி?

ஸாக்: மிகவும் சுலபமான வழி; ஏன், சிருஷ்டிக்கிற காரியத்தைச் சுலபமாகவும் சீக்கிரமாகவும் செய்வதற்குப் பல வழிகள் இருக்கின்றனவென்று கூறலாம். ஒரு கண்ணாடியை எடுத்துக் கொள். அதனை எல்லாப் பக்கங்களிலும் திருப்பித் திருப்பிக் காட்டு. உடனே சூரியன் என்ன, நட்சத்திரங்கள் என்ன, பூலோக மென்ன, நீ என்ன, பிராணி வர்க்கங்கள் என்ன, தாவரவர்க்கள் என்ன முதலிய இப்பொழுது நாம் பேசிக் கொண்டிருந்த பலவற்றையும்

அதில் படைத்து விடுகிறாயா, இல்லையா, பார்.

கிளா: வாஸ்தவம்; படைத்து விடலாம். ஆனால் அவை வெறுந் தோற்றங்களாகத்தானே இருக்கும்? உண்மையாக இராவே?

ஸாக்: பேஷ்! இப்பொழுதுதான் நீ விஷயத்திற்கு வருகிறாய். ஒரு சித்திரக்காரனும் இப்படிப்பட்ட ஒரு சிருஷ்டி கர்த்தன் தானே? அவன் வெறுந் தோற்றங்களைத்தானே சிருஷ்டிக்கிறான்?

கிளா: ஆமாம்.

ஸாக்: அப்படியானால் அவன் சிருஷ்டிப்பது உண்மையானதல்ல என்பதை நீ ஒப்புக் கொள்கிறாய்? இருந்தாலும் ஒரு சித்திரக்காரன், கட்டிலொன்றைச் சிருஷ்டித்துக் காட்டுகிறானென்று சொன்னால் அதில் ஓர் அர்த்தம் இருக்கிறது?

கிளா: அஃது இருக்கலாம். ஆனால் அவன் சிருஷ்டிக்கிற கட்டில், உண்மையான கட்டிலல்லவே?

ஸாக்: சரி; கட்டிலைச் செய்கிற தச்சனைப் பற்றி என்ன சொல்வாய்? அவன் கூட, கட்டிலுக்கு அடிப்படையாயுள்ள, அதன் சாரமாயுள்ள பாவத்தைச் செய்யவில்லை, குறிப்பிட்ட ஒரு வகைக் கட்டிலைத்தான் செய்கிறான் என்று நீ கூறினாயல்லவா?

கிளா: ஆம்: கூறினேன்.

ஸாக்: எது இருக்கிறதோ அதை அவன் சிருஷ்டிக்க வில்லை யாதலினால் உண்மையானதை அவன் சிருஷ்டுக்கிறான் என்று சொல்ல முடியாது; இருப்பது போன்ற ஒன்றை, உண்மை போன்ற ஒன்றைச் சிருஷ்டிக்கிறான் என்றுதான் சொல்ல வேண்டும். எனவே ஒரு தச்சனுடைய அல்லது வேறு ஒரு தொழிலாளியினுடைய வேலையில் உண்மை இருக்கிறதென்று ஒருவன் சொல்வானாகில், அப்படிச் சொல்கிறவன் உண்மையைச் சொல்கிறவனாவா?

கிளா: மற்றவர்கள் எப்படிச் சொன்னாலும், ஞானிகளாயிருக்கப் பட்டவர்கள், அவன் உண்மையைச் சொல்கிறவனாக மாட்டான் என்றுதான் சொல்வார்கள்.

ஸாக்: எனவே நம் கண் முன்னே ஸ்தூலமாகக் காணப்படும் கட்டில் போன்ற பொருள்கள், உண்மையோடு ஒப்பு நோக்குமிடத்து, அந்த உண்மையின் சாயல் என்று சொல்லப்பட்டால் அதில் நாம் ஆச்சரியப்படுவதற்கென்ன இருக்கிறது?

கிளா: ஆச்சரியமில்லைதான்.

ஸாக்: இந்த உதாரணங்களை வைத்துக்கொண்டு ஒன்றைப் பார்த்து மற்றொன்றை நகல் செய்கிறானே அவனைப் பற்றிச் சிறிது விசாரணை செய்வோம்.

கிளா: சந்தோஷமாக.

ஸாக்: இதோ மூன்று கட்டில்கள் இருக்கின்றன. ஒன்று, இயற்கையாகவே உள்ளது. அதைக் கடவுள் செய்தார் என்று வைத்துக் கொள்வோம். அவரைத் தவிர வேறு யஜ செய்திருக்க முடியும்? மற்றொன்று, தச்சன் செய்த கட்டில். இன்னொன்று, சித்திரக்காரன் படமாக வரைந்த கட்டில் மூன்று கட்டில்களை, கடவுள், தச்சன், சித்திரக்காரன் என்ற மூவர் செய்கின்றனர். சரி; இவர்களில் கடவுள், தாமே இஷ்டப்பட்டோ அல்லது அவசியத்தை முன்னிட்டோ ஒரே ஒரு கட்டிலைத் தான் இயற்கையாகச் சிருஷ்டித்தார். ஒன்றுக்கு மேற்பட்ட கட்டில்கள் இயற்கையில் இல்லை; கடவுள் அப்படிச் சிருஷ்டிக்கவும் மாட்டார்.

கிளா: ஏன் சிருஷ்டிக்க மாட்டார்?

ஸாக்: ஏனென்றால், இரண்டு கட்டில்களை அவர் சிருஷ்டித்த போதிலும், அவைகளுக்கு அடிப்படையாக உள்ள பாவம் ஒன்றுதானே? அந்தப் பாவத்திலுருந்துதான் மேற்படி இரண்டு கட்டில்களும் சிருஷ்டிக்கப்படும். எனவே அந்தப் பாவமாகிய கட்டில்தான் இயற்கையான கட்டிலாகிவிடுமே தவிர மற்ற இரண்டு கட்டில்களும் அல்ல.

கிளா: நீ சொல்வது சரி.

ஸாக்: உண்மையான ஒரு கட்டிலின் உண்மையான ஒரு சிருஷ்டிகர்த்தாகத் தாம் இருக்கவேண்டுமென்பதற்காகத்தான், கடவுள் இயற்கையாயுள்ள ஒரே ஒரு கட்டிலைச் சிருஷ்டித்தார். எனவே அவரைத்தான் கட்டிலின் நிஜமான சிருஷ்டி கர்த்தர், இயற்கையான சிருஷ்டி கர்த்தர் என்று அழைக்க வேண்டும். சரி, கடவுளை இப்படி அழைக்கிறோம். தச்சனை என்னவென்று அழைப்பது? அவனையும் கட்டிலின் சிருஷ்டிகர்த்தன் என்றுதானே அழைக்க வேண்டும்?

கிளா: ஆமாம்.

ஸாக்: கட்டிலைச் சித்திரமாக வரைகிறானே அவனையும் சிருஷ்டிகர்த்தன், கட்டிலைச் செய்தவன் என்று அழைக்கலாமா?

கிளா: அஃதெப்படி அழைக்க முடியும்?

ஸாக்: இல்லையானால் அவன் கட்டிலுக்கு எந்த சம்பந்தத்தில் இருக்கிறான்?

கிளா: மற்றவர்கள் செய்வதைப் பார்த்து நகல் செய்கிறவன் என்று

அவனைச் சொல்லலாம்.

ஸாக்: அதாவது மேலிருந்து கீழாகப் பார்க்கிற போது அவன் மூன்றாவது ஸ்தானத்தில் இருக்கிறான். முதலில் கடவுள், இரண்டாவது தச்சன், மூன்றாவது சித்திரக்காரன்; இல்லையா?

கிளா: நிச்சயமாக.

ஸாக்: எனவே அமங்கலமான முடிவைக் கொண்ட கவிதைகளை எழுதுகிறானே, அமங்கலக்கவி, அவனும் ஒரு நகல் செய்கிறவன் தான்; மற்ற நகல் செய்கிறவர்களைப் போல் அவன் அரசனுக்கும் சத்தியத்திற்கும் மூன்ராவது ஸ்தானத்தில் இருக்கிறான்.

கிளா: அப்படித்தான் தெரிகிறது.

ஸாக்: நகல் செய்கிறவன் இப்படிப்பட்டவன் என்று தெரிந்து கொண்டோம். சித்திரக்காரனைப் பற்றி ஆராய்வோம். அவன், எது இயற்கையாக, சுயமாக இருக்கிறதோ அதை நகல் செய்கிறவனா அல்லது மற்றச் சித்திரக்காரர்களுடைய சிருஷ்டிகளை நகல் செய்கிறவனா?

கிளா: மற்றச் சித்திரக்காரர்களுடைய சிருஷ்டிகளைத்தான்.

ஸாக்: அவை எப்படி இருக்கின்றனவோ அப்படியா, அல்லது எப்படிக் காணப்படுகின்றனவோ அப்படியா நகல் செய்கிறான்?

கிளா: அப்படி யென்றால்?

ஸாக்: ஒரு கட்டிலை நீ பல கோணங்களிலிருந்து பார்க்கலாம். ஒவ்வொரு கோணத்திலிருந்தும் ஒவ்வொரு விதமாக அந்தக் கட்டில் உனக்குத் தென்படும். ஆனால் அந்தக் கட்டில் ஒரே மாதிரியாகத்தான் இருக்கிறது; அதில் எவ்வித வித்தியாசமும் இல்லை. இங்ஙனமே எல்லாப் பொருள்களுக்கும் கூறலாம்.

கிளா: வாஸ்தவம்.

ஸாக்: சரி; இன்னொன்று கேட்கிறேன். சித்திரக்காரன் சித்திரம் வரைகிறான். எப்படி வரைகிறான்? பொருள்கள் எப்படி இருக்கின்றனவோ அப்படி நகல் செய்கிறானா? அல்லது எப்படிக் காணப்படுகின்றனவோ அப்படி அகல் செய்கிறானா?

கிளா: எப்படிக் காணப்படுகின்றனவோ அப்படித்தான் நகல் செய்கிறான்.

ஸாக்: அப்படியானால் நகல் செய்கிறவன், அதாவது கிருத்ருமம் செய்கிறவர்–ஒன்றைப் பார்த்து மற்றொன்றை அப்படியே செய்கிறவன் – உண்மைக்கு வெகு தூரத்திலிருக்கிறான். அப்படிப்பட்டவன் எல்லாப் பொருள்களையுந்தான் செய்யக்கூடும். ஏனென்றால் அவன் ஒவ்வொரு

பொருளினுடைய சிறு அமிசத்தை மட்டுந் தானே தொடுகிறான்? அதுவும் அந்தச் சிறு அமிசத்தின் பிரிதிபிம்பத்தைத் தானே தொடுகிறான்? உதாரணமாக ஒரு சித்திரக்காரன், ஒரு சக்கிலியனையோ, தச்சனையோ அல்லது வேறு எந்தத் தொழிலாளியையோ சித்திரமாக வரையலாம் ஆனால், அவனுக்கு, அவர்களுடைய தொழில்களில் ஏதேனும் ஒன்று தெரியுமா? தெரியாது. அவன் ஒரு கெட்டிக்கார சித்திரக்காரனாயிருந்தால், குழந்தைகளிடமும் பாமர ஜனங்களிடமும் தன் படத்தைக் காட்டி, அவர்களை, தாங்கள் உண்மையான ஒரு தச்சனை அல்லது மற்றத் தொழிலாளியைப் பார்த்துக் கொண்டிருப்பதாக நம்பும்படி செய்துவிடுவான்.

கிளா: ஆம்; அப்படித்தான் செய்வான்.

ஸாக்: எனவே, எவனாவது ஒருவன் நம்மிடம் வந்து "எல்லாத் தொழில்களையும், எல்லாப் பொருள்களையும் தெரிந்து கொண்டிருக்கிற ஒருவனைப் பார்த்திருக்கிறேன்; அவனுக்கு எல்லாப்பொருள்களையும் தெளிவாகப் பார்க்கிற சக்தி மற்றவர்களைக் காட்டிலும் அதிகமாயிருக்கிறது" என்று சொல்வானாகில் அவனைப்பற்றி நாம் என்ன நினைப்போம்? "பாவம், ஒன்றும் தெரியாதவன், யாரோ ஒருவனால் நன்றாக ஏமாற்றப்பட்டிருக்கிறான். அவனை எல்லாம் அறிந்தவன் என்று நினைத்திருக்கிறான், ஆனால் அவனுக்கே எது அறிவு, எது அறியாமை, எது கிருத்ருமம் என்பது தெரியாது" என்றுதான் நினைப்போம்.

கிளா: மிகவும் உண்மை.

ஸாக்: அமங்கல நாடகாசிரியர்கள், கவிஞர்கள் முதலாயினோருக்கும் 1 அவர்களின் தலைவனான ஹோமருக்கும், எல்லாக் கலைகளும் தெரியும். மனிதத் தன்மை, தெய்வத் தன்மை இவைகளின் நல்லது, கெட்டது முதலியனவும் தெரியும். ஏனென்றால் ஒரு கவிஞன், எந்த விஷயத்தைப் பற்றிக் கவிதை பாடுகிறானோ அல்லது காவியம் புனைகிறானோ அந்த விஷயத்தைப் பற்றி நன்றாகத் தெரிந்து கொண்டிருப்பானல்லவா, அப்படித் தெரிந்து கொண்டிருந்தால் தானே அவன் நன்றாகக் கவிதையோ காவியமோ செய்ய முடியும் என்றெல்லாம் ஜனங்கள் சொல்வார்களானால், அவர்கள், மேலே சொன்ன தெரியாதவனை, அதாவது எது அறிவு, எது அறியாமை, எது கிருத்ருமம் என்று தெரியாதவனைப் போன்றவர்களே. அவர்கள் போலி நபர்களைச் சந்தித்திருப்பார்கள்; அவர்களால் ஏமாற்றப்பட்டும் இருப்பார்கள். அந்தப் போலி நபர்களுடைய வேலைப்பாடுகளை அவர்கள் பார்க்கிறபோது, அவை உண்மையினின்று விலகியிருப்பவை, உண்மையைப் பற்றிய அறிவு இல்லாமலே அவற்றைச் செய்ய முடியும், ஏனென்றால் அவை வெறுந் தோற்றங்கள் தானே தவிர உண்மையல்ல என்ற விஷயங்கள் அவர்கள் ஞாபகத்திற்கும் வந்திராது. இல்லை, இப்படிக்கெல்லாம் இருக்க முடியாது,

ஜனங்கள் சொல்வதுதான் சரி, கவிஞர்கள் எந்த விஷயங்களைப் பற்றி நன்றாக வர்ணிக்கிறார்களோ அந்த விஷயங்களைப் பற்றி நன்றாகத் தெரிந்து கொண்டிருப்பார்கள், அப்படித் தெரியாமல் வர்ணிப்பார்களா என்று கேட்கிறாயா?

கிளா: ஆராய்ச்சி செய்யப்பட வேண்டிய விஷயந்தான் இது.

ஸாக்: சரி; ஒருவனுக்கு அசல் உருவத்தையும் அதனுடைய பிரதிபிம்பத்தையும், அதாவது அசலைப் போன்ற நகலையும் இரண்டையும் செய்யத் தெரிந்திருக்கிறதென்று வைத்துக் கொள்வோம். அவன், இரண்டாவதாகிய நகல் வேலையைச் செய்வதிலேயே தன் முழுக் கவனத்தையும் செலுத்துவானா? ஒன்றைப் பார்த்துப் போலி செய்வதுதான் தன் வாழ்க்கையின் நோக்கம், அதைவிட உயர்ந்ததொன்றில்லை என்னும்படி நடந்துகொள்வானா?

கிளா: அப்படி நடந்துகொள்ள மாட்டான்.

ஸாக்: நிஜமான ஒரு சித்திரக்காரன், உண்மையாயுள்ளவை எவையோ அவைகளில்தான் சிரத்தை கொள்வான்; போலிகளிலல்ல. தனது ஞாபகார்த்தமாக அநேக நல்ல அழகான வேலைகளைச் செய்து வைத்துவிட்டுப் போவான்; மற்றவர்களை அவன் புகழ்வதற்குப் பதிலாக, அவனை அந்தப் புகழ்ச்சிக்குப் பாத்திரமாயிருப்பான்.

கிளா: வாஸ்தவம்; அதுதான் அவனுக்கு அதிக கௌரவமுடையதாகவும் லாபகரமானதாகவும் இருக்கும்.

ஸாக்: இப்பொழுது ஹோமரைப் பார்த்து ஒரு கேள்வி கேட்போம். எதைப் பற்றி? அவனுடைய கவிதைகளில் இடையிடையே வரும் வைத்தியம் போன்ற சாதாரண விஷயங்களைப் பற்றியல்ல. "ஆஸ்க்ளேப்பியஸைப் போல் யாரையாவது குணப்படுத்தியிருக்கிறாயா? அல்லது வைத்திய நிபுணர்களான ஒரு சிஷ்ய கோஷ்டியை ஏற்படுத்திவிட்டுப் போயிருக்கிறாயா?" என்று அவனைப் பார்த்துக் கேட்கப் போவதில்லை. 'மற்றவர்கள் சொன்னதைத்தான் நீ சொல்கிறாயா?' என்றும் கேட்கப் போவதில்லை. ஆனால், அவனுடைய கவிதைகளில் முக்கியத்துவம் பெற்றிருக்கிற, சிறப்பித்துச் சொல்லப்படுகிற போர் முறைகள், அரசியல், கல்வி முதலியவற்றைப் பற்றி அவனைக் கேட்க நமக்கு உரிமையுண்டு. "அன்பிற்குரிய ஹோமரே! நீதியைப் பற்றி அல்லது தர்மத்தைப் பற்றிக் கூறியிருக்கிறாயே அது விஷயத்தில் நீ உண்மைக்கு மூன்றாவது ஸ்தானத்தில் இராமல் இரண்டாவது ஸ்தானத்தில் இருக்கும் பட்சத்தில், அதாவது நீ சொல்வதில் மூன்றில் இரண்டு பங்கு உண்மை இருக்கும்பட்சத்தில், மனிதர்களை, அவர்களுடைய சொந்த வாழ்க்கையிலோ அல்லது பொது வாழ்க்கையிலோ உயர்த்தக் கூடிய அல்லது

தாழ்த்தக்கூடிய தொழில்கள் இன்னின்னவை என்பதை ஊகித்துணரும் சக்தி உனக்கிருக்குமானால், எந்த ராஜ்யம் உன்னுடைய உதவியினால் சிறப்பாக ஆளப்பட்டிருக்கிறது? ஸ்ப்பார்ட்டாவுக்கு லைக்கர்கஸும்,[1] இத்தாலிக்கும் சிஸிலிக்கும் காரோந்தாஸும்,[2] ஆத்தென்ஸுக்கு ஸோலோனும்[3] முறையே சட்டங்கள் வகுத்துக் கொடுத்திருக்கிறார்கள். நீ எந்த ராஜ்யத்திற்குச் சட்டம் வகுத்துக் கொடுத்திருக்கிறாய்? அது போகட்டும்; உன்னுடைய ஜீவிய தசையில் நீ எந்த யுத்தத்திலேனும் பிரவேசித்து வெற்றிகண்டிருக்கிறாயா? அல்லது உனது ஆலோசனையின் பேரில் எந்த யுத்தமேனும் ஜெயிக்கப்பட்டிருக்கிறதா? அதுவும் வேண்டாம்; மனித வாழ்க்கைக்கு உபயோகிக்கப்படக்கூடிய மாதிரி தேலீஸ்[4] என்பவனைப் போலவோ, அனுகார்ஸிஸ்[5] என்பவனைப் போலவே ஏதேனும் புதிதாகக் கண்டுபிடித்திருக்கிறாயா? சரி; இப்படிப் பொது ஜனங்களுக்கு உபகாரமாகத்தான் ஒன்றுஞ் செய்யவில்லையே, தனிப்பட்ட முறையிலாவது நீ யாருக்கேனும் நல்வழி காட்டியிருக்கிறாய? ஆசிரியனாயிருந்திருக்கிறாயா? பித்தாகோரஸ்[6] என்ற ஞானி, தனக்குப் பின்னால் ஒரு சிஷ்ய பரம்பரையை ஏற்படுத்தி விட்டுப் போனான். அதுபோல உனக்கு யாரேனும் சிஷ்யர்கள் இருக்கிறார்களா?

கிளா: இப்படியெல்லாம் அவன் ஒன்றும் செய்ததாகத் தெரியவில்லையே அவனுடைய நண்பர்கள் அவனை, அவன் காலத்திலேயே புறக்கணித்து விட்டதாகவல்லவோ சொல்கிறார்கள்?

ஸாக்: ஆம்; அப்படித்தான் சொல்கிறார்கள். உண்மையில் ஹோமர், மானிட சமூகத்தை அபிவிருத்திக்குக் கொண்டுவரக்கூடிய சக்தி பெற்றிருந்திருப்பானாகில், அவன் வெறும் போலியாயிராமல் உண்மையான ஞானியாயிருந்திருப்பானாகில், அவனுக்கு அநேக சிஷ்யர்கள் ஏற்பட்டிருக்க மாட்டார்களா? அவர்கள் அவனை பக்தி சிரத்தையோடு போற்றியிருக்க மாட்டார்களா? பாடிக்கொண்டே அலையும்படி அவனை விட்டிருப்பார்களா? அவனுக்கு – ஹோமருக்கு – மானித ஜாதியை முன்னேற்றுவிக்கும்படியான சக்தி உண்மையிலேயே இருந்திருக்குமானால், அவனைப் பொன்னைப் போலல்லவோ வைத்துக் காப்பாற்றியிருப்பார்கள். தங்களோடு ஒரே இடத்தில் இருக்கும்படியல்லவோ கட்டாயப்படுத்தி யிருப்பார்கள். அப்படி அவன் ஓரிடத்தில் நிரந்தரமாகத் தங்கியிருக்க மறுத்திருந்தால், அவன் சென்றவிடமெல்லாம் சென்று ஞானத்தையடைய வல்லவோ முயன்றிருப்பார்கள்.

கிளா: வாஸ்தவம்.

ஸாக்: எனவே ஹோமர் தொடங்கி எல்லாக் கவிஞர்களும் போலி செய்கிறவர்களே யென்று தீர்மானிக்க வேண்டியிருக்கிறதல்லவா? அவர்கள் நீதி முதலிய நற்குணங்களின் பிரதிபிம்பங்களை நகல் செய்கிறவர்களே தவிர,

உண்மையைச் சென்று பார்க்கிறவர்களல்ல என்ற முடிவுக்குத்தானே நாம் வரவேண்டியிருக்கிறது? சக்கிலியனுடைய தொழிலைத் தெரியாமலே அந்தச் சக்கிலியனுடைய உருவத்தை வரைகிற சித்திரக்காரனைப் போன்றவந்தான் கவிஞனும். சித்திரக்காரன் தீட்டியிருக்கிற வர்ணம், வரைந்திருக்கிற உருவம் முதலியவற்றைக் கொண்டுதான் அவனுடைய திறமையை மதிக்கிறார்கள் ஜனங்கள். அப்படியே ஒரு கவிஞன், தான் எடுத்துக்கொண்ட விஷயத்திற்குச் சொற்களால் வர்ணம் பூசி, அதனைச் சந்தத்தோடும் இசையோடும் பிறருக்கு எடுத்துச் சொல்வானாகில், அவனை ஜனங்கள் பெரிதும் பாராட்டுகிறார்கள். அவன், தன் கதையை இசையோடு சேர்த்துச் சொல்லாமல் வெறும் வசனமாகச் சொல்லிக்கொண்டு போகட்டும்; அப்பொழுது அவனுடைய கதையை யாராவது விரும்பிக் கேட்கிறார்களா, பார்! அப்படி உரை நடையிலே ஒப்புவிக்கப்படுகிற கதை எப்படியிருக்குமென்று நினைக்கிறாய்? அழகும், களையும் இல்லாத முகம் போன்றிருக்கும்.

கிளா: நிரம்பப் பொருத்தம்.

ஸாக்: இன்னொரு விஷயம் சொல்கிறேன். கேள். போலி செய்கிறவன் அல்லது பிரதிபிம்பத்தைச் செய்கிறவன், உண்மையாயிருப்பது எதுவோ அதனை அறியாதவன், வெறுந்தோற்றத்தை மட்டும் அறிந்தவன் என்று சொன்னோமில்லையா? சரி; குதிரைக்குப் போடுகிற கடிவாளம், அதன் வார், இரண்டையும் ஒரு சித்திரக்காரன் சித்திரமாக வரைகிறான்; ஒரு கம்மியனும், சக்கிலியனும் உண்மையாகவே கடிவாளத்தையும், வாரையும் செய்து கொடுக்கிறார்கள். ஆனால், இந்த மூவருக்கும் – சித்திரக்காரன், கம்மியன், சக்கிலியன் – கடிவாளத்தையும் வாரையும் எப்படி உபயோகப்படுத்துவதென்பது தெரியாது குதிரைக்காரனுக்கே அது தெரியும். இது போலத் தான் எல்லா விஷயங்களும்.

கிளா: அப்படியென்றால்..?

ஸாக்: அதாவது, எல்லாப் பொருள்களோடும் மூன்று விதமான கலைகள் சம்பந்தப்பட்டிருக்கின்றன. பொருளை உபயோகிக்கிற கலை யொன்று; அதனைச் செய்கிற கலை மற்றொன்று; அதனைப் போல் செய்கிற கலை பிறிதொன்று. பிரதியொரு பொருளின் உபயோகத்தைப் பொறுத்தே அதன் அழகு, சிறப்பு, உண்மை எல்லாம் இருக்கின்றன. எனவே ஒரு பொருளை எவன் உபயோகிக்கிறானோ அவனுக்குத்தான் அந்தப் பொருளைப் பற்றி அதிகமான அனுபவம் இருக்கும். அவந்தான், எவன் அந்தப் பொருளைச் செய்து கொடுக்கிறானோ அந்தத் தொழிலாளிக்கு அந்தப் பொருளிலுள்ள நல்லது கெட்டதுகளை எடுத்துச் சொல்லி, அவனுக்கு அந்தப் பொருளை நன்றாகச் செய்யும்படி வழிகாட்ட முடியும். உதாரணமாக புல்லாங்குழல்

வாசிக்கிற ஒருவந்தான், அந்தப் புல்லாங்குழல் செய்கிறவனுக்கு, எப்படி அதனைச் செய்யவேண்டும், எப்படியிருந்தால் நல்ல நாதம் பிறக்கும் என்று எடுத்துச்சொல்ல முடியும்; புல்லாங்குழலைச் செய்கிறவனும் அவன் சொற்படியே செய்வான். அதாவது புல்லாங்குழலை உபயோகிக்கிறவன்தான் அதனை அறிந்தவன்; நல்ல குழல் இது, கெட்ட குழல் இது என்று உறுதியாகச் சொல்லக்கூடியவன், அதனைச் செய்கிற தொழிலாளி, அவனிடத்தில் நம்பிக்கைவைத்து அவன் சொன்னபடி செய்கிறவன். முந்தியவன், குழலைப்பற்றிய அறிவுடையவன்; பிந்தியவன், அதனைப் பற்றிச் சரியான அபிப்பிராயமுடையவன். இந்த அபிப்பிராயம் இவனுக்கு எப்படி ஏற்படுகிறது? பொருளை அறிந்தவன் சொல்வதைக் கேட்பதனால்; கேட்கும்படி செய்யப்படுவதனால்.

கிளா: நிரம்ப சரி.

ஸாக்: போலி செய்கிறவன் இருக்கிறானே, நகல் செய்கிறவன், அவனுக்குப் பொருளைப் பற்றிய அறிவும் இல்லை, அபிப்பிராயமும் இல்லை. ஒரு பொருள் நல்லதா, கெட்டதா என்பதும் அவனுக்குத் தெரியாது. ஆனால், நல்லதாகத் தோன்றுவதை அவன் நகல் செய்து, அறியாத ஜனங்களுக்குக் காட்டுகிறான்; அவ்வளவுதான். அதாவது போலி செய்கிறவன், எதைப் பார்த்துப் போலி செய்கிறானோ அதைப் பற்றிய அறிவு இல்லாதவன் என்று ஏற்படுகிறது. போலி செய்வதென்பது என்ன? அஃதொரு விளையாட்டு மாதிரி. எனவே அமங்கலக் கவிஞர்களை, அவர்கள் எந்தவிதமான சந்தத்தில் பாடின போதிலும் சிறந்த போலிகள், போலி செய்வதில் வல்லுநர்கள் என்னும் முடிவுக்கு நாம் வரவேண்டியிருக்கிறது.

கிளா: நிஜம்.

ஸாக்: போலித் தனத்தைப் பற்றி இன்னொரு விதமாக ஆராய்வோம் ஒரே பொருள் கிட்டயிருந்து பார்த்தால் பெரிதாகவும் தூர இருந்து பார்த்தால் சிறிதாகவும் இருக்கிறதில்லையா?

கிளா: ஆம்.

ஸாக்: அதே பொருள் தண்ணீருக்குள் வளைவாகவும், தண்ணீருக்கு மேலே நேராகவும் இருக்கிறது. சில சமயங்களில் உட்பக்கம் வளைவாயிருக்கிற பொருள் வெளிப்பக்கம் வளைவாயிருப்பது போலவும் அல்லது வெளிப்பக்கம் வளைவாயிருப்பது உட்பக்கம் வளைவாயிருப்பது போலவும் மாறி மாறித் தோன்றுகின்றது. இவற்றை யெல்லாம் பார்க்கிறபோது நமக்குள்ளேயே ஒரு குழப்பம் உண்டாகிவிடுகிறது. இந்தக் குழப்பத்தைச் சித்திரத் தொழில், ஜாலவித்தை முதலியன இன்னும் அதிகரிக்கச் செய்கின்றன; நமது அறிவிலே

வெ.சாமிநாத சர்மா | 321

ஒரு மயக்கத்தை உண்டுபண்ணி விடுகின்றன. ஆனால் அளத்தல், எண்ணல், நிறுத்தல் முதலிய கலைகள், அந்த மயக்கத்தினின்று நமது அறிவை விடுதலை செய்கின்றன. சிறிது, பெரிது, கனம், லேசு என்று பலவிதமாகத் தோற்றமளிக்கும் பொருள்களை அப்படியே நாம் ஏற்றுக்கொள்ளாமல் அவைகளை அளத்தல், எண்ணல் நிறுத்தல் ஆகியவற்றுக்கு உட்படுத்திப் பார்க்கிறோம். இப்படிப் பார்ப்பது எது? நமது ஆத்மாவிலுள்ள விவேக தத்துவம் சரி; இந்த விவேக தத்துவமானது அளந்தோ, நிறுத்தோ ஏதோ ஒரு வகையில், இந்தப் பொருள் பெரிது, அந்தப் பொருள் சிறிது, அல்லது இரண்டும் சமம் என்று தீர்ப்புச் சொல்லுமானால், அப்பொழுது, முந்தி அந்தப் பொருள்களைப் பற்றி நாம் கொண்டிருந்த முடிவுக்கும் இந்தத் தீர்ப்புக்கும் முரண்பாடு ஏற்படுகிறது. ஆனால், ஒரே பொருளைப் பற்றி ஒரே சமயத்தில் இரண்டு விதமான அபிப்பிராயங்கள் இருக்க முடியாதென்று ஏற்கனவே நாம் தெரிந்து கொண்டிருக்கிறோம். எனவே ஒரு பொருளை அளந்தோ, நிறுத்தோ பார்த்து பின்னர் அதனைப் பற்றி உண்டாகிற அபிப்பிராயம் வேறு, அளந்தோ நிறுத்தோ பாராமலே அந்தப் பொருளைப் பற்றி உண்டாயிருந்த அபிப்பிராயம் வேறு என்று நிச்சயமாகிறது. அளந்தோ, நிறுத்தோ பார்த்து அபிப்பிராயம் கொள்கிற தத்துவம் – விவேக தத்துவம் – ஆத்மாவின் உயர்ந்த தத்துவம்; அப்படிப் பாராமல் அபிப்பிராயங் கொள்கிற தத்துவம்; அப்படிப் பாராமல் அபிப்பிராயங் கொள்கிற தத்துவம் ஆத்மாவின் தாழ்ந்த தத்துவம்; அதாவது விவேக தத்துவத்திற்கு மாறானது.

கிளா: ஆம்; அதில் என்ன சந்தேகம்?

ஸாக்: ஆகவே நான் வலியுறுத்திச் சொல்வதென்னவென்றால், சித்திரம் வரைதல் முதல் போலி செய்கிற கலைகள் யாவும், தங்களுடைய வேலைகளைச் செய்கிறபோது உண்மைக்கு வெகு தொலைவிலேயே இருக்கின்றன; மற்றும் இவை – இந்தக் கலைகள் – நம்மிடமுள்ள விவேக தத்துவத்தினின்று விலகியிருக்கும் தாழ்வான தத்துவத்தோடு நட்புக் கொண்டிருக்கின்றன; இவைகளுக்கு உண்மையான நோக்கமோ, உயர்ந்த நோக்கமோ இல்லை. ஆதலின் இவை கீழானவை, கீழானவற்றோடு சம்பந்தப்பட்டு, கீழானவற்றை உண்டுபண்ணுகின்றவை யென்று சொல்ல வேண்டும்.

கிளா: மிகவும் நிஜம்.

ஸாக்: இப்படி நாம் செய்கிற முடிவு, காணப்படுகிற போலித்தனத்திற்கு மட்டும் பொருந்துமா? அல்லது கேட்கப்படுகிற போலித்தனத்திற்குக் கூடவா? காணப்படுவது சித்திரம்; கேட்கப்படுவது கவிதை; இல்லையா?

கிளா: ஆம்; கவிதைக்கும் இந்த முடிவு பொருந்தும் என்றுதான் தோன்றுகிறது.

ஸாக்: தோன்றுகிறது என்று சொல்ல வேண்டாம். ஆராய்ச்சி செய்தே முடிவுக்கு வருவோம். தன்னிச்சையாகவோ, அல்லது ஏதோ ஒன்றின் கட்டாயத்திற்காகவோ ஒன்றைப் பார்த்து மற்றொன்றைச் செய்வதற்குத்தான் போலி செய்வது என்று சொல்கிறோம். இந்தப் போலிக் காரியத்தை நன்றாகச் செய்தால் நல்லபலன் உண்டாகிறதென்ற சந்தோஷமும், அரைகுறையாகச் செய்தால் கெட்ட பலன் உண்டாகிறதென்ற துக்கமும் மாறி மாறித் தோன்றி மறைகின்றன. எவனிடத்தில் இப்படி மாறுபட்ட உணர்ச்சிகள் அடிக்கடி உண்டாகிறன்றனவோ அவன் ஒருமைப்பட்ட உள்ளத்தவனாக எப்படி இருக்க முடியும்? எப்படி ஒரு பொருளைப் பார்த்து அதைப்பற்றிப் பலவிதமான அபிப்பிராயங்களை ஒருவன் கொள்கிறானோ அப்படியே அவனுடைய உணர்ச்சிகளிலும் பல முரண்பாடுகளும் குழப்பங்களும் உண்டாகின்றன.

கிளா: வாஸ்தவம்.

ஸாக்: சரி; இன்னொன்று கேட்கிறேன். ஒரு நல்ல மனிதன் – அதாவது அறிஞன், தான் பெரிதும் நேசிக்கும் தன்னுடைய மகனை அல்லது வேறு ஒரு பொருளை இழந்து விடுகிறான் என்று வைத்துக் கொள்வோம். அவன் அந்தக் துக்கத்தை மற்றவர்களைக் காட்டிலும் சுலபமாகத் தாங்கிக் கொள்வானல்லவா?

கிளா: ஆமாம்.

ஸாக்: துக்கமே படமாட்டானா? அல்லது தன் துக்கத்தை ஒரு நிதானத்திற்குட்படுத்திக் கொள்வானா?

கிளா: நிதானத்திற்குட்படுத்திக் கொள்வானென்றுதான் சொல்லவேண்டும்.

ஸாக்: அவனுக்கு, தன் துக்கத்தை அடக்கிக் கொள்வது, மற்றவர்கள் முன்னிலையிலிருக்கிறபோது சாத்தியமாயிருக்குமா? அல்லது தனியாயிருக்கிறபோதா?

கிளா: மற்றவர்கள் முன்னிலையில் இருக்கிறம் போதுதான்.

ஸாக்: தனியாக இருக்கிறபோது, தன் துக்கத்தை நினைத்துப் புலம்புவான்; தன் புலம்பலை மற்றவர்கள் கேட்டுக்கொண்டிருக்கிறார்களென்று தெரிந்தால் உடனே வெட்கப்பட்டு அடக்கிக் கொள்வான்; இல்லையா?

கிளா: ஆம்.

ஸாக்: சரி; அவனை அடக்கிக் கொள்ளச் செய்வது எது? அவனுடைய அறிவும், ஒருவித வியவஸ்தையோடு நடந்துகொள்ள வேண்டுமென்ற எண்ணமும் அவனைப் புலம்பச் செய்வது எது? துக்கத்திலே அழுத்துவது எது?

நமக்கு இந்த மாதிரியான துரதிருஷ்டம் வந்து விட்டதேயென்ற உணர்ச்சி.

கிளா: வாஸ்தவம்.

ஸாக்: ஆகவே, ஒரே விஷயத்திற்காக இரண்டுவித நிலைகளை ஒரே சமயத்தில் ஒரு மனிதன் அடைவானானால், அவனிடத்தில் இரண்டு விதமான தத்துவங்கள் இருக்க வேண்டுமென்று ஏற்படுகிறதில்லையா?

கிளா: ஆம்.

ஸாக்: இவற்றில் ஒரு தத்துவம் வியவஸ்தையோடு இருக்க வேண்டுமென்ற எண்ணத்திற்குக் கட்டுப்படுகிறது. அதாவது துக்கம் அல்லது துன்பம் ஏற்பட்டுவிட்ட காலத்தில் நாம் நிதானமாக இருக்க வேண்டும்; நிதானந்தவறி நடந்துகொள்ளக்கூடாது; நமக்கு ஏற்பட்டிருக்கிற துன்பம் நல்லதுக்கா, கெட்டதுக்கா என்பது நமக்குத் தெரியாதல்லவா? தவிர, பொறுமையிழந்து, நிதானந்தவறி நடந்துகொள்வதனால் நாம் அடைகிற லாபம் ஒன்றுமில்லை; மற்றும் இஃது அவ்வளவு பிரமாதமான விஷயமும் அல்ல; அப்படிப் பிரமாதப் படுத்தினோமானால், துக்க சமயத்தில் நாம் எப்படி நடந்துகொள்ள வேண்டுமோ அப்படி நடந்துகொள்ளத் தவறிவிடுவோம் என்று இப்படியெல்லாம் எண்ணுவது தான்.

கிளா: எப்படி நடந்துகொள்ள வேண்டும்?

ஸாக்: முதலாவது என்ன நேரிட்டது என்பதைக் கவனித்துக் கொள்ளவேண்டும். ஒரு சொக்கட்டான் ஆட்டத்தில் பாய்ச்சிகை விழுகிற மாதிரியைப் பார்த்து எப்படிக் காய்களை நகர்த்துகிறோமோ அதுபோல நமது அறிவைக் கொண்டு நமது விவகாரங்களை ஒழுங்குபடுத்திக் கொள்ள வேண்டும். குழந்தைகள் தடுக்கி விழுந்து காயமடைந்து விட்டால், காயம்பட்ட இடத்தை மட்டும் கெட்டியாகப் பிடித்துக்கொண்டு கூச்சல் போட்டுக் கொண்டிருப்பார்களே அதுமாதிரி நாம் செய்யக்கூடாது. நம்மிடத்திலேயுள்ள எந்தத் தத்துவம் நோய்வாய்ப்பட்டுக் கீழே விழுந்துவிட்டதோ அதனைப் பிடித்துத் தூக்கிவிட்டுக் குணப்படுத்துவதற்கு நாம் பழகிக்கொள்ள வேண்டும்; மருந்து வருவதற்கு நாம் பழகிக்கொள்ள வேண்டும்; மருந்து வருவதற்கு முன் அழுகையை நிறுத்துவதற்கு வழி தேடவேண்டும்.

கிளா: துரதிருஷ்டம் ஏற்படுகிற காலங்களில் இப்படித்தான் நடந்துகொள்ள வேண்டும்.

ஸாக்: மனிதனிடத்திலேயுள்ள மேலான தத்துவம் விவேகத்தையே பின்பற்றிச் செல்கிறது. கீழான தத்துவமோ அவனுடைய துன்பத்தையும் துயரத்தையும் ஞாபகப்படுத்திக் கொண்டே யிருக்கிறது. அது மட்டுமல்ல;

துன்பங்களும் துயரங்களும் எவ்வளவு நேரிட்டாலும் அது சலிப்படைவதில்லை. இந்தத் தத்துவத்தை, அறிவற்ற, பிரயோஜனமில்லாத, கோழைத்தனமான தத்துவம் என்று சொல்லலாம்.

கிளா: வாஸ்தவம்.

ஸாக்: இந்தக் கீழான தத்துவம்தான், போலி செய்வதற்கு அநேக பொருள்களை உதவுகிறது. விவேகமும் நிதானமும் உடைய தத்துவமானது எப்பொழுதுமே ஒரு நிதானத்துடன் இருக்கிறது. அதனைப் போலி செய்வது சுலபமல்ல. அப்படிப் போலி செய்தால், சிறப்பாகப் பலதரத்து ஜனங்கள் அடங்கிய ஒரு நாடகக் கொட்டகையில் போலி செய்தால், யாரும் அதனைப் பாரட்டமாட்டார்கள். ஏனென்றால் அந்த ஜனங்கள் விவேகத்திற்கும் நிதானத்திற்கும் புறம்பானவர்கள்.

கிளா: நிஜம்.

ஸாக்: எனவே பொதுஜன ரசிகனாயிருக்க விரும்பும் ஒரு போலி செய்கிற கவிஞன், அவனுடைய ஆத்மாவிலுள்ள விவேக தத்துவத்திற்குப் புறம்பானவனாகவே இருக்கிறான். அவனுடைய கலை, அந்த விவேக தத்துவத்தைத் திருப்தி செய்யாது; அதற்குப் பதிலாக அடிக்கடி மாறுந் தன்மையதாகிய உணர்ச்சித் தத்துவத்தைப் பின் பற்றிக்கொண்டு செல்லும். ஏனென்றால் இந்தத் தத்துவத்தைத்தான் சுலபமாகப் போலி செய்ய முடியும்.

கிளா: ஆம்.

ஸாக்: ஆதலின் ஒரு கவிஞன். இரண்டு விதத்தில் ஒரு சித்திரக்காரனைப் போன்றிருக்கிறான். முதலாவது, குறைந்தபட்ச உண்மையையே சொல்கிறான்; இரண்டாவது, ஆத்மாவின் கீழான தத்துவத்தோடு சம்பந்தப்பட்டிருக்கிறான். அவன், உணர்ச்சிகளைக் கிளப்பி விட்டுவிட்டு விவேக தத்துவத்தைப் பலவீனப்படுத்தி விடுகிறான். இதனால் அவனை, ஒழுங்குபட்டதொரு ரஜ்யத்தில் அனுமதிக்கக்கூடாது. ஒரு ராஜ்யத்தில் கெட்டவர்களை அதிகாரத்திலே இருத்தி வைத்து, நல்லவர்களை அழித்துவிட்டால் எப்படியிருக்குமோ அதுபோல இந்தப் போலி செய்கிற கவிஞன், மனிதனுடைய ஆத்மாவில் தீய தன்மைகளை உண்டு பண்ணிவிட்டு, நல்ல தன்மைகளை அழித்து விடுகிறான்; ஒரே பொருளை ஒரு சமயத்தில் பெரிதென்றும் மற்றொரு சமயத்தில் சிறிதென்றும் கருதுகிற அறியாமையைப் போற்றி வளர்க்கிறான்.

கிளா: நிரம்ப சரி.

ஸாக்: கவிதைக்கு இன்னொரு மிகவும் கெட்ட குணம் உண்டு. நல்லவர்களைக்கூட கெட்டவர்களாக்கிவிடுகிற சக்தி – அப்படிக் கெட்டவர்களாகாதவர்கள் ஒரு சிலர்தான் – அதற்கு உண்டு என்பது

உனக்குத்தெரியுமா? இது மிகவும் கேவலமல்லவா? சொல்கிறேன் கேள், ஹோமர் போன்ற கவிவாணர்கள் இயற்றிய காவியங்களில் ஒருவன் தோன்றி, தன்னுடைய துன்பங்களையும் துயரங்களையும் சொல்லிப் புலம்புவதாக ஒரு கட்டம் வருகிறதென்று வைத்துக்கொள்வோம். அந்தப் புலம்பலைக் கேட்கிற நமக்கு அவனிடத்தில் அநுதாபம் உண்டாகிறது; நமது உணர்ச்சியை அடக்கிக்கொள்கிறோம்; பொறுமையோடும் நிதானமாகவும் இருக்கிறோமென்று திருப்தியடைகிறோம். அப்படி யிருப்பதுதான் ஆண் தன்மை, உணர்ச்சிக்கு இடங்கொடுப்பது பெண் தன்மையென்று கருதுகிறோம். அதாவது என்ன ஏற்படுகிறதென்றால், எந்தக் காரியத்தை நாம் செய்தால் வெட்கமாயிருக்குமோ அதே காரியத்தை மற்றொருவன் செய்தால் அவனைப் புகழ்கிறோம்; பாராட்டுகிறோம். இப்படிச் செய்வது சரியா?

கிளா: கொஞ்சங்கூட சரியில்லை.

ஸாக்: நமது சொந்த விஷயமாயிருந்தால் உணர்ச்சிகளைக் கட்டுப்படுத்திக் கொள்கிற நாம், பிறர் விஷயந்தானே? அதனால் அஜாக்கிரதையாயிருந்து விடுகிறோம். இதற்குக் காரணம், போதிய அறிவும் பயிற்சியும் இன்மையே, மற்றவர்கள் துன்பப்படுகிறபோது, புலம்புகிற போது, நமது உணர்ச்சிகளைக் கொஞ்சங்கூடக் கூச்சமில்லாமல் வெளிப்படுத்திக் கொள்கிறோம். அதிலே ஒரு சந்தோஷத்தையும் அடைகிறோம். அந்த மட்டும் இந்தப் புலம்பலை – அதாவது புலம்பல் நிறைந்த கவிதையை – கேட்டது லாபமாயிற்றென்று கருதுகிறோம். ஆனால், இதன் விளைவு என்ன என்பதைப் பற்றியாரும் அதிகமாகச் சிந்திப்பதில்லை. மற்றவர்களுடைய துயரத்தைக் கண்டு நாம் அழ ஆரம்பித்தோமானால் கடைசியில் நம்முடைய துயரத்திற்காகவே நாம் அழ வேண்டியவர்களாய் இருக்கிறோம். மற்றவர்களுடைய துயரம் நமக்கு வந்து சேருகிறது. மற்றவர்களுடைய துயரத்தைக் கண்டு துக்கப்படும் உணர்ச்சியை நாம் வளர்த்து வலுப்படுத்திக் கொண்டு வருவோமானால், கடைசியில் நமக்குத் துயரம் நேரிடுகிறபோது அந்த உணர்ச்சியைக் கட்டுப்படுத்திக் கொள்ளுவது மிகவும் கஷ்டமாகப் போய்விடுகிறது.

கிளா: நீ சொல்வது எவ்வளவு உண்மையாயிருக்கிறது!

ஸாக்: தமாஷென்றும் வேடிக்கை யென்றும் சொல்லப்படுகின்ற விஷயங்களுக்கும் இது பொருந்தும். உதாரணமாக, ஒரு நாடக மேடையிலோ அல்லது வீடு முதலிய தனி இடங்களிலோ சிலர் வேடிக்கையாக, அதாவது கோமாளித்தனமாகப் பேசுகிறார்கள்; அல்லது நடிக்கிறார்கள். அவற்றைக் கேட்டும் பார்த்தும் நாம் சந்தோஷப்படுகிறோம். ஆனால், நாமே அப்படிப்பேசுவதற்கோ, செய்வதற்கோ கூச்சப்படுகிறோம். நம்முடைய அறிவு,

நம்மை அப்படிச் செய்ய வொட்டாமல் தடுக்கிறது. ஆனால், மற்றவர்கள் செய்கிறபோதோ, இந்த அறிவைக் கொண்டு நமது உணர்ச்சிகளை அடக்கிக் கொள்கிறோமில்லை; தாராளமாகவே அந்த உணர்ச்சிகளை வெளிக்குக் கொண்ர்கிறோம். இதன் பயன் நாளாவட்டத்தில் என்ன ஆகிறதென்றால், மற்றவர்களுடைய கோமாளித்தனத்தைக் கண்டு, முதலில் சந்தோஷப்படுகிற நாம், கடைசியில் நாமே கோமாளிகளாகிவிடுகிறோம். இதே பிரகாரந்தான் கோபதாபங்கள், சுக துக்கங்கள் முதலிய உணர்ச்சிகளும் நம்மை ஆக்கிவிடுகின்றன. இந்த உணர்ச்சிகளை போலிக் கவிதையானது. வற்றா அடிப்பதற்குப் பதிலாக நீரூற்றி வளர்க்கிறது. இவற்றை நாம் ஆட்கொள்வதற்குப் பதிலாக இவற்றுக்கு நம்மை ஆட்படுத்தி விடுகிறது. ஆதலின் கிளாக்கோன் ஹோமருடைய பக்தர்கள் யாராவது உன்னைச் சந்தித்து "எங்களுடைய ஹோமர்தான் கிரீஸுக்கு அறிவூட்டியவன், மனித வாழ்வை ஒழுங்குபடுத்திக்கொள்ள வேண்டுமானால் அவனுடைய கவிதைகளை நாம் சிரத்தையோடு படிக்க வேண்டும்" என்றெல்லாம் சொல்வார்களானால் அவர்களிடத்தில் நீ அபிமானம் காட்டு; மரியாதையாக நடந்துகொள். அவர்களுடைய அறிவுக் கெட்டிய மட்டில் நல்லதைத் தானே சொல்கிறார்கள்; அதனால் நல்லவர்கள்தானே? கவிஞர்களிலே மிகச் சிரேஷ்டமானவன் ஹோமர், அமங்கல காவியகர்த்தர்களுக்குள் அவன் தான் முதன்மையானவன் என்றெல்லாம் நாம் ஒப்புக்கொள்வோம். ஆனால், கடவுள் ஸ்தோத்திரமாகவும் மகன்களைப் போற்றுவதாகவும் உள்ள கவிதைகளை மட்டும் நமது ராஜ்யத்தில் அனுமதிக்க வேண்டுமென்னும் விஷயத்தில் கண்டிப்புடன் இருப்போமாக. இதற்கு மிஞ்சி, இனிமையுடையவை. காரசாரமாயுள்ளவை என்று சொல்லி மற்றக் கவிதைகளை அனுமதிப்போமாயின் துன்பமும் துயமுந்தான் விளையும்; நீதி, நியமமென்பவை இல்லாமற் போய்விடும்.

கிளா: மிகவும் சரி.

ஸாக்: இத்தகைய காரணங்களுக்காகத்தான் போலிக் கவிதைகளை நமது ராஜ்யத்திலிருந்து பிரஷ்டம் செய்துவிட வேண்டுமென்று சொல்கிறோம். அப்படிப் பிரஷ்டம் செய்து வெளியே அனுப்புகிறபோது அவளை – அந்தக் கவிதா தேவதையை – மரியாதையோடு அனுப்புவோம். அவமரியாதையாக நடந்துகொண்டோம் என்று அவள் நினைக்கக்கூடாதல்லவா? அவளிடம் என்ன சொல்லி அனுப்புவது? "அம்மா, கவிதா தேவதையே, உனக்கும் தத்துவ ஞானத்திற்கும் பழமையாகப் பகைமை இருந்துகொண்டு வந்திருக்கிறதென்பதை உனக்கு ஞாபகமூட்டுகிறோம். இதற்கு அடையாளங்கள், கவிஞர்களுடைய எழுத்துக்களில் பலபடக் காணப்படுகின்றன. இருந்தாலும் உன்னிடத்தில் நாங்கள் பகைமையைப் பாராட்டவில்லை. நீ எங்கள் ராஜ்யத்தில் தங்கியிருக்க உரிமை

யுண்டென்பதற்குத் தகுந்த சமாதானம், கவிதை மூலமாகக் கூறுவாயானால், உன்னை மறுபடியும் எங்கள் நாட்டிலே வருவதற்கு அனுமதி கொடுக்கிறோம். உன்னை ஆதரிக்கிற கவிஞர் அல்லாதவர்கள் வசனத்தின் மூலமாகத் தங்கள் கட்சியை எடுத்துச் சொல்லட்டும்; எங்களுக்கு ஆட்சேபமில்லை" இப்படியெல்லாம் சொல்லி அவளை வழியனுப்புவோம். அவன் – கவிதா தேவதை – சௌந்தரிய முடையவள் என்பதை நாம் ஒப்புக்கொள்வோம். ஆனால், அதற்காக உண்மையைக் கைவிட்டுவிட முடியாதல்லவா? ஒரு பொருளின் மீது அதிகமான காதல் கொண்டுவிட்டு, பிறகு அதனால் தீங்கு உண்டாகுமென்று தெரிந்தால், எப்படி அந்தக் காதலை அடியோடு துறந்துவிடுவது அவசியமாகிறதோ, அதைப்போல நமது ராஜ்ய அமைப்பின் கல்விப் பயிற்சித் திட்டத்தின் கீழ் கவிதைகளைப் போற்ற வேண்டுமென்ற எண்ணம் நம்மிடத்தில் வளர்ந்திருந்த போதிலும், விவேக தத்துவம் நம்மிடம் மேலோங்கி நிற்பதன் விளைவாக, அந்தக் கவிதையானது உண்மையை உணர்த்தக் கூடியதாகவும், நன்மையை விளைவிக்கக் கூடியதாகவும் இல்லாவிட்டால் அந்த எண்ணத்தை கவிதையின் மீதுள்ள காதலை – நாம் அடியோடு துறந்துவிட வேண்டும். ஒரு மனிதன் நல்ல தன்மையுள்ளவனாகப் போவதா என்கிற பிரச்சனைதான் முக்கியம். ஆம்; சாதாரண ஜனங்கள் நினைப்பதைக் காட்டிலும் அதிமுக்கியமானது இந்தப் பிரச்சனை. ஆதலின் பணம், புகழ், பதவி, கவிதை, இவற்றின் மோகத்திலே ஈடுபட்டு நீதி அல்லது தருமத்தையும் மற்ற நற்குணங்களையும் நாம் கைவிட்டுவிடக் கூடாது.

கிளா: உனது முடிவை நான் ஏற்றுக்கொள்கிறேன். அப்படியே எல்லோரும் ஏற்றுக்கொள்வார்களென்று நம்புகிறேன்.

ஸாக்: தருமத்தை அனுஷ்டிப்பதனால், சன்மார்க்கத்திலே செல்வதனால் ஏற்படக்கூடிய மகத்தான நன்மைகளை, அடையக்கூடிய சன்மானங்கள் நாம் இன்னும் விஸ்தரித்துச் சொல்லவில்லை.

கிளா: இதுவரையில் சொன்னதைவிட இன்னும் அதிகமான நன்மைகள் இருக்கின்றன வென்றால் அவை மிகப்பெரிய நன்மைகளாகவே இருக்கவேண்டும்.

ஸாக்: சுருங்கிய காலத்தில் அதிக நன்மைகளை எப்படி எதிர்பார்க்க முடியும்? மனிதனுடைய வாழ்வை – குழந்தைப் பருவ முதல் வயோதிக பருவம் வரையில் கணக்குப் போட்டுப் பார்த்தால் சுமார் எழுபது வயது என்று சொல்லலாம். – நித்தியத்துவத்தோடு, அதாவது முடிவில்லாத காலத்தோடு ஒப்பிட்டுப் பார்க்கையில் மிகச் சிறிய அம்சம் என்றே சொல்லவேண்டும்.

கிளா: சிறியது என்ன? ஒன்றுமேயில்லையென்று சொல்வதுதான் சரி.

ஸாக்: அப்படியானால் நித்தியத்துவத்தைப் பற்றி நினையாமல் இந்தச் சிறிய காலத்தைப் பற்றி நினைத்துக் கவலைப்பட்டுக் கொண்டிருக்கலாமா?

கிளா: கூடாதுதான். ஆனால், நீ கேட்பதன் அர்த்தமென்ன?

ஸாக்: மனிதனுடைய ஆத்மா – ஜீவாத்மா – அமரத் தன்மையுடையது. அழியாதது என்பது உனக்குத் தெரியாதா?

கிளா: அப்படியா? ஆச்சரியமாயிருக்கிறது. இதைக் கொஞ்சம் விளக்கிச் சொல்.

ஸாக்: ஒரு பொருளை நல்லதென்றும், மற்றொரு பொருளைக் கெட்டதென்றும் நீ சொல்கிறாயல்லவா?

கிளா: ஆமாம்.

ஸாக்: சீர்குலைத்தும் அழித்தும் விடுகிற தன்மையைக் கெட்டதென்றும், காப்பாற்றி வளர்க்கிற தன்மையை நல்லதென்றும் நீ கருதுகிறாயல்லவா?

கிளா: ஆம்.

ஸாக்: பிரதியொரு பொருளிலும் நல்லதன்மையும் உண்டு, கெட்ட தன்மையும் உண்டு என்பதை நீ ஒப்புக்கொள்கிறாயா? நேத்திர ரோகமென்பது கண்ணின் கெடுதலாகவும், தேகத்தின் வியாதியாகவும் இருக்கிறது. அதைப்போல பூசணம் பிடிப்பது தானியத்திற்கும், உளுத்துப்போவது மரத்திற்கும், துருப்பிடிப்பது செம்பு, இரும்பு முதலியவைகளுக்கும் முறையே கெடுதலாக இருக்கின்றன. ஆகவே, எல்லாப் பொருள்களிலும் கெடுதல் அல்லது வியாதியென்பது கலந்தே இருக்கிறது.

கிளா: வாஸ்தவம்.

ஸாக்: இந்த மாதிரியான கெடுதல்களினால் தாக்கப்படுகிற எந்த ஒரு பொருளும் கெட்டதாகவே விடுகிறது; கெட்டுப்பட்டு அடியோடு அழிந்தும் போகிறது. எனவே, ஒரு பொருளினிடத்திலுள்ள தீய தன்மைதான், கெடுதல்தான், அந்தப் பொருள் அழிவதற்குக் காரணமாய் இருக்கிறாது. தீயதன்மை அழிக்காவிட்டால் வேறு எதுதான் அழிக்கப்போகிறது? நல்லதென்னவோ அழிக்காது; அல்லது நல்லதுமில்லாமல் கெட்டதுமில்லாமல் ஒன்று இருக்குமானால் அதுவும் அழிக்காது.

கிளா: உண்மை.

ஸாக்: ஆனால், ஒன்று இருக்கிறது; அது தீமையோடு கூடியதாயிருந்தாலும் அந்தத் தீமையினால் சீர்குலைந்து போகலாமே தவிர, அழிந்து படாது.

அதாவது அதனிடத்திலுள்ள தீமையானது அதனை அழிக்காது. அப்படியானால் அதற்கு அழிவே இல்லையென்று ஏற்படுகிறதல்லவா?

கிளா: அப்படித்தான் கொள்ள வேண்டும்.

ஸாக்: சை: ஆத்மாவைச் சீர்குலைக்கிற தீமைகள் ஒன்றுமே இல்லையா?

கிளா: ஏன் இல்லாமல்? நியாயமில்லை, நிதானமின்மை, கோழைத்தனம், அறியாமை முதலியவைகளைப் பற்றித்தான் இதுவரையில் பேசி வந்தோமே?

ஸாக்: ஆனால், வியாதிகள் தேகத்தை அழித்துவிடுவது போல இவையொன்றும் ஆத்மாவை அழித்துவிடுவதில்லை. ஆத்மாவினிடத்தில் அநேக தோஷங்கள் இருக்கலாம். ஆனால், அந்தத் தோஷங்களினாலேயே ஆத்மா அழிந்து படுவதில்லை. எது, தன்க்குள்ளேயேயிருக்கும் ஒரு கெட்ட தன்மையினால் அழிந்துபடுவதில்லையோ, அது வெளியேயிருக்கும் கெட்ட தன்மையினால் நிச்சயமாக அழிந்து போகாது. கெட்ட உணவினால் தேகம் அழிந்து போவதில்லை; ஆனால், அந்தக் கெட்ட உணவிலுள்ள கெட்ட தன்மை, தேகத்திலே சேர்ந்து, அத்னால் தேகம் கெடுதலாகி, அந்தக் கெடுதலினாலேயே தேகம் அழிகிறது. அதுபோல் ஆத்மாவிலேயே ஏதேனும் கெடுதல் இருந்தாலொழிய தேகத்தினால் ஆத்மா கெட்டுப் போவதில்லை. அப்படியே தேகத்திற்கு ஏற்படுகிற எந்த வியாதியும், எந்தக் கொடுமையும் – உதாரணமாக அந்தத் தேகத்தைத் துண்டு துண்டாகப் போட்டாலும் – ஆத்மாவை அழிக்காது. உள்ளேயிருக்கப்பட்ட கெடுதலினால் அழியாதது, வெளிக் கெடுதலினால் அழியுமா என்ன? அழியாது. சரி; ஆத்மாவுக்குரிய சில கெடுதல்கள் இருக்கின்றன என்று மேலே சொன்னோமே அவை – அந்தக் கெடுதல்கள் – ஆத்மாவை அழிக்காமல் மட்டும் இருப்பதில்லை; பலவீனப்படுத்தி விடுவதுமில்லை. அப்படிச் செய்தால் நன்றாகவே இருக்கும். ஏனென்றால் கெடுதல்களுக்கு ஒரு முடிவு ஏற்பட்டுவிட்டால் ஆத்மாவுக்கும் அந்தக் கெடுதல்களிலிருந்து விடுதலை கிடைக்கும் அல்லவா? ஆனால் அப்படியில்லை. ஆத்மா, தன்னிடத்திலேயுள்ள தீயதன்மை காரணமாக அழிந்து போவதற்குப் பதில், இன்னும் அதிகமான தீமைகளைச் செய்வதில் சுறுசுறுப்புக் காட்டுகின்றது. தீய ஆத்மாவுடைய மனிதர்கள் அதிகமான தீமைகளைச் செய்வதை நாம் சர்வ சாதாரணமாகப் பார்க்கிறோம். ஆத்மாவினிடத்தில் இயற்கையாகத் தங்கியிருக்கும் தீமையினாலேயே, அதாவது ஆத்மாவின் அழிக்க முடியவில்லை யென்றால், புறத்தீமை எதுவும் இதனை அழிக்காது என்பது நிச்சயம். எனவே ஆத்மா அழியாதது; என்றும் இருப்பது; அதனால் அமரத் தன்மையுடையது என்ற முடிவுக்கு வருவோமாக.

கிளா: நிரம்ப சரி.

ஸாக்: உலகத்தில் பல ஆத்மாக்கள் உண்டு. ஆத்மா என்றும் இருப்பது. அமரத்தன்மை உடையது என்பதை நாம் ஒப்புக்கொள்வோமானால், இந்த ஆத்மாக்களின் எண்ணிக்கையும் ஒரே மாதிரியாக இருக்கும். அதாவது இவற்றின் எண்ணிக்கை குறையவும் குறையாது, அதிகப் படவும் படாது. இவற்றின் எண்ணிக்கை அதிகப்பட வேண்டுமானால் அழியுந்தன்மைகளல்லவோ அழியாத் தன்மைகளாக மாறவேண்டும்? அப்படி மாறுமானால் எல்லாப் பொருள்களுமல்லவோ அழியாப் பொருள்களாகிவிடும்! எனவே அஃது அசாத்தியம்; அப்படி நடைபெற முடியாது.

கிளா: வாஸ்தவம்.

ஸாக்: அழியாத இந்த ஆத்மாவானது பரிசுத்தமானது; ஒன்றாகியுள்ளது. இது, பலவிதமானதாகவோ பல வேற்றுமைகளை உடையதாகவோ இருக்குமானால், நித்தியமானதாயிருக்க முடியாது; இதனிடத்திலேயே அழியுந்தன்மைகள் அடங்கியிருக்கும். இப்படிக்கெல்லாம் இராத காரணத்தினாலேயே இஃது – இந்த ஆத்மா – தூய்மையான, அழகான இயல்புடையதாயிருக்கிறது. இந்த இயல்பிலேதான் அதாவது இஃது எப்படி இருக்கிறதோ அப்படியே இதனைப் பார்க்க வேண்டும். எப்படி நமக்கு இப்பொழுது தென்படுகிறதோ அப்படிப்பார்க்கக் கூடாது. இப்பொழுது எப்படித் தென்படுகிறதென்று கேட்பாயானால், உதாரணமாக சமுத்திரக் கடவுள் என்று நாம் ஒரு கடவுளை வழிபடுகிறோமல்லவா, அந்தக் கடவுளை அலைகளும் புல்பூண்டுகளும் மூடிக்கொண்டிருக்கிற போது எப்படி அந்தக் கடவுளின் நிஜ ஸ்வரூபத்தைக் காண முடிவதில்லையோ அதுபோல நமது ஆத்மாவும் ஸ்தூல தேகத்தினால் மூடப்பட்டும் பலவித தீமைகளினால் சூழப்பட்டும் மங்கலாகத் தென்படுகிறது. இந்த மங்கலான தன்மையில் ஆத்மாவை நாம் பார்க்கக் கூடாது; மிகப் பரிசுத்தமுள்ளதாயும் விகாரங்கள் எதுவும் இல்லாததாயுமுள்ள தன்மையிலேயே பார்க்க வேண்டும். அப்படி இதன் முழுத் தன்மையையும் பார்க்க வேண்டுமானால் முதலில் இதன் மேலான பாரமார்த்திக அம்சத்தைப் பார்க்க வேண்டும். அந்த அம்சம் நம்மிடமுள்ள விவேக தத்துவத்தோடு நெருங்கிய சம்பந்தமுடையது. எனவே இந்த விவேக தத்துவத்தைக் கொண்டு ஆத்மாவின் பாரமார்த்திகத் தன்மையை வளர்த்து, அதன் மூலம், ஆத்மாவைச் சுற்றியிருக்கிற உலக பந்தங்களையெல்லாம் அப்புறப்படுத்தி விடுவோமானால் இந்த ஆத்மாவை அதன் சுய வடிவத்தில் நாம் தரிசிக்க முடியும்.

கிளா: உண்மை

ஸாக்: நல்லது; கிளாக்கோன், இதுவரையில் நாம் நீதியைப் பற்றி

அதன் பலன்களுக்காக ஆராய்ச்சி செய்யவில்லை. நீதியை நீதிக்காக அனுஷ்டிப்பதிலேயே சந்தோஷம் இருக்கிறது. அதுதான் நிஜமான சந்தோஷம், அதுதான் ஆத்மாவுக்குச் சிறப்புடையது என்கிற விதமாகவே ஆராய்ச்சி செய்து வந்தோம். ஆனால், நீதியுள்ள மனிதன் – தரும புருஷன் – நல்ல பலன்களை அடைகிறான்; இக லோகத்திலாகட்டும், பரலோகத்திலாகட்டும் மனிதர்களிடமிருந்தும் தேவர்களிடமிருந்தும் அநேக சன்மானங்களை அநேக அனுகூலங்களைப் பெறுகிறான். நீதிமானைத் தேவர்களும் மறப்பதில்லை; மனிதர்களும் மறப்பதில்லை. தேவர்கள் நீதிமானை நேசிக்கிறார்கள்; அநீதவானைத் துவேஷிக்கிறார்கள்; இல்லையா?

கிளா: ஆம்.

ஸாக்: தம்மால் நேசிக்கப்படுகிறவனுக்கு நல்லதைத் தானே செய்வார்கள் தேவர்கள்? அவர்களால் அந்த நீதிமானுக்குக் கிடைக்கின்ற யாவும் நல்லவையாகத்தானே இருக்கும்? ஏதோ முற்பிறப்பில் செய்த சில பாவங்களுக்காக அவனுக்குச் சில தீமைகளைக் கொடுப்பார்களே தவிர பொதுவாக அவனுக்கு நல்லதையே செய்வார்கள்.

கிளா: நிச்சயமாக.

ஸாக்: எனவே ஒரு நீதிமான், வறுமையினாலோ, வியாதியினாலோ வேறு துன்பத்தினாலோ அவதிப்பட்டுக் கொன்டிருந்த போதிலும், கடைசியில் அவன் இகலோக வாழ்க்கையிலோ பரலோக வாழ்க்கையிலோ நன்மையையே அடைகிறானென்று நாம் முடிவு செய்து கொள்ளலாமல்லவா? நீதிமானாக வாழவேண்டுமென்று முயற்சி செய்கிறவனை, தனது நன்னடத்தையினால் கடவுளைப் போல் ஆகவேண்டுமென்று விரும்புகிறவனை, அந்தத் தேவர்கள் புறக்கணிக்க மாட்டார்கள் என்பது நிச்சயம்.

கிளா: கடவுள், தம்மைப்போல் இருக்கப்பட்டவனைப் புறக்கணிக்க மாட்டாரென்பது வாஸ்தவம்.

ஸாக்: அநீதவான் விஷயத்தில் இதற்கு நேமாறான அபிப்பிராயத்தை நாம் கொள்ள வேண்டியவர்களாய் இருக்கிறோமல்லவா? அதாவது அநீதவானைத் தேவர்கள் விரும்பமாட்டார்கள்; புறக்கணித்தும் விடுவார்கள்.

கிளா: ஆம்.

ஸாக்: சரி; ஒரு நீதிமானுக்கு, மனிதர்களிடமிருந்து கிடைக்கிற நன்மைகளென்ன எனபதைக் கவனிப்போம். இதற்கு உலகத்தில் தற்போது எப்படி விவகாரங்கள் நடைபெறுகின்றன என்பதைக் கொண்டே பார்க்க வேண்டும். புத்திசாலியான ஓர் அநீதவான், ஒரு பந்தய ஓட்டத்திலே

ஆரம்பத்தில் வெகுவேகமாகப் புறப்பட்டு, பிறகு மெதுமெதுவாகப் போய், கடைசியில் சோர்ந்து கீழேவிழுந்து விடுகிறானே அவனைப் போன்றிருக்கிறான். நீதிமான், ஒரே நிதானமாகச் சென்று கடைசியில் வெற்றியடைகிறவனைப் போன்றிருக்கிறான். நீதிமான், தான் செய்கிற ஒவ்வொரு காரியத்திலும், ஒவ்வொரு நடவடிக்கையிலும், கடைசியில் வெற்றியடைந்து தன் சகோதர மனிதர்களால் அளிக்கப்படக்கூடிய எல்லா அனுகூலங்களையும் பெறுகிறான்.

கிளா: வாஸ்தவம்.

ஸாக்: ஓர் அநீதவான் அதிருஷ்டமுள்ளவனாக இருந்தால் அவனுக்கு அநேக அனுகூலங்கள் கிடைக்கின்றன என்று நீ ஆரம்பத்தில் சொன்னாயே[1] அவையெல்லாம் ஒரு நீதிமானுக்கே கிடைக்கின்றன என்று இப்பொழுது உனக்குத் திருப்பிச் சொல்ல விரும்புகிறேன். நீதிமான் வயதடைந்த பிறகு தன்னுடைய ராஜ்யத்தில் ஓர் உத்தியோகம் வேண்டுமென்று விரும்பினால் அதை அடைவான். தனக்கிஷ்டப்பட்ட குடும்பத்திலிருந்த ஒரு பெண்ணை மனைவியாகக் கொள்வான்; அப்படியே தன் பெண்ணையும் தனக்கிஷ்டமான குடும்பத்தில் கொடுப்பான். இந்த மாதிரி, அநீதவானுக்கு என்னென்னவோ அனுகூலங்களெல்லம் கிடைக்குமென்று சொன்னாயே அவையெல்லாம் ஒரு நீதிமானுக்கும் கிடைக்கும். ஓர் அநீதவானோ, அவனது அக்கிரமச் செயல்களுக்காகப் பாலியத்தில் கண்டுபிடிக்கப் படுவதில்லையாயினும், அவனுடைய வாழ்நாளின் கடைசியில் கண்டுபிடிக்கப்பட்டு எல்லோராலும் பரிகசிக்கப்படுகிறான்; அநேக துன்பங்களையும் துயரங்களையும் அனுபவிக்கிறான். இவற்றையெல்லாம் விஸ்தரித்துச் சொல்ல வேண்டுமா என்ன?

கிளா: நீ சொல்வதெல்லாம் மிகவும் பொருத்தமாயிருக்கிறது.

ஸாக்: ஒரு நீதிமானுக்கு, நீதியை நீதிக்காக அனுஷ்டிப்பதனால் உண்டாகிற அனுகூலங்களோடு தேவர்களாலும் மனிதர்களாலும் இந்த இகலோக வாழ்க்கையில் உண்டாகிற அனுகூலங்களை இப்பொழுது விஸ்தரித்துச் சொன்னேன்.

கிளா: வாஸ்தவம்; இவையெல்லாம் பிரமாதமான அனுகூலங்கள்; நிச்சயமாகக் கிடைக்கக் கூடிய அனுகூலங்கள்.

ஸாக்: நீதிமான்களுக்கும் அநீதவான்களுக்கும் மரணத்திற்குப் பிறகு கிடைக்கக் கூடிய அனுக்கூலப் பிரதி கூலங்களை உத்தேசிக்கையில், மேலே சொன்னவை யாவும் மிகச் சொற்பந்தான். ஆதலின் அவற்றையும், அதாவது மரணத்திற்குப் பின்னர் மனிதர் அடையக்கூடிய நிலையையும் வர்ணிக்க வேண்டியது அவசியமாகிறது.

கிளா: சொல்; நான் சந்தோஷத்தோடு கேட்கிறேன்.

ஸாக்: ஒரு சிறிய கதை சொல்கிறேன், கேள். பாம்பிலியா[1] பிரதேசத்தைச் சேர்ந்த்ஜ அர்மீனியஸ்[2] என்பவனுடைய மகன் ஏர்[3] என்ற ஒரு வீரன், யுத்தத்தில் கொல்லப்பட்டு விட்டான். யுத்தம் முடிந்த பத்துநாள் கழித்து, யுத்த களத்திலுள்ள பிணங்களை யெல்லாம் அடக்கம் செய்வதற்கு எடுத்துச் சென்றார்கள். அப்பொழுது ஏரின் தேகம் மட்டும் கொஞ்சங்கூட கெட்டுப் போகாமல் அப்படியே இருந்தது. பன்னிரண்டாவது நாள் இவனுடைய தேகத்தைச் சிதையில் வைக்கிறபோது இவன் உயிர்த்தெழுந்து விட்டான். எழுந்து, தான் மறு உலகத்தில் கண்டதை அப்படியே கூடியிருந்தவர்களுக்கு எடுத்துச் சொன்னான்.

இவன் சொன்னது வருமாறு:

"எனது ஆத்மா தேகத்தினின்று பிரிந்ததும், நான் இன்னும் பல பேர்களுடன் பிரயாணமாகி ஓரிடத்திற்கு வந்து சேர்ந்தேன். மைதானம் போன்றிருந்த அந்த இடம் எனக்குத் திகைப்பை உண்டுபண்ணியது. அங்கு பூலோகத்தை யொட்டினாற்போல் இரண்டு நுழைவாயில்களும், அவற்றுக்கெதிரே மேலே சொர்க்கலோகத்தை யொட்டினாற்போல் இரண்டு நுழைவாயில்களும் முறையே இருந்தன. இவற்றுக்கு நடுவேயுள்ள இடத்தில் சில நீதிபதிகள் உட்கார்ந்து கொண்டிருந்தார்கள். அவர்கள், வந்திருந்த அனைவரையும் விசாரித்து நல்லது செய்தவர்களென்றும், கெட்டது செய்தவர்களென்றும் இரண்டு பிரிவினராகப் பிரித்து, அவரவர் செய்த கர்மங்களின் அடையாளங்களை அவரவர்கள் முதுகில் பிணைத்துக் கட்டி, நல்லவர்களை வலது பக்கமாகவுள்ள மோட்ச வாயில் வழியாக ஏறிச்செல்லும்படிக்கும், கெட்டவர்களை இடது பக்கமாகவுள்ள பூலோகவாயில் வழியாக இறங்கிச் செல்லும்படிக்கும் உத்தரவிட்டார்கள். ஆனால், என்னை மட்டும் எந்த வழியிலும் அனுமதியாமல் அங்கேயே இருந்து நடக்கிறவற்றைக் கவனிக்குமாறு கூறினார்கள். நானும் அப்படியே இருந்தேன். அப்பொழுது இரண்டு கூட்டங்கள். மேலே சொன்ன இரண்டு நுழைவாயில்கள் மாதிரி இருந்தவேறு இரண்டு நுழைவாயில்கள் மாதிரி இருந்த வேறு இரண்டு நுழைவாயில்களின் வழியாகத் திரும்பி வந்து கொண்டிருப்பதைப் பார்த்தேன். ஒரு கூட்டம் சொர்க்கலோகத்திலிருந்து வந்துகொண்டிருந்தது; இன்னொரு கூட்டம் பூலோகத்திலிருந்து வந்துகொண்டிருந்த கூட்டத்தினர், சுத்தமாகவும் சந்தோஷமாகவும், பூலோகத்திலிருந்து வந்த கூட்டத்தினர் அழுக்குப்படிந்தவர்களாகவும், சோர்வடைந்தவர்களாகவும் முறையே காணப்பட்டனர். அவரவரும் அவரவருடைய கர்ம பலனை அனுபவித்த பிறகு, இந்த நீண்ட பிரயாணத்திலிருந்து வந்தனர். வந்தவர் மேற்படி மைதானத்தில் ஒன்றுகூடி, தங்கள் தங்கள் அனுபவங்களைச் சொல்லிக்

கொண்டனர். நல்லதோ, கெட்டதோ எதைச் செய்தாலும் ஒன்றுக்குப் பத்தாக அனுபவிக்க வேண்டுமென்பது விதி. பூலோகத்தில் மனிதனுடைய ஆயுள் நூறு வருஷம் என்று வைத்துக் கொண்டால், இந்த நூறு வருஷ காலத்தில் நல்லதைச் செய்தாலும் கெட்டதைச் செய்தாலும் அதற்குப் பிரதியாக ஆயிர வருஷகாலம் நல்லதையோ கெட்டதையோ அனுபவிக்க வேண்டும். ஆகவே, இந்த மைதானத்திலே வந்து கூடிய அத்தனை பேரும் ஆயிர வருஷ கால அனுபவத்தை அனுபவித்து விட்டே வந்திருக்கின்றனர். இங்கே எதற்காக வந்திருக்கின்றனர்? கர்மங்களுக்கேற்ற பலனை அனுபவித்துவிட்ட பிறகு புதிய பிறப்பு எடுக்கவேண்டுமல்லவா, அதற்காகவே இங்கு வந்து கூடியிருக்கின்றனர். ஆனால், எல்லோருமே தங்கள் கர்மங்களுக்கேற்ற பலனை அனுபவித்து முடிந்துவிட்டதா? இல்லை. சிலர், மிகவும் குறைந்த காலத்தில் அதிகமான நன்மைகளையோ தீமைகளையோ செய்திருக்கலாம். அவற்றுக்கேற்றபடி அதிகமான சுகத்தையோ துக்கத்தையோ அனுபவிக்க வேண்டுமல்லவா? எனவே மிக நல்லவர்கள் மீண்டும் சுகத்தை அனுபவித்துக் கொண்டிருப்பதற்கும், மிகக் கெட்டவர்கள் மீண்டும் துக்கத்தை அனுபவிப்பதற்கும் – ஆயிர வருஷ அனுபவத்திற்குப் பிறகு – திருப்பி அனுப்பப் பட்டனர். உதாரணமாக, பல கொலைகளுக்குக் காரணமாய் இருந்தவர்கள், தேசங்களையோ ராணுவங்களையோ காட்டிக் கொடுத்தவர்கள், அடிமைப்படுத்தியவர்கள் ஆகிய இப்படிப்பட்டவர்களெல்லோரும் மிகக் கொடியவர்களாகக் கருதப்பட்டு மீண்டும் துன்பத்தில் உழலுமாறு அனுப்பப்பட்டனர்.

இந்தக் கூட்டத்தினர், ஒருவருக்கொருவர் அளவளாவித் தங்கள் தங்கள் அனுபவங்களைச் சொல்லி, எல்லாம் முடிந்த பிறகு ஏழாவது நாள் மேற்படி மைதானத்திலிருந்து வெளியேற்றப்பட்டு, மூன்று நாள் பிரயாணத்திற்குப் பிறகு ஓரிடத்திற்கு வந்து சேர்ந்தனர். அங்கே வானவில் போல், ஆனால் அதைக் காட்டிலும் சுத்தமானதாகவும் பிரகாசமானதாகவும் உள்ள ஒரு தீப ஸ்தம்பத்தைக் கண்டனர். அந்த ஸ்தம்பம் பூலோகத்திலும் சொர்க்கலோகத்திலும் ஊடுருவிச் செல்லக் கூடியதாக இருந்தது. சுத்தமான இந்த ஜோதி ஸ்தம்பத்தையே மையமாகக் கொண்டு விதியென்னும் கதிரின்மீது பிரபஞ்சமானது சுழன்று கொண்டிருந்தது. இந்தப் பிரபஞ்சமோ, ஒரே மையத்தை உடைய ஆனால் வெவ்வேறான எட்டு வட்டங்களுடையதாய் இருந்தது. ஒவ்வொரு வட்டமும் ஒவ்வொரு விதமான வேகத்துடன், தானே சுழன்று கொண்டிருந்தது. பருமன் பிரகாசம் இவற்றில் ஒவ்வொரு வட்டமும் வித்தியாசமுடையதாகவே இருந்தது. ஒவ்வொரு வட்டமும் தான் சுழல்கிறாபோது, அதற்கென்று பிரத்தியேகமாயுள்ள ஒரு சப்தத்தை வெளியிட்டுக் கொண்டு வந்தது. ஆனால், இந்த எட்டு வட்டங்களும் சேர்ந்து சப்திக்கிற போது ஒருவித இசைப் பொருத்தம் இருந்தது.

மேலே விதியென்று சொன்னேனே அதற்கு மூன்று குமாரத்திகள். இவர்கள் தனித்தனியாகச் சிங்கா தனங்களில் வட்டமாக உட்கார்ந்து கொண்டிருக்கின்றனர். இவர்கள் தங்கள் கைகளால் மேற்படி பிரபஞ்ச வட்டங்கள் சுழன்று கொண்டிருக்கும்படி செய்து கொண்டிருக்கின்றனர். இந்த மூவரும் பிறப்பு, வாழ்வு, மரணம் ஆகிய மூன்றின் அதிதேவதைகள். இவர்கள் சென்ற காலம், நிகழ்காலம், எதிர்காலம் ஆகிய மூன்று கால சம்பவங்களையும் முறையே பாட்டாகச் சொல்லிக் கொண்டிருக்கிறார்கள். இப்படிப்பட்ட இடத்திற்குத் தான் மேலே சொன்ன கூட்டத்தினர் மூன்று நாள் பிரயாணத்திற்குப் பிறகு வந்து சேர்ந்தனர்.

இவர்கள் வந்து சேர்ந்ததும், ஒரு தூதன் தோன்றி, சென்ற கால கர்மங்களின் அதிதேவதையினிடமிருந்து அநேக சீட்டுக்களை எடுத்துக் குலுக்கிக் கூட்டத்தினரின் மத்தியில் போடுகிறான். அவரவரும் அவரவருக்குச் சமீபத்தில் விழுந்த சீட்டை எடுத்துக் கொள்கின்றனர். பின்னர் எல்லோர் முன்னிலையிலும் எல்லோரும் பார்க்கும் படியாக பலவிதமான வாழ்க்கை மாதிரிகள் – ஜன்மங்கள் – பரப்பப்படுகின்றன. அங்கே இருப்பவருடைய எண்ணிக்கையைக் காட்டிலும் வாழ்க்கை மாதிரிகளின் எண்ணிக்கை அதிகமாக இருக்கின்றது. பிறகு அனைவரையும் பார்த்து "அவரவரும் அவரவருக்கிஷ்டமான வாழ்க்கையைத் தெரிந்தெடுத்துக் கொள்ளலாம்; இன்னார் இன்ன வாழ்க்கையைத்தான் எடுத்துக்கொள்ள வேண்டும் என்பதில்லை; வாழ்க்கையைத் தெரிந்தெடுப்பது உங்கள் பொறுப்புக்கே விடப்பட்டிருக்கிறது; கடவுள் இதற்குப் பொறுப்பல்ல" என்று அந்தத் தூதன் கூறுகிறான்.

இதற்குப் பின்னர், ஆத்மாவுக்கு ஒரு முக்கிய சந்தர்ப்பம் ஏற்படுகிறது. ஆத்மாவின் பரிசோதனை சமயம் என்று இதனைச் சொல்லலாம். ஏனென்றால், இந்தச் சந்தர்ப்பத்தில் ஆத்மா, எந்த மாதிரியான வாழ்க்கையைத் தெரிந்தெடுக்கிறதோ அந்த மாதிரியான வாழ்க்கைதான் அதற்குப் பூலோகத்தில் கிட்டப்போகிறது.

மேலே சொன்னபடி அவரவரும் அவரவருக்கு இஷ்டமான வாழ்க்கையைத் தெரிந்தெடுத்துக் கொள்ளலாமென்று சொல்லப்பட்டதும், ஒருவன் – ஓர் ஆத்மா – முன்வந்து, குரூரமான ஒரு கொடுங்கோலனுடைய வாழ்க்கையைத் தெரிந்தெடுத்தான் அப்படித் தெரிந்தெடுக்கிறபோது அவன் கொஞ்சங்கூட யோசிக்கவே இல்லை. சிறிது நேரங்கழித்து, தான் தெரிந்தெடுத்திருக்கிற வாழ்க்கையைப் பற்றிச் சிந்தித்துப் பார்த்தான். வருத்தப்பட்டன். மார்பிலே அடித்துக்கொண்டான். ஆனால், இதற்காகத் தன்னை நொந்துகொள்ளாமல், அதிருஷ்டத்தையும் தெய்வங்களையும் நொந்து கொண்டான். பாவம், இவன்

சொர்க்க லோகத்தில் இருந்துவிட்டு வந்தவன். முந்திய ஜன்மத்தில் ஒழுங்கான நீதியுள்ள ஒரு ராஜ்யத்தில் வாழ்ந்துகொண்டிருந்தான். இதனால், பழக்கங் காரணமாக நீதிமானாக நடந்துகொண்டானே தவிர, ஞானங் காரணமாகவல்ல. இவனைப் போலவே சொர்க்கலோகத்தில் சுகமாக இருந்துவிட்டு வந்த பலரும் கெடுதலான வாழ்க்கையையே தெரிந்தெடுத்தார்கள். ஏனென்றால் இவர்கள் துக்க அனுபவம் பெறாதவர்கள். ஏற்கனவே (நரகத்தில்) பலவித துன்பங்களை அனுபவித்தவர்கள். மற்றவர்கள் துன்பம் அனுபவிப்பதைப் பார்த்தவர்கள்; தங்களுடைய பூலோக வாழ்க்கையைத் தெரிந்தெடுக்கிற விஷயத்தில் மிகவும் ஜாக்கிரதையாய் இருந்தார்கள்.

இங்ஙனம் அவரவரும் தங்களுடைய மறு பிறவி இன்னதென்று தெரிந்தெடுத்துக் கொண்டதும், எல்லோரும் சென்ற கால தேவதையினிடம் அழைத்துச் செல்லப்பட்டார்கள். அந்தத் தேவதை ஒவ்வொருவருடனும் அவரவருடைய வாழ்க்கையைப் பாதுகாக்கும் பொருட்டும், தெரிந்தெடுத்த வாழ்க்கையைப் பாதுகாக்கும் பொருட்டும், தெரிந்தெடுத்த வாழ்க்கையை நிறைவேற்றிக் கொடுக்கும் பொருட்டும் ஊழைக் கூட்டி யனுப்பினாள். அந்த ஊழானது எல்லோரையும் நிகழ்கால தேவதையின் முன்னர் அழைத்துச் சென்றது. அவள், அவரவருடைய ஊழையும் – தலையெழுத்தையும் – உறுதிப்படுத்தினாள். பிறகு வருங்கால தேவதையின் முன்னர் எல்லோரும் அழைத்துச் செல்லப்பட்டார்கள். அவன், அவரவருடைய ஊழையும் மாற்றமுடியாதபடி ஊர்ஜிதம் செய்துவிட்டான். கடைசியாக எல்லோரும் விதியின் முன்னர் அழைத்துச் செல்லப்பட்டு அங்கிருந்து, மறதி என்கிற மைதானத்திற்குக் கொண்டுவிடப்பட்டனர். இந்த மைதானத்தில் உணர்வின்மை என்னும் ஆறு ஓடுகிறது. இதிலிருந்து ஒவ்வொருவரும் கொஞ்சம் நீர் பருக வேண்டும். அப்பொழுது அவர்களுக்குப் பழைய ஜன்ம நினைவு இல்லாமல் போய்விடும். ஆனால், ஞானத்தினால் பாதுகாக்கப்படாத சிலர், அளவுக்குக் கொஞ்சம் அதிகமாகவே இந்த நீரைக் குடித்து விடுகின்றனர். இங்ஙனம் ஒவ்வொருவரும் நீர் குடித்ததும் எல்லாவற்றையும் மறந்து விடுகின்றனர். பிறகு அனைவரும் ஓய்வு எடுத்துக்கொள்கின்றனர். பாதிராத்திரியில் இடியும், மின்னலும், காற்றும், பூகம்பமும் உண்டாகின்றன. உடனே எல்லோரும் நட்சத்திரங்கள் பாய்ந்து செல்வதைப்போல் பிறவியெடுக்கப் பலவழிகளிலும் சென்று விடுகின்றனர். என்னை –ஏர் என்பவனை – மட்டும் நீர் குடிக்க அனுமதிக்கவில்லை. ஆனால், நான் எஃப்படி எந்த விதத்தில் இந்தத் தேகத்திற்குள் மறுபடியும் வந்து புகுந்தேன் என்பது தெரியவில்லை. விழித்துப் பார்த்தவுடன் சிதையில் இருக்கக் கண்டேன்."

ஆதலின் என் அருமையான கிளாக்கோன், இந்தக் கதையிலுள்ள

கருத்தை நாம் மனத்தில் வாங்கிக்கொண்டு அதன்படி நடந்துவருவோமானால் காப்பாற்றப்படுவோம். உணர்வின்மை என்கிற நதியை ஜாக்கிரதையாகக் கடந்துவிடுவோம். நமது ஆத்மா கறைப்படாமல் இருக்கும்.

இப்பிறவியில் நாம், மற்ற எல்லா விஷயங்களையும் புறக்கணித்துவிட்டு, இது நல்லது, இது கெட்டது, இது நல்ல வாழ்க்கை, இது கெட்ட வாழ்க்கை என்று பகுத்தறியும் அறிவு எதுவோ அந்த அறிவையே நாடவேண்டும்; சத்தியத்திலும் தருமத்திலும் குன்றாத நம்பிக்கை கொள்ள வேண்டும். அப்பொழுதுதான் நமது அடுத்த பிறவி நல்ல பிறவியாயிருக்கும்.

கடைசியாக என்னுடைய உபதேசம் என்னவென்றால், நாம் சன்மார்க்கத்திலே செல்வோமாக! தர்மத்தையும் ஞானத்தையும் கடைப்பிடிப்போமாக! சகோதர மக்களிடமும் கடவுளிடமும் அன்பு செலுத்துவோமாக! இகலோகத்திலும் பரலோகத்திலும் சௌக்கியமாக வாழ்வோமாக!

பிளேட்டோவின் நூல்கள்

பிளேட்டோவின் இந்த அரசியல் நூலைத் தவிர மற்ற நூல்களில் முக்கியமானவற்றின் பெயர்களும், அவை எதைப் பற்றிக் கூறுகின்றன என்ற விவரமும் வருமாறு:

1. Laches - வீரத்தின் லட்சணம்.
2. Charmides - அடக்க முடைமை.
3. Lysis - நட்பாராய்தல்
4. Symposium - முதிர்ந்த நட்பு
5. Protagoras - சான்றாண்மை
6. Meno - ஷெ
7. Ion - கவிஞர்களைப் பற்றி.
8. Euthyphro - பக்தி.
9. Apology - விசாரணையின்போது ஸாக்ரட்டீஸ் கொடுத்த வாக்கு மூலம். இது மூன்று பிரிவுகளுடையது.
10. Crito - ஸாக்ரட்டீஸ் சிறையிலிருந்தபோது நடைபெற்ற சம்பாஷணை - ஒரு பிரஜையின் கடமையைப் பற்றி.
11. Phaedo - ஆத்மாவின் அமரத்தன்மை
12. Phaedrus - அணி இலக்கண ஆராய்ச்சி
13. Cratylus - தர்க்க சாஸ்திரத்தின் முக்கியத்துவம்.
14. Euthydemus - ஸோபிஸ்ட்டுகளைப் பற்றி
15. Parmenides - ஷெ
16. Sophist - ஷெ
17. Philebus - ஷெ
18. Timaeus - உலக உற்பத்தியைப் பற்றி
19. Critias - ஆத்தென்ஸின் ஆதிவரலாறு முதலியன.
20. Laws - ஒரு ராஜ்யத்தின் சட்ட திட்டங்கள் எப்படி இருக்க வேண்டுமென்பது பற்றி.

இந்நூல் எழுதுவதற்கு துணையாயிருந்த நூல்கள்

Socrates	- A.E.Taylor
Portrait of Socrates	- Sir R.W.Livingstone
Socrates and his Friends	- E.D. Osborne
The Apology of Socrates	- E.H.Blakeney
Plato the Man and his work	- A.E.Taylor
Plato and his Contemporaries	- G.C.Field
The Message of Plato	- E.J. Urwick
Plato and his Dialogue	- Lowes Dickinson
Plato and the Criticism of Life	- Emil Reich
Plato, Moral and Political Ideals	- A.M. Adam
Dialogues of Plato - 5 vols.	- Benjamin Jowett
The works of Plato - 2 vols.	- H. Davis
The Republic of Plato	- J.L. Davies & David James Vaughan
The Republic of Plato	- A.D. Lindsay
Selections from Plato	- Sir R.W.Livingstone
The Philosophy of Plato - The Jowett translation with an Introduction	- Irwin Edman
Plato's Doctrine of Ideas	- Stewart
A Study in Plato	- W.F.R. Hardie
Lectures on the Republic of Plato	- R.L.Nettleship
Until Philosphers are Kings	- R. Chance
The Greek Philosophers	- Alfred W. Benn

A Companian to Greek Studies	- Leonard Whibley
The Greeks	- Roselind Murray
The Legacy of the Ancient World	- W.G. De-Burgh
Our Hellenic Heritage Vol.II Pt II	- H.R. James
Greek Ideals and Modern Thought	- Sir R.W. Livingstone
Pictorial History of Greece	- E. Pococke
Perieles	- E. Abbott
Historic Trials - Thinkers Library	-
History of Freedom of Thought	- J.B.Bury
Five Stage of Greek Religion	- Gilbert Murray
Athenian Letters - 2 vols	- Lord Hardwick
History of Thucydides 3 vols	- S.T. Bloomfield
The Republic of Plato	- F.M.Conford
Plato for Pleasure	- Adam Fox
Etc.	Etc.

வெ.சாமிநாத சர்மா

பரிசல், மலர் புக்ஸ் புதிய வெளியீடுகள்

1. மறிக்குட்டி – சரவணன் சந்திரன் – ரூ.260
2. இசை இலக்கணப் பனுவல்கள் – வே.கண்ணதாசன் – ரூ.100
3. இனக்குழுச் சமூகமும் இசையும் – வே.கண்ணதாசன் – ரூ.180
4. தமிழிசை மரபு – வே.கண்ணதாசன் – ரூ.190
5. நாரத ராமாயணம் – புதுமைப்பித்தன் – ரூ.70
6. உலகை மாற்றிய புத்தகங்கள் – ராபர்ட் பி. டவுன்ஸ் – ரூ.380
7. புனைவின் சாத்தியப்பாடுகள் – சா.தேவதாஸ் – ரூ.250
8. மொழியாக்கம் ஒரு பாதை – சா.தேவதாஸ் – ரூ.100
9. மார்க்சிய தத்துவம் – நா.வானமாமலை – ரூ.230
10. ஜப்பான் பயணம் – ரவீந்திரநாத் தாகூர் – ரூ.90
11. திருமூலர் மன விடுதலையின் குரல் – திருமூலர் முருகன் – ரூ.150
12. சிதைந்த சிற்பங்கள் – கே.வேணுகோபால் – ரூ.190
13. மேல் கோட்டு – ருஷ்ய சிறுகதைகள் – ரூ.380
14. சாவித்திரிபாய் பூலேவின் வாழ்வும் போராட்டமும் – ரூ.120
15. தலித்துகள் பெண்கள் தமிழர்கள் – க.பஞ்சாங்கம் – ரூ.425
16. முனைப்பு – கே.வேணுகோபால் – ரூ.220
17. மலர்கள் – ராஜம் கிருஷ்ணன் – ரூ.475
18. நான் கண்ட பெரியவர்கள் – அ.ச.ஞானசம்பந்தன்
19. பாஸனின் இரட்டை நாடகங்கள் – ஏ.எஸ்.பஞ்சாபகேச ஐயர் – ரூ.360
20. இசக்கியம்மன் – சுடலைமாடன் வில்லுப்பாட்டு – அ.ராஜன் – ரூ.250
21. வள்ளலார் வாழ்வும் வாக்கும் – முனைவர் இரா.ரவி ரூ.380
22. புதுமைப் பித்தம் – வே.மு.பொதியவெற்பன் – ரூ.280
23. விமரிசனத்தின் எல்லைகள் – துரை.லட்சுமிபதி – ரூ.300
24. அச்சும் பதிப்பும் – மா.சு.சம்பந்தன் – ரூ.570
25. தாசன் கதைகள் – என்.ஆர்.தாசன் – ரூ.570
26. ராஜதந்திர யுத்தகளப் பிரசங்கங்கள் – வெ.சாமிநாத சர்மா – ரூ.370
27. தென்னிந்தியப் பொருளாதாரம் சில பரிமாணங்கள் – ரூ.430
28. சுமாமி விபுலாநந்தர் பேச்சும் எழுத்தும் – ஜெ.அரங்கராஜ் – ரூ.450
29. இரும்புப் பெட்டி – ஹோவர்ட் ஸ்விக்கெட் – ரூ.550
30. அந்தாதி இலக்கியம் – மீனாட்சி சுந்தரம் பிள்ளை – ரூ.400
31. நீலகேசி – ஏ.சக்கரவர்த்தி நயினார் – ரூ.120
32. திராவிட மொழிகளில் ஆராய்ச்சி – எஸ்.வையாபுரிப்பிள்ளை – ரூ.70
33. தனியாத் தீயின் நாக்குகள் – கமலாலயன் – ரூ.160
34. நுண்கலைகள் – மயிலை சீனி.வேங்கடசாமி – ரூ.120
35. விஞ்ஞான கம்யூனிஸம் என்றால் என்ன? – ரூ.250

36. உன்னால் நிகழ்கிறேன் – பா.இரவிக்குமார் – ரூ.200
37. கிணத்து மேட்டுப் பனமரம் – அ.பிரகாஷ் – ரூ.180
38. தமிழின் நிறமும் ஆரிய வர்ணமும் – பொதியவெற்பன் – ரூ.380
39. அச்சுக்கலை – மா.சு.சம்பந்தன் – ரூ.250
40. தமிழ் நாடகத் தலைமை ஆசிரியர் – டி.கே.சண்முகம் – ரூ.60
41. பொட்டி சிறுகதைகள் – கோ.சுனில்ஜோகி – ரூ.150
42. இசக்கியால் வந்த சண்டை – அ.கா.பெருமாள் – ரூ.180
43. தமிழ்ச் சமூக வரலாற்றில் மணிமேகலை – ந.மனோகரன் – ரூ.360
44. தமிழ் ஆராய்ச்சியின் வளர்ச்சி – ஏ.வி.சுப்பிரமணிய அய்யர் – ரூ.300
45. பகவன் புத்தரிலிருந்து பாவலர் தமிழ் ஒளி வரை
46. சிறுதெய்வக் கோயில்கள் – ரூ.100
47. சங்ககாலத் திணைக்குடிகள் – முனைவர் கோ.சதீஸ்
48. போரே நீ போ – எர்னெஸ்ட் ஹெமிங்வே – ரூ.500
49 தமிழில் நாவல், சிறுகதை உருவாக்கம்– சமகால எதிர்வினை – ரூ.250
50. தொ.மு.சி.ரகுநாதன் – இலக்கிய விமர்சனம் – ரூ.120
51. மதுரை வீரன் – த.கண்ணா கருப்பையா – ரூ.175
52. கருப்பு அன்னம் – தாமஸ் மன் –
53. மயிலை சீனி. வேங்கடசாமி கல் சொல்லும் வரலாறு – ப.சரவணன் – ரூ.
54. மயிலை சீனி. வேங்கடசாமி நடைவாவி – ப.சரவணன்
55. மயிலை சீனி. வேங்கடசாமி கொல்லிப்பாவை – ப.சரவணன்
56. மயிலை சீனி.வேங்கடசாமி சிறு மணித்திரள் – ப.சரவணன்